उत्तरकांड

सीतेचा अनुभव आणि चिंतनाच्या दृष्टीनं मांडलेली रामकथा

डॉ. एस्. एल्. भैरप्पा

अनुवाद
उमा वि. कुलकर्णी

D9900309

मेहता पब्लिशिंग हाऊस

Please contact us at **Mehta Publishing House,** Pune.
Email : production@mehtapublishinghouse.com
Website : www.mehtapublishinghouse.com

UTTARKAND by **Dr. S. L. BHYRAPPA**

© Dr. S. L. Bhyrappa

Translated into Marathi Language by Uma Kulkarni

उत्तरकांड / अनुवादित कादंबरी

अनुवाद : उमा वि. कुलकर्णी
Email : author@mehtapublishinghouse.com

मराठी अनुवादाचे व प्रकाशनाचे हक्क, मेहता पब्लिशिंग हाऊस, पुणे ३०.

प्रकाशक : सुनील अनिल मेहता, मेहता पब्लिशिंग हाऊस,
१९४१ सदाशिव पेठ, माडीवाले कॉलनी, पुणे - ३०.

मुखपृष्ठ : फाल्गुन ग्राफिक्स

प्रकाशनकाल : ऑगस्ट, २०१९

P Book ISBN 9789353173104
E Book ISBN 9789353173111
E Books available on : play.google.com/store/books
www.amazon.in

कृतज्ञता

'रामायणाच्या कवींचे असंख्य भार वाहताना फणिराया थकून गेला आहे,' असं एका कन्नड महाकवीनं म्हटलं आहे...

विविध देश-प्रदेशांमध्ये आणि विविध भाषांमध्ये रामायणाची कितीतरी रूपे जन्मली आहेत. त्यांच्याविषयी मी स्थूलपणे समजून घेतलं आहे; पण त्यांचा अभ्यास केला नाही. ही माझी वाल्मीकी रामायणावरची थेट सर्जनशील प्रतिक्रिया आहे.

'पर्व' लिहिल्यानंतर ठीक चाळिसाव्या वर्षी (पहिला खर्डा १०-११-२०१५पासून १३-१-१६पर्यंत) ही कादंबरी लिहिली हा केवळ योगायोग म्हणावा लागेल. पहिल्या खर्ड्याबरोबरच शेवटचा खर्डाही वाचून ज्यांच्या सल्ला-सूचनांमुळे कलाकृती परिपूर्ण होण्यास साहाय्य झाले, असे डॉ. शतावधानी गणेश, श्रीमती एल. व्ही. शांताकुमारी आणि डॉ. प्रधान गुरुदत्त यांचा मी कृतज्ञ आहे.

डॉ. एस्. एल्. भैरप्पा
मैसूर

तोंडात स्तन दिल्यावर बाळांनी रडू थांबवायला पाहिजे. ही बाळं थुंकल्यासारखं करून स्तनाची बोंडं बाहेर काढतात, आणि छत उडून जाईल असं किंचाळायला लागतात. कशी शांत करू? काही मार्ग दिसत नाही.. संयम संपत चाललाय. राग येतोय. हातांवर झुलवत 'उलूलूलू' बाळा.. म्हटलं तर कदाचित शांतही होतील. पण एकाच वेळी दोघा-दोघांना घेऊन झुलवायला मला एकटीला कसं जमणार? आपण तर रडतातच, मलाही रडवताहेत! ही सुकेशी कुठं गेली? ए सुकेशी...! कुठं गेली ही? बाळांची बाळोती घेऊन 'आत्ता धुवून आणते' असं सांगून गेलीय.. किती वेळ झाला! ती नदीही इथून दोनशे पावलांवर आहे.. शिवाय उतार.. कसं ऐकू येणार? दोघांनाही दोन झोळ्यांत झोपवून दोघांनाही एकदम झोका देत कितीही मोठ्यानं "उलूलूलू" केलं तरी यांच्या कानांवरच पडत नसल्यागत आणखी जोरात रडणं सुरू होतंय यांचं!...त्यात हा उजवीकडचा कुश! रडता रडता याचा तर वरचा श्वास वर, खालचा श्वास खाली.. अयायई गं!..हे नेहमीचंच याचं...श्वास धरून घाबरं व्हायचं...इकडं माझा जीव घाबरा! लव असं नाही करत. इतक्या वरच्या पट्टीत तो रडतही नाही.. बाळा...लेकरा... माझ्या राजा... छातीवर हात ठेवून एवढ्या चढ्या आवाजात रडू नकोस रे.. अरे, माझा जीव घाबरा होतोय इकडं!... उचलून स्तन तोंडात दिल्यावर...हा..आता आवाज बाहेर येतोय..

दोघांना दोन्ही हातांवर उचलून कुटिराबाहेर आलं तर... हं थंड वाऱ्यानं थोडं बरं वाटतंय.. आली ही..भरपूर ओल्या चिरगुटांचं ओझं डोक्यावर घेऊन..

"किती वेळ गं जायचं? दोघं रडायला लागल्यावर मी एकटी काय करणार? कुशनं तर नेहमीसारखा गोंधळ केला.."

सुकेशीनं ओझं शेजारच्या उंचवट्यावर टेकवलं आणि कुशला उचलून घेतलं. रडून-रडून सुजलेल्या डोळ्यांबरोबरच हात-पायही लालबुंद झालेल्या कुशचे गाल कुरवाळत म्हणाली, "भुकेजलंय लेकरू....पाजलंस की नाही?"

"दिलं तर तोंड लावायला तयार नाही..रडू तर थांबायला तयार नाही.. जिणं पुरे झालंय मला यांच्याबरोबर..." म्हणता म्हणता मलाच रडू कोसळलं.

"भोग तूच! मी काय करणार?.."

चार हिताचे शब्द बोलण्याऐवजी तिरक्यात शिरणारी ही कसली सखी? राग माझ्या नजरेतून व्यक्त झाल्याशिवाय कसा राहील?

"हे बघ, माझ्याकडे अशी रागावून पाहून काय होणाराय? अशी कशी आई आहेस गं तू! असली कसली बाई! सांगितलं तरी ऐकत नाहीस.. आडमुठी कुठली!..' तिचाच आवाज चढला.

ती हे का म्हणतेय हे मलाही आठवलं. तरी संधी न सोडता ती म्हणाली, "असाच किती वेळा स्वत:वर आसूड ओढवून घेणारायस तू! आईनं व्यवस्थित दूध-तूप खाल्लं नाही, तर कसं दूध येईल? बाळंतिणीच्या अंगात पाणी भरता कामा नये. दूध यायला पाहिजे म्हणून बाळंतिणीला लेह चाटवतात. वर पुरेसं दूध प्यायली नाहीस तर तुझे स्तन कोरडे ठणठणीत होतील.. म्हाताऱ्या स्तनांसारखे! मग तुझ्या मुलांना दूध कुठून येणार? सकाळ-संध्याकाळ तांब्या-तांब्याभर दूध प्यायला पाहिजे, मिरपुडीच्या साराबरोबर गरम गरम भात-त्यावर लिंबाच्या आकाराचा तुपाचा गोळा खायला पाहिजे.. किती वेळा सांगितलं तुला हे! नाही-नको म्हणत छाती कोरडी करून घेतलीस तर ही कोवळी बाळं तोंडातलं बोंड थुंकणार नाहीत तर काय करतील? दोन मुलांचं पोट भरण्याइतकं दूध यायला पाहिजे तुला! म्हटल्यावर दिवसभरात चार तांबे दूध प्यायला पाहिजे! दोन-दोन मुलांना पाजायचंय तुला! किती वेळा तेच ते सांगायचं तुला?..."

तिचा संताप होत होता. जाळून टाकेल अशी तिची नजर होती.

नंतर कळवळून ती जवळ येत तिनं माझं मस्तक आपल्या छातीशी धरलं.

मला रडू आवरेना. मस्तकावरून हात फिरवत तीच म्हणाली, "ताई, सुरवातीचे बारा महिने बाळांना अंगावरचं दूध पुरतं. त्यानंतर गाईच्या दुधाच्या आणि मऊ भाताच्या बरोबरीनं आईचं दूध पुरतं. एकूण तीस महिने बाळांनी आईचं दूध प्यायलं पाहिजे. आईनंही पाजायला पाहिजे. अशी जी मुलं वाढतात, ती मुलं वयात येतात

तेव्हा केवळ हातानं वाघाची शिकार करण्याइतकी शूर-धैर्यवान होतात! नाही तर आयुष्यभर भित्रट राहतात.. तुझ्यासारखी!...माझी आजी हेच मला सतत सांगायची.. तेच तुला मी हजार वेळा सांगतेय..''

होय. वरचेवर हेच सांगते ही. हे ऐकताना मनात नेहमीप्रमाणे कर्तव्य, भय अशी मिश्र भावना निर्माण झाली. पुन्हा जुन्या आठवणी वर आल्या. नवऱ्यानं सोडल्याचा अपमान, परित्यक्तेचं दु:ख, निराशा ...परिणामी आहारच सोडून दिला होता. जगायची इच्छाच कुठं होती तेव्हा? पाण्यात बुडायचं... झाडाला फास लावून मरून जायचं... वाघ-लांडगा-चित्ता अशाच एखाद्या श्वापदाच्या तोंडी पडायचं...असे कितीतरी विचार मनात सतत ठाण मांडून असायचे. शरीरातून प्राण त्यागण्यासाठी पाणी किंवा फासासारख्या सुलभ मार्गापेक्षा अग्नी-श्वापदांच्या मुखी पडण्यासारखे क्रूर मार्ग आकर्षक वाटत होते. वन्य प्राण्यांच्या तोंडी पडण्यासाठी रानातल्या उंच-सखल जमिनीवरून चालत राहायचं, त्या वेळी होणारी असाधारण दमणूक, लागणारी धाप....

अकरा वर्षांपेक्षा जास्त काळ किती विविध प्रकारच्या अरण्यांतून फिरले मी.. किती चढ चढले, उतरले, किती खडबडीत जमिनीवरून चालत राहिले.. त्याचीही सवय झाली ना अखेर.. पण आता एवढंसं अंतर चालताना इतकी का धाप लागावी, हेच समजायचं नाही तेव्हा. एका क्षणी लक्षात आलं, कारण हे जड झालेलं पोट.. होय. नवऱ्यानं सोडलेल्या स्त्रीला गर्भार पोट सांभाळायची जबाबदारी तरी कशाला, असंही वाटलं होतं तेव्हा. पाठोपाठ त्या प्रश्नाचं उत्तरही सामोरं आलं होतं. श्वापदं माझ्याबरोबर पोटातल्या गर्भालाही खातील याचं भानही त्याच क्षणी आलं. जिवाची किंचितही पर्वा नसलेल्या मला, गर्भातल्या शिशूच्या मरणाची कल्पना येताक्षणीच सर्वांगाला घाम फुटून हाता-पायांना कंप सुटला होता.. पाप-पुण्याच्या कल्पनांबरोबरच स्वर्ग-नरकाचीही भीती वाटली होती. माझ्या मनातल्या जीवहत्येपेक्षा जीवनाचा मूलाधार असलेल्या परमात्म्याच्या हत्येचा विचार मनात येऊन मन भयभीत झालं होतं. डोळ्यातलं पाणी तर नष्टच झालं होतं. तशीच हताश होऊन शेजारच्या निंबाच्या झाडाला टेकून किती वेळ उभी राहिले कोण जाणे!

अधूनमधून माझ्या पोटात लाथा झाडणाऱ्या, त्या संवेदनाद्वारा 'मी तुझ्यात आहे..' अशी आनंददायक वेदना देणाऱ्या जिवांचं रक्षण न करणं, हेच महापाप असताना त्याचा अग्नीत किंवा श्वापदाच्या तोंडी बळी देण्याचा केवळ विचारही थरकाप उडवणारा होता. कशीबशी त्या निंबाच्या झाडाखाली बसून स्वत:ला सावरलं होतं मी.. तशीच मागं परतले होते ना..!

पोट एवढं जड झालं होतं तरी- तो एका नाही, दोन जिवांचा भार होता, हे

तेव्हा ठाऊक नव्हतं.

सुकेशी दोघांनाही काखेत घेऊन आत निघाली. आता त्या दोघांचं रडूही थांबलं होतं. पायावर उताणं झोपवून गोकर्णानं ती दूध पाजत असावी. रडू थांबलंय. चार लेकरांची आई! रडणाऱ्या मुलांना कसं शांत करायचं, हे ती अनुभवानं शिकलीय. तिनं सांगितलं, ते कदाचित खरंही असेल. मी आईचं दूध कधीच चाखलं नाही. आईच्या उबदार कुशीत पदराआड झोपून तिच्या स्तनाला तोंड लावून उबदार दूध पीत मी वाढलेच नाही.

बाबा जनक महाराजा- आई नयन महाराणी.. किती तरी वर्षं झाली तरी मूलबाळ झालं नव्हतं, म्हणून पुत्रकामेष्ठी यज्ञ करायचा घाट घातला होता त्यांनी. पुरोहितांनी सांगितल्याप्रमाणे सगळी तयारी झाली होती. शुभमुहूर्तावर भूशुद्धी करायची होती. त्यासाठी पाचशे पावलं लांब-पाचशे पावलं रुंद भूमी सज्ज करायचं काम चाललं होतं. शेतकऱ्यांनी ती जमीन आठवड्यापूर्वीच नांगरून, साफ करून ठेवल्याचाही निरोप आला होता. मुहूर्ताच्या दिवशी सूर्योदयापूर्वी सुवर्णाच्या नांगराच्या फाळाला फुलांनी श्रृंगारलेल्या, गळ्यात पितळी घंटांची माळ घातलेल्या उभ्या शिंगांचे दोन शुभ्र, उंच, सुलक्षणी बैल जुंपून आधीच नांगरून शुचिपूर्ण केलेल्या भूमीला नांगरण्यासाठी बैलाच्या पृष्ठभागांना स्पर्श करत हाकारलं...

'अर्वाची सुभगे भव सीते वंदामहे त्वा ।
यथा नः शुभगामसि यथा नः सुफला मसि ।।
इंद्रः सीताम् निग्रहणातु तां पूषामहेष्टतु ।
सा नः पयस्वती दुहामुत्तराम् समाम् ।।

(हे नांगराच्या रेषे, तू उत्तमप्रकारे राहा. तुझं स्मरण करतो. तू आमच्या वाट्याला उत्तम हो. अशीच आमच्यासाठी चांगली राहा. अशीच आम्हाला सफलता दे. इंद्र ही नांगराची रेखा चांगल्या प्रकारे राखू दे. या रेखेच्या मागोमाग पूष उत्तम करो. ही नांगराची रेखा पुन्हा पुन्हा आम्हाला समृद्धी देवो. दूधदुभते बहाल करो.)

उंचरवानं मंत्रांचा घोष करत दोन पुरोहित पुढे चालले होते. पाठोपाठ बाबाही. ते तर वेद-मंत्रांमध्ये परिणत. तसंच सरळ रेषेत नांगर चालवण्यातही निष्णात. अजूनही उष:कालचा अंधूक प्रकाश. चार वेळा सरळ रेषेत जाऊन पाचव्या वेळी परतत असताना क्षेत्राच्या मध्यभागी बैल अचानक एका जागी थबकले. चार-पाच वेळा त्यांना हाकारायचा प्रयत्न केला, तरी ते जागचे हलेनात. त्याच वेळी बाबांची दृष्टी बैलांपुढे असलेल्या रेषेवर ठेवलेल्या पाळण्याच्या आकाराच्या वस्तूवर गेली. जुन्या लुगड्यासारख्या वस्त्रात लपेटून ठेवलेल्या शिशूकडे आणि तिथून जोरात ऐकू येणाऱ्या रडण्याकडे त्यांचं लक्ष गेलं. एवढा वेळ पुरोहितांच्या मंत्रघोषामुळे ते रडू

ऐकू आलं नव्हतं.

बाबांनी नांगर थांबवला. त्या दिशेला गेले. त्यांनी वाकून त्या शिशूला उचलून घेतलं. बाळ! माणसाचं जितं जागतं बाळ! उचलून छातीशी धरल्यावर ते रडू थांबलं. मंत्रोच्चार मध्येच कसे थांबवायचे? पुरोहितांचं मंत्रपठण सुरूच होतं. देवाच्या प्रसादाचा पुष्पहार उचलून छातीशी धरावा तसं बाबांनी बाळाला छातीशी कवटाळलं. डोळे मिटून ते अंतर्मुख झाले.

मंत्रांचं आवर्तन झाल्यावर पुरोहितांनी जवळ येऊन पाहिलं.

"पूज्य हो! भूशुद्धीच्या प्रारंभीच मला फळाचा लाभ झाला आहे! आता यज्ञ करायची काय गरज आहे?" बाबांनी विचारलं.

"असं कसं महाराजा? संकल्प केल्यावर क्रिया पूर्ण करायलाच पाहिजे. शास्त्र हेच सांगतं."

"संकल्प मागं घ्यायची काही पद्धत नाही का?"

"आमच्या समजुतीप्रमाणे नाही."

क्षणभर विचार करून बाबांनी महाराणींना निरोप पाठवला. राजवाड्याच्या पूजामंदिरात बसून संकल्पाच्या यशासाठी प्रार्थना करत असलेल्या राजमातांना निरोप मिळताच त्याही धावत आल्या. आपल्याला गवसलेल्या अमूल्य वस्तूला त्यांच्या हाती ठेवत बाबा म्हणाले, "अतिशुद्ध मुहूर्तावर फलप्राप्ती झाली आहे! आता यज्ञाची काय गरज?"

राजमातांना क्षणभर काही समजलं नाही. त्यांनी बाळाकडे लक्षपूर्वक पाहिलं. एव्हाना सूर्योदय होऊन सगळीकडे प्रकाश पसरला होता. त्यांनी बाळाच्या चेहऱ्याचं निरीक्षण केलं. जुन्या कपड्यावरूनच बाळाचं शरीर चाचपून पाहिलं. त्या उद्गारल्या, "मुलगी आहे.."

क्षणभर शांततेत गेला. पिताश्री म्हणाले, "मुलगी-मुलगा हा भेद खोटा आहे. तो केवळ भौतिक शरीरातला भेद आहे."

"तुम्ही जनक महाराजाच्या वंशातले आहात हे ठाऊक आहे मला! यज्ञकार्य पुरं करू या."

"तीही मुलगीच झाली तर काय करशील?"

"मला माझ्या पोटी जन्मलेलं एक बाळ पाहिजे!.."

"बरं!.. पण यज्ञासाठी म्हणून सिद्ध केलेल्या या भूमीनं दिलेल्या या शिशूला आपलं पहिलं अपत्य म्हणूनच वाढवायचं, तिच्यावर सगळे उत्तम संस्कार करायचे, आपल्या तोडीच्या राजकुटुंबात तिचं लग्न लावून द्यायची जबाबदारी आपल्या दोघांची आहे, हे विसरू नकोस. यात भेद होता कामा नये. हे मान्य आहे? मान्य केल्याप्रमाणे वागायची तयारी आहे? आपण आवाहन केलेल्या यज्ञेश्वरासमोर तशी

शपथ घेशील का?''

"या क्षणी शपथ घेते!.. यज्ञेश्वराचीही शपथ घेते!.. मीही काही हीन वंशात हीन आईच्या पोटी जन्मले नाही, यावर तुमचा अजूनही विश्वास नाही का? माझ्याकडून शपथ घ्यायला सांगताय ते!..''

हे सारं मला सांगितलं ते एका नांगरशास्त्रातल्या पुरोहितांनी. त्या वेळी ते बाबांच्या शेजारीच चालत वेद घोष करत होते. तेव्हा मी असेन चौदा वर्षांची. खोटं कशाला सांगायचं? मातोश्रींनी मला कधीच काही कमी केलं नाही. कपडालत्ता, दागदागिने, खाणं-पिणं...कश्शा-कश्शात कमी केलं नाही. तरीही मी त्यांच्या पोटी जन्मले नव्हते. यज्ञ क्षेत्राच्या प्रभावाखाली असलेल्या जागेत सापडलेली मुलगी असल्याचं, मला समजतंय तेव्हापासूनच ठाऊक होतं. या संदर्भात कुणीच, अगदी बाबांनीही कधी लपवाछपवी केली नाही. ते समजल्यावरही मला त्यात काही कमीपणाचं आहे, असं वाटलं नाही.

यज्ञकार्य पार पडल्यावर सहा महिन्यांनी मातुःश्रींना दिवस राहिले. ऊर्मिला तीन वर्षांची होईपर्यंत मातेचं दूध पीत होती. ते मी पाहत राहायची, हे मात्र अस्फुट आठवतं. कुठंतरी खेळत असलेली ऊर्मिला काहीतरी आठवल्यासारखी धावत यायची आणि आईच्या मांडीवर पडून दुधासाठी हट्ट करायची. याची तिला इतकी घाई असायची, की धसमुसळेपणा करून ती मातुःश्रींच्या अंगावरचा पदर तर दूर करायचीच, त्यांच्या कंचुकीशीही ओढाओढी करायची. एकदा तर ती फाडूनही टाकली होती! यावर मातुःश्रींनी न रागावता तिला छातीशीच धरलं होतं.

हे पाहताना मलाही छानच वाटायचं. हसूही यायचं. तेव्हा मी पाच वर्षांची होते. मी कधीच आईच्या अंगावर प्यायले नाही- मला त्यांनी पाजलं नाही, असा कुठलाही विचार मनात न येता मी ते दृष्य पाहत राहायची. तरीही 'मला असं मिळालं नाही..' हे मात्र नकळत कुठंतरी सलत होतं. तेव्हाच कधीतरी 'आईवेगळी अनाथ' असल्याची अस्पष्ट भावना मनात नकळत जन्मली असेल का? होय.. तसंच असलं पाहिजे.

पतीनं अन्याय केलाय म्हणून मी मुलांवर अन्याय करण्यात कुठला न्याय आहे? त्याच क्षणी हे लक्षात आलं.

चूक मान्य करत मी म्हटलं, "सुकेशी, यानंतर मी तुझं ऐकेन. तू म्हणशील तेवढं दूधदुभतं खाईन."

दररोज दोन तांबे भरून ती देत असलेलं दूध, ती रानात शोधून आणत असलेल्या पाल्याच्या भाज्या कुठलीही तक्रार न करता मी खाऊ लागले. आठच दिवसांत छाती दुधानं भरून आली. इतकी की छाती तटतटू लागली. बाळं पुरेसं

दूध प्यायली नाहीत, की छाती ठसठसू लागे. मुलांचं रडू थांबलं, व्याकूळता नाहीशी झाली. चेहऱ्यांवर समाधान दिसू लागलं.

"आता कसली काळजी नाही, ताई! बाळं बारा महिन्यांची होईपर्यंत अंगावरचं दूध पुरेल. वरचं दूध द्यायला नको. शिजवलेलं अन्नही नको द्यायला.." मीही अनुभवी सुकेशीनं सांगितलेल्या सगळ्या नियमांचं पालन करू लागले.

सुकेशी माझ्यापेक्षा चार वर्षांनी मोठी. मला समजू लागलं, तेव्हापासून माझी खेळातली मैत्रीण. सतत सोबत असायची तेव्हाही. माझ्याबरोबरच खायची-जेवायची-फिरायची. खेळण्यात तर सतत बरोबरच असायची. सागरगोटे-फासे टाकणं यांसारखे खेळ तर तिनंच शिकवले मला. मी मोठी झाले, तशी ती माझी सखी झाली. तिची आई आणि बहिणीही राजवाड्याच्या सेवेतच होत्या. तिचे वडील युद्धरथ चालवण्यात पारंगत. त्यांच्या खाण्या-पिण्याची सर्व जबाबदारी राजवाड्याकडूनच पार पाडली जाई.

पद्धतीप्रमाणे माझ्या लग्नानंतर तीही माझ्याबरोबर आली. सुंदर. माझ्यापेक्षा चार वर्षांनी मोठी. मी किशोरावस्थेत असतानाच ती भर तारुण्यानं मुसमुसलेली होती. साहजिकच माझ्यापेक्षा कितीतरी आकर्षक दिसत होती. राजघराण्याच्या पद्धतीप्रमाणे बहुतेक राजकुमार राजकुमारीबरोबर आलेल्या सखींवरही अधिकार प्रस्थापित करत. हा सर्वसामान्य नियमच असल्यामुळे यात पत्नीही कुठल्याही प्रकारचा आक्षेप घेत नसे. त्याचबरोबर दुसरंही होतं. सखी कितीही देखणी असली आणि कितीही नटली-मुरडली, तरी तिलाही आपल्या मर्यादांचा भंग करणं शक्य नसायचं.

मी लग्न करून सासरी आले तेव्हा नटण्या-मुरडण्याची कसलीही अक्कल नसलेली बावळट मुलगीच होते. सुकेशी विशीची तरुणी. या सर्व कलांमध्ये ती पारंगत होती. पण रामानं तिच्याकडे एकदाही त्या दृष्टीनं पाहिलं नाही. सहा महिने तिच्या वर्तणुकीचं निरीक्षण केल्यानंतर, एका एकांत क्षणी तो मला म्हणाला, "तुझी सखी तारुण्यावस्थेला पोहोचली आहे. संसार व्यवस्थेत असण्याचं हे तिचं वय. तिचं लग्न लावून द्यायचं का? तिची तयारी असेल तर तिच्याजोगता एक वर माझ्या पाहण्यात आहे. आपल्या अयोध्यानगरीतच. शेतकरी आहे. देखणा आहे, सुदृढ आहे. तिला विचारून पाहतेस काय?"

अजूनही सुकेशीला रामाविषयी अतिशय गौरव वाटतो. खासगीत माझ्याशी बोलताना ती त्याचा उल्लेख 'भावजी' असाच करते. 'भावजी म्हणजे बावन्नकशी सोनं! एक-दोन वर्षं जाऊ देत. ते स्वत: इथं येऊन तुला घेऊन जातील बघ!..' असंही म्हणत असते. 'त्यांचा स्वभाव तुला ठाऊक नाही!..' असं मी पदोपदी सांगितलं तरी ती ते मान्य करायला तयार नसते.

कैकेयीदेवींनी शिक्षा म्हणून हा वनवास लादला असला, तरी तिथं मी आणि

राम एकरूप होऊन वावरल्याचे कितीतरी क्षण होते. त्या किर्रर अरण्यात वावरण्याचं माझ्या मनातलं भय महिना-दोन महिन्यांतच कमी झालं. मला अरण्याच्या सौंदर्याचा आस्वाद घेता येऊ लागला. मान वर करून पाहिलं, की आकाशात छतांप्रमाणे पसरलेल्या झाडांच्या शाखा, घनदाट वृक्षांची घनदाट जाळी, झाडांवरच जन्मून झाडांवरच वावरणारी, जमिनीची गरजच नसल्यासारखी या फांदीवरून त्या फांदीवर उड्या मारता-मारता आमच्याशी आपल्याच भाषा-संज्ञेनं संवाद साधणारी माकडं, जमिनीवर वावरणाऱ्या क्रूर प्राण्यांवर आपल्या तीव्र स्वरात चीत्कार करून राग व्यक्त करताना दिसायची. त्या क्रूर प्राण्यांनी मान वर करून त्यांच्याकडे पाहत क्रुद्ध होऊन डरकाळी फोडली तर ती त्यावरही प्रत्युत्तर देत होती. वाघ-तरसं संतापानं झाडांवर चढू लागले, की आपल्या भाषेत आपल्या जातिबांधवांना सावध करत होती. या झाडावरून त्या झाडावर झेपावत आपल्या लेकरांना कोवळी फळं खाऊ घालत होती.

राम-लक्ष्मण दोघंही उजव्या हातात धनुष्य आणि डाव्या हातात बाण, पाठीवर गरजेपुरतं संसाराचं सामान घेऊन धीटपणे चालत राहायचे. मध्ये मी. हळू-हळू सवय होत गेली, मनातलं भय कमी झालं. पती आणि दिराच्या शक्तीविषयी विश्वास दृढ होऊन मन निश्चिंत झालं. तसंच पुढं गेल्यावर दोन्ही बाजूंना हिरव्यागार उंच डोंगरांच्या रांगा आणि त्यामध्ये झुळुझुळु वाहणारा नदीचा प्रवाह. जवळपास आणखीही लहान-मोठे पाण्याचे झरे. पाणी थांबल्यामुळे तयार झालेले तलाव. त्यातल्या काही तलावांत फुललेली कमळं. वनश्रीमुळे हृदयाला मिळणाऱ्या थंडाव्याला दुसऱ्या कशाचीही तुलना नाही! त्या शांतीमुळे दुपारचं रणरणीत ऊनही शीतल होऊन जाई. त्यात संध्याकाळी उतरत्या किरणांचं सौंदर्य तर अवर्णनीयच! त्या वेळची आपापल्या घरट्यांकडे परतणाऱ्या पक्ष्यांची ती किलबिलही वेगळीच.

पोटातला गर्भ वाढू लागला आणि माझी प्रकृती सुधारू लागली, तेव्हा पुन्हा त्या अरण्याचा आनंद आणि अनुभव घेण्याची इच्छा प्रबळ होऊ लागली. अरण्याच्या आनंदाबरोबरच तिथली भयानकता आणि तल्लीनताही अनुभवायचे डोहाळे. 'गरवारशीचे डोहाळे म्हणजे आंबटचिंबट खायची इच्छा, नवी वस्त्रं ल्यायची इच्छा,' असं मीही ऐकलं होतं. माझ्याआधी सहा महिने गर्भिणी झालेली ऊर्मिला तिखट लिंबाचं लोणचं चोखून-चोखून खात असल्याचं मीही पाहिलं होतं. काही दिवसांनंतर ती रसपूर्ण उसाचा तुकडाही तितक्याच तल्लीनतेनं चोखत असायची. तीही मला सांगायची, 'या उलट्या थांबू देत.. तुलाही असेच डोहाळे सुरू होतील!'

पण माझे डोहाळे असे जगावेगळे होते! वनवासात दररोज पाहत असलेलं घनदाट अरण्य पाहायचे डोहाळे!..

"आपण निदान एकदा तरी अरण्यात जाऊ या. तिथल्या झुळुझुळु वाहणाऱ्या झऱ्यांचं गाणं ऐकू या. त्या पाण्यात पाय सोडून पक्ष्यांचं गाणं ऐकू या. पाण्यातल्या मासोळ्या तळपायांना गुदगुल्या करत नाजूक चावे घेतील. चला ना! फार वाटतं मला.."

यावर पतीदेवांनी सांगितलं, "दंडकारण्यासारखं घनघोर अरण्य या प्रदेशातच नव्हे, जवळपासच्या कुठल्याच राज्यांत नाही. तमसा नदीच्या जवळची वनराई त्यातल्या त्यात चांगली आहे. तिथं रानटी प्राणीही आहेत. योग्यशी सोबत करून तुला तिकडे पाठवून देता येईल. लक्ष्मणच त्यासाठी योग्य होईल. तूर्त तो राज्याच्या कुठल्याशा महत्त्वाच्या कामात गुंतलेला आहे. थोडी थांब."

"आर्यपुत्रा, माझी इच्छा आहे तुझ्याबरोबर रानात विहार करायची! वनवासात जसे आपण एकमेकांना वेगवेगळी झाडं, पानांचे वेगवेगळे आकार आणि रंग, सूर्योदय-सूर्यास्ताच्या वेळी आकाशात उधळलेले रंग, त्या रंगांनी उजळून निघालेली गिरिशिखरं तर्जनीनं दाखवत आनंद घेत होतो ना, तसं भटकू या..."

"प्रिये, प्रिय कैकेयी मातेनं करुणावंत होऊन दिलेला वनवास आपल्याला खरोखरच स्वर्गासारखा झाला होता. तुला राज्यभाराच्या अडचणी समजणार नाहीत..." असं म्हणून त्यानं माझं बोलणंच बंद केलं.

या घटनेनंतर त्याचं माझ्याबरोबरचं वागणं बदललं. तो माझ्याशी अत्यंत भावुकपणे वागू लागला. बोलणं मात्र अजिबात नव्हतं. अचानक घट्ट मिठी मारायचा. डोक्यावरून हात फिरवायचा. टक लावून बघत बसायचा, मध्येच डोळ्यांत पाण्याचा पापुद्रा चमकून जायचा. रात्री मी झोपेत असताना त्याचा तळहात माझ्या कपाळावर असायचा. अनेकदा माझ्या गर्भभारानं ओथंबलेल्या पोटाला तो जवळ बसून हलकेच कुरवाळायचा. गाढ झोपेत असतानाही हे मला जाणवायचं.

असा एक आठवडा गेल्यानंतर एका रात्री म्हणाला, "लाडके, गर्भिणींनी ऋषीपत्नींना वस्त्रं आणि सौभाग्यलेणी-दक्षिणा देऊन आशीर्वाद घेतले, तर शुभ असतं हे तर तुलाही ठाऊक आहे. तमसा नदीच्या काठावरच्या वाल्मीकी ऋषींच्या आश्रमात इतरही ऋषी आपापल्या पत्नीसह राहतात. जवळच घनदाट अरण्यही आहे. रथ सज्ज आहेत. उद्या पहाटे, सूर्योदयाआधी, एक चांगला मुहूर्त आहे. तुझ्या सोबत लक्ष्मण असेल. जा. चार-सहा दिवस राहून ये...तुझ्यासोबत येण्यासाठी मीही बराच प्रयत्न केला, पण हे राजकार्य...! नाइलाज आहे..."

मी भावविवश झाले. राजभवन भव्य असलं, तरी यापेक्षा वनाच्या मध्यभागी लाभणाऱ्या शांतीकडे मन केव्हापासून ओढत होतं. वनवासात ऋषी-मुनींच्या आश्रमातलं वास्तव्य किती शांतीपूर्ण असतं, याचाही मी अनुभव घेतला होता ना!

त्या दिवशी सकाळी लवकर उठून स्नान केलं. घरच्या देवतांना वंदन केलं. पेज-क्षीर खाल्ल्यानंतर थोरांना नमस्कार करून रथात चढले. लक्ष्मणाबरोबर एकाच रथातून प्रवास घडेल, तोच त्या रथाचं सारथ्य करेल, तेव्हा त्याला माझ्याशी बोलावंच लागेल! त्यानं माझ्याशी बोलणं सोडून चार वर्षं झाली होती!.. काहीतरी करून त्याच्याशी संवाद करायचाच....रात्रभर अशी कितीतरी स्वप्नं पाहिली होती मी!

पण तिथं तर दोन रथ होते! पुढच्या रथात मी, सारथी. सोबत ऋषीपत्नींना द्यायची सौभाग्यलेणी आणि मागच्या रथात दुसऱ्या सारथ्याबरोबर लक्ष्मण! तो रथ अनेक सामानाच्या गोण्यांनी लादलेला होता. मी विचार केला, आश्रमाला द्यायच्या धान्य आणि इतर वस्तूंची पोती असावीत. त्या मागं असलेल्या दोन गाड्याही अशाच सामानानं भरल्या होत्या. या चारही वाहनांचं रक्षण करण्यासाठी सोबत बाण-तलवारींनी सज्ज असलेले घोडेस्वार.

माझे डोळे पाण्यानं भरले. चार वर्षं झाली तरी माझ्यावरचा रुसवा गेला नाही का लक्ष्मणा? हा रुसवा नाही.. राग आहे! संताप आहे! बोलण्यामागचा अर्थ समजून न घेता केवळ बाह्यार्थ डोक्यात ठेवून बसणारा तू!...अडाणी..! आताही मला बोलायची संधी न देता, माझी नजर चुकवत फिरतोयस!

पण लक्ष्मणा, हे तुझ्या कसं लक्षात येत नाही? अकरा वर्षांच्या वनवासात रामाव्यतिरिक्त तुझ्याशिवाय आणखी कोण होतं मला? माहेरीही मला कुणी भाऊ नव्हतेच.. इथं तूच त्या जागी होतास. नवऱ्याशी बोलता येणार नाहीत अशा कितीतरी बारीकसारीक गोष्टी मी तुलाच सांगायची ना! तू नसतास तर, केवळ नवऱ्याबरोबर इतकी वर्षं वनवासात काढून मी तर मनोरुग्ण बनले असते. यातलं काहीच तुझ्या लक्षात आलं नाही का? मी तुला ओळखते, तुला एवढा कठोर स्वभाव शोभत नाही. तुझ्या थोरल्या भावाइतका तुझा स्वभाव मृदू नाही, हे तर मला तेव्हाही ठाऊक होतं. आणि तुझ्या त्या स्वभावामुळेच माझ्या मनात तुझ्याविषयी एवढी आपुलकीची भावना वाढली होती. तरीही तू इतका कठोर होशील, याची मात्र मी कल्पनाही केली नव्हती. तू मुद्दामच अंतर ठेवण्यासाठी माझी वेगळ्या रथात, वेगळ्या सारथ्यासोबत व्यवस्था केली आहेस.

ठीक आहे. आश्रमात गेल्यावर काय करशील? तिथं मात्र मी तुझा हट्टीपणा चालू देणार नाही. काहीतरी निमित्त करून तुला माझ्याशी बोलायला भाग पाडेन....तिथं कळेल, तुझा खराखुरा राग आहे की लटका रुसवा आहे ते!...

मध्ये दोन रात्री गेल्या. तेव्हाही त्यानं मला टाळलं. स्वारांनी माझी झोपायची व्यवस्था रथातच केली होती. त्यांतलाच एक जण माझ्या खाण्या-जेवणाचं बघत होता.

तिसऱ्या दिवशी दुपारी आश्रमाच्या वेशीपाशी दोन्ही रथ आणि बैलगाड्या थांबल्या. त्यांतलं सगळं सामान उतरवून घेतल्यावर चारही वाहनं शंभर हातांवर नेऊन उभी करण्यात आली. मी वेशीपाशी असलेल्या एका दगडावर बसले. आश्रमाच्या वेशीच्या आत रथ-बैलगाड्या नेणं आश्रमवासीयांच्या दृष्टीनं अपमानास्पद असल्याचं मलाही ठाऊक होतं.

लक्ष्मण खालच्या मानेनं माझ्याकडे आला आणि तसाच खाली मान घालून उभा राहिला. आताही त्यानं मान वर करून माझ्याकडे पाहिलं नाही. काहीशा घाईतच तो म्हणाला, ''महाराणी, मी राजाज्ञेचं पालन करण्यासाठी आलो आहे. महाराजांनी आपला परित्याग केला आहे. वाल्मीकी ऋषींच्या आश्रमापाशी आपल्याला सोडून परतण्याची आज्ञा होती...तिचं पालन करून मी माघारी जात आहे! यात माझी काहीही भूमिका नाही!...''

एवढं सांगून एखाद्या योद्ध्याच्या तडफेनं मागं वळून तो तरातरा निघून गेला. त्याच्या बोलण्याचा अर्थ थोडा-फार समजायच्या आधी रथ वाऱ्याच्या वेगानं निघून गेला होता. पाठोपाठ घोडेस्वारही दिसेनासे झाले होते.

एवढा क्रूर झालास लक्ष्मणा? मी काय तुझं वाईट केलं होतं? तू...काय करू? मनात कितीही आलं तरी मी इतक्या वाईट शापाचा उच्चारही करू शकत नाही ना! तुझं तळपट होऊ दे...मनात शाप उमटला. पण तू माझ्या बहिणीचा नवरा. याला दिलेला शाप माझ्या बहिणीला आणि तिच्या मुलांनाच लागणार ना! या विचारासरशी मी स्वतःला आवरलं. शिवाय हळूहळू लक्षात आलं, माझा शाप म्हणजे तरी काय? केवळ शिव्याच. दीर्घ तपश्चर्या करून मी काही शाप देण्याची कुवत कमावली नाही.

काय करायचं ते न सुचून मी कितीतरी वेळ तशीच बसून राहिले. चार-पाच ब्रह्मचारी अरण्यातून मी बसलेल्या जागेजवळच्या वेशीपाशी आले. सगळ्यांच्या डोक्यांवर कंदमुळांचे भारे होते. सगळे तिरक्या नजरेनं माझ्याकडे आणि माझ्यासमोर पडलेल्या सामानाच्या ढिगाकडे पाहत वेशीतून आत निघून गेले.

मनात लक्ष्मणाच्या बोलण्याचा अर्थ फिरत होता. हळूहळू तो स्पष्ट होत चालला होता. महाराणी म्हणाला तो...वहिनी नाही म्हणाला! त्यानं 'राजाज्ञे'चा उच्चार केला...महाराजांनी परित्याग केलाय, म्हणाला...आणि शेवटी म्हणाला, 'यात माझी काहीही भूमिका नाही...'

हळूहळू सगळी परिस्थिती स्पष्ट होत चालली. माझ्या नवऱ्यानं मला राज्यातून बाहेर काढलं आहे.. या कार्याच्या पूर्ततेची जबाबदारी या धाकट्या भावावर टाकली आहे..

आणखीही काही आठवू लागलं...

गेल्या दोन-तीन महिन्यांपासून रामाच्या राज्यकारभाराविषयी राज्यात काहीतरी कुजबुज सुरू झाल्याचं माझ्याही कानांवर आलं होतं. राज्यकारभाराविषयी असमाधान होतं.

'राक्षसांना मारून त्यांच्या राज्यावर विजय मिळवणं पुरेसं नव्हतं.. केवळ एवढाच काही राजधर्म नाही...विषयी राक्षसाच्या कैदेत, तेही जबरदस्तीनं पळवून नेलेल्या राक्षसाच्या कैदेत, वर्षभर राहिलेली पत्नी कशी शुद्ध असेल? अशा पत्नीचा स्वत: राजानं स्वीकार केला आणि तिला सिंहासनावर शेजारचं स्थान दिलं, तर सिंहासनाचं पावित्र्य कसं राहील? मग राज्याचं हित कसं होईल? राज्यात कुठं कुठं पाऊसपाणी नसल्यानं जो दुष्काळ पडलाय, त्याला राजाचा हाच अधर्म कारणीभूत आहे...'अशी कुजबुज चालली होती.

हेही मला रामानं सांगितलं नव्हतं. राजवाड्यातले सेवक-सेविका आपसात कुजबुजत असताना ते ऐकून सुकेशीनं माझ्या कानांवर घातलं होतं. रामाचे हेरही सावधपणे या बातम्या कोण पेरतंय आणि कोण पसरवतंय याचा शोध घेत असल्याचंही तिनं सांगितलं होतं. 'त्यांना पकडून दंड दिला जाईल..' असंही ती म्हणाली.

मी तर तिकडं अजिबात लक्ष दिलं नव्हतं. माझा स्वभावत: कनवाळू नवरा परक्यांच्या शब्दांवर विश्वास ठेवून माझा त्याग करेल, याची मी कल्पना तरी कशी करणार? अगदी आता त्याग केला असला, तरी दोषी माणसाला पकडून, शासन करून मला पुन्हा मानानं राजवाड्यात घेऊन जाईल, असा विश्वासही मनात होता.

असा विचार करत मी वेशीपाशी बसले असता वाल्मीकी ऋषी वेशीबाहेर चालत आले. मस्तकावर गोपुराप्रमाणे बांधलेले दाट पांढरे शुभ्र केस, छातीवर रुळणारी पांढरी शुभ्र लांब दाढी, श्वेत वर्णाचं वस्त्र नेसलेलं, उजव्या खांद्यावरून गुंडाळलेलं लालसर उत्तरीय, भूमीला कष्ट होऊ नयेत अशा प्रकारे हलकी पावलं टाकत आले. सोबत नुकतेच तिथून गेलेले ब्रह्मचारी होते.

महर्षींना माझी ओळख पटली. रामाच्या युवराज्याभिषेकासाठी तेही आले होते, तेव्हा भेट झाली होती. मी उठले. वाकून नमस्कार करायची इच्छा असली, तरी पोट मध्ये आलं.

तेही म्हणाले, ''माते, वाकू नकोस. अशी कशी एकटीच..?''

'माझ्या नवऱ्यानं माझा त्याग केलाय', हे वाक्य मनात उमटलं; पण उच्चार करू नये, याची जाणीव झाली. म्हटलं, 'ऋषीपत्नींना सौभाग्यलेण्याचं वायन देऊन आशीर्वाद घ्यायची इच्छा झाली..'

''शुभमस्तु...चांगलं होईल..मुलांनो, हे सगळं घेऊन चला बघू! आणि एक कुटीर स्वच्छ करून राहण्यासाठी सिद्ध करा. माते, चालत यायला जमेल ना? की

पालखी आणायला सांगू?''

मी तशीच बसून राहिले. काहीच बोलले नाही. पण महर्षींनी माझ्या अंतर्मनातलं द्वंद्व आपणहोऊन समजून घेतलं.

दोन आठवड्यांनंतर ते आपणहोऊन माझ्या कुटिरापाशी आले. मी अंथरलेल्या चटईवर बसून ते म्हणाले, ''बेटा, रामचंद्र काही अधर्मानं वागणाऱ्यांपैकी नाही. अग्नीच्या साक्षीनं जिचा हात धरला, तिच्यावर कसा तो अन्याय करेल? सगळ्या राज्याला अन्न-वस्त्र-निवारा द्यायची ज्यानं जबाबदारी घेतली आहे, त्याच्यावरही कितीतरी जबाबदाऱ्या असतात. कर्तव्यं असतात. त्यानं तुझा त्याग केलाय, या कडेही या दृष्टीनं बघावं लागेल. धर्मपालनासाठी त्यानं चौदा वर्षांच्या वनवासाचा स्वीकार केला. त्याच धर्माचं पालन करण्यासाठी तू पतीच्या मागोमाग वनवासात गेलीस. अशी तू कर्तव्यनिष्ठ महिला आहेस.. त्याच धर्माच्या पालनासाठी तुला काही काळापुरतं परित्यक्तेच्या जीवनाचा स्वीकार करणं अशक्य होऊ नये! दुसरं म्हणजे पहिल्या बाळंतपणासाठी मुली माहेरी जातात ना, तशी तू या आजोबाच्या आश्रमात आली आहेस. ऋषीपत्नी बाळ-बाळंतिणीची सेवा करायला सज्ज झाल्या आहेत!.. हे बघ, गर्भिणीनं सतत आनंदात राहायला पाहिजे! मनात दुःख-वेदना असतील, तर बाळाच्याही मनात दुःख, वेदना भरून राहणार नाहीत काय?''

महर्षींचं बोलणं मला उपदेशासारखं वाटलं. काहीही न बोलता मी त्यांच्या शुभ्र केसांकडे, शुभ्र दाढीकडे, वयोवृद्ध चेहऱ्याकडे पाहिलं.

त्यांनी पुन्हा विचारलं, ''खरंय की नाही?''

''हं तात!..'' माझ्या तोंडून आपोआप होकार बाहेर पडला. त्या क्षणापासून मी त्यांना 'तात' म्हणून संबोधू लागले आणि त्याच क्षणी 'महर्षी' हे संबोधन नाहीसं झालं.

त्यांच्या बोलण्याचा सुमारे आठवडाभर माझ्या मनावर प्रभाव राहिला. तो ओसरताच मनातली तळमळ पुन्हा धगधगू लागली.

लग्न झाल्यापासून माझ्यासारख्या आईविना पोरक्या असलेल्या मुलीला पतिप्रेमाबरोबरच वात्सल्याचीही उणीव भासू न देणारा राम! मला त्याचा स्वभाव पूर्णपणे ठाऊक होता. एखादा निर्णय घेतला, की कुणी काहीही सांगितलं-समजावलं तरी त्या निर्णयापासून न हटणारा! वडील पट्टराणीच्या शब्दांत अडकले आहेत हे समजताच हाताशी आलेल्या युवराज्याभिषेकाकडे पाठ फिरवून वनात जायला निघाला.. तेही त्याच दिवशी! एखादा दिवस थांबून मग जायचा आग्रह स्वतः वडिलांनी केला तेव्हा म्हणाला, 'आजचं माझं मन उद्या बदलणार नाही कशावरून? म्हणून मी आजच निघतो...'म्हणत स्वतःवरच दिग्बंधन घालून घ्यायचा याचा स्वभाव! 'सीतेला सोडेन, पण सत्याला सोडणार नाही!..' हे त्याचं

प्रमाणवचन! नंतर शांतपणे विचार करून निर्णय घ्यायचा याचा स्वभावच नाही. जीवनाच्या प्रत्येक सत्याचा साक्षात्कार झाल्यासारखं याचं वागणं. संदर्भ कुठलाही असला, तरी आपल्याला वाटेल तेच सत्य समजून शपथ घेणं, हाच याचा गुण...आणि त्या शपथेचं पालन न करणं म्हणजे कुलाच्या कीर्तीला डागाळणं, असा त्याचा अट्टाहास! हीच मानसिकता त्याचा स्वभावही होऊन बसलीय.

''पत्नीला स्नान घालून, अलंकारांनी नटवून घेऊन या..'' अशी विभीषणाला यानं आज्ञा केली. याचा अर्थ काय? आपण दु:स्थितीत असून, अशा अवस्थेत बघणं नको म्हणून म्हणाला असेल? मी स्वच्छ आंघोळ करून, अलंकार घालून समोर उभी राहिले तर काय म्हणाला हा? 'परपुरुषाच्या, त्यातही रावणासारख्या लंपट राजाच्या बंदिवासात वर्षभर राहिलेल्या तुझा स्वीकार करणं आमच्या वंशाला शोभत नाही. मी तुझा स्वीकार करणार नाही. तुला जिथं जायचं तिथं जा. कुणापाशीही जा. हवी तशी राहा..विभीषणाबरोबर लंकेत राहा, सुग्रीवाकडे, भरताकडे...हवं तिथं राहा..''

कसलाही विचार न करता, कुणाचीही पर्वा न करता बोलला हे... हे ऐकवायला म्हणून मला 'स्नान घालून, अलंकारांनी नटवून' घेऊन यायला सांगितलं होतं? याला याच्या निर्णयामध्ये होत असलेला सत्याविषयीचा गोंधळ लक्षातच येत नसेल का? जन्मदात्री कौसल्या माता, स्वत: पिता, भाऊ लक्ष्मण, संपूर्ण अयोध्येमधला जनसमूह....सगळे कळवळून सांगत होते, तेव्हाही यानं मानलं नाही! पिता मरण पावला, स्वत: भरतानं वनात येऊन विनंती केली, प्रायोपवेश करायची धमकी दिली तरी अयोध्येला परतला नाही...असा हा राम! एकदा त्याग केल्यावर पुन्हा माझा तरी कसा स्वीकार करेल? तातांचं हे बोलणं माझं समाधान करण्यासाठी आहे, हे मला नाही तर आणखी कुणाला समजेल? मग? काय करायचं मी? कायम आश्रमवासिनी होऊन राहायचं? की नदी-नाल्यात उडी मारून जीव द्यायचा? एखाद्या झाडाला टांगून फास घ्यायचा की स्वत:ला अरण्यातल्या एखाद्या हिंस्र श्वापदाच्या तोंडी देऊन हे जीवन संपवायचं?

त्यासाठी हिंस्र श्वापदाच्या तोंडी पडण्यासाठी एकदा रानातही जाऊन आले ना! पण पोटातल्या जिवानं पावलं माघारी वळवली. आपण सतत अशाच विचारात राहिलो, तर जन्माला येणाऱ्या बालकाचा जन्मही वेदनामय होईल, हे सांगणं सोपं आहे, पण अनुभवणं कठीण आहे. हे तातांना कसं ठाऊक असणार?

नवऱ्यानं त्याग केला..क्रूर लक्ष्मणानं पाठ फिरवली..संपूर्ण अयोध्येनं परित्याग केलाय. समस्त कोसल देशानं तिरस्कार केलाय. माझा तिरस्कार हा समस्त मानवजातीच्या धर्माचा आधार आहे का? माझ्या संकट-यातनांच्या खतावर कोसल-जनतेची अभिवृद्धी अवलंबून आहे का? रडू उसळून-उसळून येऊ पाहतंय. आता

तातांनी सांगितलेलं, 'गर्भारशीनं रडू नये..' हे वाक्य गुदमरून जातंय..

तात, तुम्हाला नाही समजणार हे. तुम्ही ऋषी! सर्वसाधारण माणसांची सुखं-दुःखं तुमच्यापर्यंत कशी पोहोचतील? सगळं जगणं संपवून मृत्यूला सामोरं जाणाऱ्या ऋषीपत्नींसाठी तुमचे उपदेश लागू पडतील. हे माझ्यासाठी नाहीत; माझ्यासारख्यांसाठी नाहीत.

अयोध्येच्या महाराणीचा राजदंडानं त्याग केल्याक्षणीच तिचं अस्तित्व नाश पावलं. तिला भेटायला अयोध्येतून एकही माणूसप्राणी फिरकला नाही..तेही जाऊ दे...ती महाराणी दररोज जेवायच्या आधी वाढत असलेल्या अन्नावर जगत असलेल्या कुत्र्यांपैकी एक कुत्रंही फिरकलं नाही! राजाज्ञा इतकी कठोर, इतकी सर्वव्यापी असते का?

आणखी एक आठवडा गेला. प्रसवदिवस जवळ येत चालला होता. माझ्या कुटिरात कुणी ना कुणी वृद्ध सुवासिनी सतत राहत होती. त्या सांगत होत्या, 'बाळा, नाहीतरी तुला ध्यान करता येतं ना? दररोज सकाळ-दुपार-संध्याकाळी ध्यान करायची सवय ठेव. त्यानं चित्त शांत राहतं. प्रसवही शांतपणे होईल. प्रसवही एक यज्ञ आहे, हे समजून राहा...' हे मीही मनापासून करत होते. नेहमीच चित्ताची एकाग्रता जमत नसली, तरी माझं बालक इथल्या आश्रमवासीयांप्रमाणे महातपस्वी होऊ दे, अशी अपेक्षा मनात निर्माण होत होती.

ध्यान-विश्रांतीबरोबरच काही ना काही हालचाल करत राहण्याविषयीही त्या आग्रही होत्या. छोट्या कळशीनं झाडांना पाणी घालणं, लांब कुंच्यानं कुटीर झाडून स्वच्छता करायची, गोशालेत जाऊन गाईंना चारा घालायच, अशी हलकी कामं करताना माझा वेळही जात होता. ऋषीपत्नींपैकी माझ्या आजीच्या वयाच्या आनंदीमाता मला म्हणाल्या, ''राजाची पट्टराणी तू! असली कामं करायला तुझ्या हाताखाली कितीतरी सेविका असतील. पण हालचाल करत राहिलं, तर प्रसव सुलभ होतं, असा अनुभव सांगतो. त्यामुळे तू कंटाळा करू नकोस.''

मीही म्हणाले, ''मला ठाऊक आहे, माते! माझ्या आणि माझ्या बाळाच्या भल्यासाठीच तुम्ही हे सांगताहात! काहीतरी कामात गुंतले की तेव्हा माझं मनही शांत असल्याचा मला अनुभव येतो. ''

''चित्तशांतीसाठी ध्यान आणि कर्म दोन्ही हवं असतं; केवळ सुखप्रसवासाठीच नव्हे!..'' म्हणत त्यांनी माझे दोन्ही गाल कुरवाळले. त्यांचे पती कैलासतीर्थ आश्रमात वेदपाठ करायचे.

एका दुपारच्या जेवणानंतर लाकडी मंचावरच्या दर्भाच्या अंथरुणावर मी वामकुक्षी करत होते. किंचितसा डोळा लागला. माझ्याबरोबर सतत असणाऱ्या गायत्रीमाता जेवायला गेल्या होत्या. कुटिराच्या दाराशी उभं राहून कुणीतरी हाक

मारली, "माते..!"

कोवळ्या आवाजावरून कुणीतरी ब्रह्मचारी हाक मारत असल्याचं अर्धवट झोपेतही जाणवलं. पुन्हा तीच हाक ऐकू आली. डोळे उघडून पाहिलं.

दारातल्या ब्रह्मचाऱ्यानं सांगितलं, 'एक माता पतीसमवेत आल्या आहेत. अयोध्येहून आल्यात. नाव सुकेशी सांगताहेत..'

'आं...!'

माझा विश्वासच बसला नाही. घशाशी मोठा आवंढा दाटून आला. मी पुन्हा विचारलं, "काय? काय म्हणालास?"

त्यानं पुन्हा तेच सांगितलं. "लवकर घेऊन ये..." म्हणत मी उठून बसले. छातीचे ठोके वाढल्याचा अनुभव आला. कानशिलावरच्या धमन्या वेगानं धावू लागल्या. उठून दारापाशी आले. वेस बरीच लांब असल्यानं याला जाऊन तिला घेऊन यायला काही वेळ लागणार हे ठाऊक असलं तरी, आतुरतेनं त्या दिशेला पाहत उभी राहिले.

ब्रह्मचाऱ्याबरोबर दोघंही चालत जवळ आले. सोबत एक बैलगाडी. सुकेशीचा नवरा कुंभ बैलांच्या गळ्यातली वेसण पकडून चालत येत होता. आश्रमाविषयी आदर दाखवायचा म्हणून.

मला पाहताच सुकेशी धावत आली आणि मला मिठीत घेऊन रडू लागली. माझं मस्तक कुरवाळू लागली. मलाही रडू आलं. तीन दिवसांच्या प्रवासानं तिचं लुगडं मळलं होतं. तिनं माझ्या पदरानं माझे डोळे पुसले. तिचा दंड धरून तिनं मला कुटिरात नेलं, मंचावर बसवलं. ती माझ्या पायापाशी जमिनीवर बसली. कुंभ बाहेरच उभा होता. त्यानं अजूनही बैलांच्या खांद्यांवरचं जू उतरवलं नव्हतं.

मी सांगितलं, "इथं बैल सोडून गाड्या उभ्या करण्यासाठी वेगळी जागा आहे."

"गाडीत पोतंभर तांदूळ, पोतंभर गहू, बाजरी, पोतंभर राळे आहेत. बाळंतिणीच्या चाटणासाठी सुंठ, मिरे, मध, गूळ, वावडिंग, पिप्पली, रसन, लवंग, वेलदोडे ...सगळं काही वेगवेगळ्या गाठोड्यांमध्ये बांधून आणलंय.." सुकेशीनं सांगितलं.

'हे सगळं कशाला आणलंस...' यासारखं अहंकाराचं मी काहीही बोलले नाही. सेवकांना गाड्या आणि पोती भरभरून देणारी मी! आज आश्रमाच्या दयेवर जगतेय हे जाणून घेऊन हिनं हे सगळं सामान आणलंय, हे माझ्या लक्षात आलं. सगळंच ठाऊक असलेल्या या प्राणसखीशी कशाला हवाय तो अहंकार? मी ब्रह्मचाऱ्याला सांगितलं, "धान्य कोठारात पोहोचवून दे." या दोघांनाही सांगितलं, "तो बैलांचं चारा-पाणी बघेल; तुम्ही दोघं आंघोळ-जेवण करून विश्रांती घ्या. नंतर बोलू..."

तीच म्हणाली, "एक दिवस जेवलं नाही, तर कुणी मरत नाही! त्या दिवशीचं

सांगते...मी नेहमीसारखी राजवाड्यात आले...भकास वाटत होतं सगळीकडे! तिकडं कुणीतरी सांगितलं, उजेडायच्या आधीच महाराणी रथात बसून निघून गेल्या...दोन रथ.. दुसऱ्यात लक्ष्मणभाऊजी... वाल्मीकी आश्रमात ऋषीपत्नींना सौभाग्यवायन द्यायला गेलीस असंही समजलं. मला कळेना...रात्रीपर्यंत तर मी तुझ्यासोबत होतेच न्हवं का! मग मला का नाय सांगितलं? मग रोज राजवाड्यात जाऊन तू आलीस काय, विचारत राहिले. पाचव्या दिवशी लक्ष्मणभाऊ एकटाच परतल्याचं समजलं. मेदिनीनं सांगितलं. तुझी चौकशी केली, तर तिलाही काही ठाऊक नव्हतं. सगळंच गुपित... दुसरे दिवशी सगळ्या अयोध्येच्या रस्त्या-रस्त्यांवरून डांगोरा पिटण्यात आला! ही काय पद्धत झाली? डांगोरा पिटून सांगण्यात आलं सगळ्या जनतेला....सीताराणी वनवासात असताना तिला रावणानं पळवून नेलं....वर्षभर आपल्याकडेच ठेवलं....वीर रामराजांनी राक्षसाचा वध केला...त्याचा निर्वंश केला.. सीताराणीला सोडवून आणलं....राज्याभिषेकानंतर जनतेपैकी काही जणांनी सीताराणीच्या चारित्र्याविषयी 'असल्या राजाची कुठलीही आज्ञा पाळायची गरज नाही....'अशी कुजबूज केल्याचं महाराजाच्या कानांवर आलं आहे....जनतेच्या मनाचा मान राखण्यासाठी महाराजांनी सीताराणीचा त्याग करून त्यांना वनात पाठवलं आहे हो......यानंतर कुणी राजाज्ञेचा अपमान करत असल्याचं दिसल्यास गय केली जाणार नाही हो.....'

"काय सांगू सीताक्का, हे ऐकून मला, आमच्या वस्तीवरच्या चाकरांना धक्काच बसला. छातीत धस्स झालं! गावानं ओवाळून टाकलेल्या चार फुटकळ टारगटांचं बोलणं ऐकून लग्नाच्या बायकोला कुणी टाकतं काय? हा कसला राज्यकारभार?.. अशानं कुणाचा संसार कसा होईल? जाऊ दे ताई.. मी तुझ्या बाळंतपणाची सगळी तयारी करून ठेवली होती. मदतीला चार अनुभवी बायकाही हेरून ठेवल्या होत्या.. तुलाही ठाऊक आहे ते. 'दिवस भरलेल्या गर्भारशीला रानात सोडून येणारा हा कसला राजा...' असंच सगळ्या जणी म्हणाल्या बघ! तो तुझा नवरा नसता तर मी तर ग्रामदेवतेच्या नावानं त्याला शापच दिला असता. तुला सोडायला दोन सारथी आले होते, चार स्वार होते, त्यांच्या तोंडून तुला कुठं सोडलंय ते समजलं. मी तर त्याच दिवशी जायला निघाले होते.. नवऱ्यानं सोडलं तरी गर्भारशीचं बाळंतपण कोण करणार? बाळाला कोण सांभाळणार? काहीतरी विचार केला काय सोडताना? मी तर निघालेच.."

हे ऐकत असताना माझं मन भरून आलं. म्हणजे या जगात मी सर्वस्वी एकटी नाही! माझ्यासोबत माझी सखी सुकेशी आहे! माझी बहीण होऊन इतके दिवस तिची साथ होतीच..आता ती माझी आईही झाली आहे. माझ्या पायाशी बसलेल्या सुकेशीचं मस्तक मी दोन्ही हातांनी छातीशी कवटाळलं. काही क्षण का होईना, मन

शांत झालं. डोळे पुसत मी विचारलं, "पण तुझा नवरा कसा तयार झाला सोबत यायला?"

"आधी नाहीच म्हणाला. घाबरला. राजाचा कोप होईल म्हणून!..पण मीही विचारलं..तुझा राजा तरी न्यायानं वागलाय काय? जनक महाराजांनी आपली मुलगी रामराजाला दिली होती. नवऱ्याला नांदवायची नाही ना?...मग तिला तिच्या वडिलांच्या घरी सुखरूप पोहोचती करायची! वनवासाला का पाठवायची? हा न्याय आहे काय? तर हा म्हणाला, "एकदा मुलगी दिल्यावर ती कुळाच्या बाहेरचीच होते..पुन्हा बापाच्या घरी कशी पाठवायची?" मग मी स्पष्टच सांगितलं, 'मला काही ठाऊक नाही..सीताक्का माझी मालकीण आहे.. मी तिचं बाळंतपण करायलाच पाहिजे..तू मला तिथंपर्यंत सोडायला येणार की नाही, हे सांग! नाहीतर मी एकटी जाईन शोधत..! जेवण सोडलं... आठवडाभर वाट बघितली... शेवटी तयार झाला एकदाचा. त्याच्या मनातही तुझ्याविषयी भरपूर आदर आहेच. तरीही राजा काहीतरी कठोर दंड करेल याची मनात भीती..हा राजा काही भरतराजाइतका दयाळू नाहीये! शेवटी 'नातेवाइकांच्या घरी कुणी आजारी आहे, तिथं शुश्रूषा करायला कुणी नाही, बायकोला सोडून येतो,' असं खोटंच सांगून आला!"

"कोसल राज्यात कितीतरी ठिकाणी दुष्काळ पडलाय; खरंय का? अयोध्येतही अन्नाची कमतरता होती म्हणा! अशा वेळी एवढं धान्य-सामग्री का घेऊन आलीस?'

"तुला आश्रमाच्या दारात सोडून आल्याचं समजलं. आश्रमात काय असणार खायला? कंदमुळं आणि फळ-फळावळ. त्यातच बाळंतपण केलं तर शक्ती कशी भरून येईल बाळंतिणीची? पोटातलं बाळ कसं घट्टमुट्ट होईल? मी हट्टच धरला हे सगळं न्यायचा. तुझी उपासमार होईल म्हटल्यावर मुकाट्यानं तयार झाला. पाऊस नीट झाला नसला, तरी शेतीत माझा नवरा हुषार आहे! दिराचीही चांगली साथ आहे. दोघं कष्टाळूही आहेत. आमच्या घरामागच्या कणगीत दोन वर्षं पुरेल एवढं धान्य शिल्लक असतं. लपवून ठेवतो आम्ही! तूही कुणाला सांगू नकोस हं हे!"

ओढ्यावर जाऊन ते दोघंही आंघोळ करून आले. पाकशालेत जेवण करून आले. कुंभानं सवारीच्या गाडीतच गवताच्या शय्येवर कांबळं अंथरून झोप काढली.

सुकेशी म्हणाली, "काही म्हण; फक्त आश्रमातलं जेवण जेवून बाळंतिणीला शक्ती येणार नाही. यानंतर मी आणलेल्या सामानातून स्वयंपाक करेन. त्यांच्याकडून दूध-दही-तूप घेऊ या. स्वयंपाक करायला सोयीचं कुटीरही आपल्याला लागेल."

हे मलाही पटलं.

महाराजांनी माझा त्याग केल्याबद्दल माझ्या तिन्ही बहिणींची काय भावना आहे, भरत-शत्रुघ्न काय म्हणतात, या संदर्भात ते आपल्या थोरल्या भावाशी काही बोलले

काय, असे कितीतरी प्रश्न मनात उठले होते; पण विचारणं योग्य वाटलं नाही.

पण सुकेशीच म्हणाली, "एक बातमी! म्हणजे केवळ कुजबूज! म्हणजे खरं काय घडतंय हे तसं कुणालाच ठाऊक नाही. दिवस भरलेल्या भावजयीला राजवाड्याबाहेर काढलं हे लक्ष्मणभाऊंना अजिबात आवडलं नाही म्हणे! यावरून त्यांचा महाराजांबरोबर वादविवादही झालाय म्हणे. आता तर त्यांनी महाराजांशी बोलणंही टाकलंय म्हणतात. ऊर्मिलाताईही नवऱ्याशी भरपूर भांडलीय म्हणे! अजूनही ती नवऱ्यापुढे रागातच वावरते म्हणे!"

"तुला कुणी सांगितलं?"

"तिची सखी मोदिनीनं. तीही मिथिलेच्या राजवाड्यात होती ना! आजारपणात मी आले नाही तर तीच तुझी सेवा करायची, आठवलं? तिला तिच्या यजमानिणीचं मन व्यवस्थित समजतं. ऊर्मिलाताईंनीही यातलं काहीच स्पष्टपणे बोलून दाखवलं नाही; पण मोदिनीचा अंदाज कधीच चुकणार नाही!"

"मांडवी-श्रुतकीर्ती? त्या काय म्हणतात?"

"राजकुमारी! त्या कशा आमच्यासारख्यांशी बोलतील? त्या दोघीही विदेहाच्या उत्तरेकडे, इक्षुमती नदीच्या पलीकडच्या. सांकाश्या नगरीच्या. तुझ्या काकांच्या, कशध्वजांच्या मुली ना! त्यांच्या सखीही तिकडच्याच. त्यांचं बोलणं आपल्यापेक्षा वेगळं आहे. भरत-शत्रुघ्नांशी लग्न झाल्यावर त्या दोघींबरोबर याही आल्या. आलेल्या दिवसापासून त्या आपसातच जास्तीत जास्त वेळ काढतात! आमच्याशी मिसळत नाहीत. तिकडचं काही सांगत नाहीत. चौदा वर्षं झाली तरी अजूनही त्या आपण सांकाश्या नगरच्या असल्याचा अभिमान बाळगून आहेत."

पहिलटकरणीचं बाळंतपणाचं भय कोणत्याच स्त्रीला चुकलेलं नाही. चार बाळंतपणांचा अनुभव असलेल्या सुकेशीनं कितीही समजावलं, तरी मनातली भीती कमी होत नव्हती. तसंच, तिच्यापुढे मी ते बोलूनही दाखवत नव्हते. वेदना भोगण्यासाठीच जन्मलेली ही सीता प्रत्येक स्त्रीला कधी ना कधी आयुष्यात काही वेळाच भोगाव्या लागणाऱ्या वेदनेला घाबरते, हे सखीपुढे कबूल करायला संकोच वाटत होता.

तरीही कळा सुरू होताच रडू येऊ लागलं. डोळ्यांतून पाण्याचा थेंबही येता कामा नये, म्हणून कितीही आवरलं तरी तिसऱ्या कळांच्या लाटेत जीव गुदमरून जाऊ लागला, तेव्हा दाढा घट्ट आवळून धरल्या तरी गळ्यातून निघालेला हुंदका डोळ्यांवाटे अश्रू होऊन बाहेर पडला. न कळत 'अयाई गं...!' म्हणून किंचाळले तेव्हा 'सहन कर बाळा; आता सुटका होईल!...' म्हणत माझ्या पाठीवरून फिरणारा हात कुठल्या आईचा होता? जन्मदात्रीच्या स्पर्शाची तर ओळखच नाही....तेवढ्याच

ममतेनं मला वेळोवेळी कुरवाळणाऱ्या स्पर्शाची आठवण होऊन जीव शांत झाला. 'थोडं सहन कर, माझ्या लेकी..' या आवाजासरशी त्याच स्पर्शानं कठोर होऊन केलेल्या त्यागाच्या कठोर वास्तवाची जाणीव तितक्याच तीव्रपणे झाली. मनात आलं, कुणासाठी, कुणाच्या वंशासाठी मी या यमयातना अनुभवू?

"सुकेशी, मला ही वेदना नको..हे बाळही नको..मला काहीतरी करून या सगळ्यातून वाचव!.." मी किंचाळले.

"या कळा थांबवणं ब्रह्मदेवाच्याही हातात नाही, माझे आई!.."माझ्या कमरेवरून हात फिरवत तिनं समजावलं, तेव्हा मला तर तीच माझी आई असल्यासारखं वाटलं. मी तिचा हात घट्ट धरला.

प्रसववेदनेच्या वेळेचं मोजमाप करणं आणि त्यातून पुढचं शहाणपण शिकणं त्या अनुभवातून गेलेलीलाही शक्य नाही. वेदनेचं युग सरल्यावर बाळाला एकदा पाहिल्यावर डोळे मिटून पडत असतानाच पुन्हा वेदनांच्या लाटा अंगावर आल्या. माझी किंकाळी ऐकून सगळ्या पुन्हा जवळ आल्या. पोटावरून हात फिरवत, "दुसऱ्या बाळंतपणाच्या वेणा सुरू झाल्या आहेत. जुळी बाळं आहेत! हे पहिल्याइतकं त्रासदायक होणार नाही. थोडं सहन कर बाळा!..." हा आवाज आनंदीमातेचा होता. एवढ्यात तीन ऋषीपत्नी पुन्हा भोवताली गोळा झाल्या होत्या. कुणीतरी म्हणालं, "हा मुलगा आहे. दुसरं काय आहे, बघायला पाहिजे."

त्यांच्यासाठी म्हणून मुद्दाम विणलेल्या मोठ्या वेताच्या पाळण्यात दोघंही झोपली होती. सुकेशीच्या सांगण्याप्रमाणे व्यवस्थित जेवण, चाटण, तूप, दररोज दोन-दोन तांबे गाईचं दूध घ्यायला सुरूवात केल्यापासून छातीत भरपूर दूध येऊ लागलं होतं. दोन्ही बाळांची पोटं व्यवस्थित भरू लागली होती. त्यामुळे साहजिकच त्यांचं रडणं कमी झालं होतं. सुरवातीला सुकेशीच्या धाकामुळे मी बाळंतिणीची सगळी पथ्यं पाळू लागले. पण लवकरच मला तोच माझ्या जीवनातला अतीव सुखसाधनेचा मार्ग असल्याचा अनुभव येऊ लागला. त्याचा परिणाम म्हणजे तीन महिन्यांची ही सुदृढ बाळं बाळसं धरू लागली. त्यांना पाजताना, त्यांच्या चेहऱ्यावर उमटणारी तृप्ती पाहताना आणि त्यांना पाळण्यात झोपवून अंगाई गाताना तर जाणवायचं, याहून आणखी कुठलं समाधान पाहिजे मला! पाठोपाठ वाटायचं, बायकोला सोडणाऱ्याला बायकोकडून मिळणारं सुखही नाही आणि या सुखाची तर त्याला कल्पनाही नसेल! आपण कुठल्या सुखापासून वंचित झालो आहोत, याचं तरी त्याला भान असेल काय? या विचारासरशी मनात विचित्र समाधानही उमटत होतं.

एक दिवस दुपारच्या वेळी जेवण झाल्यावर लेकरांना पाळण्यात घालून

झोपवलं आणि मी जवळच्या मंचावर आडवी झाले होते. बाहेर उकाडा असला, तरी सुकेशीनं आग्रहानं घातलेल्या गरम कपड्यामुळे मी घामेजली होते. सुकेशी कुटिराच्या मागच्या बाजूला भांडी धुवत होती. कुटिराचा दरवाजा लोटला होता. बाहेरून हाक आली, ''माते, मी ब्रह्मचारी नारायण स्वरूप. तुमच्या भगिनी आल्या आहेत.''

माझ्या छातीचा ठोका चुकला. उठले. दरवाजा उघडला. त्यानं सांगितलं, ''ऊर्मिलादेवी नाव सांगितलं. काखेत सात-आठ महिन्यांचं बाळ आहे. रथ, सोबत दोन बैलगाड्या आहेत. चार सशस्त्र सैनिक आहेत. वेशीबाहेर त्या तुमची वाट पाहात आहेत.''

माझा श्वासच थांबल्यासारखा झाला. मागच्या दारापाशी जाऊन भावविवश आवाजात म्हटलं, ''सुकेशी, ऊर्मिला आलीय! मी निघाले वेशीपाशी. तुझं पाळण्याकडे लक्ष असू दे!...''

सुकेशीही माझ्याइतकीच भावविवश झाली. ओले हात निऱ्यांना पुसत म्हणाली, ''कोण ऊर्मिला? कुणी सांगितलं? सोबत लक्ष्मणभाऊही आलेत? तू नको जाऊ! अजून गंगापूजा झाली नाही. बाळंतपण संपलेलं नाही. कुटिराबाहेर नको जाऊस. थांब...मीच जाते....''

ती ब्रह्मचाऱ्यापाठोपाठ धावली. न राहवून मीही कुंपणापाशी जाऊन उभी राहिले. एकेक क्षण युगासारखा वाटत होता. थोड्याच वेळात ऊर्मिला धावत आली. पाठोपाठ सुकेशी. हातात सात-आठ महिन्यांचं बाळ घेऊन मोदिनी. मला पाहताच ऊर्मिलेचे डोळे पाण्यानं तुडुंब भरले. आल्या आल्या तिनं मला घट्ट मिठी मारली. माझेही डोळे भरले होते. कितीतरी वेळ तिनं मिठी तशीच ठेवली.

मिठी सैल झाल्यावर ती म्हणाली, ''सुकेशी म्हणाली, जुळी आहेत..! चल, दाखव चल मला!''

दोघी आत आलो. पाळण्यात झोपलेल्या दोघांनाही पाहून तिचा चेहरा खुलला. दोघांच्याही गालांवरून हलकेच बोटं फिरवून मुका घेत तिनं माझ्याकडे वळून पाहिलं. हसत म्हणाली, ''बरीच आहेस की तू! एकाच वेदनेत दोन्ही मुलांना जन्म देऊन मोकळी झालीस ती!''

मीही हसले.....कितीतरी दिवसांनी!

हिचा स्वभावच असा! प्रसंग कितीही गंभीर असला, तरी ही त्यावर काहीतरी विनोदी भाष्य करणार! त्याचबरोबर संतापालाही कमतरता नाही. तीच पुढं सुकेशीला म्हणाली, ''पहाटे शिबिरातून निघण्याआधी स्वयंपाक करून जेवून बाहेर पडलोय. सोबत बांधून आणलेलं जेवण सोबतच्या स्वारांना दिलंय. काही शिल्लक असेल तर मला आणि मोदिनीला खायला दे बघू! नसेल तर लवकर बनवून दे.''

मी ऊर्मिलेच्या बाळाला उचलून घेतलं. मुलगा...!

"अंगद नाव ठेवलंय."

"बाळसं छान आहे. आणि धीट आहे! नवा चेहरा बघून तो घाबरला नाही!" जन्मल्यापासूनची ओळख असावी तसा माझ्या चेहऱ्यावरून तो हात फिरवू लागला.

"बघ, मावशीची कशी ओळख पटलीय त्याला! थोरली आई ना तू!" ऊर्मिला म्हणाली.

बाळाचा चेहरा शांत होता. मी म्हटलं, "शांत दिसतोय! तुझ्यासारखा घायकुतीचा स्वभाव दिसत नाही!" तिला पाहताच माझं चित्त हलकं झालं होतं.

पण माझे शब्द फिरवत ती म्हणाली, "माझ्या बाळाला तुझ्याइतका शांत स्वभाव मुळीच नको!"

मोदिनी बाळाला घेऊन सुकेशीकडे स्वयंपाकघराकडे गेली. आम्ही दोघी मंचावर बसलो. तिनं बोलायला सुरवात केली, "तुझा तुझ्या दिरावरचा राग अजून तसाच आहे, यात आश्चर्य नाही; पण नंतर तिकडे काय काय झालं हे सांगते, ऐक.."

"मलाही जाणून घ्यायची उत्सुकता आहे! पण मला का तुझ्या नवऱ्याचा राग यावा? त्याची काय चूक?"

"जर तुला खरोखरच असं वाटत असेल, तर मात्र धन्य आहे! जाऊ दे!..तिकडं काय झालं ते सांगते ऐक..तुझ्याविषयी नाही नाही ते बोलून गोंधळ उठवला होता ना...हा सांगत होता, कुणी ही बातमी उठवली आहे त्यांचा हेरांकडून शोध घेऊन त्यांना चव्हाट्यावर शिक्षा करू या; गरज पडली तर त्यांतल्या दोघा-तिघांचा शिरच्छेद करू या, म्हणजे हा धुरळा खाली बसेल. तुझा त्याग करायचा विचार तरीही महाराजांच्या मनात घोळतच होता. एका रात्री त्यांनी लक्ष्मणाला बोलावून एकांतात आपला विचार सांगितला. सगळं पक्कं झालं होतं. सगळी तयारीही झाली होती. दुसऱ्या दिवशी पहाटे सोडून यायचं एवढंच शिल्लक होतं. सगळं ऐकल्यावर लक्ष्मणानं स्पष्ट शब्दांत आपला नकार सांगितला. पण महाराजांनी बजावलं, सांगितलं तेवढं ऐकायचं...ही राजाज्ञा आहे! एवढं सांगून ते त्या कक्षातून निघूनच गेले म्हणे! स्वत: महाराजांनी 'राजाज्ञा' हा शब्द उच्चारल्यावर लक्ष्मणाचाही नाइलाज झाला. रात्रभर झोपू शकला नाही तो! तेव्हा तर यातलं काहीच त्यानं मलाही सांगितलं नव्हतं. दुसऱ्या दिवशी पहाटे उठून आन्हिकं उरकून निघून गेला. रात्री परतला नाही, तेव्हा मला सगळं कळलं. तेही तो कुठलंसं राज्यकर्तव्य पार पाडायला आठवड्याभरासाठी गेलाय, एवढंच. असं तर नेहमीच घडायचं. मलाही त्याची सवय होती. पण या वेळचा त्याचा उद्विग्न चेहरा आठवून मला भय वाटलं. पण कुणालाही ते दाखवून दिलं नाही. दुसऱ्या दिवशी कळलं, तो तुझ्याबरोबर गेलाय. तुला ऋषीपत्नींना सौभाग्यवायन वगैरे....पण एवढं अचानक? आणि

कुणालाही न कळवण्यासारखं काय आहे यात? तरीही मी माझ्या मनातल्या आशंकेला कसलाही थारा दिला नाही.''

मी मौनपणे तिचं बोलणं ऐकत होते.

''सहाव्या दिवशी तो एकटाच परतला. गंभीरपणे कसल्यातरी विचारात गढून गेला होता. मग मात्र मी सोडलं नाही. हा का गेला? दिवस भरलेली गरवारशी तिथंच का राहिली? माझ्या प्रश्नांमुळे तो माझ्यावरच वैतागला. म्हणाला, 'बडबड थांबवशील का? मला शांत राहू दे!' परिस्थिती बघून मीही गप्प बसले. एव्हाना काहीतरी गंभीर घडल्याची मलाही कल्पना आली होती. दुसऱ्या दिवशी महाराजांनी महाराणीचा त्याग केल्याचा डांगोरा सगळ्यांनाच ऐकू आला. आता मात्र मला सगळाच खुलासा झाला. रडू आलं. यानं पाहिलं, पण समजूत काढायला जवळ आला नाही. दोन दिवस आम्ही एकमेकांशी काहीच बोललो नाही. मलाही समजत होतं, माझ्याप्रमाणेच यालाही दुःख झालंय, याच्याही जिवाची तगमग होतेय. तो आपणहोऊन बोलेपर्यंत आपणही बोलायचं नाही, हे मी ठरवलं.''

''मग?''

''आल्यावर हा राजवाड्यात गेला नाही. द्वारपालकाला सांगून ठेवलं, राजवाड्याकडून निरोप आला तर 'मी नाही' म्हणून सांगायचं. दुसरे दिवशी संध्याकाळी त्यानं मला शयनकक्षात घेऊन जाऊन समोर बसवलं आणि म्हणाला, 'मी या राज्याचा त्याग करायचा निश्चय केला आहे. कुठं जायचं, कुठं राहायचं याविषयी काहीच ठरवलं नाही. एक मात्र नक्की, राजवाड्यातल्या सुखसोयी तिथं असणार नाहीत. कदाचित पुन्हा चौदा वर्षांच्या वनवासाचीच पुनरावृत्ती होईल. फरक इतकाच राहील, या खेपेला तुझी यायची इच्छा असेल तर तुलाही घेऊन जाईन. कुठल्याही अरण्यात राहावं लागलं तरी संपूर्ण संरक्षित झोपडी बांधून व्यवस्थित पोट भरायची विद्या मला आता अवगत आहे.''

''होय..खरंय ते..मला अनुभव आहे..'' मी मनापासून म्हटलं, ''मग पुढं काय झालं?''

''म्हटलं, चौदा वर्षांपूर्वी माझ्या या बहिणीचं पतीच्या मागोमाग वनवासाला जाणारी महान पतिव्रता म्हणून देशभर भरपूर नाव झालं होतं! आज तिलाच राजसिंहासनावर राजाच्या शेजारी बसायचा अधिकार नाही, असं तोच देश म्हणतोय! मी तुझ्याबरोबर न येऊन कुणाला सांगू? मला काही महापतिव्रता हे बिरूद अजिबात नको! आधी मला सांग काय काय झालंय? तेव्हा कुठं त्यानं जे काही घडलं, ते सांगितलं.''

मी प्राण कानांशी आणून ऐकू लागले. ऊर्मिला बोलत होती.

''राजाज्ञा म्हटल्यावर लक्ष्मणाचाही नाइलाज झाला गं. तुझ्यामागोमाग वेगळ्या

रथातून गेल्याचंही सांगितलं त्यानं. परत येण्यासाठी रथात चढल्याक्षणी त्याच्या मनात आलं, यानंतर या राजाज्ञेच्या व्याप्तीत राहायचं नाही. याच नव्हे, कुठल्याही राजाच्या हाताखाली राहायचं नाही. स्वत:च्या राज्याची स्थापना करून राहायचं, नाहीतर वनवास परवडला, असाही त्यानं विचार केला.

''ताई, आता खरं सांगते! तू हट्टानं वनवासात गेलीस, तेव्हा पितृवचनाचं पालन करण्यासाठी वनवासात गेलेल्या राजकुमारापेक्षा तुझं नाव आकाशाएवढ्या उंचीवर ठेवून तुला देव्हाऱ्यात ठेवायला सगळी प्रजा सिद्ध झाली होती! एवढंच नव्हे, भावाच्या सेवेसाठी पाठोपाठ गेलेल्या लक्ष्मणाच्या पाठोपाठ न जाता इथंच राहिलेल्या या ऊर्मिलेची राजवाड्याच्या सुखासीनतेला चटावलेली म्हणून अनेकांनी निर्भर्त्सनाही केली होती! तेव्हा मला तुझा पराकोटीचा रागही आला होता. पण मी का वनवासाला आले नाही, मला ठाऊक होतं- मी सोबत असले तरी हा ब्रह्मचारीच राहणार आहे! मग? आणि जरी त्याचं ब्रह्मचर्य मोडलं आणि एखादं मूल झालं, तरी वनवासात त्याचा कसा सांभाळ करायचा? नवविवाहित मुलाला वनात पाठवायचं, बायकोची परवानगी न घेता भावानं भावाच्या सेवेसाठी वनात जायचं... ही कसली पद्धत? माझा तर या संपूर्ण घराण्यावरच राग होता! कदाचित, पाठोपाठ वनवासात जाण्यासाठी तुझं जेवढं रामावर प्रेम होतं, तेवढं कदाचित माझं लक्ष्मणावर नसावं. चौदा वर्षांच्या राजवाड्यातल्या परित्यक्त जीवनात माझ्या मनात असेच उलट-सुलट विचार येत राहिले...''

''मग.. नंतर काय झालं?''मी विचारलं.

''नंतर?'' काही क्षण आठवून ती पुढं म्हणाली, ''मलाही कंटाळा आला. संताप तर होताच, सगळंच असह्य होत चाललं होतं. वाटलं, हे कसलं कुटुंब? या कुटुंबात राहू नये. जाऊ दे..काय सांगत होते मी? हं. तुला सोडून आल्यानंतर सहा दिवसांनी यानं सुमंतांना बोलावून घेतलं. यथोचित स्वागत केल्यावर त्यांना म्हणाला, तुम्ही राजनीतीबरोबरच व्याकरणाचाही अभ्यास केला आहे! मी तुमच्या करवी महाराजांना निरोप पाठवणार आहे. तो महाराजांना पोहोचवताना त्यातलं एक अक्षरही गळणार नाही आणि एक अक्षरही वाढणार नाही, याची काळजी घ्यावी. सुमंतांनी आशंकेनं याच्याकडे पाहिलं. महाराजांचा अत्यंत आवडता भाऊ त्यांच्याशी प्रत्यक्ष न बोलता आपल्याकरवी निरोप पाठवतोय, तेही एवढ्या सगळ्या अटींसह! त्यांनाही हे विचित्र वाटलं असेल! पण यातलं काहीही न दाखवता त्यांनी सांगितलं, महाराजांनी त्या बाबतीत निश्चिंत राहावं! लक्ष्मणानं सांगितलं, मी या देशात राहतोय तोपर्यंत राजाज्ञेचं पालन करणं हे माझं कर्तव्य. पालन न करणं हा शिक्षार्ह अपराध! या व्याप्तीतून बाहेर पडायचा माझा निश्चय झाला आहे. कोसलचं बहुतेक सैन्य माझ्याशी निष्ठ आहे. त्या सगळ्यांना सोबत घेऊन या राज्याबाहेर जाऊन मी माझं

स्वत:चं राज्य स्थापेन. अथवा या राज्याबाहेरचं एखादं वन कापून स्वतंत्र कृषिभूमी तयार करेन. नाहीतर माझी थोरली माता कौसल्यादेवीला तिच्या माहेरकडून आलेला पन्नास ग्रामांचा समूह शरयू नदीच्या पलीकडच्या काठावर आहे, तो कधीच कोसल देशाचा भाग झालेला नाही. मीही कौसल्यादेवींचा मुलगा असल्यामुळे जर तो भाग मला वेगळा काढून दिला, तर स्वतंत्र राज्य स्थापून मी स्वतंत्र राहीन. यातला महाराजांना संमत होणारा पर्याय मला कळवावा.''

''एवढं सगळं झालं?''

''हो. मग सुमंत निघून गेले. हाही त्यांना दरवाज्यापर्यंत पोहोचवून आला. दुसऱ्या दिवशी सुमंत आले. 'महाराज प्रत्यक्ष बोलू इच्छितात,' असंही सांगितलं. पण लक्ष्मणानं आपली इच्छा नसल्याचं स्पष्टच सांगितलं. तेव्हा सुमंत म्हणाले, 'प्रभू तर संपूर्ण देशाचा भार तुमच्या हातात द्यायला तयार झाले आहेत! तुम्ही म्हणाल तेव्हा ते राज्याभिषेकाचा समारंभ निश्चित करणार आहेत.' पण हा म्हणाला, 'महाराजांच्या राज्याभिषेकाच्या वेळीच मला युवराज्याभिषेक करण्याची त्यांनी तयारी दर्शवली होती; पण मी नकार दिला, तेव्हा ते स्थान भरताला देण्यात आलं.' अयोध्येच्या सिंहासनावर ज्येष्ठ पुत्राचा, रामाचाच हक्क आहे! अशी काही वेळा सुमंतांकडून निरोपाची देवाण-घेवाण झाली. अखेर कौसल्यादेवींचं पन्नास ग्रामांचं जनपद आमचं झालं. दुसऱ्याच दिवशी दोन अंगरक्षकांसोबत यानं त्या प्रदेशात फेरफटका मारला. मध्यभागी असलेल्या सानंद गावाला राजधानी करायचं ठरलं. फार छान गाव आहे. गावाजवळून बारा महिने वाहणारा पाण्याचा प्रवाह आहे! गावातही दोन हात खणलं की मुबलक पाणी लागतं! तिथल्या एका सधन शेतकऱ्यानं तूर्त एक घर आम्हाला वापरायला दिलं आहे. निर्णय होताच, दुसऱ्या दिवशी आम्ही आमचं सामान आणि बाळाच्या पाळण्यासकट तिथं गेलो. राजवड्यातली भांडीकुंडी नाही नेली. सुरुवातीला तर मातीचीच गाडगी-मडकी होती. सगळेच मातीची भांडी वापरत असल्यामुळे याचंही कुणाला आश्चर्य वाटलं नाही! यानंतर आम्ही तिथले राजे असल्याची दवंडी पिटल्यानंतर प्रत्येक गावाचा प्रमुख येऊन भेटून गेला.''

एवढ्यात खाणं तयार झाल्याची सुकेशीकडून हाक आली. आम्ही दोघी बोलत असल्यामुळे मोदिनीही बाळाला मांडीवर घेऊन स्वयंपाकघरातच बसली होती. ऊर्मिला स्वयंपाकघरात गेली. पाठोपाठ 'मातीची भांडी' हे तिचं बोलणं मनात घोळत राहिलं. वनवासात आम्ही दगडावर किंवा सागवान किंवा इतर झाडांच्या मोठ्या पानावरच जेवणखाण करत होतो. जेवण म्हणजे तरी काय? कंदमुळं, फळं. पोटही भरायचं नाही त्यानं! जीभही खायला तयार नसायची. सुरवातीला तर किती कष्टांनी एखादा घास घशाखाली लोटावा लागायचा! खाल्लेलंही पटकन

पचून जायचं आणि पुन्हा पोटात भुकेचा डोंब उसळायचा. तेव्हा लक्ष्मणानंच रानातल्या काना-कोपऱ्यात उगवलेल्या रानहुलगे, रानराळे, राननाचणीचा शोध घेतला. वनातली झाडं, वृक्ष, वेलींची ओळख करून घेतली. त्यांचे गुण शोधले. त्यांचा कसा उपयोग करून घेता येईल, याविषयी त्याचं सतत निरीक्षण चालू होतं. स्थानिक लोकांबरोबर संवाद साधून सतत शिक्षणही त्याचं सुरू होतं. राम वनराजीच्या सौंदर्याचा आस्वाद घेत असतानाच त्याची भव्यता मला दाखवत होता, त्याचं वर्णन करताना तो देहभान विसरायचा! त्याच वेळी लक्ष्मण मात्र रानात सापडणारे धान्याचे दाणे गोळा करून दगडावर बारीक करून पीठ तयार करायचा, कुठून तरी भांडी गोळा करायचा, त्यात शिजवायचा, चवीसाठी वनातच मिळणारे मिरीचे दाणे, आंबटपणासाठी लिंब-चिंच यासारखं काही ना काही वापरून खायला योग्य अशा चवीचं काही ना काही बनवायचा. त्यानंतर मात्र पोट भरू लागलं, तोंडालाही चव आली! हाता-पायात शक्ती आली!

लक्ष्मणा, पतीकडून वनराजीच्या सौंदर्याचा आस्वाद घेत चौदा वर्षं काय, चौदा दिवसांसारखी निघून जातील, या भावुक कल्पनेनं राजवाड्याबाहेर पडलेल्या या सीतेचं पोट, तू नसतास तर, वठून, मरून गेलं असतं! जाऊ तेथे तू तिकडच्या दणकट वृक्षांचा शोध घेऊन लाकूड गोळा करायचास. लाकडांच्या फळ्या रोवून त्यावर मातीचं लिंपण थापायचास, कितीही मोठा पाऊस आला, तरी एक थेंबभरही पाणी आत झिरपणार नाही, याची काळजी घेऊन छत तयार करायचास. दणकट फळ्यांचा भक्कम दरवाजा केला नसता, तर रात्रीच्या वेळी आम्हा दोघांना रानटी श्वापदांमध्ये जगणं शक्य झालं असतं का? याशिवाय रात्रभर तू धनुष्य-बाण हातात घेऊन जागा राहत होतास! तू अशा विविध प्रकारे रक्षण केलं नसतंस तर आम्ही दोघं वनवासात जिवंत राहिलो असतो का? सूर्योदयानंतर तू वनात फिरून आहारासाठी काहीतरी शोधून आणत होतास. आमचं खाणं झाल्यानंतर तूही जेवून झोप काढायचास. तुझी झोपही अत्यल्पच! तू तुझं राज्य भरतखंडापेक्षा भुकेला स्थान नसलेलं राज्य बनवशील, याविषयी शंका नाही! कार्यशीलतेला प्राधान्य तुझ्या जीवनात!

मी याच विचारात गढलेली असताना जेवून ऊर्मिला तिथं आली. जाग्या झालेल्या अंगदला मोदिनी घेऊन आली. ऊर्मी माझ्या शेजारच्या मंचावर मांडी घालून बसली आणि तिनं अंगदला अंगावर पाजायला घेतलं. तिचे स्तन दुधानं भरल्यामुळे आणखी मोठे झाले होते. पदर सारखा करत तिनं बाळाच्या डोक्याला तळहाताचा आधार दिला. अंगदही मोठमोठ्यानं आवाज करत दूध पिऊ लागला.

मी अखेर विचारलंच, "माझा विषय निघाला तर लक्ष्मण वहिनी म्हणून उल्लेख करतो की महाराणी? ये जा म्हणतो की बहुवचनानं उल्लेख करतो?"

तिला माझ्या प्रश्नाचा अर्थ समजला नाही. तिनं रोषानं थोड्या चढ्या आवाजातच म्हटलं, "म्हणजे? तुला काय म्हणायचंय? चौदा वर्षं तुम्ही तिघं एकत्रच होता! तुला ठाऊक नाही तो तुला काय म्हणतो ते?"

"तेव्हाचं मलाही ठाऊक आहे गं! मी आताचं विचारतेय तुला!"

"पण आता हा प्रश्नच का आला? महाराजांनी तुझा त्याग केल्यानंतरही तुझ्या दिरानं तुला महाराणीच म्हणायला हवं काय?"

माझा प्रश्नच न कळाल्यामुळे ही बाकीचे प्रश्न विचारतेय हे लक्षात आलं. वाटलं, त्यामागचं कारणही सांगावं का हिला? पण तिला त्याचा राग आला तर? 'काय समजलीस माझ्या नवऱ्याला?' म्हणून भांडायला लागली तर?

ही ऊर्मी पहिल्यापासून अशीच. मनात येईल ते फाड्कन बोलून टाकणारी! रागही असाच, सतत नाकाच्या शेंड्यावर वस्तीला! मीच स्वत:ला आवरत म्हटलं, "जाऊ दे गं! उगाच विचारलं! त्याच्या भावानंच सोडल्यावर मी तरी कशी त्याची भावजय राहीन म्हणा! महाराणी असायचा तर प्रश्नच नाही. कुतूहल वाटलं म्हणून विचारलं मी. जाऊ दे. मांडवी-श्रुतकीर्ती कशा आहेत?"

'हो..ते सांगायचंच राहिलं. डांगोरा ऐकल्यावरच त्यांना बातमी समजली. त्याही माझ्याकडे येऊन हळहळत होत्या. पण त्यांची परिस्थिती वेगळी आहे. भरताचं तर तुला ठाऊकच आहे! थोरल्या भावाचा महाभक्त हा! आणि शत्रुघ्न भरताच्या सावलीतच वाढलाय. लक्ष्मण जसा रामाच्या सावलीत वाढलाय, तसा. पण लक्ष्मणाला आधीपासूनच अंत:शक्ती होती. नाहीतर तो महाराजांचा त्याग करून बाहेर पडला असता का? भरत-शत्रुघ्न हेच कमकुवत असताना बायका तरी काय करणार? महाराजांनी जिचा त्याग केलाय, तिला जाऊन भेटणं हे त्यांच्या दृष्टीनं राज्यविरोधी कृत्यच, नाही का! कदाचित त्यांनी नवऱ्यांना विचारलंही असेल. पण स्वामीनिष्ठ नवरे कशी परवानगी देतील? शिवाय भरत-शत्रुघ्नाशी तुझा तरी फारसा कुठं संबंध आलाय? अर्थात हा माझा अंदाज आहे म्हणा! मीही अयोध्येहून सानंदग्रामला जाण्याआधी त्यांच्या राजवाड्यात जाऊन निरोप घेतला नाही. त्याही भेटायला नाही आल्या. यामागंही त्यांचे नवरे होते की काय, कोण जाणे! पण काहीच माहीत नसल्यासारखं त्यांनी दाखवलं. की खरोखरच त्यांना ठाऊक नव्हतं? त्याहीपेक्षा महत्त्वाचं म्हणजे त्या काही आपल्या सख्ख्या बहिणी नाहीत, चुलत बहिणी. आपल्याबरोबर वाढल्याही नाहीत. कधीतरी कारणानं मिथिलेला येऊन जायच्या."

हेही खरंच होतं.

ऊर्मी असेपर्यंत मला दु:खाची आठवण नव्हती. भविष्याची चिंताही जवळपास फिरकली नाही. पण ती तरी किती दिवस थांबणार? तिच्यासोबत आलेले सारथी

आणि गाडीवानही घरी जायची वाट पाहणारच ना! तरीही ती सोळा दिवस राहिली.

जायला तीन दिवस राहिले होते. एका सकाळी सुकेशी मला गरम गरम पाण्यानं न्हाऊ घालत होती. मोदिनी झऱ्यावरून हवं तेवढं पाणी आणून घालत होती. मी पुरे म्हटलं तरी न थांबता, भरपूर तेलानं डोकं घासून न्हाऊ घालत होती. न्हाणं उरकून मी आत आले. तिथलं दृष्य पाहून मी चकित झाले. त्याचबरोबर आनंदही झाला!

ऊर्मी माझ्या मंचावर बसली होती. तिच्या मांडीवर माझी दोन्ही लेकरं तिचं दूध पीत होती! माझ्या लेकरांना पाजताना तिचा चेहरा आनंदानं डवरून आला होता. आणि माझी लेकरंही कुठलाही भेद न मानता मिटक्या मारत तिचं दूध पिण्यात मग्न झाली होती!

त्याच वेळी मोदिनी अंगदला घेऊन आली. माझ्या मनातही उत्साह दाटून आला. मी तिच्याकडून त्याला उचलून माझ्या पदराआड घेतलं. त्यालाही काही भेद जाणवला नाही. तोही मटामटा दूध पिऊ लागला.

आम्ही दोघींनी एकमेकींकडे पाहिलं, पण काहीही बोललो नाही. आमच्या दोघींच्या नजरा एकमेकीशी हजार शब्दांनी व्यक्त न होणाऱ्या भावना व्यक्त करत होत्या.

तिन्ही मुलांना झोपवून आम्ही दोघीही जेवलो. नंतर ऊर्मीनं विचारलं, "तुझी दोन्ही मुलं मला देशील?"

"घेऊन जा!" मीही हसत म्हटलं, "तिघांचंही पोट भरेल एवढं दूध आहे तुझ्या छातीत..!"

"बघ! खरंच देशील?"

"खरंच देईन!"

"तुला तो हक्क आहे?"

"म्हणजे?"

"ए मूर्ख! तुला नाही समजलं? नऊ महिने भार वाहून, बाळंतपणाच्या वेणा सहन करून जन्म द्यायचा, छातीचं दूध पाजून बाळाला मोठं करायचं, हे बाईचं कर्तव्य! त्या बाळावर अधिकार मात्र पुरुषाचा! शास्त्रच सांगतं म्हणे तसं! तू दिलंस तरी त्यांचा बाप सोडेल काय?"

त्या वेळी मला काहीच समजलं नाही. नंतरही समजलं नाही. पण ऊर्मी शहाणी! मी मूर्ख! माझ्या मनानं त्या क्षणी हे मान्य केलं.

बाबांचा पुरातन वंश. अध्यात्म, जिज्ञासा, आचार-विचार, संहिता हे सारं वंशाच्या रक्तातच वाहत आलं होतं. परंपरेप्रमाणे मिथिलेच्या सिंहासनावर बसणाऱ्या राजाला 'जनक' म्हणायची प्रथा होती. मागच्या कुठल्याशा पिढीत स्वत: याज्ञवल्क्य ऋषींनी येऊन सुदीर्घ आध्यात्मिक चर्चा घडवून आणली होती म्हणे. त्याच्या स्मरणार्थ दर वर्षी बाबा विशिष्ट दिवशी ऋषी-मुनींना बोलावून अध्यात्म-सभेची योजना करत असत. त्यात विद्वानांबरोबर विदुषीही असायच्या. एकातून एक विषय निघत अनेकदा ही चर्चा बारा-पंधरा दिवस चालायची. पूर्वी याज्ञवल्क्य ऋषींनी सांगितलेलं गहन तत्त्वज्ञान एकत्र करून त्याला 'बृहदारण्यक उपनिषद' म्हणायचे. दर वर्षी सभेत त्याचं पठण आणि अर्थविवरण केलं जायचं. त्या गहन चर्चांमधलं सगळं मला समजलं नाही, तरी मी लांब एका कोपऱ्यात बसून ऐकायची. हे बघून बाबांचं माझ्यावरचं प्रेम दुप्पट व्हायचं. सभा संपल्यावर निमंत्रित अतिथी भरपूर मानधन घेऊन निघून गेल्यानंतर बाबा मला जवळ बोलावून घ्यायचे आणि विचारायचे, "बाळा, तुला काय समजलं या चर्चेतलं?"

'आत्मा, ब्रह्म, इंद्रियसुखाची अपेक्षा..' असे कानावर पडलेले चार शब्द वापरून मी, मला न समजलेलं काहीतरी सांगत असे. तेवढं ऐकूनही त्यांना माझा अभिमान वाटायचा. ते म्हणायचे, "हुषार आहेस! थोडी मोठी झालीस की तुझ्यासाठी

वेद-पाठ करायची व्यवस्था करतो. तोपर्यंत काव्य-व्याकरण शिकत राहा. व्याकरणाचं बळ नसेल तर वेद समजणार नाहीत. तसंच गाणं आणि इतर कलाही शिकायला पाहिजेत.''

तेव्हाही ऊर्मी माझ्यापेक्षा संपूर्ण वेगळीच होती. खेळ, हसणं-खिदळणं, भरपूर गप्पा मारणं, राजवाड्याच्या तळ्यात धडाधड उड्या मारून पोहणं, मधूनच मैत्रिणींबरोबर भांडणं, चिडणं, राग अनावर झाला की मैत्रिणीच नव्हे, तर सेवकांनाही धपाटे घालणं चालायचं. राजकुमारी असल्यामुळे कुणीही तिला उलट मारायचं नाही. मुलींचेच नव्हे, सूर-पारंब्यांसारखे मुलांचे खेळ खेळण्यातही तिचा पुढाकार असायचा. झाडावरून धाड्कन उडी मारायची. आई तिला म्हणायची, 'अशी वागलीस तर तुझ्याशी कुणी लग्न करणार नाही बघ!' तर ही तिला उत्तर द्यायची, 'मला लग्नच करायचं नाही! आणि माझ्याशी कुणी करणार नसेल, तर मीच त्याच्याशी करेन!' यावर सगळेच खळखळून हसायचे.

एकटी बसून झाडांचं निरीक्षण करणं किंवा उंच आकाशात भरारी घेणाऱ्या गरुडाकडे एकटक पाहत राहणं, मला नेहमीच आवडायचं. तिच्यासारखी मला कुठल्याच खेळाविषयी आसक्ती नव्हती. एकटीच बसून आकाशात विशिष्ट व्यूह करून उडणारे पक्षी बघत राहिले असता, ती हलक्या पावलांनी यायची आणि माझ्या वेणीला हिसका देऊन निघून जायची. तिकडं दुर्लक्ष करून मी पक्ष्यांकडेच पाहत राहिले, की तिला राग यायचा. जवळ येऊन म्हणायची, 'बावळट आहेस! तुला खेळायलाच येत नाही!..'

''खेळ चाललाय का तुझा? मग मी काय करायचं?''

''माझं लक्ष नसताना तूही माझी वेणी धरून ओढायची आणि पळून जायचं! काय झालंय तुला?''

काय झालंय मला? हिच्यासारखा मला का खेळात रस नाही? बालकांनी तिच्यासारखं असणं स्वाभाविक नाही का? माझ्यासारखं असणं हेच विशेष आहे, हे मला मी दहा-बारा वर्षांची झाले, तेव्हा लक्षात आलं. माझा स्वभावच तसा!

❧

मी चौदा वर्षांची झाले. त्या वयाच्या इतर मुलींपेक्षा मी उंच झाले होते. देखणीही दिसू लागले होते, असं आईच वर्णन करू लागली. मी आठ वर्षांची असल्यापासून माझी सखी असलेली सुकेशी तर मला मनसोक्त नटवत होती, नवे कपडे घालायला लावत होती आणि आरशापुढे उभं करून 'बघ, कशी दिसतेस ते!' म्हणायची. माझं प्रतिबिंब बघून मीच चकित होत होते. वज्रजडित दागिन्यांबरोबरच सुगंधी जाई-जुईच्या माळांनी ती माझा शृंगार सुगंधित करायची. मग मलाही पुन्हा-

पुन्हा आरशात बघायची अनिवार इच्छा व्हायची.

ऊर्मी माझ्या शेजारी येऊन उभी राहायची आणि विचारायची, ''तुझ्याएवढं उंच व्हायला मी काय करू?''

''अजून एक-दोन वर्षं गेली, की तूही उंच होशील. अजून तू लहान आहेस!'' सुकेशी तिला समजवायची. पण ऊर्मीला मोठं व्हायची घाई झाली होती. 'मलाही साडी नेसव, दागिने आणि फुलांच्या माळा पण पाहिजेत..' म्हणून तिचा हट्ट सुरू होई.

माझी उंची आणि रूप बघून बाबांना माझ्या लग्नाची काळजी वाटू लागली. त्यांना वाटायचं, 'हिचं रूप बघून कुणीही राजकुमार हिच्यासाठी धावत येईल! पण ही माझी स्वतःची मुलगी नाही. हिच्या आई-वडिलांची काहीच माहिती नाही. मुलगा जरी हिच्या रूपावर भाळला, तरी त्याच्या घरचे कसे हिला सून करून घ्यायला तयार होतील?'

बाबांनी यावर एक विचार केला. फार पूर्वीच्या आमच्या घराण्यातल्या देवरात भूपालांना त्या काळच्या एका प्रसिद्ध विश्वकर्मानं एक धनुष्य बनवून दिलं होतं. कमावलेल्या वेताऐवजी मिश्र लोहापासून बनवलेलं. एखाद्या उंच पुरुषाएवढं उंच होतं. त्याला पंचलोहाची तार बांधली होती. 'त्याचं ओझं पेलून, न घसरू देता उभं केलं आणि त्याच्यासाठी मुद्दाम बनवलेल्या बाणासहित वीस पावलं धावत येऊन विशिष्ट लक्ष्यावर बाण मारला, तर त्या शूराला मी माझी मुलगी देईन, मला कन्याशुल्क नको; वीर-शुल्क पाहिजे, असा पण लावून मी हिच्या स्वयंवराची योजना करेन..' असं त्यांनी ठरवलं.

मग काय! कन्येच्या अपेक्षेपेक्षा भुजशक्तीच्या कीर्तीच्या अपेक्षेनं अनेक राजे-राजपुत्र आले! त्यात मुलीचा बाप कोण हा प्रश्न गौण झाला. संपूर्ण नाहीसाच झाला. पण आलेल्यांपैकी कोणालाच कमानीला तार जोडता आली नाही. काही जण या प्रयत्नांत हरले, तर लोखंडी धनुष्य अंगावर पडल्यामुळे काहींवर फजितीची पाळी आली. काही या प्रयत्नांत जखमी झाले. त्यामुळे म्हणू लागले, आम्हा सगळ्यांचा अपमान करण्यासाठीच या जनकानं असला पण लावला आहे! या भावनेत ते सगळे एकत्रही आले आणि त्यांनी चढाई केली. पण सैन्य सज्ज असल्यामुळे त्यांना पराभवाचाही अपमान सहन करावा लागला.

याचा एक परिणाम असा झाला, की माझ्याशी विवाह करण्यासाठी कोणीच पुढं येईना. असंच एक वर्ष गेलं. मी सोळा वर्षांची झाले. दिवस जातील तशी माझी दागदागिने, नवी वस्त्रं आणि फुलांचे हार लेवून नटण्यामधली आस्था नाहीशी होऊ लागली. ऊर्मी चौदा वर्षांची होती. तीही आता माझ्याएवढीच उंच झाली होती. सुंदर दिसायला लागली होती. शिवाय तिला नटण्यामुरडण्यात भरपूर रस होता. सतत

आरशापुढे बसलेली असायची.

त्या सुमारास एक बातमी आली. विश्वामित्र महर्षींनी एक यज्ञ योजला होता. घनदाट अरण्यातल्या त्यांच्या आश्रमात सगळी तयारी झाली होती. यज्ञदीक्षाही घेऊन झाली होती. पण राक्षसांचे दोन तांडे रक्त-मांसाचा वर्षाव करून विघ्न आणत होते. किती केलं तरी क्षत्रिय संन्यासी. स्वत: महर्षीही याचा बंदोबस्त करू शकले असते. पण यज्ञदीक्षा घेतल्यानंतर हातात शस्त्र धरता कामा नये, त्यामुळे अयोध्येला जाऊन त्यांनी वृद्ध दशरथ राजाकडे त्यांच्या दोन मुलांना- राम-लक्ष्मणाला पाठवायला सांगितलं. राजा अतिशय हळवा झाला आणि हात जोडून म्हणाला म्हणे, 'हवं तर सैन्यासह मी स्वत: येतो..सोळा वर्षांच्या कोवळ्या मुलांना पाठवायचं नको..!' महर्षींना नाही म्हणायचंही भय!

तेव्हा महर्षी म्हणाले म्हणे, 'घाबरू नकोस. तुझ्या मुलांना सुखरूप राखायची जबाबदारी माझी.. राक्षसांना मारायची विद्या मी त्यांना शिकवेन.' त्याप्रमाणे ते दोन्ही मुलांना घेऊन गेले, त्यांना विशेष विद्या शिकवली. राक्षसांची पद्धत म्हणजे रात्रीच्या वेळी अचानक हल्ला करायचा. दोघंही भाऊ दहा रात्री जागे राहिले आणि एकाच वेळी चालून आलेल्या त्या दोन्ही राक्षसांच्या तांड्यांना अचानक आक्रमण करून पळवून लावलं म्हणे!

त्या दोन्ही राजकुमारांना घेऊन महर्षी आमच्या मिथिलेच्या दिशेनं निघाल्याचीही बातमी कुणीतरी आणली. महर्षी आले, की धर्मजिज्ञासेचं चिंतन झाल्याशिवाय राहणार नाही. मलाही त्यांच्या भेटीची ओढ लागली होती.

त्यांच्या सोबत असणाऱ्या त्या दोन्ही राजकुमारांविषयीही मनात कुतूहल होतं. दोघंच..रात्रीची वेळ... दोघांनीच राक्षसांना पिटाळून लावलं?...किती शूर असतील!..

पण आमच्या अपेक्षेप्रमाणे ते आलेच नाहीत. आठवडा गेला, एक पक्ष गेला, मासही गेला. हे संन्यासी कधीच सरळ मार्गानं एका गावाहून दुसऱ्या गावाला जात नाहीत. वारं वाहावं तसे कुठूनही कुठंही जातात. असं असेल तर हे कदाचित आमच्या मिथिलेला येणारही नाहीत. मन निराश झालं. महर्षीही नाही भेटणार आणि दोन्ही राजकुमारही पाहायला मिळणार नाहीत! असेच काही महिने गेले.

शतानंद आमच्या राजवाड्याचे पुरोहित. वेद-वेदान्ताबरोबरच होम-हवन, यज्ञयाग यातही पारंगत. त्यांच्याकडे मला वेदपठण करवायचा बाबांनी विचार केला. राजवाड्याच्याच एका बाजूला त्यांची राहायची जागा होती. दररोज पूर्वसंध्येला मी तिकडं जायचं आणि त्यांच्याकडे शिकायचं, असं ठरलं. उदात्त-अनुदात्त-स्वरित आणि प्रचयमध्ये कणभरही लोप होणार नाही, अशी काळजी घेऊन ते मला शिकवत होते. गुरुजी गावात नसताना गुरुपत्नी श्रीलक्ष्मी उजळणी करून घेत होत्या.

गुरुजी चाळिशीचे होते. तेजस्वी चेहरा. उत्तम बांधा. दाढी असो वा नसो, देखणे दिसायचे. पण त्यांचा चेहरा सतत खिन्न असल्याचं मला जाणवत होतं. उत्तम गुरूविषयी शिष्याच्या मनात असतो, तसा अतिशय पूज्य भाव आणि अभिमान माझ्या मनात त्यांच्याविषयी होता. गुरुपत्नी पस्तिशीच्या. त्यांना अपत्य नव्हतं. कदाचित त्यासाठी त्यांच्या मनात खंत असावी, अशी माझी भावना होती. पण ही खंत पत्नीपेक्षा पतीला जास्त असावी, असं मला दिसत होतं.

गुरुजी गावात नसताना, एक दिवस मी न राहवून गुरुपत्नीना विचारलंच. त्या लगेच काही बोलल्या नाहीत. थोड्या वेळानंतर म्हणाल्या, 'तू अजून लहान आहेस. असल्या गोष्टीत लक्ष घालू नयेस.' मी गप्प बसले. थोड्या वेळानं त्यांनाच काय वाटल कोणास ठाऊक! त्या म्हणाल्या, "सोळा वर्षांची झालीस ना तू? तुझ्या वयाला लग्न होऊन मुली एका बाळाच्या आई होतात. म्हणजे तुझ्या या वयाला जगातल्या काही विचित्र गोष्टी समजल्या, तर त्यात काही चूक नाही!"

"तर मग सांगा!.."

"हे आणखी कुणाला सांगणार नाही, असा शब्द दे.." माझ्याकडून त्यांनी वचन घेतलं आणि बोलू लागल्या.

गुरुजींच्या वडिलांचं नाव गौतम ऋषी. विदेह राज्याच्या शेजारच्या पांचाल देशातल्या एका सामंताच्या हातात असलेल्या एका प्रसिद्ध कमल सरोवराच्या काठावर एक कुटी बांधून ते राहत होते. सतत तपचरणात रमलेले असायचे. त्यांना जगण्यासाठी आवश्यक ती सगळी सामग्री त्या प्रदेशाच्या सामंतांच्या राजवाड्याकडून यायची. मुलगा आठ वर्षांचा होताच त्याचं उपनयन करून त्याला त्यांनी आमच्या मिथिला नगरीत महाराजांच्या आश्रयाखाली चाललेल्या वेदपाठशालेत पाठवून दिलं होतं. मुलगा शिक्षणात अतिशय तल्लख होता. गौतम ऋषींच्या पत्नीचं नाव अहल्या. गुरुपत्नीनीही त्यांना पाहिलंच नव्हतं. महाराजांनीच त्यांच्या वडिलांशी संपर्क साधून कुलगोत्राची चौकशी केली होती आणि विवाह करून दिला होता.

राज्यात होणाऱ्या विशेष उत्सवाच्या वेळी सामंत गौतम ऋषींना विशेष निमंत्रण पाठवून पत्नीसमवेत बोलावून घेत असत. ऋषी सतत तपाचरणात गुंतलेले. पत्नी बहिर्मुख स्वभावाच्या. राजवाड्यात गेलेल्या ऋषीपत्नींकडे सामंतांचं विशेष लक्ष गेलं. तेही तारुण्यानं मुसमुसलेले, देखणे. पती गौतम ऋषींचा देह कसा? केवळ जीवनावश्यक अन्नग्रहण करून व्रतस्थपणे जगणारा. पत्नीचं मन विचलित झाल्याचं गौतम ऋषींच्या लगेच लक्षात आलं. पुढच्या गोष्टी स्पष्टपणे बोलण्यात अर्थ नाही म्हणा!

दररोज पहाटे अंधारातच सरोवराकडे स्नान आणि सूर्योदयापर्यंत इतर आन्हिकं उरकून यायची ऋषींची पद्धत. एका पहाटे ते गेल्यानंतर कुटिराच्या दरवाज्यावर

हलकेच आघात झाला. दार उघडलं तर सामंत. हातात सोन्याचं तबक आणि त्यात चमकणारा रत्नजडित हार आणि इतर कितीतरी दागिने! ऋषीपत्नीची नजर त्या आकर्षक देहाबरोबरच त्या दागिन्यांवरही खिळली असणार!

त्यानंतर त्या दोघांची वरचेवर भेट होत राहिली.

त्या भव्य सरोवराच्या दुसऱ्या काठावर कुटीर बांधून राहणाऱ्या कोणाच्या नजरेला हे पडलं की काय कोण जाणे! सामंतानं वेळोवेळी आणून दिलेल्या दागिन्यांचा तिला मोह असला, तरी ते घालायची सतत भीती. तिनं ते सगळे दागिने एका गाडग्यात घालून लपवून ठेवले होते. कदाचित ते दागिने अचानकपणे ऋषींच्या नजरेला पडले असतील. त्यानंतर ते नेहमीप्रमाणे पहाटे बाहेर पडायचे आणि कुटिराजवळच दबा धरून बसून राहायचे. एक दिवस त्यांचा हेतू साध्य झाला. पहाटे कुटिरात कोणीतरी शिरल्याचं लक्षात येताच त्यांनी संतापानं दारावर लाथ मारून दरवाजा तोडला. आत पाहिलं, तर पत्नी संपूर्ण सोन्याच्या अलंकारानं मढली होती....

"....जाऊ दे! अविवाहित मुलीपुढे सगळं कशाला सांगू? सामंत तर पळून गेला. जवळपास कुठतरी लपून बसलेले अंगरक्षकही पाठोपाठ पळून गेले. ऋषींनी बायकोवर हात उगारला नाही, शिव्या-शापही दिले नाहीत! ती खाली मान घालून उभी होती. तिच्याकडे रागानं एकवार बघून ते बाहेर निघून गेले. त्या परिसरातल्या प्रत्येक कुटिरात जाऊन त्यांनी पत्नीच्या व्यभिचाराची कथा सांगितली आणि त्याच पावली हिमपर्वताच्या दिशेनं निघून गेले. ही घटना घडून पंचवीस वर्षं झाली. ते कुठं आहेत हे कोणालाच ठाऊक नाही...."

गुरुपत्नी बोलायच्या थांबल्या. मीही सुन्न होऊन बसून राहिले. तोंडून शब्दही फुटेना. एखादी ऋषीपत्नी अशीही वागू शकते? की एवढा वेळ ऐकलं ते खोटं असेल? खूप पूर्वी रंभा-मेनकेसारख्या मायाविनींमुळे काही ऋषींच्या तपश्चर्येचा भंग झाल्याच्या कथा ऐकल्या असल्या, तरी एक स्त्री, तीही ऋषीपत्नी असं वागू शकेल? पुरुष बिघडला तर तो स्वत: बिघडतो; पण स्त्री बिघडली तर संपूर्ण कुटुंबच नष्ट होईल ना! केवळ कुटुंबच नव्हे, संपूर्ण समाजच नष्ट होतो, असं ऐकलं होतं. कुणीतरी अवचितपणे मस्तकावर थंडगार पाणी ओतावं तसं झालं मला!

काही वेळ तसाच गेला. नंतर माझ्या तोंडून प्रश्न बाहेर पडला, "मग? काय झालं त्यांचं?"

त्या प्रश्नाची वाटच पाहत असल्याप्रमाणे गुरुपत्नी पुढं बोलू लागल्या.

त्यानंतर अहल्यादेवींनी कोणालाच चेहरा दाखवला नाही. त्या संपूर्ण प्रदेशातल्या लोकांना तिचा अतिशय राग आला. सगळ्यांचं एकच म्हणणं, ऋषीपत्नी असून चोरून हे असलं काम करायचं? किती दिवस हे चाललं होतं कोण जाणे! आणि

वर कसा संभाविताचा मुखवटा होता..वगैरे वगैरे..हा राग तीन दिवस राहिला. काही जण कुटिरापर्यंत जाऊन आले. दरवाजा बंद होता. आतली कडी घातली होती. म्हणजे ही आतच आहे! तीन दिवस आतच काय करतेय ही? मेलीबिली तर नसेल ना? गळफास तर घेतला नसेल? तशी मेली असेल तर तिचे शवसंस्कार करावे लागतील! नाही तर पिशाच्च होऊन या परिसरालाच छळवाद होऊन बसेल! या विचारामुळे भयही वाटलं. त्यातल्या कुणीतरी हाका मारून पाहिलं. पुन्हा-पुन्हा हाका मारल्या. तरी दार उघडलं नाही, तेव्हा दार तोडायचा विचार केला. हा विचार ओरडून व्यक्त केला, तेव्हा मात्र आतून आवाज आला, 'अहल्या मेली आहे! ती आपला नतद्रष्ट चेहरा कुणालाही दाखवणार नाही..दार तोडून आत आलात तर फास लावून घेईल...'

सगळ्यांच्या लक्षात आलं, शरमेनं तिला तोंड दाखवायची लाज वाटतेय, दार तोडून आत गेलं, तर खरोखरच मरेल. आपलं अन्न तरी ती शिजवून घेतेय का? की उपासमारीनं मरेल? तशी मेली तर आपल्याला पाप लागेल. त्यांनी दारापाशी थोडं अन्न आणि पाण्याचं गाडगं ठेवलं आणि तिला ओरडून सांगितलं. यानंतर तिचं कर्म तिच्यापाशी. दुसऱ्या दिवशी पाहिलं, तर दोन्ही रिकामी होती. त्यानंतर दररोज एकेका कुटिरानं ती जबाबदारी घेतली. सगळ्यांनाच हायसं झालं.

ही बातमी कुणीतरी पंधरा वर्षांच्या शतानंदांना सांगितली. ते लगोलग तिथं गेले. दार वाजवून म्हणाले, "आई, मी शतानंद! दार उघड.."

काहीच उत्तर आलं नाही. पुन्हा-पुन्हा हाक मारल्यावर आतून आवाज आला, "मेलीय तुझी आई!..दार मोडलंस तर फास लावून घेईन...जा..पुन्हा हाक मारू नकोस!"

शतानंदाला रडू कोसळलं. सोबतची माणसं तरी काय करणार? ते त्याला म्हणाले, "तू वेद-विद्या शिकतोयस ना? जीवनात अशा घटना घडत असतात. त्यांना सामोरं जायचं हेच शिक्षण ना?"

नाइलाजानं तोही गुरुकुलात परतला.

तीन महिने झाले. एक जण ठरल्याप्रमाणे जेवण-पाणी ठेवायला गेला तेव्हा त्याला आश्चर्याचा धक्काच बसला. रिकाम्या गाडग्याशेजारी तोंड बांधलेलं आणखी एक गाडगं ठेवलं होतं. उघडून पाहिलं, तर त्यात सोन्याचे रत्नजडित दागिने भरले होते. कुणासाठी? मनात अनेक प्रश्न उमटल्यामुळे त्यानं त्याला बाजूला सारलं आणि निघून आला. इतरांनाही हे सांगितलं. सगळ्यांनी चर्चा केली. पापाच्या धनाला स्पर्श करणं सगळ्यांनाच गैर वाटलं. पुढं चार दिवस गाडगं तिथंच होतं. सहाव्या दिवशी ते तिथं नव्हतं. त्याच दिवशी एक कुटुंब त्या मार्गानं जाताना सरोवरात स्नानासाठी उतरलं. पाण्यात थोड्या अंतरावर त्यांना दागिने दिसले.

"तुझ्या गुरूंनी, शतानंदांनी दुःख गिळून अध्ययन चालू ठेवलं. ते बावीस वर्षांचे झाले. तुमच्या राजवाड्यालाही एका पुरोहिताची आवश्यकता होती. पाठशालेच्या प्राचार्यांनीच यांना इथं पाठवलं. यांनीही महाराजांना आपल्या आई-वडिलांविषयी सगळं सांगितलं. जनक महाराजांनी सांगितलं, "हे सगळं केवळ आम्हालाच नाही, जवळपासच्या सगळ्या राज्यांत ठाऊक आहे! तो सामंत कामुक असल्याचंही सगळ्यांना ठाऊक आहे. पण जेव्हा स्त्रीच त्यात भागीदार असते, तेव्हा शिक्षा कुणाला करायची? शिवाय दुसऱ्या राज्याच्या राजाला शिक्षा करायची म्हणजे युद्ध करायचं! त्यात, जर गौतम ऋषींनी माझ्याकडे येऊन तक्रार केली असती, तर गोष्ट वेगळी! ते जाऊ दे. तुमच्या आईच्या पाप-पुण्याशी आमचा काही संबंध नाही. तुम्ही राजवाड्याचे पुरोहित झालात, तर आम्हाला आनंद होईल." नंतर आपल्या बुद्धिमत्ता आणि कर्मनिष्ठेच्या जोरावर ते राज्याचे प्रमुख पुरोहित झाले.

त्या रात्री मला कितीतरी वेळ झोप लागली नाही. कितीतरी वेळा कूस पालटली, तरी डोळ्याला डोळा लागायला तयार नव्हता. खूप उशिरा डोळा लागला. त्यात एक स्वप्न पडलं. त्या स्वप्नात नितळ पाण्यात पडलेले ते चमकणारे दागिने मी पाण्यात बुडून गोळा करत होते. त्याच क्षणी जाग आली आणि सर्वांग घामेजून गेलं. थूः! मी असलं काही करेन? स्वप्नात का होईना, मला का अशी दुर्बुद्धी सुचावी? पुढं कधीतरी माझं डोकं इतक्या हीन पातळीवर उतरेल, अशी यात सूचना तर नाही ना? छे! हे खरं नाही. स्वप्नं काही खरी नसतात. स्वप्न हीच एक विकृती आहे. विकृती नेहमीच असत्य असते. माया असते ती! वेद-पाठ करताना कितीतरी वेळा हे येऊन गेलंय. नंतर पहाटे पहाटे गाढ झोप लागली.

सकाळी जाग येताच मी ठरवलं, यानंतर दागदागिने घालायचे नाहीत. स्नान झाल्यानंतर कानातली कुंडलं, गळ्यातली सरी, दंडातले केयूर, वेणीतली नागवेणी हे सारे दागिने ठेवलेलं तबक घेऊन सुकेशी आली. मी तिला म्हटलं, "मला यातलं काहीही नको. संदुकांत नेऊन ठेव."

तिला काहीच समजलं नाही. प्रश्नार्थक मुद्रेनं ती माझ्याकडे पाहू लागली. नंतर म्हणाली, "राजकुमारीनं दागिने घातले नाहीत, तर महाराज-महाराणी गप्प बसतील का? मलाच रागावतील!"

हेही पटलं. मनात नसतानाही सुकेशीच्या आग्रहापुढे मी हार मानली.

आईही म्हणाली, "अगं, लग्न व्हायचंय तुझं! अशी न नटता राहिलीस तर संन्यासिनी मनोवृत्ती दिसते, म्हणून कुणीच तुझ्याशी लग्न करायचं नाही! असं काही करू नकोस!" माझाही नाइलाज झाला. मी दागिने घालू लागले.

दोन महिने गेले. गुरुजींना कुणाकडून तरी संदेश आला आणि ते गुरुपत्नीच्या सोबत पंधरा दिवसांसाठी गावी गेले. बाबांनीही त्यांच्यासाठी एक रथ, एक गाडी आणि सोबत दोन माणसं दिली. संध्याकाळचा वेदपाठ चुकल्यामुळे मला कंटाळा येऊ लागला. एरवी गुरुजी नसले, तरी माझ्या गुरुपत्नीशी गप्पा व्हायच्या. केवळ राजवाड्याच्या परिसरात मी वाढले होते. गुरुपत्नी मला बाह्यजगाच्या कितीतरी कथा सांगायच्या. त्यामुळे त्या माझ्या मैत्रीणच झाल्या होत्या.

सोळाव्या दिवशी ते दोघं परतले, तेव्हा मला तर माझा गेलेला जीव परत आल्यासारखं वाटलं. पण दुसऱ्याच दिवशी काहीतरी कामासाठी गुरुजी रथात बसून तीन-चार दिवसांसाठी बाहेरगावी गेले.

मी संध्याकाळी गेले, तेव्हा गुरुपत्नीही मला भेटायला तेवढ्याच आतुर झालेल्या दिसल्या. मला पाहताच म्हणाल्या, "तुला एक आनंदाची बातमी सांगायची आहे! तुझ्या गुरुजींना आता कुठं मन:शांती मिळालीय!"

त्यांचा आनंद बघून मलाही बरं वाटलं. मी विचारलं, "का? काय झालं?"

त्या सांगू लागल्या :

कोसलच्या दशरथ महाराजांच्या मुलांसह विश्वामित्र ऋषी आमच्या मिथिला नगरीच्या वाटेनं येत होते. वाटेत एक मोठं सरोवर दिसलं. गौतम ऋषी इथंच राहत असल्याचं महर्षींना आठवलं. मागे कधीतरी ते तिथं येऊन आठवडाभर निवांत राहून गेले होते म्हणे. त्या वेळी झालेल्या योग-शास्त्रावरच्या चर्चांबरोबरच गौतमपत्नी अहल्यादेवींनी केलेलं आतिथ्यही ते विसरले नव्हते. त्या दांपत्याला भेटून नुकत्याच केलेल्या यज्ञाच्या फलासंबंधी त्यांच्याशी चर्चा करायचं त्यांनी ठरवलं. तसंच राम-लक्ष्मण या राजकुमारांना ऋषीपत्नींच्या हातचं रुचकर भोजन खाऊ घालावं, असाही त्यांचा विचार होता. रानात मिळणारी कंदमुळं आणि पाल्यापासून ती गृहिणी किती रुचकर खाद्य पदार्थ बनवते, याचं वर्णन करताना महर्षींच्या तोंडालाही पाणी सुटलं!

कुटिरापाशी येऊन ते उभे राहिले. बघतात तर बाहेरचं वातावरण बघूनच ते काळजीत पडले. हे दांपत्य कालवश तर नाही झालं, अशी काळजी वाटली. की हे स्थळ सोडून दुसऱ्या कुठल्या वनात किंवा पर्वतावर राहायला निघून गेलं? याच विचारात ते उभे राहिले. दिवसभर चालणं झाल्यामुळे ते थकलेही होते. पाय दुखत होते. थोड्या अंतरावर असलेल्या दगडावर बसून विश्रांती घेत बसले. राजकुमारही जमिनीवर बसले. दुपारचं उन्ह तापलं होतं.

थोड्या वेळानं तिथं एक पन्नाशीचे आश्रमवासी डाव्या खांद्यावर पाण्याचं गाडगं आणि काही जेवण्याची मातीची थाळी दारापाशी ठेवून तिथलं रिकामं गाडगं आणि थाळी घेऊन माघारी वळले. हे तिघंही त्यांच्या नजरेला पडले. त्यांच्याजवळ जाऊन आश्रमवासींनी विचारपूस केली. हे विश्वामित्र महर्षी असल्याचं समजताच नम्रपणे

वंदन केलं. नंतर म्हणाले, "दुपारची वेळ आहे. सोबत तरूण मुलं आहेत. त्यांना भूक आवरणार नाही. इथून दोन घटकांच्या अंतरावर माझं कुटीर आहे. तिथं चलावं..."

महर्षींनी गौतमऋषींची चौकशी केली. तसंच कुटिराच्या दारात ठेवलेल्या अन्न-पाण्याच्या संदर्भातही तपशील विचारला.

क्षणभर विचारात पडलेल्या आश्रमवासीनं चोरट्या आवाजात सांगितलं, "सांगावं की नाही हे समजत नाही. पण महर्षींनी विचारल्यावर न सांगून कसं चालेल? सगळं सांगतो. पण या तरुणांपुढे सांगणं युक्त नाही."

महर्षी उठत म्हणाले, "वय कमी असलं, तरी त्यांची बुद्धी प्रौढ आहे. लोकवार्ता समजल्या की ती आणखी प्रौढ होईल. चला, तुमच्या घरी जाऊ या. वाटेत सगळी हकिगत सांगा."

आश्रमवासीनं सगळी कथा सांगितली. राजाचं आकर्षण, दागिन्यांचा मोह, कामाचरण, ऋषींना सगळं समजल्याची कथा, नंतर सगळ्या परिसरात या व्यभिचाराची कथा सांगून त्यांचं कुणालाही न सांगता तिथून निघून जाणं...सगळं सांगून झाल्यावर त्यांनी आता त्या कुटिरात अज्ञातवासात राहत असलेल्या अहल्यादेवीविषयीही सांगितलं.

कुटिरात जेवण झालं. सगळे विश्रांती घेत असताना राम एकटाच सरोवराच्या दिशेनं गेला आणि अंतर्मुख होऊन तिथल्या एका शिळेवर बसून राहिला. हा त्याचा नेहमीचा स्वभाव. उलट त्याचा धाकटा भाऊ जवळपासच्या गुरांच्या अंगावरून हात फिरवत, त्यांच्याशी मूक संवाद साधत राहायचा.

महर्षींची विश्रांती झाल्यावर राम त्याच्यापाशी आला आणि नम्रपणे म्हणाला, "पंचवीस वर्षं कोणालाही न पाहता, कोणालाही आपला चेहरा न दाखवता जगलेल्या त्या मातेला भेटून तिच्याशी बोलायची माझी इच्छा आहे. आपण मनात आणलं तर हे शक्य आहे!"

"ती कुणासाठीही दार उघडत नाही म्हणून सांगितलं ना?"

"आपण मागं त्यांच्या कुटिरात राहिला होता ना? तो संदर्भ सांगितला तर कदाचित दार उघडेल."

हे महर्षींना पटलं. तिघं तिथं गेले. रामाच्या सूचनेप्रमाणे महर्षींनी दारावर थाप मारत हाक मारली, "देवी! मी विश्वामित्र. ऋषी संकुलात मला महर्षी म्हणतात. मागं मी तुमच्या याच कुटिरात अतिथी होऊन आलो-राहिलो होतो. तुझ्या हातचं स्वादिष्ट भोजनही केलं होतं. दार उघड. तुझ्याशी बोलायचं आहे!"

उत्तर नाही. त्यांनी हेच पुन्हा वेगळ्या शब्दांत सांगितलं. तरीही शांतता भंग पावली नाही. हार मानणं विश्वामित्रांच्या स्वभावातच नसल्यामुळे त्यांनी आवाज चढवला, "हे बघ, तुझा तुझ्या नवऱ्यावर राग असेल. तुझ्यावरच्या संकटाचा

परिहार करण्यासाठी मी आलोय. हट्टीपणा करू नकोस!..''

काही क्षणांनंतर आतून क्षीण आवाज ऐकू आला, ''माझा कोणावरही राग नाही..''

''तर मग दार उघड! दाराशी आलेल्या संन्याशाला तसंच पाठवणं योग्य नाही! तुझ्या एकुलत्या एक मुलाच्या दृष्टीनंही हे योग्य नाही.''

काही क्षणांनंतर दार उघडलं गेलं. आत जुनाट साडी नेसलेली, केसांना तेलाचा स्पर्श न झालेली, आजारपणामुळे पिवळी पडलेली, हातापायांच्या केवळ काड्या राहिलेल्या, निर्जीव डोळे, अशी एक स्त्री दिसली....देह कसला, जिवंत प्रेतच!...

आधी रामच आत गेला आणि त्यानं तिच्या पावलांना आपल्या उबदार स्पर्शानं नमस्कार केला. लक्ष्मणानं त्याचं अनुकरण केलं. महर्षींनी या दोन भावंडांचा परिचय सांगितला. रामानं तिचे दोन्ही हात घट्ट धरले आणि म्हणाला, ''माते, तुझ्या पश्चात्तापाच्या अग्नीत तुझी चूक भस्मसात झाली आहे. चुकीपेक्षा जास्त प्रमाणात शिक्षा करणं आणि स्वत:ला देणं योग्य नाही, हे तुला ठाऊक नाही का?''

तिनं या तरुणाकडे वळून पाहिलं. तिच्या चेहऱ्यावर संताप उसळला. तिनं विचारलं, ''कोण रे तू? तू कोण मला धर्मसूत्र शिकवणारा?''

''तुझा पुत्र!'' म्हणत रामानं पुन्हा तिची पावलं घट्ट धरली.

तिची नजर क्षणभर त्याच्या मस्तकावर स्थिरावली. तो उठून उभा राहिला. तिनं त्याला छातीशी कवटाळलं आणि तिच्या डोळ्यांतून अश्रूंचा महापूर लोटला.

तिचा भावनावेग कमी झाल्यावर त्यानंच तिला हाताला धरून धुळीनं भरलेल्या जमिनीवर बसवलं. डोळे पुसत तिनं विचारलं, ''आत अन्न आहे. तिघांना वाढू का?''

''आमचं जेवण झालंय. तू भुकेजली आहेस. तू जेव.'' रामानं सांगितलं.

''दिवसच्या दिवस उपाशी राहणारीला भुकेनं काही होत नाही. कुणीतरी पुण्यवान माणसं दारात अन्न-पाणी ठेवून जातात. अन्न पशुपक्ष्यांच्या मुखात पडतं. पाणी मात्र मी घेते. पोटात घालायला आणि इतर वापरासाठी.''

''ऋषींनी तुझा स्वीकार केला तर त्यांच्यासोबत राहशील का?''

''त्यांनी स्वीकारलं तरी मी कशी त्यांच्या नजरेला नजर देऊ? त्यापेक्षा अशीच राहून देहत्याग करणं सुखाचं वाटेल मला!''

''मी परत येईपर्यंत देहाचा त्याग करणार नाहीस, असं मला वचन दे!'' रामानं हात पुढे करत म्हटलं.

तिला काय बोलावं, ते सुचलं नसावं. ती नुसतीच त्याच्याकडे पाहत राहिली.

तिघंही तिथून बाहेर आले. नंतर राम म्हणाला, ''पूज्य हो! आपण गौतम ऋषींचं मन वळवून त्यांना इथं बोलावून आणणं हे पुण्याचं काम होईल, असं माझं अंतर्मन सांगतंय. आपण यावर आपलं इंगित काय आहे ते सांगावं.''

"ते तपश्चर्येसाठी हिमालय पर्वतावर गेलेत, असं आपल्या आधीच्या अन्नदात्यांनी सांगितलं ना? इथून तो महान पर्वत किती अंतरावर आहे, त्या विस्तीर्ण पर्वतावर त्यांना कुठं म्हणून शोधायचं?"

"आपण अनुमती दिलीत तर मी त्यांना शोधून काढेन."

"तुम्हा दोघांना सुखरूप आणून पोहोचवेन, असा मी दशरथ महाराजाला शब्द दिलाय, तोही तुझ्यासमोरच! अपरिचित व्यक्तीला शोधण्यासाठी तुम्हाला हिमालयात धाडून मी तुमच्या पित्याला काय सांगू?"

राम काही बोलला नाही. त्याचं मौन म्हणजे असंमती. अर्धा घटका विचार करून महर्षी म्हणाले, 'ठीक आहे! मीही येतो. मी आलो, तर शोध घेणं सोपं जाईल. मागं त्या पर्वतावर बराच फिरलोय मी." थोड्या वेळानं ते पुन्हा म्हणाले, "आत्ता आठवतंय. हिमालयात फिरताना कुणीतरी मला एक जागा दाखवून सांगितलं होतं, इथं गौतम ऋषी तपश्चर्या करताहेत म्हणून. तिथं भेटले नाहीत, तरी तिथल्या स्थानिक लोकांकडे चौकशी केली, तर नक्की समजू शकेल ते पुढं कुठं गेले असतील ते!"

वाटेतली छोटी छोटी राज्यं आणि प्रदेश ओलांडून हिमालयाच्या पायथ्याशी पोहोचले, तेव्हा तिथला निसर्ग बघून रामाचं देहभान हरपलं. महिनाभराचे चालण्याचे श्रम आपोआप नष्ट झाले. तिथला उन्हाळा नुकताच सुरू झाला होता. त्यामुळे थंडीचा कडाकाही कमी झाला होता. सुरवातीचे लहान लहान चढ चढून पुढच्या पर्वतरांगा चढताना त्या दोन्ही तरुणांना अजिबात दमणूक जाणवायची नाही. योग-साधनेनं कितीही निरोगी असले, तरी वयामुळे महर्षींना मात्र दमणूक जाणवत होती. बऱ्याच वेळा लक्ष्मण त्यांना आधार देऊन त्यांचे कष्ट थोडे कमी करत होता. अचानक राम मध्येच उभा राही आणि मग दोन्ही बाजूंना दिसणाऱ्या आकाशात उंच गेलेल्या शिखरांकडे पाहायच्या नादात मागं राहत होता. मग लक्ष्मणही त्याची थट्टा करायचा, 'भ्रात्या! आमच्या सोबत यायचा विचार आहे की या पर्वतशिखरावर काव्यरचना करत इथंच राहायचं आहे? इथं अस्वलं असल्याचं स्थानिक लोकांनी सांगितल्याचं लक्षात नाही का?"

महर्षींच्या स्मरणशक्तीवर मात्र वयानं काहीही परिणाम केला नव्हता. ती पूर्वीइतकीच प्रखर होती. त्यांनी या दोघांना थेट गौतम ऋषी राहत असलेल्या पठारावरच आणलं होतं. एका वस्तीपाशी जाताच त्यांनी सांगितलं, "हं..तिथं त्या खडकापाशी दिसतेय ना, त्याच जागी ऋषींची राहायची जागा आहे.." तिथल्या स्थानिक लोकांनीही त्यांच्या सांगण्याला दुजोरा दिला.

ती तीन बाजूंच्या पर्वतांच्या आडोशामुळे वादळ-वाऱ्यापासून रक्षण देणारी

जागा होती. त्या वस्तीला असलेल्या प्रवाहापाशी असलेल्या साकवापाशी ते आले. साकव ओलांडून कुटीपाशी पोहोचले, तेव्हा दार बंद होतं. आतून प्राणायामचा 'ओंकार' ऐकू येत होता. त्यांची एकाग्रता भंग पावू नये, म्हणून तिघंही बाहेरच्या ओसरीवर बसले. राम पुन्हा भोवताली वेढलेल्या पर्वतराशी आणि त्यावरच्या पूर्णचंद्राप्रमाणे प्रकाशमान होणाऱ्या हिमराशी निरखण्यात मग्न झाला.

त्यांचा श्वास संथ लयीला येऊन घाम सुकेपर्यंत आतल्या ओंकाराची तीव्रताही कमी झाली होती. ऋषी भानावर येत असल्याचं महर्षींना जाणवलं. बाहेरच्या जगाची काहीतरी चाहूल आतल्या ऋषींनाही लागली असावी. खरोखरच कुटीचा दरवाजा उघडला गेला आणि आतून गौतम ऋषी बाहेर आले.

ऋषी महर्षींच्या एवढे वयस्कर नव्हते. पण शरीर कृश होतं. तिथल्या हवेमुळे त्यानी अंगावर उबदार शाल घेतली होती. बघताक्षणीच नजरेत भरणारं गरुडासारखं नाक, भ्रूमध्ये खिळलेली, साधना करून तीक्ष्ण झालेली बाणाच्या लक्ष्यासारखी टोकदार दृष्टी! ती नजर काही क्षण महर्षींवर खिळली. लगेच ओळख पटली नसावी. पण काही क्षणांतच महर्षींच्या पायांवर लोटांगण घालत ते म्हणाले, "तीस वर्षं होऊन गेली ना या पायांचं दर्शन होऊन!"

ते शब्द ऐकताच रामालाही वास्तवाचं भान आलं आणि तोही तिथं आला. महर्षींनी या दोघांचाही परिचय सांगितला. दोघांनीही ऋषींच्या पावलांवर मस्तक ठेवून नम्र भावानं वंदन केलं.

ऋषी लगोलग मोठं पातेलं चुलीवर ठेवून स्वयंपाकाच्या तयारीला लागले. महर्षीही म्हणाले, "राहू दे. आम्हाला भूक लागलेली नाही."

ऋषींनी उत्तर दिलं, "ही माझी रोजची स्वयंपाक करायची वेळ. स्वयंपाक म्हणजे काय! तीन मुठी तांदूळ आणि मूठभर मूग घालून शिजवून खातो झालं! तुम्ही खालच्या नदीवर आंघोळ करून या. तोपर्यंत होईल."

तो सगळा दिवस त्या दोघांमध्ये कुशल-वार्ता, ध्यान-चिंतन याविषयी आणि पूर्व-ऋषी आणि महर्षींविषयी चर्चा झाली. नंतर महर्षींनी मुख्य विषयाला हात घातला, "तुझ्या कमलसरोवराजवळच्या कुटिरात जाऊन आलो! गेलो, दरवाजा वाजवला....!"

वाक्य पुरं होण्याआधी ऋषींच्या चेहऱ्यावर रोष उमटला. महर्षी पुढं बोलणार, तेवढ्यात ते म्हणाले, "महर्षी, माझ्या मनात आपल्याविषयी अपार गौरव आहे! आपली महती एवढी आहे, की विश्वामित्र गोत्रही तयार झाले आहे! पण मरण पावलेल्यांविषयी काहीही बोलण्यानं काहीच साधत नाही! आपण वेगळा कुठला तरी विषय काढून उपकार केलेत, तर माझ्यावर नवं ज्ञान मिळण्यासाठी तो एक अनुग्रह ठरेल!"

महर्षींची नजर ऋषींच्यावर खिळली होती. त्यांनी ती रामाकडे वळवली. राम पुढं झाला आणि म्हणाला, ''पूज्य हो, माझी एक प्रार्थना आहे. आपण आपल्या पत्नीचा त्याग करून दोन दशकांहून अधिक काळ लोटला आहे. द्रोहाची वेदना आपण तेव्हा अनुभवली आहे, यात शंका नाही. परिणामी आपल्या अध्यात्माच्या प्रवासासही मोठा आघात झाला आहे. त्या साऱ्याचा विसर पडावा, म्हणूनच आपण इतक्या दूर या तपोभूमीत आला आहात! पण खरोखरच आपल्याला ते शक्य झाले आहे का? तसे दिसत नाही!''

हे ऐकताच ऋषी अंतर्मुख झाले. निरुत्तरही झाले. पुढं रामच म्हणाला, ''पूज्य हो, आपल्याला निरुत्तर करण्यासाठी मी हे विचारत नाही. अध्यात्मसाधनेच्या संदर्भात माझ्या मनातही एक प्रश्न निर्माण झालाय, त्याच्या निराकरणासाठी मी हा प्रश्न विचारून खात्री करून घेत होतो. माझ्या प्रश्नातल्या उद्धटपणाकडे आपण कृपया दुर्लक्ष करावे. पण अजूनही पत्नीनं केलेला द्रोह आपल्याला अंतर्यामी छळत आहे ना? मग त्यातून सुटका नको का करून घ्यायला?''

''हे काय बोलणं झालं? काय हा उद्धटपणा!''

''या अज्ञानी बालकाला न सुटलेलं कोडं सोडवायला मी आपल्या पायांशी आलोय! क्षमा करा मला! पण मला वाटतं, तेव्हाच्या द्रोहाला क्षमा करून मुळापासून उपटून टाकल्याशिवाय अंतर्मनाला समाधान मिळणार नाही. क्षमा करणं म्हणजे मातेचा पुन्हा स्वीकार करणं. मी त्या मातेला या डोळ्यांनी पाहिलं आहे; तिच्याशी प्रत्यक्ष बोललो आहे. पश्चात्तापाच्या आगीत त्यांनी आपल्या चुकीला कितीतरी वर्षांपूर्वीच भस्मसात केलं आहे. त्या स्वतःही त्या आगीत होरपळल्या आहेत. त्यांचा स्वीकार करून आपण त्यांना जीवदान दिलं नाही, तर आपल्या माथ्यावर स्त्रीहत्या आणि पत्नीहत्येचं पातक आल्याशिवाय राहणार नाही! पाप आणि प्रायश्चित्त याचं काहीतरी प्रमाण हवं की नाही?''

ऋषी त्याचं बोलणं ऐकत होते.

''आता तर आपलं दोघांचंही वय गृहस्थाश्रमाकडून वानप्रस्थाश्रमाकडे सरकलं आहे! या वयात त्याही आपल्याबरोबर राहिल्या आणि आपलं क्षेम पाहत राहिल्या, तर ते दोघांच्याही दृष्टीनं चांगलं नाही का? थोडक्यात, आपली अध्यात्म साधना निर्विघ्नपणे सुरू राहणं सगळ्यात महत्त्वाचं आहे!''

काही क्षण शांततेत गेले.

नंतर महर्षी बोलू लागले, ''ध्यान करताना अधूनमधून त्या द्रोहाची चित्रं डोळ्यांसमोर येत नाहीत का? मन अस्वस्थ होत नाही? ते पुन्हा ताळ्यावर यायला बराच कालव्यय होत नाही?''

आता मात्र ऋषी व्यथित होऊन म्हणाले, 'ध्यानधारणेतल्या कितीतरी पायऱ्या

ओलांडलेल्या आपल्यासारख्या महर्षींपासून मी काय लपवून ठेवू? ते माझ्या तोंडानी सांगण्यात काय आहे?''

पुढचा आठवडाभर ते तिघंही तिथंच मुक्कामाला राहिले. मध्येच त्यांनी विचारलं, ''पण तिला धन आणि देहाचं आकर्षण दाखवून मोहात पाडणाऱ्या त्या नराधमाला काहीच शिक्षा नाही का?''

''राज्यातल्या प्रत्येक वस्तूवर, प्राणिमात्रावर आपला अधिकार आहे, अशा अहंकारात धर्माचं बंधनही झुगारून देणाऱ्या प्रत्येक राजाला कुणीतरी शिक्षा करायलाच हवी! नाहीतर त्यावर कुठलाच धरबंध राहणार नाही! कौशिक राजाच्या काळात त्यानं याच बळाच्या जोरावर आश्रमातल्या विशिष्ट गायीवर हक्क सांगून तिला जबरदस्तीनं न्यायचा प्रयत्न केला, तेव्हा गोत्र-प्रवर्तक वसिष्ट महर्षींनी हातात धनुष्य-बाण घेतला आणि नेम धरून त्याला धडाही शिकवलाच ना! हे जर वसिष्ठ ऋषींनी केलं नसतं, तर अहंकार नष्ट होऊन कौशिक राजा आध्यात्मिक मार्गावर वाटचाल करून पुढच्या काळात ब्रह्मर्षी पदवीला पोहोचू शकला असता का? काळ बदलत चाललाय, तसा समाजही राजाचे दोष दाखवून देण्याची दृष्टी गमावत चालला आहे. जर आपण धनुर्विद्येत पारंगत असता, तर आपणच तिथल्या तिथे त्या अधर्मी सामंताला धडा शिकवला असता ना!''

बरीच चर्चा झाल्यावर अखेर ऋषींनी पत्नीला बोलावून घ्यायचं मान्य केलं. पण एवढंच मान्य न करता राम पुढं म्हणाला, ''पूज्य हो, मातेला या निर्जन हिमालयात बोलावून घेणं म्हणजे त्यांचा स्वीकार करणं नव्हे. ज्या समाजामध्ये त्यांनी परित्यक्ता म्हणून जीवन काढलंय, त्या समाजातच हा स्वीकार व्हावा. म्हणजे प्रायश्चित्त भोगल्यानंतर क्षमा केल्याचा मोठा आदर्श त्याच समाजापुढे ठेवल्यासारखं होईल. तात्त्विक शक्तीनं जनापवादाला का बरं घाबरावं? या बालकाच्या बोलण्यात काही चुकत असेल, तर क्षमा करा आणि समजावून सांगायचीही कृपा करावी. मी स्वत:ला सुधारायचा प्रयत्न करेन.''

महर्षीही म्हणाले, ''साधनेच्या मध्ये चंचलतेचा प्रवेश झाल्यामुळे कितीतरी ऋषी-महर्षी गर्तेत कोसळले आहेत. अशी उदाहरणे तुम्हालाही ठाऊक असतील. तुम्ही तर चंचलतेचे नव्हे, कोपाचे बळी आहात. हा मुलगा सांगतोय त्याचा मथितार्थ समजून घेतलात, तर तुम्हालाही खुलासा होईल आणि आध्यात्मिक वाटेवर काही पावलं पुढं गेल्याचा अनुभवही तुम्ही घ्याल!''

एकूण काय, सुमारे तीन दशकांपूर्वी सोडून आलेल्या कमल सरोवर परिसरातल्या कुटिरात यायला ऋषी तयार झाले; तसे निघालेही.

आई-वडिलांकडून निरोप येताच माझे गुरू शतानंद गुरुपत्नीबरोबर तिकडे धावले. या दोघांना बघून त्या दोघांनाही त्या वेळेपर्यंत भोगलेल्या कष्टांचा विसर पडला. माझ्या गुरुजींच्या चेहऱ्यावरची खिन्नता लोप पावल्याचा अनुभव तर मीही घेतच होते म्हणा! एकूणच, अहल्यादेवींच्या कुटिराचा दरवाजा उघडायला लावणाऱ्या, आणि ऋषींना भेटून त्यांना पत्नीचा स्वीकार करायला प्रवृत्त करणाऱ्या त्या तरुणाचं नाव राम असल्याचंही समजलं.

गौतमांसारख्या ऋषींचं मतपरिवर्तन करणाऱ्यापाशी किती प्रौढ बुद्धी हवी! किती करुणाळू असला पाहिजे तो! केवळ अठरा वर्षांच्या तरुणापाशी एवढं प्रौढत्व? त्या वृद्धेनं अश्रू ढाळले, तेव्हा त्याची छाती भिजली, म्हणजे उंचीही बरीच असली पाहिजे. अजानबाहू असला पाहिजे. माझं मन त्याच्या रूपाची कल्पना करण्यात रमून गेलं. देखणा, तेजस्वी, राक्षसांना मारणारा वीर, करुणाळू असं त्याचं चित्र मनात उमटू लागलं.

त्या चित्रानं झपाटलंच. डोळ्यांसमोरून ते चित्र हलायलाच तयार नव्हतं. स्वप्नातही तेच येई. मनात सारखं येई. गुरुजींना त्या तरुणाविषयी आणखी विचारावं. त्यांनीही त्या तरुणाला पाहिलेलं नाही, हे ठाऊक असतानाही!...असं विचारलं, तर ते आपल्याविषयी काय समजूत करून घेतील याचा विचारही न करता!

पण त्यांनी आणखी एक गोष्ट बाबांना सांगितली, 'विश्वामित्र महर्षी त्या दोन्ही राजकुमारांसह आमच्या मिथिलेतही येणार आहेत.' अध्यात्म-जिज्ञासा पूर्तीसाठी. गौतम-अहल्या यांना एकत्र आणून तिथून निघाले असले, तरी हे महर्षी कधीच सरळ प्रवास करत नाहीत वाटतं! कदाचित फेरफटका मारून येतील. तेव्हा त्यालाही पाहायला मिळेल, असं मनाचं समाधान करून घेतलं. पण का बघायचं, हा प्रश्नही मनात उद्भवला नाही, त्याचं उत्तर सुचायचं तर कारणच नव्हतं. बघणं हेच अंतिम ध्येय असल्यागत मन तिथंच स्थिरावलं होतं.

माझे गुरुजी आपल्या माता-पित्यांना भेटून माघारी आले, त्यानंतर दीड महिन्यांनी एके दिवशी विश्वामित्र महर्षी त्या दोन्ही आर्यपुत्रांसह आले. बाबांना तेव्हा झालेला आनंद काही सामान्य नव्हता. दुसऱ्याच दिवशी त्यांनी राजवाड्यात अध्यात्म-जिज्ञासा-पूर्तीची सभा ठरवली.

गौतमपुत्र असलेल्या माझ्या गुरुजींनी दंडवत घालताच महर्षी उत्कटतेनं बराच वेळ त्यांचं मस्तक कुरवाळत राहिले. वेदपाठ करत असल्यामुळे मलाही त्या सभेत प्रवेश होता. मी हजर राहिले; पण माझं मन जिज्ञासापूर्तीत गुंतलं नव्हतं. मी चोरून त्या दोन तरुणांचं निरीक्षण करत होते. मनात जिज्ञासा होती, यातला राम कोण असेल आणि धाकटा बंधू लक्ष्मण कोण असेल? मी गोंधळून गेले होते. कारण

त्या दोघांमध्ये बरंच साम्य होतं; जुळ्या भावंडांमध्ये असतं तसं.

सभेत दोघंही पद्मासनात- पाठीचा कणा किंचितही न वाकवता- बसले होते. समोर चाललेली चर्चा दोघंही एकाग्र मनानं ऐकत होते. हळूहळू माझ्या लक्षात आलं, त्या दोघांतला एक जण काहीशा सावळ्या रंगाचा होता आणि दुसरा गोरा, कमलदलाच्या वर्णाचा होता. सावळ्या तरुणाच्या डोळ्यांमध्ये सात्त्विक शांती होती. दुसराही लक्ष देऊन चर्चा ऐकत असला, तरी तिथं राजस गुणांना आश्रय मिळालेला दिसत होता. तीव्रपणे वाटलं, अहल्यादेवींना पुनर्जीवन देणारा तो सावळा, सात्त्विक शांतीनं ओत:प्रोत तरुणच असावा. तोच राम... माझ्या मनानंही ग्वाही दिली. माझ्या मनातल्या चित्राशी त्याचं बरंच साम्य होतं. होय..हाच तो! संपूर्ण दिवस मी त्याच भावनेत डुंबत होते.

होय! दुसऱ्या दिवशी शांत मनानं सभेत पाहिलं, तेव्हा तर तो माझ्या मनातल्या कल्पनेचं हुबेहूब प्रतिबिंबच वाटत होता. तेव्हा मात्र 'पुढं काय?' असा पाठोपाठ प्रश्न उमटला आणि मन गोंधळून गेलं. उत्तरही सुचलं, हा प्रश्नच निरर्थक आहे. मन महत्प्रयासानं त्याच्यापासून दूर करत मी चर्चेमध्ये रस घेण्याचा प्रयत्न केला; पण काहीच डोक्यात शिरत नव्हतं. त्याच्याकडे न बघायचा प्रयत्नही विफल होत होता.

सात दिवस सभा चालली होती. अखेरच्या दिवशी महर्षींनी बाबांना विचारलं, "महाराजा, तुझ्या राजवाड्यात तुझ्या पूर्वजांपासून आलेलं एक महाधनुष्य आहे ना, ते दाखवशील का?"

"आपण पाहिलंत तर माझं सुदैवच! त्याच्या संदर्भात मी एक मोठी चूक केली आहे! तेही सांगतोच. माझी थोरली मुलगी, तिला वीर पती मिळावा म्हणून मी तिचं स्वयंवर रचलं होतं. त्यात या धनुष्याला प्रत्यंचा जोडून बाण लावून लक्ष्य साधायचा पण मी ठरवला होता. कितीतरी राजे-राजपुत्र येऊन गेले. प्रत्येकानं प्रयत्न केले; पण कोणालाच यश आलं नाही. काही जण तर या प्रयत्नांत कोसळून हास्यास्पदही ठरले. परिणाम असा झाला, की हा राजा-राजपुत्रांना अपमानित करायचा डाव आहे, अशी आवई उठली. माझी सेना सज्ज नसती, तर या प्रकारात माझा वध झाला असता!"

"थोरल्या मुलीवर एवढा जीव आहे तुझा! चल, मला बघू दे!"

बाबांनी त्यांना शस्त्रागारात नेलं आणि दोन हात लांब आणि तीन हात उंचीच्या पेटीत आदरानं जपून ठेवलेलं ते धनुष्य दाखवलं. महर्षींनी त्याला स्पर्श केला, निरीक्षण केलं. नंतर म्हणाले, "तू ठेवलेला पण खरोखरच कठीण आहे! तो मोडणारा कोणीच भेटला नाही तर तुझी लाडकी लेक कायमची अविवाहित राहून तिच्यावर संन्यासिनी होऊन राहायची पाळी येईल. राजा-महाराजांचं हे नेहमीचंच

आहे. असले वीरावेशाचे बोल कधीच पुरे झाले नाहीत, तर पुढं काय, याचा विचार न करता असल्या घोषणा करून मोकळे होतात. माझ्याबरोबर आलेल्या राजपुत्रांनाही एकवार संधी देऊ या. हरले, तरी ते काही तुझ्यावर चढाई करणार नाहीत याची मी खात्री देतो. अतिशय सभ्य आहेत हे माझे शिष्य!''

दुसऱ्या दिवशी सूर्योदयानंतर राम-लक्ष्मणाची शक्तिपरीक्षा होणार असं ठरलं. राजवाड्याच्या पटांगणात धनुष्य आणून ठेवायचं, पटांगणाच्या एका टोकाला असलेल्या वडाच्या झाडावर एक लाल कापडाचा पक्षी टांगून ठेवायचा... एका प्रयत्नात त्या लक्ष्याचा भेद करायचा... हे सगळं ठरलं. थोरल्या रामाला पहिली संधी द्यायची, असंही ठरलं. बाबांनी हे सारं आईलाही बोलावून सांगितलं.

मी रोमांचित झाले! माझ्या मनातली आस अशा प्रकारे पुरी होईल का? मन अधीर झालं. रात्रभर झोप लागली नाही. आधी ज्यांनी प्रयत्न केले होते, तेही काही साधे वीर नव्हते! त्या महावीरांनाही जे जमलं नाही, ते या कोवळ्या तरुणाला जमेल का? बाबांना तरी एवढा कठीण पण ठेवायची का इच्छा झाली असेल? मनात बाबांविषयी रागही आला. या प्रयत्नांत हा कोवळा तरुण पडला- जखमी झाला तर? या विचारानं तर भय वाटलं. मी मनाला समजावलं, विश्वामित्र महर्षींनीच हे ठरवलंय, कदाचित त्यांना तेवढा विश्वास वाटला असेल या तरुणाविषयी!

या प्रसंगाचं निरीक्षण करण्यासाठी पाठशालेत जमलेले सगळे विद्वानही थांबले होते. शिवाय राज्याचे मंत्री, सेनाप्रमुख, वैश्यप्रमुख, कृषिक, राजवाड्यातले गडी-नोकर आणि इतर प्रमुख माणसं जमली होती. मी आणि माझ्यासोबत ऊर्मिला एका बाजूला बसलो होतो. पूर्वेकडचं वडाचं झाड सगळ्यांचं लक्ष वेधून घेत होतं. राजपुरोहित शतानंदांनी 'अविघ्न स्तोत्र' म्हटल्यानंतर राम पुढे झाला आणि त्यानं महर्षींना वंदन केलं.

कमरेपर्यंत काचा घातलेलं वस्त्र नेसून कमरेला त्यानं उत्तरीय कसलं होतं. दंड, खांदे आणि अंगावर वस्त्र नव्हतं. त्याची ती भरदार छाती, बलिष्ट मांसखंड, उठून दिसणारे दंड नजरेत भरत होते. गंभीरपणे पावलं टाकत तो पुढं झाला आणि त्यानं धनुष्याला हात घातला. त्यावर बोटांनी एकवार आघात करून त्याची कंपनं कान लावून ऐकली. कदाचित धनुष्याच्या लोहाची गुणवत्ता तो अजमावत असावा. नंतर वीरासनात बसून त्यानं धनुष्य उचललं. ते त्याच्यापेक्षा हातभर उंच होतं. डाव्या हातात धनुष्य पेलून त्यानं उजव्या हाताच्या चिमटीत त्याची तार धरली. जोर लावून सर्व शक्तीनिशी त्यानं ती तार ओढली. त्याच्या स्नायूंच्या ताणावरून त्यानं त्यासाठी किती जोर लावला, ते समजत होतं. माझा जीव कातर झाला होता. त्याला पहिल्याच प्रयत्नात धनुष्य उचलल्याचं पाहून जमलेल्यांनी गौरवोद्गार काढले. धनुष्य वाकवून त्यानं त्याला तेवढ्याच प्रयत्नानं प्रत्यंचा लावताच सगळीकडून

आनंदोद्गार उमटले. टाळ्यांचा कडकडाट झाला. माझं हृदय भरून आलं.

लांबलचक बाण प्रत्यंचेला लावून त्यानं सावकाश कानापर्यंत ओढला. धनुष्याची कमानही वाकली. एकाएकी मला जाणवलं, याचे बाहू किती लांब आहेत! उभा राहिला तर गुडघ्याला पोहोचतील! त्यानं झाडावरच्या लक्ष्याचा अंदाज घेतला आणि धनुष्य आणखी खेचलं,..आणखी...आणखी...एका क्षणी धनुष्य मोडल्याचा आवाज आसमंतात घुमला. सगळे श्वास रोखून पाहत असतानाच धनुष्य मध्यभागी मोडून जमिनीवर कोसळलं. बाण रामाच्या हातातच राहिला. त्याच्या भावानं धाव घेतली आणि आपल्या भावाला कवटाळलं. बाबाही पुढं झाले आणि त्यांनी आपल्या भावी जावयाला आलिंगन दिलं.

माझ्या डोळ्यांना तर पाण्याच्या धारा लागल्या होत्या.

बाबा आणि महर्षींनी विचार करून दशरथ महाराजांकडे दूत पाठवले. निरोप पोहोचताच महाराजा भरत-शत्रुघ्नाबरोबर, सांकाश्या नगरीतून काकांना घेऊन श्रुतकीर्ती आणि मांडवीबरोबर येऊन पोहोचले. नंतर एकाच अग्निकुंडासमोर माझा रामाशी, लक्ष्मणाचा ऊर्मिलेशी, भरताचा मांडवीशी आणि शत्रुघ्नाचा श्रुतकीर्तीशी विवाह करण्याचा निश्चय करण्यात आला.

बाबांनी दशरथ महाराजा आणि त्यांच्या परिवाराचं 'न भूतो न भविष्यति' असं स्वागत केलं. यानंतर ते पाहुणे होणार हे तर कारण होतंच, शिवाय ते ईक्ष्वाकू घराण्याचे प्रतिनिधी होते ना- शास्त्र, नित्यनियमांचं पालन करणारे, प्रत्यक्ष ब्रह्मापासून सुरू झालेला वंश तो! मरीच, कश्यप, विवस्वान, मनू, इक्ष्वाकू अशा अनेकांमुळे विस्तार पावलेला वंश! अधूनमधून महान योद्ध्यांच्या पराक्रमानं गाजलेला... अशी दीर्घ वंशावळी...शिवाय दशरथ महाराजांचा प्रताप तरी कुठं कमी होता? अश्वमेध यज्ञ करून पितरांना शाश्वतपणे स्वर्गात प्रतिष्ठापित करणारा महान राजा..दशदिशांमध्ये रथ चालवून कीर्तीला पात्र ठरलेले राजाधिराज! आमच्या राजपुरोहितांनी, शतानंदांनीच मला हे सगळं सांगितलं होतं. बाबा-आई आणि काका-काकूंना तर अतिशय अभिमान वाटत होता, अशा महान घराण्यात सुना म्हणून आपल्या लेकी जाताहेत, याचा! शिवधनुष्य मोडून मला जिंकणाऱ्या रामाच्या घराण्याचा गौरव ऐकताना माझं मनही बहरून आलं होतं. त्याला पुन्हा पाहायची अदम्य इच्छा मनात निर्माण होत होती. मीच माझं समाधान करून घेत होते, 'आता कशाला एवढी आतुरता? लग्नबंधनातच एकरूप व्हायचं आहे ना!'

पण अजून लग्नाचा मुहूर्त ठरत नव्हता. पुरोहित शुभमुहूर्ताचा शोध घेत होते.

अशा वेळी एक बातमी जन्मली. बातमी कटू होती. माझे गुरुजी शतानंद यांनी ती बाबांच्या कानांवर घातली. मी जनक राजाची खरी मुलगी नाही, नांगरलेल्या शेतात एका जुनेऱ्यात गुंडाळलेल्या अवस्थेत सापडलेली बालिका. अशा प्रकारे

माझा त्याग केलेली माझी जन्मदात्री असेल किंवा जन्मदाता, ते धर्मसंमतीनं गर्भधारण केलेले नक्कीच नसणार! नाहीतर का त्याग केला असता? शिवाय त्यांची जात कुठली? जनक महाराजानं दयाबुद्धीनं हिचा सांभाळही केला असेल; पण म्हणून ती बालिका राजवंशातली कशी ठरेल? ती कशी राजकुमारी बनेल? अशी मुलगी ईक्ष्वाकू वंशातल्या, लवकरच राजसिंहासनावर विराजमान होणाऱ्या राजकुमाराशी विवाहबद्ध होणार काय? तो राजा झाल्यावर ही त्याच्या शेजारच्या सिंहासनावर राज्ञी म्हणून बसणार काय? हे योग्य ठरेल काय? मग ईक्ष्वाकू वंशाच्या कीर्तीचं काय? या जनक राजानं आमची फसवणूक केली आहे! आम्हाला हे नातं मान्य नाही. आम्ही याच पावली अयोद्धेला निघून जाऊ!...' असा प्रत्यक्ष दशरथ महाराजांनीच हट्ट धरल्याचं कानांवर आलं. इथं येऊन पोहोचल्यावर त्यांना ही बातमी समजली होती.

बाबा दिङ्मूढ झाले. मला तर अंतहीन अंधाऱ्या गुहेत सापडून जीव गुदमरावा तसं झालं. दशरथ महाराजांना भेटून यावर चर्चा करायचीही बाबांना इच्छा राहिली नाही. आमच्या राजपुरोहितांनी अखेर शतानंदांना समजावलं, की 'तुम्हीच जाऊन त्यांना समजावणं आवश्यक आहे. हा केवळ वैदेहीचाच नाही, तर इतर तिन्ही मुलींच्या आयुष्याचा प्रश्न आहे. दशरथ राजा आपल्या मुलांना घेऊन निघून गेला, तर या चौघींची लग्न होणं कठीण आहे!...'

मला हा आघात सहन न होणारा होता. भर वैशाखाच्या कडकडीत उन्हात अनवाणी तापलेल्या फरशीवर उभं राहिल्यासारखं होऊन डोळ्यांसमोर अंधारीच आली. खांबाचा आधार घेऊन उभी राहिले. अंत:पुरात ऊर्मिला, मांडवी, श्रुतकीर्ती यांचीही अवस्था तशीच झाली. माझ्यामुळे माझ्या बहिणींच्या नशिबात वृद्ध कन्या होऊन जगायची पाळी येईल, मुलींच्या अवस्थेमुळे हवालदिल झालेली आई झुरणीला लागेल, या विचारानं मी गलितगात्र झाले. अशा परिस्थितीत जर आई माझ्यावर रागावली आणि मला सांभाळल्याबद्दल बाबांना दोष द्यायला लागली, तर तिला तरी कसा दोष द्यायचा... एकदा आईच्या मनात माझ्याविषयी एवढा राग जन्मला तर मी कशी या घरात राहू... मग मी कुठं जायचं... पुन्हा नांगरलेल्या जमिनीच्या त्याच चरात जाऊन निजले, तर तिथून मला कोण उचलून घेईल... काहीच सुचेना.

संध्याकाळी शतानंद गुरुजी माघारी आले. त्यांनी सांगितलं, "दशरथ महाराजा अतिशय हट्टी आहेत! कुणाचंच ऐकायला तयार नाहीत. मी विश्वामित्र महर्षींना शरण गेलो! तेही मौन होऊन बसले आहेत. धनुष्य उचलायला प्रोत्साहन देणाऱ्या महर्षींना राजकुमारीच्या जन्माची माहिती तर आधीच होती. मग ते का गप्प आहेत, हे मला कळत नाही!"

बाबांना मात्र वाटलं, आपल्या शब्दांची किंमत दशरथ महाराजा ठेवणार नाही, याची कल्पना असल्यामुळे ते गप्प असावेत.

रात्रीचं जेवण कोणालाच गोड लागलं नाही. काही बोलायचंही सुचलं नाही. सगळे तसेच झोपी गेले. मला मात्र झोप लागली नाही. अस्वस्थपणे कूस पालटत असताना मनात येत होतं, यानंतर मी फक्त वैवाहिक जीवनापासूनच वंचित राहणार नाही, धनुष्यभंगाच्या वेळी ज्याच्यावर माझी नजर खिळली होती, त्या सुंदरांगालाही मी गमावणार आहे, याची मला तीव्रपणे जाणीव झाली. सभोवतालच्या अंधारातही त्याचं तेजस्वी रूप नजरेसमोरून हलत नव्हतं. पाठोपाठ मनात आक्षेप उठत होता, विवाह न होता एखाद्या नजरभेटीतच एका तरुणाला मन देणं कुलीन मुलीला शोभतं का? पण डोळ्यांसमोरचं त्याचं चित्र मात्र अविचल होतं. त्याच्या वडिलांनी आक्षेप घेतल्यामुळे त्या वेळेपर्यंत कधीच न जाणवलेलं माझ्या जन्माचं रहस्य तीव्रपणे मनाला सलू लागलं. अध्यात्मचर्चेत गढून जाऊन सहज मनानं माझ्या जन्माच्या रहस्याचा उच्च पातळीवरून स्वीकार करणाऱ्या माझ्या बाबांच्या मनातही किल्मिष निर्माण करायचं काम या वृद्ध दशरथ राजानं करावं का? मनातल्या दु:खाची जागा हळूहळू संताप घेऊ लागला.

कोंबडा आरवायच्या वेळी किंचितसा डोळा लागत असतानाच ते स्वप्न पडलं! नांगरलेल्या जमिनीच्या एका भेगेत तेच जुनं लुगडं नेसून मी पडले होते, तेव्हा धनुष्यभंग करणारा तो भरदार छातीचा आणि पुष्ट बाहूंचा राम जवळ आला आणि बाबांनी ज्या ममतेनं आणि प्रेमानं हळुवारपणे मला उचलून घेतलं होतं, त्याच हळुवारपणे उचलून छातीशी धरलं....

काय हे स्वप्न ! हे खरोखरच स्वप्न होतं की दिवास्वप्न?

पूर्ण जाग आली तेव्हा खिडकीतून उजेड दिसत होता. जाग आल्यावर उगाच लोळत पडायची इच्छा झाली नाही. उठले. आरशापुढे उभी राहिले. माझ्या रूपाचा अभिमान वाटला. मनाची खात्री वाटली. आठवलं, धनुष्यभंग करण्याआधी त्यानंही तिरक्या नजरेनं मला पाहिलं आहे! हे तरी खरं, की माझ्याच मनाची समजूत? एवढ्या गर्दीत त्यानं नेमकं मलाच पाहिलं असेल का? कारण तेव्हा तर त्याची नजर बायकांचा समूहच नव्हे, इतर कुठंही गेली नव्हती. माझं सौंदर्य कसं त्याला समजलं असेल? नाही! त्यानं मला पाहिलं नसणार! मलाच भास झाला असेल!... या विचारानं डोळे पाण्यानं तुडुंब भरले.

तो संपूर्ण दिवस राजवाड्यात काही प्रमाणात शोक भरून राहिला होता. कोणी बोलायला लागलं, तरी तोच विषय होता; पण सूर वेगळा होता. मांडवी-श्रुतकीर्तीच्या मातु:श्री तर म्हणायला लागल्या, 'त्यांना जायचं तर जाऊ दे! जगात आणखी कुणी क्षत्रिय नाहीच की काय!' बाबा काही बोलले नसले तरी तेही थोडे

बरे दिसत होते. तरीही अयोध्येच्या दशरथ महाराजांनी नकार दिला म्हटल्यावर आर्यावर्तात काहीसा अपमान होणार, याची खंत होतीच.

अशा वेळी राजपुरोहित शतानंद आले आणि त्यांनी संदेश सांगितला, "महाराजा दशरथ तुमच्या घराण्यातल्या इतर तिघींचा स्वीकार करायला तयार आहे."

हे ऐकताच आईचा जीव भांड्यात पडला. बाबांना ती म्हणाली, 'हे मान्य करू या. नंतर सीतेसाठीही वेगळा मुलगा शोधता येईल."

माझ्या छातीचे ठोके वाढले. मी जातिहीन मुलगी असल्याचं यामुळे मान्य केल्यासारखं होईल..

पण त्याच क्षणी बाबांनी स्पष्ट शब्दांत सांगितलं, "सीता माझी थोरली मुलगी आहे! यज्ञसंकल्प करताक्षणीच साक्षात यज्ञेश्वरानं प्रसन्न होऊन मला ती बहाल केली आहे. थोरल्या मुलीचं न करता लहान बहिणींचं लग्न करायचा प्रश्नच उद्भवत नाही! 'धनुष्यभंग करणाऱ्याला मुलगी देईन' हा जसा माझा शब्द होता, तसाच पण जिंकल्यावर हिच्याशी विवाहबद्ध व्हायचा त्याचाही शब्द आहे! स्वत: महर्षी याला साक्षी आहेत. दशरथ महाराजा या धर्म-सूक्ष्माचं कसं उल्लंघन करतो? मी सोडणार नाही. या मुद्द्यावर मी धर्मसभा घेईन. माझ्याकडून अपशब्द उच्चारले जाऊ नयेत, म्हणून मी संयम पाळून आहे. बुद्धी कधीच संतापाच्या हाती द्यायची नसते. शिवाय आपल्या मुली त्या घरी नांदणार आहेत!"

बाबांचं बोलणं ऐकताच माझ्या मनाला उभारी आली. छातीशी कवटाळल्यावर एखाद्या नवजात बालकाच्या मनात जो विश्वास जाणवला असेल, तो विश्वास पुन्हा वाटला.

संध्याकाळी शतानंद परतले. त्यांनी सांगितलं, त्या सकाळी रामानंही आपल्या वडिलांची भेट घेतली होती. वडिलांनी घेतलेला आक्षेप त्याच्याही कानावर गेला होता. सोबत लक्ष्मणही होता. वडिलांच्या पायांना स्पर्श करून नमस्कार केल्यावर त्यांची परवानगी घेऊन रामानं बोलायला सुरवात केली.

"महर्षींच्या आज्ञेनं मी धनुष्यभंग केला. मी हरलो असतो, तर सोबत असलेल्या लक्ष्मणाला संधी होती. आपला आशीर्वाद आणि ईक्ष्वाकू वंशाच्या पुण्यसंचयामुळे माझ्या हातून धनुष्यभंग झाला, तेव्हाच ती कन्या आपली स्नुषा झाली. आता तिला सोडली, तर आपण वचनभ्रष्ट होऊ. लोकनिंदेला बळी पडू."

दशरथ राजांनी आक्षेप घेतला, "पण तिच्या जन्माचं रहस्य कोणालाच ठाऊक नाही!"

"यज्ञासाठी भूमी सज्ज करताना सापडलेल्या बालिकेविषयी असा आक्षेप घेणं योग्य नाही. जनक महाराजांनी तिचं पालकत्व ममतेनं स्वीकारलं आहे. तिला राजकुमारीसारखेच संस्कार देऊन वाढवलं आहे, वेद-विद्येचंही शिक्षण दिलंय.

तिच्या चालचलनाविषयी त्यांचे राजपुरोहित ग्वाही देताहेत. अशा संस्कारदक्ष कन्येला जन्मकारण सांगून नाकारत वचनभ्रष्ट होणं योग्य आहे का?''

''पण वत्सा, संस्काराला महत्त्व देऊन जन्माला डावलणं योग्य आहे का? कडुनिंबाचं बी पेरलं आणि भरपूर संस्कार दिले तरी त्यातून आम्रवृक्ष तयार होणं शक्य आहे का?''

''ते कडुनिंबाचंच बीज आहे हा पूर्वग्रह का बाळगायचा? याला काही प्रमाण आहे काय? माझ्या दृष्टीनं धनुष्यभंग हाच विवाहविधी! दुसरं म्हणजे मी एकपत्नीव्रती आहे! जर तिला अयोध्येला न्यायचं नाही अशी आपली आज्ञा असेल, तर ठीक आहे; यानंतर माझ्या आयुष्यात दुसरी स्त्री यायचा प्रश्नच नाही! पितृआज्ञेचं पालन करायची मला शक्ती असू दे, असा मला आशीर्वाद द्यावा, ही विनंती!'' म्हणत त्यानं वडिलांच्या पायाशी दंडवत घातला.

मला पहाटेचं स्वप्न आठवलं. यानंतर त्याचे वडील माझा सून म्हणून स्वीकार करोत किंवा न करोत, पण हा मला त्यागणार नाही, असं वाटलं आणि आतून शांत वाटलं.

दुसऱ्या दिवशी सकाळी अयोद्धेचे मंत्री सुमंत स्वत: आले. त्यांनी चारही विवाहांचा प्रस्ताव आणला होता.

विवाहाच्या वेळी बाबांनी गौतम ऋषी आणि अहल्यादेवींना मुद्दाम बोलावून घेतलं होतं. आशीर्वाद देणाऱ्या पूज्य दाम्पत्यांच्या पंक्तीत त्यांनाही मानानं बसवण्यात आलं होतं. जेव्हा आम्ही दोघांनी त्यांना नमस्कार केला, तेव्हा अहल्यादेवींनी रामाला छातीशी कवटाळलं आणि भरल्या डोळ्यांनी तोंडभर आशीर्वाद दिले. मलाही आलिंगन देऊन म्हणाल्या, ''रूपवती तर आहेसच! महापतिव्रता हो!'' त्यांच्या चेहऱ्यावर समाधान विलसत होतं.

आम्ही अयोध्येत पोहोचल्यावर आमच्या महालात एकांतात असताना रामानं माझे केस विंचरून, वेणी घालून तिच्यात फुलांचा शृंगार केल्यावर एका क्षणी मी विचारलं, ''लग्नाआधी मला पाहिलं होतंस?''

''ते कसं शक्य होतं?'' त्याला पराकोटीचं आश्चर्य वाटलं.

''धनुष्यभंग केल्यावर जिच्याशी विवाह होणार आहे, तिला पाहायची इच्छा झाली नाही? समजा, मी कुरूप असते तर? धनुष्यभंगानंतर विरस होऊन मला टाकली नसतीस का?''

तो गंभीर झाला. नंतर म्हणाला, ''मला तुझा प्रश्नच समजत नाही! महर्षींनी सांगितलं, मी धनुष्यभंग केला! तेव्हा तुझ्याविषयी कुठलाच विचार मनात नव्हता.

तू कशीही असतीस, तरी माझ्या दृष्टीनं सुंदरच असली असतीस!''

मी स्तब्ध झाले. त्याच्या बोलण्याचा अर्थ त्या क्षणी माझ्या लक्षात आला नाही. 'मी धर्मबंधनामुळे तुझ्याशी लग्न केलं, तुझं रूप माझ्या दृष्टीनं गौण आहे..' असं तर याला म्हणायचं नाही? छे! हा माझ्याच मनाचा खेळ आहे, असं सांगून मी स्वत:चं समाधान केलं. तो कधीच असं म्हणणार नाही!...

पण इतकी वर्ष त्याच्याबरोबर काढल्यानंतर समजलं, त्याच्या प्रत्येक वागण्याला धर्मच चालना देतो, मार्गदर्शन करतो. आणखी काहीही त्याच्या खिजगणतीत नाही.

৵

लग्न करून सासरी आल्यावर एक-दोन महिने मुली माहेरच्या आठवणींनी मलूल होतात, हे लोकसत्य आहे. पण मला तसं वाटलं नाही. याचा अर्थ माझं माहेरवर प्रेम नव्हतं, असं नाही. बाबांची तर नेहमीच मनोमन पूजा करत होते. त्यांनाही माझं तेवढंच कौतुक होतं. आईनंही कधीच माझ्यात आणि ऊर्मिलेत भेदभाव केला नाही. शतानंद आणि गुरुपत्नी श्रीलक्ष्मी यांच्या व्यतिरिक्त आता तरी आणखी कोणाची नावं आठवत नाहीत. आप्तसखी सुकेशी तर माझ्याबरोबरच आली ना!

माहेरची अपरिमित ओढ वाटली नाही, त्यामागचं कारण मला समजलं आहे. माझं सर्वस्व रामात एकरूप होऊन गेलं होतं. तोही माझ्यात तसाच एकरूप झाला होता. जगातला कुठलाही नवरा आपल्या बायकोवर एवढं प्रेम करणार नाही, असं म्हणण्याइतपत तो माझ्यावर आसक्त झाला होता. महाराजांचा थोरला मुलगा, युवराज पदावर आरूढ होणारा, आताच वसिष्ठांकडून आणि मंत्री-अमात्यांकडून धर्मशास्त्राचे आणि राज्यशास्त्राचे धडे घेणारा राम! राजपुत्र असल्याचा कणभरही अहंकार नाही! सगळ्यांशी प्रेम आणि आदरानं वागायचा. हे काही केवळ शिक्षण आणि संस्कारांमुळे आत्मसात केलेलं वर्तन नव्हतं. हा त्याचा जन्मजात स्वभावच होता. 'असला स्वभाव केवळ जन्मापासून कसा येईल? पूर्वजन्माचं ते संचितच म्हणावं लागेल!' असं आमच्या अंत:पुराची वृद्ध व्यवस्थापिका जयभद्रा म्हणायची, ते खरंच असावं.

माहेरी असेपर्यंत बाबाच माझे आदर्श पुरुष होते. पण रामाची पत्नी म्हणून राजवाड्यात आल्यावर बाबांचे सद्गुण मनातून पुसट होत चालले. ती जागा आता राम घेत चालला होता.

रस्त्यावरून चालताना गरीब-श्रीमंत, म्हातारेकोतारे, आबाल-वृद्ध, स्त्री-पुरुष असे कोणीही अभिवादन करण्याआधी हाच हात जोडून त्यांना प्रणाम करायचा. विशेष म्हणजे बहुतेक सगळ्यांना तो नावानिशी ओळखायचा. ज्येष्ठांशी गौरवानं,

समवयस्कांशी सलगीनं आणि लहानांशी मायेनं बोलायचा त्याचा स्वभावच बनून गेला होता. सगळ्यांची सुखं-दुःखं संयमानं ऐकून घेऊन प्रश्न-उपप्रश्न विचारून दुःखामागचं कारण समजावून घ्यायचं आणि राज्याच्या खजिन्यातून, काही वेळा स्वतःच्या संचयातून मदत द्यायची, अशी त्याची पद्धत. हे करतानाही कोणी खोटं बोलून गैरफायदा तर घेत नाही ना, याविषयी तो जागरूक असायचा. खोटेपणा दिसला, तर चेहऱ्यावर संताप दाखवत तो दमदाटीही करायचा. पण हा संतापही तेवढ्या मुद्द्यापुरताच असे. दुसऱ्याच क्षणी तो पुन्हा पहिल्यासारखा हसतमुख असायचा. त्या वेळी युवराज्याभिषेक विधिवत झाला नव्हता. तरीही मंत्री त्याच्यावर त्या पदाची काही कर्तव्ये सोपवून त्याच्याशी विचारविनिमय करायचे.

स्त्री-पुरुष नात्यातलं- प्रेमातलं मूलद्रव्य कोणतं? मला नेहमीच पडणारा हा प्रश्न. या प्रेमाचा मला अनुभव आला, तो केवळ तेव्हाच ना? याआधी हा प्रश्नच मनात उठला नव्हता. ते अशक्य होतं. आता वाटतं, मार्दवता हेच प्रेमाचं मूळ आहे. तीच प्रेमाची अभिव्यक्ती.

राम किंचित जरी दमल्यासारखा वाटला, तरी माझं अंतःकरण मलूल होत होतं. तसंच माझा चेहरा थोडा जरी उतरला, तरी तो मलूल होत होता. मग, मीच काहीतरी चूक केलीये, माझ्या कुठल्याशा चुकीमुळे तो मलूल झाला, असं वाटून माझं मन मला खाऊ लागायचं. माझा चेहरा उतरला, की तो माझी समजूत काढायला तयारच असायचा.

कधी तो मला विचारायचा, "माहेरची आठवण येते का? कामामुळे मलाही तुझ्यासाठी जास्त वेळ काढता येत नाही!" या कारणासाठी क्षमा मागायच्या बाबतीतही तो तत्पर असायचा.

मग मीही त्याच्या तोंडावर हात ठेवत म्हणायची, "आर्यपुत्रा, तू क्षमेची भाषा केलीस, तर मला वेदना नाही का होणार?" त्याला कसाही स्पर्श केला तरी मी रोमांचित होऊन जायची. कानशिलं तप्त होऊन जायची.

झाडं, वेली, कळ्या, फुलं यांच्या सौंदर्याचा आस्वाद घ्यायलाही त्यानंच मला शिकवलं होतं ना! आमच्या मिथिलेच्या जवळही विविध प्रकारच्या वनराया असल्या आणि वर्षातून किमान एकदा आम्ही वनभोजनासाठी तिथं जात असलो तरी त्यातल्या एकेक वनस्पतीचं सौंदर्य जाणून घेऊन त्यातला आनंद घ्यायची अभिरुची नव्हती. एकूणच निसर्गाकडे पाहून केवळ 'आहा..' म्हणायचं, एवढंच समजत होतं. राजवाड्याच्या समोर असलेल्या विस्तीर्ण राजोद्यानातली हिरवी झाडी बघूनही माझी प्रतिक्रिया तेवढीच असे. त्यातल्या सुट्यासुट्या वनस्पतीतलं नाजूक सौंदर्य

निरखून त्याचा आस्वाद घेणं, हे मला माझ्या रामानंच शिकवलं.

एकदा तो रोखून बघत म्हणाला, "सीते, फुलात किती मधुर रस असतो! भुंगे उडत येतात, त्या फुलांवर हलकेच बसतात, त्यातला मध शोषून घेतात! ही फुलं केवळ देखणी नसतात, तोंडाला पाणी सुटावं असा मधुर मधही त्यात असतो!"

हे सांगताना त्याच्या चेहऱ्यावर हसू होतं. त्याचा अर्थ न समजून मी त्याच्या चेहऱ्याकडे पाहत राहिले. क्षणभर थांबून तो म्हणाला, "मुखपुष्पाप्रमाणे!.."

आता कुठं मला त्याच्या बोलण्याचा अर्थ समजला! तो समजताच शरमेनं माझी मान खाली झुकली. नंतर मला समजलं, एकांतात बोलत असताना त्याच्या बोलण्यात वेगळाच अर्थ असतो! तो लपलेला अर्थ समजू लागला आणि प्रत्येक वेळी ते बोलणं ऐकताना माझ्या सर्वांगाला सूक्ष्म कंप सुटायचा. तो इतर कामांसाठी अंत:पुराबाहेर गेला, की माझं मन त्याचं बोलणं आणि त्याची खोडकर नजर आठवून त्या आठवणीतच रमून जायचं.

❧

दिवसातून निदान एकदा तरी कौसल्यामातेच्या अंत:पुरात जाऊन त्यांना चरणस्पर्श करून यायचा माझा नेहमीचा नियम. दाट पांढरे केस, लांबुडके कान, राजलक्षणांनी परिपूर्ण असा त्यांचा चेहरा आणि त्यावरच्या बरेच अनुभव घेतलेल्या सुजाण सुरकुत्या. मला पाहताच त्यांच्या चेहऱ्यावर आनंद झळकायचा. 'सूनबाई, माझ्या बाळे!' म्हणत त्या मला छातीशी धरत. त्यांच्या त्या मिठीत माझ्या मिथिलेच्या मातेची ऊब..... आता आठवतं,.. नाही...माझी ती मिथिलेची माता मला कधीच असं उराशी कवटाळत नव्हती. मी माझ्या सासूच्या मिठीत ते वात्सल्य शोधत होते.

"बाळा, किती सुंदर आहेस तू! किती सौम्य आणि सुंदर चेहरा आहे तुझा! सौम्यपणा नसलेलं सौंदर्य सापाच्या सुंदरतेसारखं असतं! रामाच्या चेहऱ्यावरही असाच सौम्यपणा आहे, हे तुझ्या लक्षात आलंय का?" एकदा त्या मला विचारत होत्या.

ज्याच्या चेहऱ्यावरच नव्हे, संपूर्ण व्यक्तिमत्त्वावर मी मोहीत झाले होते, त्या चेहऱ्याचं हे महत्त्वाचं वैशिष्ट्य माझ्या लक्षातच आलं नव्हतं. पण कौसल्यामातेनं माझं तिकडे लक्ष वेधल्यापासून मी ते पाहून अधिकच सुखी होत होते. त्याच म्हणाल्या होत्या, "या समान गुणामुळे तुम्ही दोघं अधिकच एकरूप झाल्यासारखे दिसता!.."

माझी सखी सुकेशी माझ्या केसांना सुगंधी तेल लावून विविध केशरचना करायची. कधी पाच पेडांची वेणी घालायची, त्या वेणीभर नाजूक फुलांचं सुशोभन

करत असे. मी कौसल्यामातेंच्या दर्शनाला गेले, की त्याही काही विचार करून माझे केस मोकळे करत आणि 'तुझ्या चेहऱ्याला हे छान दिसेल..' म्हणत हलकेच केस विंचरून वेगळीच केशरचना करत. नंतर समोर आरसा धरून मला ती आवडली की नाही हे पाहत. माझ्या चेहऱ्याचं निरीक्षण करून त्याही आनंदित होत. सुंदर आकाराची केशरचना हातानं चाचपून पाहत असतानाच त्या आत जाऊन आपली मोजकी केशाभरणं शोधून आणून माझ्या केसांमध्ये गुंफून द्यायच्या. नंतर दुसरा आरसा पाठीशी धरून केशरचना मला दिसेल अशी करून विचारायच्या, "बघ! आवडलं की नाही?"मी होकार दर्शवताच म्हणायच्या, "यानंतर दररोज इथं येऊन वेगवेगळ्या प्रकारच्या केशरचना करून घ्यायच्या माझ्याकडून! म्हणजे तुझा नवराही आनंदित होईल.."

कौसल्यामातेकडून असे लाड करून घेताना मिथिलामातेची आठवण झाल्याशिवाय कशी राहील? त्यांनी कधीच माझे असे केस विंचरले नव्हते. आवर्जून केशरचना करायचं कौतुकही केलं नव्हतं. पाठोपाठ आठवलं- मला राहू दे, त्यांनी कधी त्यांच्या पोटच्या मुलीला, ऊर्मिलेलाही जवळ बोलावून केस विंचरून दिले नव्हते. मुलांना आंघोळ घालणं, केस विंचरणं, चांगले कपडे घालून कौतुक करणं ही सगळी त्या त्या क्षेत्रात मुरलेल्या परिचारिकांचीच कामं होऊन गेली होती. तेव्हा हे सगळं आईनं केलं तर किती छान वाटतं, हेही मला ठाऊक नव्हतं! यानंतर मात्र माझ्या मुलांसाठी हे सगळं मीच करीन... मुलगी झाली, तर कौसल्यामातेकडून शिकून घेऊन विविध प्रकारच्या केशरचना करेन, अशी स्वप्नं तेव्हा मीही पाहिली होती.

पण हे दोन्ही मुलगेच जन्मले! यानंतर मुलगी जन्मण्याची शक्यताच नाही! एकूणच मूल जन्माला यायचा प्रश्नच नाही! नवऱ्यानंच वनवासात पाठवून दिल्यावर कुठून मूल-बाळ?

ऊर्मी आपल्या बाळासह गावी, स्वानंदला जाऊन आठ दिवस झाले होते. आवर्जून आठवण काढावी असं तिच्याशिवाय आणखी कोण आहे या जगात मला?

सुमित्रामातेंनाही केशरचना छान जमायच्या. मी कौसल्यामातेंना भेटायला गेले असता बहुतेक वेळा सुमित्रामाताही तिथं असायच्या. त्या दशरथराजांच्या दुसऱ्या पत्नी म्हणून आल्या तेव्हा कौसल्यामाताच त्यांच्या वेगवेगळ्या प्रकारच्या केशरचना करायच्या, आपले दागिने त्यांना घालायच्या म्हणे. त्या दोघांमधला अन्योन्य भाव बघून माझं मन आनंदित व्हायचं. पण त्या का नाही कधीच आपल्या सुनेची- ऊर्मीची केशरचना करत? त्या का तिचे केस विंचरून देत नाहीत? ऊर्मीही नवऱ्याला सोडून त्यांच्या अंत:पुरात जायची नाही म्हणा! तिच्या पतीला, म्हणजे

लक्ष्मणाला रामाइतकं काम नसायचं. आमच्यासारखं त्यांचंही नवं लग्न झालेलं. ती नवऱ्याला कुठंच सोडत नाही, असंच दिसायचं! खरं तर सुनेनं आपणहोऊन सासूकडे जाऊन तिच्याशी बोलायला पाहिजे. फुलांचा गजरा करून द्यायला पाहिजे. आपणहोऊन संवाद वाढवायला नको का? ही तर सासूला भेटायला जातानाही नवऱ्याच्या बरोबरच जायची, आणि त्याच्याबरोबरच माघारी यायची! सुकेशीनं सगळं सांगितलंय मला. जर ती एकटी जाऊन बोलली नाही, तर सासू-सुनेचं नातं कसं वाढणार? मीच सांगू का हे तिला? हो..तसंच करावं...मी ठरवलं.

अगदी पहिल्यांदा कौसल्यामातेनं मला केशरचना करून त्यावर फुलांचे आणि सोन्या-मोत्यांचे दागिने माळून पाठवलं, त्या संध्याकाळी रामाच्या चेहऱ्यावर आनंद पसरला होता. त्यानं विचारलं, ''मातेच्या अंत:पुरात गेली होतीस का?''

कौसल्यामातेनं मला केशालंकारानं नटवल्याचं त्याच्या पट्कन लक्षात आलं होतं. दुसऱ्या दिवशी मी स्नान आटोपून येताच त्यानं मला जवळ बोलावलं. मला समोर पाठमोरी बसवून तो माझे केस विंचरू लागला. शरमेनं मला अवघडल्यासारखं झालं. नवऱ्याकडून हे सगळं करून घ्यायची लाज वाटून मी नको-नको म्हणत मागं सरले. पण माझं काहीएक न ऐकता त्यानं माझे जाड, लांबसडक केस विंचरायला सुरूवात केली. पाच पेड करून त्यानं काही करायला सुरूवात केली. तो काय करतोय हे मला समजेना. नंतर त्यानं मला आरशापुढे उभं केलं, मागे आणखी एक आरसा धरला. वा! ही केशरचना तर कालच्या मातेनं घातलेल्या केशरचनेपेक्षा जास्त छान होती. माझा चेहरा खुलला. मी विचारलं, ''हे तुला कसं येतं?''

''लहान असताना मी मातेच्या अंत:पुरात जायचो, तेव्हा माता धाकट्या मातेला घालायची, ते पाहिलं होतं. ते होतं लक्षात!''

किती हुषार आहे माझा नवरा; किती प्रेम आहे माझ्यावर, असं वाटून जीव किती सुखावला होता तेव्हा!

मीच ऊर्मीला समजावलं; त्यानंतर मात्र तीही आपल्या सासूच्या अंत:पुरात एकटीच जाऊन गप्पा मारून येऊ लागली. तिच्यासारख्या बडबडीला माझ्यासारख्या अबोलीनं हे सांगावं हा एक विनोदच म्हणायला पाहिजे! ती तर पुढे आपल्या मनानंच थोरल्या मातेला, कौसल्यादेवींनाही भेटायला जाऊन येऊ लागली, कारण बऱ्याच वेळ त्या दोघी एकत्रच असायच्या. त्यामुळे लवकरच त्या दोघीही हिच्याविषयी कौतुकानं बोलू लागल्या!

एकदा राम-लक्ष्मण दोघंही शिकारीसाठी बाहेर पडले. सोबत मुरलेले व्याधही होते. राम शिकारीकडे एक वाईट व्यसन म्हणूनच पाहत होता. पण दुष्ट रानटी

प्राणी माणसं आणि पाळलेले प्राणी मारू लागले की त्यांना शोधून ठार करणं, हा राजधर्म होता. अयोध्येहून कोसभरावर असलेल्या नंदीग्रामाच्या भोवतालच्या अरण्यात एक वाघ गेल्या पंधरा दिवसांपासून धुमाकूळ घालून माणसं आणि पाळलेल्या प्राण्यांना मारत होता. एक गाय, एक वासरू आणि चार कोकरं त्याला बळी पडली होती. या जनावरांच्या रक्षणासाठी पुढे होणाऱ्या माणसांनाही तो जखमी करू लागला. नंदीग्रामहून ही बातमी येताच रामानं लक्ष्मणालाही तयार राहण्याचा निरोप दिला. तसेच इतर काही व्याधांनाही आज्ञा गेल्या. ठरल्याप्रमाणे पहाटेच्या वेळी रथावर स्वार होऊन ते सगळे शिकारीसाठी निघून गेले.

अंत:पुरात एकटीला बसून कंटाळा आला होता. ऊर्मीलाही कंटाळा आला असावा. ती माझ्या अंत:पुरात आली. दिवसभर ती माझ्यासोबतच होती. शिकारीसाठी गेलेले दोन्ही बंधू केव्हा परततील याची काहीच निश्चिती नव्हती. वाघाचा अंत केल्याशिवाय परतणार नाही, असं राम सांगूनच गेला होता. त्यात गावकरी एक वाघ म्हणून सांगत असले, तरी अरण्यातली वास्तव परिस्थिती हळूहळू स्पष्ट झाल्यावरच त्यांचं परतण्याचं ठरणार होतं.

दिवसभरच्या गप्पांमधून मला तिच्याकडून अयोध्येतल्या कितीतरी आतल्या घटना आणि संदर्भ समजू लागले.

''ताई, आपली लग्नं ठरताच आपल्या बाबांनी आणि विश्वामित्र महर्षींनी दशरथ महाराजांना पत्नींसहित यायचं निमंत्रण दिलं होतं, आठवतं ना? पण महाराज भरत-शत्रुघ्नाला घेऊन आले; सोबत एकही महाराणी नव्हत्या! असं का? पण विचारलं तर योग्य ठरणार नाही, असं वाटून बाबा गप्प बसले असावेत. कदाचित आतल्या गोष्टी ठाऊक असल्यामुळे महर्षीही काही बोलले नसावेत. विवाहसमारंभ सुरू असतानाच केकय देशाचा युवराज म्हणजे भरतराजाचे मामा युधाजित मिथिलेला आले. पण भाच्याच्या लग्नाचा त्यांना विशेष आनंद झालेला दिसला नाही. हे आई माझ्यापुढे बोलली होती. माझ्या सखीच्या, मोदिनीच्याही हे लक्षात आलं होतं. इतर बायकांनाही हे जाणवलं होतं. आपण चौघी बहिणी या चार भावांबरोबर अयोध्येला आलो. तोपर्यंत भरतभाऊजींचा आपल्या बायकोवर बराच जीव जडला होता. आपल्या तिघींपेक्षा जास्त! अगदी तुझ्या नवऱ्यापेक्षा जास्त!'' हे सांगताना ऊर्मीच्या चेहऱ्यावर खोडकर हसू होतं. वर म्हणाली, ''का? राग नाही ना आला, मी तुझ्या नवऱ्यापेक्षा म्हणाले म्हणून?''

मी जरा रागेजूनच म्हटलं, ''चहाटळपणा पुरे गं! आधी सांगत होतीस ते पुरं कर!..''

''मामानं भरताच्या आजोबांचं निमित्त सांगितलं. ते त्याला भेटायला तळमळताहेत, असं सांगून घेऊन निघाले. पुरोहितांनीही नवविवाहितानं एवढ्या लवकर देशाटन

करू नये असं शास्त्र असल्याचं सांगितलं. हे दशरथ महाराजांनाही पटलं. त्यामुळे भरत इथंच राहिला. यावर तो मामाही याला घेतल्याशिवाय जायचं नाही असा निश्चय करून इथंच राहिला. तिथला राज्यकारभार सोडून! शेवटी भरत त्याच्याबरोबर जायला निघाला. त्यानं एक केलं. मामानं कितीही सांगितलं तरी न ऐकता बायकोबरोबरच जायला निघाला! शिवाय तिनंही त्याची पाठ सोडलीच नाही! आणि शत्रुघ्न! एवढ्या दिवसांत तुलाही त्याचा स्वभाव समजला असेलच म्हणा! लक्ष्मण-शत्रुघ्न ही सुमित्रामातेची जुळी मुलं. त्यातला लक्ष्मण तुझ्या पतीबरोबर असतो आणि शत्रुघ्न भरतबरोबर. या दोघांमध्ये भरपूर साम्य आहे. त्या दोघांमध्ये साम्य नाही, तरी त्या दोघांमध्ये जवळीक खूप आहे. या दोघांसारखंच, ते दोघंही एकमेकाला सोडून राहत नाहीत. मग काय, भरतनं जाताना शत्रुघ्नला सोबत बोलावलं. मामांच्या मनात नव्हतं. तरीही दोघं मिळूनच गेले. भरताप्रमाणे हाही आपल्या बायकोला घेऊनच निघाला. मांडवी-श्रुतकीर्ती भरत-शत्रुघ्नाबरोबर जायला तयार झाल्या. सोबत त्यांच्या सख्याही. युवराजा युधाजितही त्यांच्याबरोबर निघाला. माता कैकेयीच्या शेजारच्या प्रासादात सगळे सतत एकत्रच असायचे. आपसात गुपितं बोलत राहायचे. निमंत्रण नसताना मिथिलेलाही आलाच ना! नंतरही तीन महिने वाट पाहून नंतर त्यांना घेऊन निघाला, तेव्हा राजवाड्यातले सेवक-सेविका आपसात बोलू लागले, यात काहीतरी डाव असला पाहिजे!'

या कुजबुजीतही काही अर्थ नाहीच असं मलाही वाटलं नाही. पण ते तर्कबद्धपणे विवेचन करता येण्यासारखं नसल्यामुळे त्यावर विश्वास ठेवणं कठीण होतं. त्यामुळे मनात नुसता गोंधळ माजला. ऊर्मीला मात्र हे सारं स्पष्ट दिसत होतं! कारण तिला आधीची आणखीही कितीतरी माहिती होती.

लग्न होऊन सात वर्षं झाली तरी कौसल्यामातेला मूलबाळ झालं नव्हतं. देवांना नवस बोलून झाले. होम-हवन झालं. तरीही काही उपयोग झाला नाही. नंतर थोरल्या पत्नीच्या परवानगीनं सुमित्रादेवींना आणण्यात आलं. नंतरही काही वर्षं गेली तरी परिस्थितीत बदल झाला नाही. दशरथ महाराज हवालदिल होऊ लागले. आपल्या वंशाविषयी त्यांच्या मनात भरपूर अभिमान होता. आपला पुरातन वंश वाढला पाहिजे, पुढं चालला पाहिजे..हे कसं होणार, याची त्यांना काळजी वाटू लागली. त्यांचं वयही वाढू लागलं. पत्नींविषयी आकर्षण कमी होऊ लागलं. अशा परिस्थितीत आणखी एक बायको आणली तरी वंशाचा उद्धार कसा होईल, अशी चिंता त्यांना ग्रासू लागली. 'अशा वयात पुरुषांचं तारुण्य पुन्हा एकदा पालवतं म्हणे!...'

आता मात्र मी उर्मीला आवरत म्हटलं, "तुला हे सगळं कुणी गं सांगितलं? असलं बोलणं आपल्या ओठांतूनही बाहेर पडता कामा नये!.."

"हे बघ, तुला ऐकायचं नसेल, तर मी बोलणार नाही! मी काही उगाच वेळ घालवायला म्हणून बोलत नाहीये! राजवाड्यामधल्या दासी आपसात बोलताना विनासंकोच हे सारं बोलत असतात! त्यांच्याकडून माझ्या सखीला, मोदिनीला समजलं. तिनं मला सांगितलं. आता मला सांग, पुढचं ऐकायचंय की नाही? नको तर राहिलं!..."

"सांग!"

"तेव्हा दशरथ महाराजांनाही म्हातारचळ लागल्यासारखं झालं होतं. आणखी एक लग्न करूनही मूल होईल याची खात्री नव्हती. पण वंश तर पुढं चालला पाहिजे; आपली कामेच्छाही पुरी व्हायला पाहिजे! अशा वेळी केकय देशाविषयी ऐकलेली एक गोष्ट त्यांना आठवली. त्या देशातल्या स्त्रिया कामक्रीडेत अतिशय परिणत असतात, असं त्यांनी ऐकलं होतं. शिवाय त्या स्त्रियांचं गर्भाशयही अतिशय फलवत् असतं म्हणे! गंगा नदीच्या काठावरच्या सकस मृत्तिकेसारखं! तिथली एखादी कन्या आणली तर मनातल्या दोन्ही इच्छा पुऱ्या होण्याची शक्यता महाराजांना दिसू लागली! मग काय, देशाटनाचं कारण सांगून महाराजांनी राज्यकारभार मंत्र्यांच्या हाती सोपवला आणि प्रस्थान ठेवलं."

"तो पश्चिमेकडे बराच दूर असलेला प्रदेश ना? कितीतरी डोंगर-दऱ्या आणि अरण्यं ओलांडून आणि शेतं-वस्त्या ओलांडून जावं लागतं." एवढं तर मलाही ठाऊक होतं

"हं! शेवटी जाऊन पोहोचले. स्वत: राजधानीबाहेर थांबून त्यांनी सारथ्याला राजवाड्यात पाठवलं. अयोध्यानगरी आणि दशरथ महाराजांचं नाव तर तिथंही पोहोचलं होतंच. निरोप पोहोचताच स्वत: अश्वपती राजा स्वागतसामग्रीसह येऊन त्यांना घेऊन गेला. दिवसभराची विश्रांती झाल्यावर दशरथ महाराजांनी आपल्या येण्यामागचं कारण सांगितलं. अर्थातच वंशोद्धाराचा विषय पुढं करून! आपल्या देशातल्या कन्यांची गर्भाशयं तेवढी शक्तिवान आहेत, म्हणून आलो..आपल्याला राजवंशातलीच कन्या पाहिजे..असं बरंच काही सांगितलं म्हणे! अश्वपती राजानं उत्तर द्यायला दोन दिवस मागून घेतले. नंतर सांगितलं, माझी मुलगी आहे...तुम्ही परस्परांना पाहून संमती दिली, तर माझी काही हरकत नाही! त्याच संध्याकाळी दोघांनीही एकमेकांना पाहिलं. ताई, कैकेयीमातेला तर तूही पाहिलंयस म्हणा! पंचेचाळीस वर्षांच्या असल्या तरी अजूनही पुरुषाची नजर खिळून राहते! विसाव्या वर्षी त्या कशा असतील, याचा आपणही विचार करू शकतो!"

"दशरथ महाराजांची अवस्था पिता-माय-लेकीच्या लक्षात आल्याशिवाय कशी

राहील? दशरथ महाराजांनीही आडपडदा न ठेवता लगेच आपली संमती सांगितली. पुढच्या विवाहाच्या अटींविषयी मुलीची आईच बोलली म्हणे! त्या प्रदेशात बायकांचं महत्त्व फार असतं. बोलण्याचा सगळा तपशील समजला नाही. पण, थोरल्या दोन राण्या असतानाही ही धाकटी राणीच पट्टराणी झाली, यावरून काय ते समजतंच म्हणा! तिच्या आईनं आग्रह धरल्यावर महाराजांनी तिलाच पट्टराणी करायची शपथ घेतली, तेव्हाच त्यांनी परवानगी दिली म्हणे!''

मी विचारलं, ''बराच तपशील ठाऊक करून घेतलास की! कुणी सांगितलं?''

''कैकेयीमातेबरोबर एक सखीही आली ना! ती कुबडी? मंथरा तिचं नाव. तिनं रेवाला सांगितलं,..रेवानं आणखी कुणाच्या कानात सांगितलं...आता हे गुपित सगळ्या सेविका-सेवकांना ठाऊक आहे! मग त्यांच्या बायकांना आणि नवऱ्यांना!'' ती हसत म्हणाली.

''म्हणजे आपल्या सुकेशी-मोदिनीही अशाच आहेत?'' मी आशंकेनं विचारलं.

''कोण जाणे! मिथिलेच्या राजवाड्यात सेवा करत वाढलेल्यांची संस्कृती वेगळीच ना! दुसरं म्हणजे एवढ्या रंजक घटना आपल्या कुटुंबात किंवा आपल्याकडच्या लग्नाच्या संदर्भात कुठं काय घडल्यात?''

हे मात्र मलाही पटलं.

''वृद्ध महाराजाला या कन्येचा अपरिमित मोह पडला. सोबत आणलेली सगळी सुवर्णनाणी तिच्या आईला देऊन लगोलग विवाह केला! त्याच रात्री गर्भाधानही उरकलं! एवढी घाई झाली होती महाराजांना! शिवाय तीही कामकलेत एवढी निपुण होती!''

हे ऐकून मला आश्चर्य वाटलं. खरं सांगायचं तर मला त्याचा अर्थही समजला नाही.

''महाराज नव्या राणीसह येत असल्याचं समजल्यावरही सगळ्यांना आनंदच झाला. वंशोद्धाराची घटका आता तरी येईल अशी आशाही वाटली. तिच्यासाठी अंतःपुरात एक महाल सज्ज करण्यात आला. आता महाराजांचा मुक्काम सततच तिथं राहू लागला.

आठ-दहा दिवसांनंतर ते एका संध्याकाळी बाहेर पडले आणि रात्री परतले नाहीत. दुसरे दिवशी सकाळची आन्हिकं उरकून वेगळी वस्त्रं परिधान करून ते परतले तेव्हा नव्या राणीनं त्यांना काट्यावर उभं केलं. विचारलं, ''रात्री कुठं होता?''

त्यांनी उत्तर दिलं, ''पट्टराणीच्या अंतःपुरात होतो,''

''माझी अशी फसवणूक? खोटारडे! खोटारड्यांचा वंश!''

या आरोपानं महाराज अवाक् झाले. ''काय बोलतेस तू हे? बाहेरच्या सेविकांना

ऐकू जाईल ना! काही लाज?''

"हा: हा:! खोटारड्यांना कसली लाज? त्या दोघी वांझ आहेत! त्यांच्यासोबत झोपून मुलं कशी होतील?''

"आम्ही कधीच तो शब्द वापरलेला नाही! तूही वापरू नकोस!''

अशा शब्दांमध्ये वाद झाला. 'यानंतर कधी तिकडे गेलात, तर मी गप्प बसणार नाही,' असंही ती म्हणाली. महाराजांनाच संकोच वाटून त्यांनी स्वत: दरवाजा बंद करून घेतला. पुन्हा असं घडलं, तर हिनं जीव द्यायचीही धमकी दिली. वर मोठा आवाज काढून रडू लागली. महाराज कळवळले. त्यांनी तसा तिला शब्दही दिला. अशा प्रकारे महाराज प्रत्येक घटनेनंतर अधिकच मवाळ होत गेले. नवऱ्याचा तिनं संपूर्ण कब्जाच घेतला. ती हळूहळू राजकारणातही नाक खुपसू लागली. महाराजही सगळे निर्णय तिच्यावर सोपवू लागले. एवढंच नव्हे, इतर दोन राण्यांच्या महालात पोहोचवली जाणारी अन्नधान्याची आणि कपडालत्त्याची रसदही हळूहळू कमी होऊ लागली.''

काय काय सांगत होती ऊर्मी! तिनं आणखीही एक सांगितलं, "ताई, हे तुला ठाऊक आहे काय? त्या महालात एक क्रोधागार आहे! हे आपण कधीच ऐकलं नाही. असं क्रोधागार आपल्याकडे कुठल्याही राजवाड्यात, श्रीमंतांच्या महालात किंवा गरिबाच्या झोपडीत असतं का? पण कैकेयीमातेच्या अंत:पुरात आहे! एक वेगळं स्वतंत्र कोपगृह! संताप आला की राणी सगळा श्रृंगार त्यागून त्या कोपगृहात जाऊन झोपी जाते! मग महाराज त्या कक्षाबाहेर उभे राहून तिची विनवणी करणार! अगं, कितीतरी वेळा हा महाराजा तिचे पायही धरतो म्हणे!....''

हे ऐकत असताना आठवलं, याच महाराजांनी माझ्या जन्मावरून मला नाकारलं होतं. बरं झालं, यांना हे भोगावं लागलं ते! मनात विचित्र समाधान भरून राहिलं. पण काही क्षणांपुरतंच! नंतर मुलाच्या हट्टापायी ते लग्नाला तयार झालेच ना! काही झालं, तरी माझ्या रामाला या जगात आणणारे पिता ते! त्यांच्याविषयी असा विचार करणं बरोबर नाही, हा विवेकही सुचला.

"ऊर्मी, यावर विश्वास कसा ठेवायचा? सेवक-सेविका वृद्ध महाराजांविषयी करत असलेली ही मस्करी तर नसेल?''

"मी तरी कुठं माझ्या डोळ्यांनी हे सगळं पाहिलंय? तिची प्रिय सखी कुबडी मंथरा आपल्या मालकिणीनं पतीवर कशी हुकूमत मिळवली, याविषयी रेवापुढे ज्या बढाया मारत होती, त्यावरून समजलं ते मी सांगितलं इतकंच! एवढा धूर दिसला त्या अर्थी कणभर तरी आग असेलच ना?''

सेवकानं दुपारचं जेवण तयार झाल्याचा निरोप दिला. मला रामाची आठवण झाली. माझा राम लक्ष्मणाबरोबर अरण्यात दुष्ट पशूंचा शोध घेत भटकतोय! अशा

वेळी त्याला सोडून जेवायची इच्छा झाली नाही. मी म्हटलं, ''चल ऊर्मी, जेवून घे.''

''तू?''

''मला भूक नाही..''

माझ्या बोलण्याचा मथितार्थ समजून ती म्हणाली, ''हे बघ, राजे शिकार करत असतात, तेव्हा सेवक त्यांच्या खाण्या-पिण्याची काळजी घेत असतात. तू उपाशी राहायची गरज नाही.''

दोघी जेवायला बसलो. मीही दोन घास खाल्ले.

जेवण करून माघारी आल्यावर मीच विचारलं, ''मग तुझ्या-माझ्या सासूबाईंना कशी मुलं झाली? याविषयी तुझ्या कानावर काही आलंय का?''

''सासूबाईच एकदा मला सांगत होत्या. केकयची बायको केल्यालाही सहा वर्षं झाली, तरी तिलाही दिवस राहिले नाहीत. ती मात्र गप्प न बसता, महाराजांना तूच याला कारणीभूत आहेस, म्हणून हिणवू लागली! अशा वेळी एक मोठे हिमालयवासी वैद्यराज संचार करत अयोध्येत आले. कुलगुरू वसिष्ठांनी ते महाराजांना सांगितलं. वैद्यराज तेजस्वी, शहाणे; पण कोपिष्ट होते. त्यांनी सांगितलं, मी सांगतो तसं जीवनविधान ठेवून, देईन ते लेह घेतलं तर नक्की गुण येईल. महाराजांच्या जिवात जीव आला. महाराजांची नाडीपरीक्षा करून झाल्यावर वैद्यराजांनी राण्यांनाही बोलावून घेतलं. कौसल्यादेवी-सुमित्रादेवींचीही नाडीपरीक्षा झाली. नंतर कैकेयीदेवींचीही नाडीपरीक्षा झाली. महाराजांनाही ते एकवचनानंच संबोधत होते. पुत्राच्या अपेक्षेनं व्याकूळ झालेल्या महाराजांच्या तर हे लक्षातही आलं नव्हतं.

वैद्यराजांनी थोडं दरडावूनच विचारलं, ''मी सांगतो तसं ऐकणार की नाही? यात कणभराचीही त्रुटी राहता कामा नये..!''

महाराजांनी हे मान्य केलं.

वैद्यराजांनी तिन्ही राण्यांचं निरीक्षण केलं. कौसल्यादेवी आणि सुमित्रादेवी एकापाठोपाठ आल्या आणि त्यांनीही मान्यता दिली. कैकेयीदेवींनीही नमस्कार करून मान्यता दर्शवली. त्यांनी राजवैद्यांना बोलावून घेतलं. त्यांच्याकरवी विशिष्ट औषधं विशिष्ट प्रमाणात मागवून घेतली. नंतर ते नगराबाहेरच्या अरण्यात गेले. आठवड्याभरानं ते परतले. चार प्रकारचं लेह्य आणून त्यांनी प्रत्येक राणीला एकेक आणि दशरथ महाराजांनाही एक मोठाला डेरा दिला. जवळच्या अश्वत्थ वृक्षाला दररोज नियमित प्रदक्षिणा, नंतर सूर्यनमस्कार असे एकशेआठ वेळा करायला सांगितलं. त्यानंतर सागरगोट्याच्या आकाराच्या लेह्याचं सेवन करायचं. नंतर सहा घटका उपाशी राहायचं. शिवाय अत्यंत कठोरपणे एक वर्षापर्यंत ब्रह्मचर्याचं पालन. 'मी आणखी एका वर्षानं इथं पुन्हा येईन. त्यानंतर नाडीपरीक्षा करून पुढं काय

करायचं ते सांगेन...' एवढं सांगून ते पुन्हा हिमालयात निघून गेले.

दोन सवतींबरोबर आणि पतीबरोबर अश्वत्थ-प्रदक्षिणा करायला कैकेयी देवींनी मान्यता दिली नाही. शेवटी ती पतीबरोबर नदीच्या काठावर असलेल्या अश्वत्थाला प्रदक्षिणा घालू लागली आणि या दोघी राजवाड्यालगतच्या अश्वत्थाला. कैकेयीदेवीची खात्री होती, कितीही अश्वत्थ प्रदक्षिणा घातल्या आणि लेह्य खाल्लं तरी या दोन म्हाताऱ्या सवतींना दिवस राहणं शक्यच नाही!

दररोजच्या प्रदक्षिणा आणि सूर्यनमस्कारानं त्या सगळ्यांचेच देह लवचीक आणि सडसडीत होऊ लागले. सुरवातीला हे कष्टाचं वाटलं, तरी हळूहळू शरीरं त्याला सरावू लागली.

वैद्यराज पुन्हा येतील की नाही, याची महाराजांना काळजी वाटत होती. पण ते ठरलेल्या दिवसाच्या आधीच दोन दिवस हजर झाले. चौघांचीही नाडीपरीक्षा झाली. महाराजा आणि कौसल्यादेवींची अधिक बारकाईनं परीक्षा झाली. नंतर सोबत आणलेली दोन पुडकी त्या दोघांना देऊन दररोज पहाटे त्यातलं तुरीच्या डाळीएवढं चूर्ण गाईच्या दुधासह घ्यायला सांगितलं. त्या दोघांचा आधीचा दिनक्रमही त्यांनी बदलायला सांगितला आणि पुढचा महिनाभर त्या दोघांनाही त्यांनी एकाच अंत:पुरात, एकाच कक्षात राहायची परवानगी दिली. इतर दोन्ही राण्यांचा दिनक्रम मात्र तसाच ठेवला. एवढं सांगून वैद्यराज पुन्हा संचारासाठी निघून गेले.

महिन्यानं परत आल्यावर त्यांनी कौसल्यादेवींची नाडीपरीक्षा केली आणि गर्भ राहिल्याची आनंदाची बातमी सांगितली. आणखी थोडी औषधं देऊन ती नियमित घ्यायला सांगितली. पुन्हा महिन्यासाठी महाराजांना ब्रह्मचर्य सांगितलं. अशाच प्रकारे नंतर सुमित्रादेवी आणि त्यानंतर कैकेयीदेवींनाही गर्भ राहिला.

आपल्या सवती गर्भवती राहिल्या, हे कैकेयीदेवींना पटलं नव्हतं. केवळ त्यांच्या हातात असतं, तर त्यांनी हे कदापि होऊ दिलं नसतं! पण संपूर्ण राजकुटुंबाला मुठीत धरलेल्या त्या वैद्यापुढे त्या निष्प्रभ झाल्या! तरीही त्यांनी महाराजांपुढे बरीच आदळआपट केली! पण तेवढंच. आणखी काहीच त्यांच्या हातात नव्हतं.

कैकेयीदेवींनाही दिवस राहिल्यावर वैद्यराज निघाले. थोरल्या दोन्ही राण्यांनी त्यांना मनोभावे नमस्कार केला. पण कैकेयीदेवी अंत:पुरातून बाहेरही आल्या नाहीत. महाराजांनी मात्र वैद्यराजांना भरपूर सोन्याची नाणी देऊ केली. पण त्यांनी ते नाकारलं आणि सांगितलं, "महाराजा, तू न्यायानं राज्य करत आहेस, भरपूर दान-धर्मही करतोस, याची मी माहिती काढली आहे. असला वंश वाढला पाहिजे असं वाटलं, म्हणून मी या चिकित्सेसाठी कष्ट घेतले. त्यातही केवळ थोरल्या राणीला चिकित्सा करायची इच्छा होती. पण इतर दोघींना वांझपणाचं दु:ख भोगावं लागू

नये म्हणून त्यांनाही उपचार केले. मला सोन्याचा किंवा संपत्तीचा मोह नाही. शास्त्र म्हणून एक केळ्यांचा घड दे.''

एवढी संपत्ती नाकारणाऱ्या थोर वैद्यराजांनी महाराजांच्या न्यायबुद्धीचा आणि धार्मिकतेचा आदरानं उल्लेख केल्याचं ऐकून माझ्या मनात सकाळपासूनची कथा ऐकताना निर्माण झालेली सवंग भावना नाहीशी झाली. ऐकलं तेही खोटं असेलच असं नाही, पण एवढ्या ज्येष्ठ महाराजांचा मी मनातही धिक्कार करता कामा नये. किती केलं तरी मला जिवापेक्षा जास्त जपणाऱ्या रामाचे ते पिता आहेत! लग्नाच्या आधीचं काही का असेना, लग्नानंतर मात्र त्यांनी माझ्याविषयी वात्सल्यभावनाच दाखवली आहे! मला तर त्यांनी तेव्हाच सांगून ठेवलंय, ''बाळ, राजभांडारातली कितीही, कुठलीही आभरणं तुला आवडली, तर तू काढून घे..तू सतत आनंदात हसतमुखानं राहिलं पाहिजे!...'' राम तर कधीही चुकूनही त्यांच्याविषयी असमाधानाचा शब्द काढत नाही. अर्थात तो कुणाविषयीही काहीच असमाधान दर्शवत नाही म्हणा! इतक्या सद्‌गुणी मुलाला जन्म देणारा तो पुण्यात्मा आहे!

शिकारीला गेलेली दोन्ही भावंडं तीन दिवस झाले, तरी परतली नव्हती. अरण्यात ते नेमके कुठं आहेत, काय करताहेत हे समजणं कठीणच! नंदीग्राम ते अयोध्येमधलं अंतर केवळ काही घटकांचं. मिथिलेहून येताना ते वाटेत लागलं होतं. तेव्हाही तिथल्या ग्रामस्थांनी गावाबाहेर एकत्र येऊन महाराजांविषयी आदर दर्शवला होता. शिवाय चारही सुनांना सौभाग्यवायने देऊन सत्कार केला होता. त्या गावापासून ते अरण्य फारसं दूर नाही, असंही समजलं होतं. सूर्याचा प्रकाश भूमीवर पडू न देणारी वृक्षराजी. त्या घनदाट अरण्यात राम-लक्ष्मण हलकीच पावलं टाकत क्रूर श्वापदांचा वेध घेताहेत..याची चाहूल त्या श्वापदांनाही लागल्याशिवाय राहणार नाही. तीही यांचा वेध घ्यायचा प्रयत्न केल्याशिवाय कशी राहतील? विश्वामित्र महर्षींबरोबर गोंडारण्यात फिरताना वन्य श्वापदांबरोबरच राक्षसांनाही ठार करणाऱ्या या भावंडांना ही शिकार फारशी धोकादायक ठरणार नाही.

तरीही माझ्या छातीची धडधड काही कमी होत नव्हती. आज ऊर्मीही आली नाही. तिच्याशी बोलताना भय मागं सरलं असतं. सुकेशीचं नुकतंच लग्न झालेलं. तिला काही दिवस कामाला येऊ नकोस, असं मीच सांगितलं होतं.

चौथे दिवशी बातमी आली, भावंडांच्या शौर्याची बातमी! या दोन भावंडांनी तीन वाघ आणि दोन चित्त्यांची शिकार केली होती. त्या प्रत्येक श्वापदाचं शव एकेका गाडीत ठेवून नंदीग्रामच्या गल्ल्यांमधून मिरवणूक काढली म्हणे. त्यामुळे तिथली जनता यानंतर निश्चिंत मनानं राहू शकेल.

ही बातमी अयोध्येत पोहोचली. दशरथ महाराजांनी ती मिरवणूक अयोध्येलाही आणायचा निरोप पाठवला. गावाच्या गल्ल्यांमधून डांगोरा पिटला गेला. सुकेशीही न राहवून धावत कामावर हजर झाली. मला म्हणाली, ''आमचे भाऊजी किती मोठे वीर आहेत, ठाऊक आहे?''

''सोबत लक्ष्मणही होता...'' हे माझं वाक्य तिच्या कानात घुसलंच नाही.

वन्य श्वापदांच्या मृतदेहांचं प्रदर्शन करणाऱ्या पाच बैलगाड्या आणि त्यामागे धनुष्य-बाण घेतलेली ही दोन भावंडं, त्यांच्यामागे या भावंडांचा जयजयकार करणारे शिकारी. सारे तरुण आणि प्रौढ गावकरी रस्त्यांच्या दोन्ही बाजूंना उभे राहून स्वागत करू लागले. वृद्ध स्त्रियांनी राजकुमारांना ओवाळलं. त्यांची दृष्ट काढली. मी वरच्या सज्जावर उभी राहून पाहत होते. सुकेशी विवरण करून तपशील सांगत होती.

समस्त प्रजेनं उत्स्फूर्तपणे केलेल्या स्वागताचा स्वीकार करत राम परतला. त्याच्या दुसऱ्या दिवशी हृदयात आनंद फुलवणारी आणखी एक बातमी आली. महाराजांनी प्रजाप्रमुख, अमात्य, मंत्री, राजपुरोहित, धर्माधिकारी अशा सगळ्या अग्रगण्य व्यक्तींची एक सभा बोलावली होती. कुणी स्पष्टपणे बोललं नाही, तरी ती रामाला युवराजपद देण्यासाठी प्रजाप्रमुखांची संमती विचारण्यासाठी बोलावल्याचं सर्वसाधारण जनतेलाही समजलं होतं. मला ते सुकेशीकडून समजलं. एव्हाना ती अयोध्येच्या मूळ कुटुंबातलीच एक होऊन गेली होती. गावातल्या लहान-मोठ्या गल्ली-बोळांमध्ये आणि वस्त्यांमध्ये लोक बोलत असल्याचं तिच्याही कानावर येत होतं.

पण या विषयी रामानं अवाक्षर काढलं नाही. त्याला हे समजलं नसेल का? कितीही भावनाशील प्रसंग घडला असला, तरी अलिप्त राहणं हा त्याचा स्वभाव होता. कदाचित त्याला समजलंही नसेल. प्रजा, धर्माधिकारी, अधिकारी, सेनाप्रमुख अशा सगळ्यांची संमती मिळाल्यानंतरच मुलाला सांगायचं, असं महाराजांनी ठरवलं असेल! इथल्या राज्यकारभाराची तीच पद्धत होती. स्वत:च्या मुलाच्या संदर्भातही महाराज याचं पालन करत असावेत.

काही का असेना, बातमी समजताच मी मोहरून गेले. आठवून बघितलं तरी लक्षात येतं, हा मी युवराजाच्या शेजारी उच्च आसनावर बसणार, याचा तो आनंद

नव्हता. माझ्या सख्याला उन्नती मिळाली आहे. लवकरच तो सिंहासनावर आरूढ होईल, याचा उत्कट आनंद झाला होता.

सूर्यास्ताआधी तीन घटिका सभा संपली. महाराज आपल्या राजवाड्यात परतले. इतरही सभासद आपापल्या घरी गेले. महाराजांचे मित्र आणि सुमंत रामाच्या भेटीसाठी आले. राजकारणाशी संबंधित काही बोलायचे असेल, असा विचार करून मी आत निघाले. पण ते म्हणाले, "थांबा राजकुमारी! आपणही थांबाल, तर बरं होईल. नुकत्याच संपलेल्या महासभेतल्या निर्णयाची वर्दी देण्यासाठी मी आलो आहे."

रामानं आदरानं दर्शवलेल्या आसनावर बसून ते बोलू लागले. मी समोरच्या आसनावर रामाच्या शेजारी बसले.

"पत्नीसहित शोभणाऱ्या वीर राजकुमाराचं कल्याण असो! समस्त देवता आणि ऋषी-मुनींच्या आशीर्वादाचा तुम्हावर अखंड वर्षाव घडत राहो. आज भरलेल्या सभेमागील उद्देशाची आपल्यालाही कल्पना असेल. सभेला आज सर्वसाधारण जनतेनंही फार मोठ्या प्रमाणात हजेरी लावली होती. एवढी गर्दी असली, तरी तेवढीच शांतता पाळली जात होती. महाराजांनी आपल्या वयाविषयी सांगितलं आणि आपल्या ज्येष्ठ पुत्राला युवराज्याभिषेक करून त्याच्यावर प्रजारक्षणाची जबाबदारी देण्याची इच्छा सांगून त्यासाठी सभेची अनुमती मागितली. या जबाबदारीसाठी राम योग्य आहे की नाही, याविषयी चर्चा-विनिमय करून निर्णय सांगावा, अशीही विनंती केली. प्रजा, विद्वान, मंत्री, अमात्य या सगळ्यांची निःसंशय मान्यता नसेल तर मी रामाला तुमच्या सगळ्यांच्या डोक्यावर जबरदस्तीनं बसवणार नाही, हेही सांगितलं. सगळी सभा स्तब्ध झाली. वसिष्ठांनी आणखीही सांगितलं, महाजनांनी न घाबरता, न संकोचता मनातलं सांगावं.

एकेक प्रजाप्रमुख पुढं होऊन बोलू लागले.

"राजकुमारा, तू प्रजेचं प्रेम किती प्रकारे मिळवलं आहेस, हे आम्हा सगळ्यांना ठाऊक आहे..पण प्रजेच्या तोंडून ऐकणं हाही एक विशिष्ट आनंद असतो!"

'तुझ्या सद्‌गुणांविषयी बोलताना निरक्षर माणसंही कवी बनत असल्याचा अनुभव येतो.' कुणी म्हणालं, 'रामाला युवराज पदावर पाहण्यासाठी आमचे डोळे आतुर झाले होते. हा निर्णय घ्यायला इतका का उशीर केला?'

तर कुणी म्हणत होतं, 'सकल लोक चालवणारे महाविष्णूच रामाच्या रूपानं अवतरले आहेत! त्याच्या व्यतिरिक्त आणखी कुणाला युवराज पद देणार?'

तर कुणी म्हणालं, 'प्रजेला सुखी करण्यास रामच योग्य आहे, कारण

शीतलतेत चंद्र, क्षमागुणात भूदेवी, बुद्धीच्या बाबतीत बृहस्पती, शौर्याच्या बाबतीत साक्षात देवेंद्र असा आमचा राम आहे! या घटकेची सगळी प्रजा प्रतीक्षा करत होती!..'

"तुझ्या गांभीर्याचं कौतुक करत होतं. काही जण तू नुकत्याच केलेल्या आणि मिरवणुकीनं अयोध्येला आणलेल्या शिकारीविषयी भरभरून बोलत तुझ्या पराक्रमाविषयी बोलत होतं. सगळ्या प्रजेनं मोठ्या उत्साहानं आपापली भावना व्यक्त केली. अर्थातच तिथं इतकी गर्दी जमली होती, की प्रत्येकाला बोलायला संधी देणं अशक्य होतं. राजकुमारा, तू तिथं असतास तर सगळ्या जनतेनं सुगंधित पुष्पांनी तुझ्यावर वर्षाव केला असता. महिलांनी रांगा लावून तुझी आरती केली असती. महाराजांनी सांगितलं, प्रजेच्या अभिप्रायानं मी प्रभावित झालो आहे. लवकरच तुमची इच्छा मी पुरी करेन. आणि सभा समाप्त केली. पुरोहितांसह ते राजवाड्यात गेले."

सुमंत बोलायचे थांबले. शुभवर्तमान सांगणाऱ्यांना बहुमान देण्याच्या राजप्रथेप्रमाणे रामानं गळ्यातला एक सोन्याचा गोफ काढून सुमंतांच्या हाती दिला. सुमंतांच्या चेहऱ्यावर आनंद फुलला. आम्हा दोघांना प्रणाम करून ते निघून गेले.

मी आनंदाच्या डोहात डुंबत होते. माझा पती युवराज होईल म्हणून नव्हे; तो प्रजेच्या हृदयावर विराजमान झाला आहे, याचा आनंद होता तो! माझा चेहरा किती खुलला असेल, याची आरशात न पाहताही माझी मला कल्पना आली.

पण अशा प्रसंगीही राम गंभीरच होता. कदाचित आपल्यावर जी जबाबदारी आली आहे, त्याची जाणीव असल्यामुळे तो गंभीर झाला असावा, असं मला वाटलं. तरीही अशा आनंदाच्या प्रसंगी एवढं गंभीर होऊन राहणं मला पटलं नाही.

मी म्हटलं, "आर्यपुत्रा, समस्त जनता तुझी एवढी स्तुती करत असताना तू का असा चेहरा पाडून आहेस?"

तो काही क्षण गप्प राहिला. नंतर माझ्याकडे वळून म्हणाला, "तुझ्या लक्षात येणार नाही! महाराजांनी माझं नाव सुचवताच राजेच्छा काय आहे ते सगळ्या जनतेला समजलंय. काही झालं तरी राजा आपली इच्छा पूर्ण करणार! त्यातच आपला आवाज मिसळला तर राजकृपेचे धनी होऊ, हे लक्षात येणारे सगळेच पुढं होऊन माझं कौतुक करतील, यात आश्चर्य ते काय! आपले सुमंत सज्जन आहेत. पण जे सांगायचं ते मधात घोळून सांगायच्या कलेत ते निपुण आहेत. या गोष्टी आपण लक्षात घेतल्या पाहिजेत ना! ते सांगतात ते सावधपणे ऐकलं पाहिजे."

कुणीतरी अवचितपणे चेहऱ्यावर थंड पाण्याचा हबका मारावा तसं झालं. त्याचा स्वभावच तसा आहे! प्रसंग दुःखाचा असला, तरी हा असाच अविचल असतो. सुखाचा असेल तरी अलिप्त असतो. अशा माणसाबरोबर सलगीनं वागणं कठीण!

सूर्यास्त झाला. नोकरांनी अंत:पुरात दिवे लावले. रस्त्यावरही दगडी खांबावरच्या दिव्यांना ज्योतीचा स्पर्श करून त्यांना प्रकाशमान करण्यात आलं.

एवढ्यात आमच्या द्वारपालकानं पूज्य पिताश्री दशरथ महाराजांचा दूत आल्याचं सांगितलं. रामाच्या अनुमतीनं आत आलेल्या दूतानं नम्रपणे नमस्कार करून सांगितलं, ''राजकुमारांचा विजय असो..! आपल्याला पत्नीसहित घेऊन यायची आज्ञा आहे.''

राजवस्त्रं परिधान करून राम आणि सगळे दागिने घालून मीही निघाले. मी कमी दागिने घातले, तर महाराजांच्या चेहऱ्यावर असमाधान दिसायचं. दारातच उभ्या असलेल्या रथात आम्ही दोघं बसलो. मुख्य राजवाड्यापासून आमचं अंत:पूर जवळ असलं, तरी रथातूनच जायची इथली परंपरा होती. तरीही प्राकारात शिरून आनंदोत्सव साजरा करणाऱ्या गावकऱ्यांना चुकवून राजवाड्यात जायला आमच्या सारथ्यालाही बरेच कष्ट पडले. त्या सगळ्यांना दुसरे दिवशी युवराज होणाऱ्या रामाला आणि युवराज्ञी होणाऱ्या मला भेटायची, ते शक्य नसेल तर निदान जवळून पाहायची इच्छा होती. कसाबसा राजवाड्याचा दरवाजा उघडायला लावून आम्ही आत प्रवेश केला.

आमच्या नमस्कारांचा महाराजांनी स्वीकार केला. रामाला आलिंगन देऊन त्यांनी आम्हा दोघांनाही समोर बसवलं आणि म्हणाले, ''चिरंजीव हो रामा! समस्त प्रजेनं आणि मंत्रिगणानं तू युवराज व्हायला संमती दिली आहे. उद्याच पदारोहणाचा समारंभ करू या. युवराज असलास, तरी तू राजाची सगळी कर्तव्यं पार पाडशील, याची मला खात्री आहे. तुझ्या दृष्टीनं त्यात काहीच नवं नाही. तरीही काही विशिष्ट नियम मला तुला सांगितले पाहिजेत. राजानं विनयशाली, जितेंद्रिय, काम-क्रोधाच्या अधीन न जाणारा असला पाहिजे. एखादा विषय संपूर्णपणे समजून घेतल्यानंतरच, अमात्यांशी विचारविनिमय करून निर्णय घेतला पाहिजे. धन भांडार, धान्य भांडार, आयुध भांडार नेहमीच भरलेली असतील याकडे जागरुकतेनं लक्ष दिलं पाहिजे. अंदाधुंद खर्चावर नियंत्रण पाहिजे. आलं लक्षात?''

रामानं अनुमती दर्शवल्यावर ते म्हणाले, ''आज रात्री तुम्ही दोघं उपवास करा. त्यानंतर दर्भावर झोपलं पाहिजे. सकाळी लवकर उठून स्नानादी आन्हिकं उरकून तयार व्हा. बाकीच्या विधींविषयी पुरोहित सांगतील. आता दोघंही निघा.''

तिथून आम्ही दोघं कौसल्यामातेच्या अंत:पुरात गेलो. एवढ्या अवधीत तिथंही बातमी पोहोचून आनंदीआनंद झाला होता. सुमित्रामाता आणि लक्ष्मणही तिथंच होते. ऊर्मी, तिची सखी मोदिनीही तिथंच होत्या. अंत:पुरातल्या सेविका आनंद-उल्हासानं वावरत होत्या. आम्ही प्रवेश करताच सेविका-सखी तिथून बाहेर पडल्या. आम्ही दोघांनी दोन्ही मातांना चरणस्पर्श केल्यानंतर कौसल्यामातेनी रामाला उराशी

कवटाळून घेतलं. त्यांच्या डोळ्यांना धारा लागल्या होत्या.

"बाळा, या घटकेसाठी मी आणि सुमित्रा किती आतुरतेनं वाट बघत होतो. किती देवतांना आम्ही नवस बोललो होतो! या आनंदाच्या प्रसंगी यामागची कारणं उकरून पाहायला नकोत! पण तुझ्याही हे लक्षात आलं असेल. तू युवराज झालास की आम्ही दोघी स्वतंत्र होऊ. तुम्ही मुलंही आपापल्या बायकांबरोबर आनंदानं राहा!.." रामाला किती कुरवाळलं तरी त्यांचं मन भरत नव्हतं. सुमित्रामातेनी मला जवळ घेतलं. ऊर्मीनं रामाच्या पायांवर मस्तक ठेवून नमस्कार केला.

रामानं लक्ष्मणाच्या भुजेवर हात ठेवत म्हटलं, "लक्ष्मणा, तू माझा द्वितियात्मा! त्यामुळे तुलाही ठाऊक आहे, हा राजयोग माझ्या बरोबरीनं तूही अनुभवणार आहेस! ही जबाबदारीही तू माझ्या बरोबरीनं पेलली पाहिजेस!"

दोघं आलिंगनात बद्ध झाले. लक्ष्मणाच्या खांदे-बाहूंवरून हळुवार बोटं फिरवत रामानं चौकशी केली, "शिकारीच्या वेळी झालेल्या जखमा आता थोड्या तरी वाळल्या की नाही? पण औषध का लावलं नाहीस? अरे, काही काटे विषारीही असू शकतात. दुर्लक्ष केलं, तर जखमा चिघळू शकतात. लगेच वैद्यांना जाऊन भेट!" नंतर तो म्हणाला, "माते, अंत:पुरात वसिष्ठ येताहेत. त्याआधी आम्हाला गेलं पाहिजे. त्यांना वाट पाहायला लावणं योग्य नाही..." त्यानं पुन्हा एकदा दोन्ही मातांना नमस्कार केला आणि तो निघाला. मीही त्याचं अनुकरण करून त्याच्या पाठोपाठ बाहेर पडले.

आम्ही माघारी येऊन पोहोचलो, त्याच वेळी वसिष्ठही येऊन दाखल झाले. त्यांच्या सांगण्याप्रमाणे आम्ही दोघांनी स्नान केलं. रामानं मस्तक खाली करून हविसाचं पात्र घट्ट धरून प्रज्वलित झालेल्या अग्नीत होम केला. त्यानंतर 'मनात योजलेलं कार्य पूर्ण होऊ दे ' अशी मनोमन प्रार्थना केली आणि उरलेला हविस आम्ही प्रसाद म्हणून ग्रहण केला. नंतर पुरोहितांनी त्यांच्याजवळचं जाड दर्भ होमाग्नीपाशी अंथरलं आणि आम्हाला त्या रात्री ब्रह्मचर्याचं पालन करून त्यावर झोपायला सांगून ते निघून गेले.

त्यांनी आमचा मुख्य दरवाजा जेमतेम ओलांडला असेल किंवा नाही, पुन्हा द्वारपालानं महाराजांचा दूत आल्याचं आत येऊन सांगितलं. पाठोपाठ आलेल्या दूतानं सांगितलं, 'महाराजांनी राजकुमारांना तातडीनं भेटायला बोलावलं आहे!'

रामाच्या चेहऱ्यावर चिंता उमटली. दोघंही व्रतस्थ असल्यामुळे दोघांनीही एकत्र जायचं ठरलं. तसे दोघंही रथात बसून गेलो. रात्रीची वेळ असल्यामुळे जनसागर विखुरला होता. महाराज त्यांच्या आसनावर बसले होते. त्यांचा चेहरा कोमेजला होता. चेहऱ्यावर काळजी दिसत होती. जवळ जाऊन रामानं त्यांच्या मस्तकावर हात ठेवत चौकशी केली, "तात, बरं वाटत नाही का? वैद्यांना बोलावू का? "

"नको, बैस. तुम्ही दोघं व्रती आहात. दूर राहू नका. जवळ-जवळ बसा!" महाराजांनी सांगितलं. तसे दोघंही बसलो.

"आता सांगा तात, काय झालं? असे का दिसता? कसला विचार करता? माझ्याकडून होण्यासारखं असेल तर सांगा!"

ते मान खाली घालून काहीही न बोलता बसून राहिले. गळ्यापाशी सुरकुतलेलं कातडं, चेहऱ्यावर उमटलेले मस, खुरटे दाढीचे खुंट, किरीट काढल्यामुळे नजरेत भरणारं विरळ केसांमुळे अधिकच मोठं वाटणारं मोकळं कपाळ दिव्याच्या उजेडात नजरेत भरत होतं.

"तात, बोला ना! संकोच कसला?" रामानं पुन्हा विचारलं.

"वत्सा, संकोच असता तर तुला कशाला बोलावून घेतलं असतं? माझ्या मनाला एका अनामिक भीतीनं ग्रासलं आहे! गेले पाच-सहा दिवस वाईट स्वप्नं पडताहेत. दिवसाही त्यांच्या आठवणींनं भीती वाटते! माझ्या जन्मनक्षत्राला सूर्य-मंगळ-शनी-राहू यांनी ग्रासलंय म्हणे. असं असलं, तर राजावर आणि राज्यावर घोर संकट येतं म्हणतात! म्हणून तुझा लवकरात लवकर पट्टाभिषेक करायचं ठरवलं. भरत नगरात नाही. एका दृष्टीनं तेच बरं, असंही मला वाटून गेलं..."

"का बरं?"

"ते विचारू नकोस! शुभकार्यामध्ये कितीतरी विघ्नं येत असतात. काहीही विघ्न आलं तरी तू उद्या प्रात:काळी युवराज झाला पाहिजेस! कुणी काही म्हटलं, तरी तू ऐकू नकोस. ही तुझ्या पित्याची, माझी आज्ञा आहे! आता तुम्ही दोघं जा. एवढंच सांगायचं होतं."

आपल्या बोलण्यातून महाराज कितीतरी गोष्टी सुचवू पाहत होते! काहीतरी लपवूनही ठेवत असल्याचं माझ्या लक्षात आलं होतं. राम मात्र यावर काहीच बोलला नाही. तो याच कुटुंबाचा भाग असल्यामुळे मला ठाऊक नसलेल्या कितीतरी गोष्टी याला ठाऊक असतील. पण तो त्याचा कधीच उच्चार करायचा नाही. सहा दिवसांपूर्वी ऊर्मीनं कैकेयीदेवींच्या संदर्भात जे काही सांगितलं होतं, त्याचा इथं काहीतरी संबंध आहे, अशी माझी भावना झाली. पण समजून घेण्याची घाई करण्यात अर्थ नाही, हेही समजत होतं.

अंत:पुरात येताच रामानं हात-पाय धुतले. पसरलेल्या दर्भाच्या अंथरुणावर उताणा झोपला आणि डोळे बंद करून घेतले. लगेच त्याला झोपही लागली. कितीही अस्वस्थ करणारा प्रसंग असला, तरी सगळं बाजूला सारून त्याला अशीच हुकमी झोप लागायची सवय होती. कदाचित त्यानं तशी सवय करून घेतली होती. तसंच त्यानं ठरवलेल्या वेळी त्याला जागही यायची.

कितीतरी वेळ गेला, तरी मला मात्र झोप लागली नाही. माझ्या मनाचा गोंधळ

उडाला होता. महाराजांनी बोलावून सांगितलं, त्यात काळजी करण्यासारखं काहीच नसेल का?

उष:काल होण्याआधीच राम जागा झाला आणि नुकताच डोळा लागलेल्या मलाही त्यानं जागं केलं. दोघांच्या आंघोळी व्हायच्या वेळेला पुरोहित देवतास्तोत्रं म्हणत होते. मागध इक्ष्वाकू वंशातल्या पूर्वसुरींची गुणगौरवात्मक स्तोत्रं म्हणत होते. इतर जन रामाच्या शौर्याच्या गाथा गात होते. या सगळ्या गौरवाचा अधिकारी राजा असला, तरी हे सारं खास रामासाठी चाललं होतं. कदाचित हे सारं महाराजांच्या आज्ञेनुसारच चाललं असावं.

उजाडलं होतं. कोंबड्यांच्या आरवण्याचे आवाज येत होते. त्याआधीच अंधार असताना सुकेशी आली होती. तिचा नवरा कुंभ तिला पोहोचवून निघून गेला. मी म्हटलं, "एवढ्या लवकर का आलीस?"

कारण ती गरोदर होती. तिसरा महिना सुरू होता. पहाटेच्या थंडीत ती तिच्या वस्तीवरून इथपर्यंत चालत आली होती. कांबळंही न पांघरता!

"आज सकाळी लवकरच पट्टाभिषेक असल्याचं रात्री समजलं! मग मला कसं घरी राहवेल? सगळ्या गावभर, गल्ली-बोळ आणि रस्त्यांवर लोकांनी सडे घातले आहेत. रांगोळ्या काढून आनंदोत्सवाची तयारी चालवली आहे. रात्रीच नदीच्या काठी जाऊन कण्हेरीची फुलं गोळा करून आणली आहेत. त्याच्या माळा करून घरं सजवली आहेत. मोठे प्रासाद गुढ्या उभारून सुशोभित केले आहेत. दुकानदार रात्रभर जागून रंगरंगोटी करण्यात गढून गेले आहेत. शेतकरी आपापल्या पशुधनाला न्हाऊ घालून त्यांच्या अंगावर हळद माखून त्यांच्या शिंगांना कुंकवाचं लेपन करताहेत. रातोरात मिळालेल्या रानटी फुलांच्या माळा करून त्यांनी त्या गाईंच्या गळ्यात घातल्या आहेत. नट-नर्तक-गायक चौका-चौकात जमले आहेत आणि मृदंग वाजवून नृत्य-गायन करत आहेत. आणि लहान मुलंही झोपेतून जागी होऊन त्यांच्या भोवताली गर्दी करून हे सगळं पाहत आहेत. मधोमध उंच ध्वजस्तंभ उभा करून भोवताली पताका लावल्या आहेत. सगळीकडे भाऊजींच्या पट्टाभिषेकाचाच विषय चालला आहे. इतक्या घाईनं का ठरवताहेत, आठ दिवस मिळाले असते, तर संपूर्ण नगरच इंद्राची अमरावती केली असती. सगळ्या गावांना आणि पट्टणांना बातमी समजली असती, तर संपूर्ण राष्ट्रच सुशोभित केलं असतं, म्हणताहेत."

तिच्या तोंडून सगळं वर्णन ऐकताना महाराजांनी रात्री बोलावून सांगितलेल्या गोष्टीतल्या मधल्या जागा आणखी गडद झाल्या. मन पुन्हा आशंकेत बुडून गेलं.

बाहेर कावळे ओरडत होते. इतरही आवाज येत होते. द्वारपाल गडबडीनं आत येऊन म्हणाला, "सुमंत आले आहेत!"

त्यांना आत पाठवायला सांगून मी रामाला बोलवायला आत निघाले.

"राजकुमारा, महाराजांना तातडीनं तुला भेटायचं आहे. ते कैकेयीदेवींच्या अंत:पुरात आहेत. तिथेच यायचा निरोप आहे..."

हे कानावर येताच रामानं माझ्याकडे पाहिलं. आम्ही दोघंही रथात बसून तिकडे धाव घेतली. इतर दोन मातांच्या अंत:पुरांपेक्षा मोठं असलेल्या कैकेयीमातेतच्या सतत सुशोभित असलेल्या अंत:पुरातले तीन कक्ष ओलांडून आत गेल्यावर जे दृश्य दिसलं, ते पाहून आमची छातीच फुटली!

वृद्ध महाराज जमिनीवर पालथे पडले होते. त्यांना मूर्च्छारोगाचा आघात झाला की काय, असं वाटलं! कारण त्यांच्या तोंडातून लाळ ठिबकत होती. डोळे मिटले होते. श्वास अनियमित वाटत होता. पण त्यांच्या मस्तकापाशी पाय सोडून आसनावर बसलेल्या कैकेयीदेवींच्या चेहऱ्यावर अजिबात भय दिसत नव्हतं! संताप किंवा दु:खामुळे त्यांचे डोळे आरक्त झाले होते.

रामानं धावत जाऊन पित्याचं मस्तक आपल्या मांडीवर घेतलं. आपल्या उत्तरीयानं त्यांच्या तोंडावरची लाळ पुसून काढली. त्यांचं मनगट हातात घेऊन नाडी पाहत रामानं चौकशी केली, "माते, काय झालं तातांना? वैद्यांना निरोप गेलाय का? सुमंत! सुमंत! कुठे आहात?..."

"रामा, हा बाहेरच्यांसमोर बोलायचा विषय नाही! ओरडू नकोस! तुझ्या तातांना काहीही झालेलं नाही. अनेकदा ते जे नाटक सादर करत असतात, त्याचाच हा एक प्रकार आहे. त्यांना शुद्धीवर आणायची शक्ती फक्त तुझ्यातच आहे." कैकेयीमाता कोरडेपणानं म्हणाल्या.

तिकडे लक्ष न देता रामानं त्यांचा हात हातात घेत पुन्हा हाक मारली, "तात, तात, मी आलोय!"

आता मात्र महाराज क्षीण आवाजात "आं.." म्हणाले.

"माते, तू नाटक म्हण किंवा अभिनय म्हण! तातांना काय झालं? ते असे का पडले आहेत? त्यांची ही अवस्था बघूनही न विरघळण्याइतकी तू का पाषाणहृदयी झाली आहेस? काय घडलंय, ते मला स्पष्ट सांग. त्यांना बरं करायची शक्ती केवळ माझ्यात आहे, म्हणालीस ना? काय ते सांग! तातांना बरं वाटावं म्हणून मी काहीही करायला तयार आहे!"

"म्हणजे, त्यांच्यासाठी तू कुठलाही त्याग करायला तयार आहेस?"

"ही काय बोलून दाखवायची गोष्ट आहे? आणि झालंय तरी काय असं? काय घडलंय तेच समजलं नाही तर मी काय करू?"

"तू माझ्याशी बोलत असताना तुझ्या तातांनी डोळे उघडले होते. ते शुद्धीवर आहेत. आपलं बोलणं त्यांना व्यवस्थित समजतंय. मी काही लपवाछपवी करत

नाहीये! तुझ्या पित्यासारखी मी काही खोटारडी नाही. तुमच्या इक्ष्वाकू वंशातले सगळे सत्यवादी आहेत, असा टेंभा मिरवत असतो तुझा पिता! हे सत्य आहे असं तूही मानतोस का?"

"आता का तो मानण्या-न मानण्याचा विषय?"

"खोटं बोलण्याच्या संदर्भातच मानण्या– न मानण्याचा विषय येणार ना?"

"माते, अजूनही तू मुद्द्याचं न बोलता इतरच विषय बोलते आहेस! काय झालंय?"

"आधी तुझ्या पित्याला उठून बसव! नाहीतर पडल्या पडल्या माझं बोलणं तोही ऐकतोय, हे मान्य करायला सांग! माझ्या बोलण्यात काही चुकीचं किंवा खोटं असेल, तर त्याला तेही स्पष्ट करू दे! नाहीतर मुकाट्यानं ऐकू दे!"

आता मात्र महाराज घुश्शातच उद्गारले, "हं! ओक जी काही गरळ ओकायची ती!" आणि उठून जमिनीवर बसले. धाकट्या राणी आसनावर विराजमान होत्या.

"खरं बोलायला लागले, तर ओक म्हणताहेत.... रागानं! खोटारड्यांनाच असा संताप येतो ना! असू दे! महाराजांनी दोन राण्या आणल्या, तरी राज्याला वंशज मिळाला नाही. उतारवयात महाराज तिसरं लग्न करायला तयार झाला, तरी या भागातली कुठलीही राजवंशातली कन्या त्याला मिळाली नाही, म्हणून पश्चिमेकडच्या दूरवर असलेल्या आमच्या देशात आला. अश्वमेध केलेला राजा! इक्ष्वाकू नावाच्या प्रसिद्ध वंशाचं वलय! माझ्या पित्याला दया आली. आपल्या मुलीच्या गर्भशक्तीवर पित्याचा विश्वास होता. तेव्हा त्यानं माझ्या पोटी जन्मलेल्या मुलालाच राज्याचा उत्तराधिकारी नेमण्याचं वचन मागितलं, तेव्हा या महाराजानं काय सांगितलं ठाऊक आहे? माझ्या दोन्ही राण्या वांझ आहेत! मी हे तिसरं लग्न करण्यामागचं प्रयोजनच वंशासाठी पुत्ररत्न हा आहे! त्यामुळे पुन्हा वेगळं वचन द्यायचा प्रश्नच कुठं आला? याचा आणखी काय अर्थ होतो? माझ्या पोटी जन्मणाऱ्या मुलालाच सिंहासन मिळायला हवं की नाही? माझ्या पित्यानं यावर विश्वास ठेवला आणि माझ्यासारख्या मुग्ध बालिकेचा याच्याशी विवाह लावून दिला...."

हे बोलताना कैकेयीमातेनं चेहरा कितीही भोळसट ठेवला, तरी मला मात्र ऊर्मीनं सांगितलेलं सगळं आठवत राहिलं. दशरथ महाराजही ओरडले, "मुग्ध म्हणे, मुग्ध! खोटं बोलू नकोस! तोंड बंद कर..."

"बघितलास का रामा, तुझ्या वडिलांचा संताप! याचा अर्थ काय? जगात तुमचा इक्ष्वाकू वंश तेवढाच शुद्ध आहे म्हणायचं काय? आणि आमचा कैकेय वंश काय अशुद्ध आहे? माझ्या वडिलांच्या वंशाचा एवढा अपमान? याची क्षमा मागितल्याशिवाय मी गप्प बसणार नाही!"

मध्येच राम म्हणाला, "माते, चर्चेच्या वेळी मधलाच एकेक शब्द पकडून

ओढाताण करून विषयांतर करू नकोस. मुख्य विषय त्यामुळे लांब राहील.''

'ठीकाय, तू सत्यवंत! बोललेल्या शब्दाप्रमाणे वागणारा! म्हणून तुला सांगते, इथं येऊन सहा वर्षं झाली, तरी मलाही दिवस राहिले नाहीत. याचा अर्थ काय? दोष तुझ्या पित्यातच आहे, असंच ना? पुत्रहीन-वांझ म्हणवून घेताना मला किती वेदना झाल्या असतील? कुणीही आपलं म्हणवणारं नाही! एवढ्या लांबच्या देशात आले, तेही दोन मोठ-मोठ्या सवती असताना! काय झाली असेल माझी अवस्था! माझ्यासोबत आलेल्या माझ्या सखीला सोडलं, तर कोण होतं माझं इथं?'' हे म्हणताना त्यांच्या डोळ्यांतून अश्रूंच्या धारा लागल्या.

सहाच दिवसांपूर्वी ऊर्मीच्या तोंडून यांच्या स्वभावाविषयी ऐकल्यामुळे मला वाटलं, हा तर हवं तेव्हा रडू आणणारा अभिनयच आहे, की खरं रडू असेल? माझ्या मनाचा गोंधळ उडाला. नंतर असंही लक्षात आलं, रामाला या मातेविषयी माझ्यापेक्षा बरंच ठाऊक असलं पाहिजे; पण हा मला सांगत नाही!

''सहा वर्षं झाली होती. हिमालयातून तो वैद्यराज आला...त्यानं काही उपचार सांगितले. तेव्हाही पहिली संधी दिली गेली ती थोरल्या राणीला... तुझ्या आईला! माझा त्यावर फारसा विश्वास नव्हता. त्यामुळे मीही काही बोलले नाही. तिला दिवस राहिले. दुसरी संधी दुसऱ्या राणीला दिली गेली. तेव्हाही तुझ्या पित्याला माझ्या वडिलांना दिलेल्या वचनाची आठवण आली नाही! मला सगळ्यात शेवटी संधी दिली गेली. तरीही मी काही बोलले नाही. कारण माझा तुझ्या पित्यानं दिलेल्या वचनावर विश्वास होता. पण आता मात्र मी गप्प बसणार नाही! माझी यानं फार मोठी फसवणूक केली आहे. माझा मुलगा दूरवरच्या त्याच्या आजोळी गेल्याची संधी साधून आणि मलाही पूर्णपणे अंधारात ठेवून तुला युवराज्याभिषेक करायचा घाट घालतो आहे हा! हेच का तुमच्या इक्ष्वाकू वंशाचं सत्य?''

कैकेयीमातेचा आवाज अंत:पुरात घुमत होता.

''रात्री मला याचा डाव लक्षात आला! मग मी कशी सोडू? त्याला माझ्या पित्याला दिलेल्या वचनाची आठवण करून दिली, यात माझंच चुकलं का? यानं एवढा खोटेपणा केल्यानंतरही मी गप्प बसायचं? हा खोटेपणा डांगोरा पिटून सगळ्यांना सांगेन असं सांगितलं, तर हा म्हणतोय, तुझ्याशी लग्न झालं, तेव्हा थोरल्या दोघींना मूल व्हायची शक्यता नव्हती; वैद्यराजांच्या औषधाला गुण आला त्याला मी काय करू? पण माझ्या पित्याला वचन दिलेलं असताना त्या दोघींवर उपचारच का केले? यावर याच्याकडे काय उत्तर आहे?..''

रामानं महाराजांकडे वळून पाहिलं. ते खाली मान घालून बसले होते. सगळा खुलासा झाला. राम म्हणाला, ''माते, मी माझ्या तिन्ही धाकट्या भावंडांना कधीच परकं मानलं नाही. यात अन्याय असेल, तर मी युवराजपदाचा स्वीकार करणार

नाही! वेगवान दूत पाठवून भरताला बोलावून घेऊ या. मी स्वत: त्याचा युवराज्याभिषेक होईल असं पाहीन!''

कैकेयीमातेच्या चेहऱ्यावर आश्चर्य उमटलं. हे त्यांना अनपेक्षित असावं. काही क्षण त्या अवाक झाल्या. त्यांनी नंतर विचारलं, ''तुझ्या या शब्दांवर मी विश्वास ठेवू?''

''अग्नीची प्रतिष्ठापना करायला सांग! मी माझे पिता दशरथ राजा, माता कौसल्या, पत्नी सीता यांची शपथ घेऊन सांगतो. एक लक्षात घे. या रामाला अग्नीची साक्षही नको! कुठल्या प्रमाणाचीही साक्ष नको! या रामाच्या तोंडून जो शब्द बाहेर आला, तेच सत्यवचन! उच्चाराची गरज नाही. त्याच्या मनात उमटलं, तरी ते सत्यवचनच!''

कैकेयीमाता स्तब्ध होऊन ऐकत राहिली. पण महाराज किंचाळले, ''रामा! नको, असं काही करू नकोस! तुझ्या या गुणामुळेच आपल्या वंशाची कीर्ती आसमंतात गाजत आहे. यानंतरही दिगंतात गाजत राहणार आहे. आपण भरताला राजापेक्षा जास्तीच्या सुखसोयी मिळतील, असं करू या. हवं तर त्याला राज्याच्या खजिन्याचा अधिकारी नेमू या. राजा होण्याची योग्यता तुझ्याव्यतिरिक्त तुझ्या कुठल्याही भावात नाही!''

''याचा अर्थ काय? माझ्या गर्भात जन्मलेल्या मुलाची राजा व्हायची लायकी नाही? ती लायकी माझ्या सवतींच्या गर्भाला आहे, असं तुझं म्हणणं आहे?'' त्यांनी तीव्र शब्दांत विचारलं.

रामाच्या चेहऱ्यावर तीव्र तिरस्कार उमटला. त्याला हे सगळं असह्य होत चाललं होतं. तो म्हणाला, ''माते, मी शब्द दिलाय. अग्निसाक्षीनं मी जे विधी सुरू केले, त्याच अग्नीच्या साक्षीनं मी त्यांचं विसर्जन करतो! चल सीते, जाऊ या!''

पण कैकेयीमातेनं त्याला अडवत म्हटलं, 'थांब! एवढ्यात पलायन करू नकोस! याच संदर्भात आणखीही एक आग्रह आहे. तू वल्कल आणि जटा धारण करून चौदा वर्षं दंडकाण्यात जायला पाहिजे!''

आता रामाच्या चेहऱ्यावर आश्चर्य उमटलं. बहुतेक हे त्यालाही अनपेक्षित असावं. पण क्षणार्धात स्वत:ला सावरून त्यानं विचारलं, ''पूज्य कैकेय महाराजांना माझ्या पित्यानं दिलेल्या वचनात मला वनवासात पाठवायचं ठरलं होतं का?''

आता कैकेयीमाता गडबडल्या. पण धूर्त राजकारण्याप्रमाणे त्यांनी स्वत:ला सावरलं आणि म्हणाल्या, ''चलाखी करू नकोस, रामा! थोरल्या दोन्ही राण्या वांझ आहेत, म्हणूनच माझ्या पित्यानं माझं तुझ्या पित्याशी लग्न लावून दिलंय ना! तेव्हा त्या बिचाऱ्याला हा एक खोटारडेपणाचा कट आहे, हे कसं लक्षात येणार?''

काही क्षण राम अंतर्मुख झाला. नंतर त्यानं विचारलं, ''मी चौदा वर्षं वनवासी

झालो तर तिथले राक्षस, क्रूर श्वापदं किंवा रोगराईनं मरून जाईन, माघारी येऊन भरताकडून राज्य हिसकावून घ्यायची शक्यताच नाही! म्हणून तुझी ही अट आहे ना? वनातही वल्कलं नेसून ब्रह्मचारी होऊन राहायचं म्हणजे माझं संतान वाढणार नाही! त्यामुळे पुढच्या काळात माझ्या मुलांकडूनही कुठला धोका व्हायची शक्यता नाही; असंच ना?''

''तुला जे काही म्हणायचंय ते तू म्हण! आता भरताला राज्य दिलं, तरी नंतर काहीतरी खुसपट काढून त्याच्याकडून राज्य हिसकावून घेणार नाही कशावरून तुझा हा पिता? आणि तूही त्यात भागीदार होणार नाहीस याची खात्री कशी द्यायची? मी आणखी काय मागितलंय? फक्त चौदा वर्षांचा वनवास! मी काही तुझं सगळं जीवन नाही मागितलं!''

''माते, माझ्या सत्यावर तुझा विश्वास नाही का?''

''तुझ्या पित्याच्या सत्याची झाली ना परीक्षा! आता मुलाच्या सत्याची परीक्षा बघायचा जुगार मला खेळायचा नाही.''

''ठीक आहे! मी वनवासाला जाईन. तुला तसा शब्द देतो.''

''तुझ्या शब्दांवर माझा विश्वास नाही. माझ्यासमोर तुझ्या पित्यानं तशी तुला आज्ञा द्यायला पाहिजे; आणि तू ती माझ्यासमोर मान्य करायला पाहिजे! हा तुम्हा पिता-पुत्रांमधला व्यवहार राहिला पाहिजे.''

एवढा वेळ बधिर होऊन बसलेले दशरथ महाराज भडकून म्हणाले, ''वनवासाला जा, म्हणे! माझ्या मुलाला माझ्या तोंडून सांगायला लावणार काय तू? हे घरंदाज बायकांचं लक्षण नाही. फक्त बदफैली बायकाच आपल्या जाराला अशा प्रकारे पेचात पकडून घेतात! माझे प्राण गेले, तरी मी माझ्या लाडक्या मुलाला हे सांगणार नाही. मला न विचारता निघाला, तर माझी शपथ देऊन त्याला अडवेन. रामाशिवाय मी जगू शकणार नाही, हे तुला समजत कसं नाही? तो अयोध्येच्या बाहेर पडल्याच्या दुसऱ्याच दिवशी माझा जीवही निघून जाईल. तू रंडकी होशील! राजाज्ञेची अवज्ञा करून तू एव्हाना मोठा गुन्हा केला आहेस! माझ्या माघारीही बिचाऱ्या भरताच्या नावानं तू राज्यकारभारावर आपला वचक ठेवशील, हे मला ठाऊक आहे! मग माझ्या इतर दोन्ही राण्यांची अवस्था आणखी दयनीय करून ठेवशील. प्रजेचाही छळवाद मांडून राज्यात अशांतता निर्माण होईल, असं करशील! आमच्या कोसल देशात कधीही दंगे उठले नाहीत. तू परिस्थिती त्या अवस्थेला आणून माझ्या देशाचा सत्यनाश करशील. मला ठाऊक आहे तुझी लायकी!''

बोलताना त्यांचा आवाज भावविवश झाला होता.

''तोंडातून बाहेर पडलेल्या शब्दाचं पालन करण्याऐवजी शिव्यांना शरण जाण्यात कसला आहे सत्यवाद? सत्यवान असल्याचा टेंभा मिरवतोस ना? तूच

सांग!'' हे बोलताना त्यांनी आपला मोहरा रामाच्या दिशेनं वळवला.

एव्हाना रामाचा दृढ निश्चय झाला असावा. तो पित्याचा हात हातात घेऊन म्हणाला, ''तात, एका वाक्यात सांगा! माझ्यावर विश्वास असू द्या. विश्वामित्र महर्षींच्या यज्ञाच्या वेळी राक्षसांशी युद्ध करून त्यांचा वध करायचा अनुभव मला आहे! कितीही क्रूर श्वापदाला मी ठार करू शकतो. माझा वनवास निष्फल होणार नाही! अधूनमधून आश्रम करून राहणाऱ्या ऋषी-मुनींना भेटत, त्यांच्याशी संवाद साधत त्यांच्याकडून मी आणखी अध्यात्म समजावून घेईन. चौदा वर्षं पुरी झालेल्या दिवशीच माघारी येऊन तुमच्या सेवेत राहीन.''

''मा...मा...माझ्या तोंडून....'' एवढं बोलता बोलता महाराजांची शुद्ध हरपली आणि ते कोसळले. हे पाहून राम ओरडला, ''पाणी आणा...पाणी आणा ...लवकर..!''

त्या घरात पाणी कुठं असतं हे मला तरी कुठं ठाऊक असणार? अधीर मनानं मी भोवताली पाहिलं. कैकेयी मातेची सखी कुब्जा मंथरा एका खांबाच्या आडोशाला उभी होती. इथं घडणारी प्रत्येक गोष्ट टिपण्यासाठीच ती तिथं उभी होती. तिच्यापाशी जाऊन मी म्हटलं, ''पाणी! लवकर!..''

कुबड पुढं पुढं लोटत ती आत गेली.

डोक्यावर आणि चेहऱ्यावर थंडगार पाणी शिंपडल्यावर महाराज शुद्धीवर आले. आपल्या मांडीवर त्यांचं मस्तक ठेवून राम बसला होता. आपल्या उत्तरीयानं त्यानं त्यांचा चेहरा आणि शरीर पुसून घेतलं. हे सगळं बघून कैकेयीमाता म्हणाल्या, ''या असल्या नाटकानं फसणाऱ्यांपैकी नाही मी! रात्रीपासून बघतेय, हीच नाटकं चालली आहेत याची! मी दया दाखवायला गेले, तर हा त्या दयेआड दडून पुन्हा सत्यापासून दूर पळतोय..मला किळस येते या असल्या वागण्याची! ''

यातलं काहीही कानांवर पडलं नसावं, असा राम निश्चल होता.

कितीतरी वेळ ते तिघंही मौन होऊन बसले होते. महाराजांच्या चेहऱ्यावरून ते कसलासा गंभीर विचार करत असावेत, असं दिसत होतं. ते मौन आम्हा तिघांनाही पायदळी तुडवू पाहत होतं. कैकेयीमातेच्या चेहऱ्यावर मात्र याची छायाही नव्हती. काहीही झालं तर मीच जिंकणार आहे, असा भाव त्यांच्या चेहऱ्यावरून ओसंडत होता.

हे रामाच्याही लक्षात आलेलं दिसत होतं. पित्याचा हात हातात घेत तो म्हणाला, ''तात, तुम्ही मला वनवासाला जायची अनुज्ञा द्यावी. हे तुम्हाला अशक्य होतंय, हे मला समजतंय. तुम्ही याचा उच्चार करावा असंही नाही. तुमचं मौनच मी संमती समजेन. मी निघालो..!'' म्हणत तो उभा राहिला.

महाराज अगतिक झाले. ते बडबडू लागले, ''आणखी एका दिवसात ही विधवा होणार आहे! हिच्या मुलानं- भरतानं दिलेल्या तर्पणाचा माझा जीव स्वीकार

करणार नाही. तो माझा मुलगा नाही! आमच्या ईक्ष्वाकू वंशाशी त्याचा काहीही संबंध नाही. आज कोसलदेशाचा वंश खुंटित झालाय!...''

''असं म्हणू नका, तात! भरतही तुमचाच मुलगा आहे...माझा भाकटा बंधू! आजच्या परिस्थितीत त्याचा हक्क आणि स्थान डावललं, तर कोसल साम्राज्य नष्ट नाही का होणार? आपल्या वैयक्तिक दु:खापेक्षा देशाचं हित मोठं नाही का? इतकी वर्षं आपणच ज्या राजधर्माचं पालन केलं, त्याचाच धिक्कार केल्यासारखं नाही का होणार?'

महाराज मौन झाले. त्यांनी डोळे मिटून घेतले. राम माझ्यासह तिथून बाहेर आला. एवढा वेळ वाट पाहणारा सारथी रथ घेऊन पुढं आला. ''यानंतर मी राजवाड्याच्या रथात बसणार नाही. घोडे पाग्यात बांधून घरी जा आणि विश्रांती घे!'' रामानं त्याला सांगितलं. सारथ्याला आपलं सांगणं कळलं की नाही, याची वाट न पाहता तो तरातरा आमच्या अंत:पुराकडे निघाला. त्याच्यामागोमाग जाणं मला कठीण गेलं.

अग्निकुंडात धूर धुमसत होता. पुरोहित आमची वाट पाहत होते. ते म्हणाले, ''राजकुमारा, पुष्य नक्षत्राचा मुहूर्त जवळ येत चालला आहे. तो चुकता कामा नये. तुम्ही दोघं लवकर तयार होऊन या बरं!''

शांतपणे राम म्हणाला, ''पूज्य हो, हे कार्य आता होणार नाही. तुम्हाला गोंधळात टाकणं योग्य ठरणार नाही म्हणून सांगतोय!....'' रामानं महाराजांनी कैकेयीमातेच्या वडिलांना दिलेल्या वचनाविषयी अगदी थोडक्यात सांगितलं. त्याचबरोबर चौदा वर्षांसाठी आपण वनवासाला जायला निघाल्याचंही सांगितलं. त्यानंतर भरताला राज्याभिषेक करण्याविषयीही सांगितलं. त्यांनी विचारलेल्या कुठल्याही प्रश्नाचं उत्तर न देता माझा हात धरून तो आतल्या कक्षाकडे निघाला.

कैकेयीमातेच्या अंत:पुरात चाललेल्या सगळ्या गोष्टी पाहताना माझ्या मनाला झालेला आघात काही लहान नव्हता. युवराज्ञी आणि भावी महाराणी म्हणून रामाच्या शेजारी बसायची संधी हुकली, या दु:खापेक्षा रामाची युवराजपदाची संधी हुकल्यामुळे माझं अंत:करण होरपळून गेलं होतं. त्याच्या चौदा वर्षांच्या घोर वनवासाची मागणी पुढं आली, तेव्हा तर हृदयावर निखाराच ठेवल्यासारखं झालं. मनात आक्रोश उठला, 'हा अन्याय आहे..माझ्या रामाच्या सात्त्विक गुणांची पारख नसलेली तू पातकी आहेस....' पण सासरे दशरथ महाराज, पती राम बोलत असताना मी तोंड उघडणं उद्धटपणाचं होईल, याचं भानही होतं. पती रामानं मला इथं आणल्यामुळेच मी या साऱ्या प्रसंगाला साक्षी झाले होते. तेही फक्त पतीनं पत्नीला सोडून एकट्यानं घराबाहेर पडायचं नाही, असं शास्त्र असल्यामुळेच, याचंही मला पुरेपूर भान होतं.

यानंतर आपल्या तोंडून बाहेर पडलेला शब्द तो खाली पडू देणार नाही; हा वनवासाला जाणार, ही काळ्या दगडावरची रेष! पण मग माझी काय गत? रामच नसलेल्या या अयोध्येत या जिवाला कुठं स्थान आहे? यावर एकच मार्ग आहे, तो म्हणजे मरण!

माझं मन चिंतनात गढून गेलं.

कैकेयीमातेच्या महालापासून चालत येताना मनात विचारांचे ढग दाटून आले. आयुष्यभर सोबत राहण्याचं वचन घेतलंय! विवाहाच्या विधीमधली प्रमुख घटना! तसं आम्ही दोघांनी परस्परांना वचन दिलंय! मग मी का मरून जाऊ? मी का ते वचन मोडू? संकल्प-विसर्जन करताना मनात आलं, त्याप्रमाणे आमच्या कक्षात पाऊल ठेवताच मी विचारलं, "दोघं मिळून वनवासाला जाऊ या. मी तुझ्याबरोबर येईन."

त्याच्या चेहऱ्यावर बधिर हसू उमटलं. ते पाहून मी विचारलं, "का?"

"वनवास म्हणजे काय, अशी तुझी कल्पना आहे? तो काही उद्यानविहाराचा प्रकार नाही! दगड-धोंडे, पायवाटही नसलेले काट्याकुट्यांनी भरलेले मार्ग, दबा धरून मागावर येणारे रक्तपिपासू प्राणी, आहारासाठी खोदून काढलेली कंदमुळं, ती खाल्ल्यावर होणारे पोटदुखी-अतिसारासारखे आजार! मला तर आज्ञापालनासाठी गेलंच पाहिजे. तू मात्र इथंच सुखासमाधानात राहा! चौदा वर्षं म्हणजे काही मोठा कालखंड नाही! हा हा म्हणता ही वर्षं संपवून येईन."

"तू सोबत असताना चौदा वर्षांचे चौदा दिवस होतील! तू नसताना हा प्रासादच घोर अरण्यापेक्षा क्रूर होणार आहे, हे ठाऊक असूनही हे कसं बोलतोस तू?"

"हे तर माझ्याही दृष्टीनं खरंच आहे. पण मला अरण्यातल्या जीवनाची सवय आहे. सोबत एक तरुणी, तीही तुझ्यासारखी रूपमती असेल, तर संरक्षण हीच एक मोठी समस्या होईल! मी आणखी अडचणीत सापडू नये, असा विवेक असेल तर हट्ट करू नकोस!"

बराच वादविवाद झाला. मीही कधीही नव्हता दाखवला तेवढा हट्टीपणा दाखवून वाद घालत राहिले. कधी नव्हे तेवढा माझा आवाजही चढला होता. माझ्या नकळत! 'तू इतके दिवस जे प्रेम दाखवत होतास, ते सगळं खोटं होतं...' हे म्हणताना तर रडू कोसळलं. हुंदका अनावर झाला. ठसका लागला. त्यानं माझ्या मस्तकावर थोपटत मला खुजातलं पाणी दिलं. नंतर तोही विचारात पडला.

त्याच वेळी लक्ष्मण धपाधपा पावलं टाकत, धावत आला. दंपती एकांतात असताना आधी आल्याची वर्दी देण्याचा शिष्टाचारही न पाळता तो आत घुसला.

"दादा, काय हा वेडेपणा चाललाय? ती छिनाल बोलली आणि या थेरड्यानं

मान्यता दिली! आणि तू वनवासाला निघालास? काय काय घडलं? कोण काय म्हणालं? मला आधी सांग बघू!...'' धापा टाकतच त्यानं विचारलं.

''हिला विचार. पुन्हा तेच ते बोलायची माझी इच्छा नाही.'' राम तुटकपणे म्हणाला. एव्हाना बाहेर जमू लागलेल्या लोकांच्या दिशेनं तो निघून गेला.

घडलेलं सगळं मी थोडक्यात, पण काहीही न गाळता सांगितलं. माझ्या चेहऱ्यावरून आणि आवाजावरून मी रडल्याचं त्याच्या लक्षात आलं. एवढ्यात राम आत आला. लक्ष्मण म्हणाला, ''मी इकडे बघून घेतो. सगळा बंदोबस्त करतो. भरताचा राज्याभिषेक होईपर्यंत आपला पिताच राजा आहे, नाही का? तलवारीच्या धाकानं त्याला मी एका कोपऱ्यात डांबून ठेवेन. तोही विरोध करणार नाही. मग राज्य माझंच होईल. त्यानंतर तुझा राज्याभिषेक करून तुला राजा करेन! जर भरतानं येऊन काही विरोध केला, तर त्याच्याही मुसक्या बांधून त्याच्या आईच्या शेजारी टाकेन. आपलं सैन्य तुझ्याशी निष्ठा बाळगून आहे. त्यामुळे त्यांचं आपल्याला सहकार्य मिळेल!''

लक्ष्मणाचं बोलणं ऐकताना माझ्या जिवात जीव आल्यासारखं वाटलं. तो काहीही धर्माविरोधी सांगत नव्हता. शेवटी राज्यातलं स्थान बळावरच ठरतं ना! आणि हे सगळं महाराजांच्याही मनासारखंच होईल! लक्ष्मणाला सेनापती केलं, तर राज्य धर्मसंमतीनं रामराज्य होईल....हो! असंच होईल! आणि हेच हिताचं ठरेल!

या विचारानं मला मिळालेला दिलासा लगोलग नष्ट झाला, कारण रामाच्या चेहऱ्यावर हास्य उमटलं होतं. तो लक्ष्मणाला म्हणाला, ''बंधो, तू तुझ्या स्वभावाप्रमाणेच बोललास; पण तो धर्म नाही! इथला मुख्य प्रश्न आहे, आपल्या तातांनी दिलेल्या शब्दाचं आपणही पालन करतो की नाही? कैकेयीमातेच्या बोलण्यातला केवळ स्वार्थ मलाही ठाऊक आहे. पण आता तो मुख्य प्रश्नच नाही आहे, हे तुझ्या लक्षात येतं काय? माझ्या पित्यानं दिलेल्या शब्दाचं पालन करणं हे माझं कर्तव्य आहे, तसंच ते तुझंही कर्तव्य आहे! हे लक्षात न घेता वडिलांना बंदिवासात टाकायचा विचार करतोयस ना; हे इक्ष्वाकू वंशाला साजेसं आहे का?''

लक्ष्मण निरुत्तर झाला. तो फक्त निरुत्तर झाला की संमत झाला, हे मला समजलं नाही. कारण रामाच्या बोलण्यात धर्म असल्याचं हळूहळू माझ्याही लक्षात येऊ लागलं होतं. तो म्हणाला, ''चल लक्ष्मणा, इतर दोन्ही मातांना भेटून मी वनवासाला जात असल्याची बातमी सांगितली पाहिजे.''

''दादा, तुझ्याबरोबर मीही येईन. नरमांसभक्षक प्राण्यांमध्ये एकटं राहणं धोक्याचं आहे.'' लक्ष्मण म्हणाला.

''तातांच्या वचनाचा संदर्भ फक्त माझ्यापुरताच आहे. तू का अरण्यातले कष्ट भोगायचे?''

"समज, तुझ्याऐवजी माझ्यावर ही पाळी आली असती, तर तू मला एकट्यानं जाऊ दिलं असतंस का? आपण दोघंही एकत्र खेळलो, एकत्र जेवलो-खाल्लं. दोन्ही आयांच्या अंगावर सारखेच बागडलो. अरण्यात फिरताना हल्लेखोर, जनावरं मागून दबा धरून, चाल करून येतात. तुलाही ठाऊक आहे हे! दोघं असू, तर पुढं मागं लक्ष ठेवून रक्षण करून घेणं सोपं जाईल. रात्री एक जण पहाऱ्याला राहिला, तर दुसरा शांतपणे झोपू शकेल. दुसरे दिवशी दुपारी त्यालाही झोप मिळू शकेल. विश्वामित्र महर्षींच्या आश्रमाचं आपण दोघांनी असंच रक्षण केलं ना?"

"आपण दोघंही इथून निघून गेलो, तर आपल्या माघारी कैकेयीमाता आपल्या दोन्ही मातांची काय गत करेल, याचा तू विचार केलायस का? त्या दोघींची काळजी घेण्यासाठी तरी तुला इथं राहिलं पाहिजे! शत्रुघ्नावर असा विश्वास टाकता येईल का? शिवाय तो भरताच्या जवळचा आहे."

क्षणभर लक्ष्मण विचारात पडला. नंतर म्हणाला, "कौसल्यामातेच्या लग्नात तिच्या माहेरच्यांनी पन्नास ग्रामे तिला आंदण म्हणून दिली आहेत. तिचं दूरचं या घराण्याशी नातंही लागतं. स्त्रीला माहेरहून मिळालेलं स्त्रीधन पूर्णपणे तिचंच असतं. त्यावर इतर कुणाचाच अधिकार नसतो."

"बरं मग?"

"या कैदाशिणीनं राजमहालात आल्या आल्या आपल्या दोन्ही मातांना मिळणारी मदत कमी-कमी करत बंद केली होती. हेही तुला ठाऊक असेल ना?"

"हो."

"तेव्हापासून त्या दोघींना इथूनच कुमक मिळते. आपल्याला या दोन्ही अंत:पुरातून पंचपक्वान्नं खायला मिळतात, खायचे चोलले पुरवले जातात ते त्यातूनच...हे ठाऊक आहे की नाही?"

आता राम निरुत्तर झाला. नंतर म्हणाला, "जाऊ दे ना! वनवासाला जाताना त्या कटू आठवणी कशासाठी?"

"त्यासाठी नाही सांगत मी! भरताच्या राज्यकारभारात मी किंवा तू नसलो तरी आपल्या दोघांच्या माता इतके दिवस जशा जगल्या तशाच जगू शकतील, एवढंच सांगायचंय मला! अर्थात, जर अहंकारानं या कैदाशिणीनं सगळंच गिळंकृत केलं, तर गोष्ट वेगळी! जर ती किंवा तिचा मुलगा भरत अशा प्रकारे वागू लागले तर राजगुरू आणि जनता त्यांना विरोध केल्याशिवाय राहणार नाही. कारण केवळ आपल्या राज्यातच नव्हे, सगळ्या आर्यावर्तातच स्त्रीधनावर इतर कुणाचाच अधिकार नसतो. राजालाही नाही!"

पुन्हा राम निरुत्तर झाला. यात त्याला ठाऊक नसलेलं काहीच नव्हतं. राजधर्माच्या संदर्भात त्याचं ज्ञान अधिक खोल आणि सूक्ष्म होतं.

हे संभाषण ऐकत असताना मलाही माझ्या इच्छापूर्तीच्या दिशेचा प्रकाश दिसू लागला. क्षणही न गमावता मी म्हटलं, "आर्यपुत्रा, लक्ष्मण भाऊजी सोबत असताना माझ्या रक्षणाची जबाबदारीही एवढी कठीण होणार नाही. त्यामुळे मला नकार द्यायचं कुठलंही कारण तुझ्याकडे नाही!"

"तूही निघालीस का?" लक्ष्मणानं आश्चर्यानं विचारलं, "तू का हे कष्ट भोगतेस? इथं दोन्ही सासवा आहेत. ऊर्मिलाही आहे. त्यांच्यासोबत निवांत राहा!"

मला राग आला.

"ते कदापि शक्य नाही! जिथं तुझे बंधू, तिथंच मी राहणार! मी काही तुम्हाला भार होणार नाही. तुम्ही दोघं जी कंदमुळं आणाल, ती शिजवायचं काम करेन." खरं तर मनातली इच्छा पूर्ण करून घेण्यासाठी डोळ्यातून हुकमी पाणी आणणाऱ्या जातींपैकी मी नाही. तरीही हे म्हणताना माझ्या डोळ्यांत पाणी आलं.

माझ्या डोळ्यातलं पाणी बघून रामाच्या हृदयाला पाझर फुटला असावा. तो म्हणाला, "येऊ दे तिला, लक्ष्मणा!"

रामानं माझं म्हणणं मान्य केलं होतं!

मी भावनाविवश झाले. माझा पती युवराज होणार, या भावनेपासून तो वनवासी होणार या भावनेपर्यंतचे सगळे भावकल्लोळ झेलत असतानाच, यानंतर मला त्याचा सतत सहवास मिळणार, या विचारानं मी भावविभोर झाले!

"चला! बदललेली परिस्थिती आपण आपल्या मातांना सांगू या. वनवासाला जायचा शब्द दिल्यानंतर इथं एक दिवसही राहता कामा नये." आता राम घाई करू लागला.

आम्ही तिघं कौसल्यामातेच्या अंत:पुराकडे जायला निघालो. बाहेर पाहिलं तर जनसागर ओसंडत होता. युवराज्याभिषेक बघायला म्हणून रात्रभर जागरण करून पटांगणात गर्दी केलेल्या स्त्री-पुरुषांमध्ये आता वनवासाची बातमी पसरली होती. रामाला पाहताच त्या गर्दीतून 'राम-राम' असा घोष उमटला.

पाठोपाठ अनेक आवाज उमटले, 'रामा! वनवासाला जाऊ नकोस!'

'कैकेयी छिनाल बाई! तिच्या बोलण्याला का महत्त्व देतोस?'

'महाराजांना म्हातारचळ लागलाय!...'

इतरांनी 'जाऊ नकोस...जाऊ नकोस..' म्हणत त्यांना अनुमोदन दिलं. आम्हाला जाण्यासाठी वाट देताना त्यांनी आम्हाला घेरून टाकलं. अंगरक्षकांनी पुढं होऊन वाट काढली नसती, तर त्या गर्दीत आम्ही चेंगरून गेलो असतो! लक्ष्मणानं अंगरक्षकांना थोरल्या राणीच्या अंत:पुरात चलण्याची आज्ञा दिली. त्याप्रमाणे ते आम्हाला तिथं घेऊन गेले.

एव्हाना तिथंही बातमी येऊन थडकली होती. दोन्ही मातांबरोबरच तिथल्या

सेविकांचेही चेहरे उतरले होते. मुलाला आलिंगन देत कौसल्यामाता कोसळल्या. रामानं त्यांना आधार देऊन आतल्या कक्षात नेलं. आम्ही तिघंही त्यांच्यापाठोपाठ गेलो. कक्षाचा दरवाजा बंद करून रामानं तिथं घडलेली सारी हकिगत सांगितली. महाराजांनी दिलेला शब्द आणि आताची त्याची अवस्था याविषयी सांगितलं. नंतर म्हणाला, ''तू मोठ्या घराण्यात जन्माला आलीस. असे प्रसंग आपली परीक्षा घेण्यासाठीच येत असतात, याचा विसर पडू देऊ नकोस.''

''तुझा जन्म होईपर्यंत वांझोटेपणाचं दु:ख होतं; पण आताची ही परिस्थिती पाहिल्यावर वाटतं, तू जन्मालाच आला नसतास, तर हे दु:ख भोगावं लागलं नसतं. तुझ्या पित्यासारखा मार्ग चुकलेला नवरा या जगात शोधून सापडणार नाही. अविवेकीपणे तोंडातून गेलेल्या शब्दाला, मग तो आईच्या तोंडचा असो, वा वडिलांच्या, विरोध करणं हाच धर्म आहे! हे करण्याऐवजी तू का तो मान्य केलास? जा! त्याचा धिक्कार करून ये!..'' हे म्हणताना त्यांच्या आवाजात पुरेपूर रोष भरला होता.

''माते, मी धिक्कार केला, तर तात आनंदितच होतील! तेही हात जोडतील. पण त्यांनी दिलेल्या शब्दांमधल्या सत्याची काय गत? इक्ष्वाकू वंशात जन्मलेल्या रामानं सत्याचा वध केला, असंच सगळे म्हणतील ना! तीच अपकीर्ती कायमची माझ्या नावामागं नाही का लागणार? मग हाच आदर्श समोर ठेवून आपल्याच देशातले नव्हे, तर ही कथा ऐकणारे विविध देशांतले असत्यालाच शरण नाही का जाणार? आपलं वर्तन हे फक्त आपलं नसतं; त्याचा इतरांवर काय परिणाम होतो, याचाही विचार करायला पाहिजे. चौदा वर्षं हा हा म्हणता निघून जातील. सीतेलाही वनविहाराची अपेक्षा आहे. तीही हट्टानं माझ्यासोबत येतेय. सोबत लक्ष्मणही आहे. आम्हा दोघांनाही अरण्याचा अनुभव आहे. विश्वामित्र महर्षींना त्रास देणाऱ्या राक्षसांना मारल्याचा अनुभवही आहे. महर्षींनी आम्हाला विविध आयुधं वापरण्याच्या कलेत किती निपुण बनवलंय, याची तुलाही कल्पना आहे ना?''

आम्ही दोघंही रामासोबत जात असल्याचं ऐकून कौसल्यामातेला थोडं समाधान झालेलं दिसलं. पण आपला मुलगाही रामासोबत चौदा वर्षांसाठी वनवासात जातोय, हे समजल्यावर सुमित्रामातेचा चेहरा उतरला. पण भावना लपवून शांत राहणं, हा त्यांच्या स्वभावाचा भागच होऊन गेल्याचं इतक्या वर्षांत मीही पाहतच होते ना! लक्ष्मणाइतकाच त्यांचा रामावरही जीव होता. कौसल्यामातेचा शुद्ध सात्त्विक स्वभाव असला, तरी आपल्या भावना लपवून न ठेवता, त्या बोलण्यातून, चेहऱ्यावरून, आलिंगनातून, अश्रूपातातून व्यक्त करायच्या. सात वर्षं झाल्यानंतरही दिवस राहिले नाहीत, म्हणून महाराज सुमित्रामातेला घेऊन आले, तेव्हाही त्यांनीच धाकटी बहीण मानून तिला आलिंगन दिलं आणि स्वागत केलं होतं. सुमित्रामाता

या क्षत्रिय घरातल्या असल्या, तरी राजघराण्यातल्या नसल्याचंही माझ्या कानावर आलं होतं. कुठल्याशा सामंत घरातल्या त्या होत्या.

तरीही कौसल्यामातेनं लगोलग संमती दिली नाही. त्यांनी वेगळाच मुद्दा काढला, "बाळा, तू वेदाध्ययन केलं आहेस. आधी आईला चरणस्पर्श करून त्यानंतर पित्याला नमस्कार करायला वेदांतच सांगितलं आहे ना? पितृवाक्यापेक्षा मातृवाक्य महत्त्वाचं नाही का? तुझ्या पित्यानं तुला वनवासात जायला संगितलं असेलही; पण मी, तुझी माता तुला 'जाऊ नकोस' म्हणून सांगतेय ना! एवढंच नव्हे, ही माझी आज्ञा आहे! मातेच्या आज्ञेचा धिक्कार केलास, तर तुला अपकीर्ती येणार नाही का? तू गेलास तर माझा जीव राहणार नाही, हे नक्की! असं झालं, तर तुझ्यावर मातृहत्येचा दोष लागणार नाही का?"हा त्यांचा केवळ हट्ट नव्हता. अश्रूंनी अभिषिक्त अशी ती आज्ञाच होती.

'माते, तातांनी मला 'वनवासात जा' म्हणून सांगितलं नाही. तो वंशाची कीर्ती आणि तातांचा मान राखण्यासाठी मी घेतलेला निर्णय आहे....." रामानं कैकेयीमातेच्या वडिलांबरोबर महाराजांचं जे बोलणं झालं होतं, त्याविषयी सांगितलं. नंतर म्हणाला, 'मी ज्येष्ठ पुत्र म्हणून जन्मलो हे खरं असलं, तरी तातांनी कैकेयीमातेच्या वडिलांना दिलेला शब्द कसा खोटा ठरेल? तू तरी हे डावलण्याचा सल्ला मला कसा देशील? पित्यापेक्षा मातेचं स्थान मोठं आहे, हे वेदातलं वाक्य सत्याच्या स्थापनेसाठी असायला हवं की नाही? आपल्या सोयीप्रमाणे वेदमंत्रांचा अर्थ बदलणं योग्य आहे का?"

हे ऐकताच कौसल्यामातेचा चेहरा चेतनाहीन झाला. आणखी चर्चा वाढवणं योग्य न वाटल्यामुळे रामानं दोन्ही मातांना निरोपाचा नमस्कार केला. मीही नमस्कारासाठी वाकले. मला आलिंगन देऊन कौसल्यामाता म्हणाल्या, "बाळा, तू आपणहोऊन निघाली आहेस! वनवासात आहार, घर-दार नसलेल्या अवस्थेत राहायची पाळी येईल. तेव्हा कितीही स्थितप्रज्ञ माणूस असला तरी संयम सुटू शकतो. तू हे समजून राहा आणि चुकूनही तुझा पती किंवा तुमच्या रक्षणासाठी तुमच्याबरोबर येणाऱ्या दिराला कधीही उलटून बोलू नकोस. दुखावू नकोस. पायांना काटे टोचून रक्त येत असलं, तरी हसतमुखानं राहा. महापतिव्रता म्हणून कीर्तीची अधिकारी हो."

सुमित्रामातेनं लक्ष्मणाला छातीशी घेत सांगितलं, "तुझा स्वभाव रागीट आहे! त्यावर नियंत्रण ठेव. कुठल्याही प्रसंगी रामाला उलट उत्तरं देऊ नकोस. थोरल्या भावाला वडिलांच्या आणि भावजयीला मातेच्या जागी मान."

आम्ही तिघं दारापाशी आलो. राम म्हणाला, "आपल्याला निघालं पाहिजे. आणखी काही घटकांत प्रस्थान करून सूर्य मावळण्याच्या आधी नगराच्या वेशी ओलांडायला पाहिजेत. हे महाराजांना सांगून येऊ या." तसं अंगरक्षकांनी रक्षणावृत्त

रचून आम्हाला कैकेयीमातेच्या अंत:पुराकडे नेलं.

आत जाऊन पाहिलं. महाराज जमिनीवरच खांबाला टेकून बसले होते. आणि कैकेयीमाता अजूनही त्याच उंच आसनावर बसल्या होत्या. मंत्री सुमंत चढ्या आवाजात धाकट्या राणींवर आरोप करत होते,

'...मला कितीतरी राजघराण्यांच्या कथा माहीत आहेत! कुठल्याही राजघराण्यात तुझ्याइतकी हीन स्त्री जन्मली नाही! महाराजांना मरणाच्या दाराशी पोहोचवून, स्वत: रांडमुंड होऊन, मुलाला नाममात्र राज्यावर बसवून सगळे अधिकार स्वत:च्या ताब्यात घेण्याचा तुझा मनसुबा आहे! पण एक गोष्ट लक्षात घे, रामाला युवराज्याभिषेक करायचा निर्णय केवळ महाराजांचा नव्हता. कालच्या महासभेत सकल प्रजाप्रमुखांनी मिळून घेतलेला हा निर्णय होता. त्या सभेत मंत्री आणि धर्माधिकारींबरोबरच सर्वसाधारण जनताही होती. या महासभेच्या अनुमतीशिवाय तुझा मुलगाही युवराज होणं शक्य नाही! ते इक्ष्वाकू वंशाच्या नियमात बसत नाही. तुला पतीहत्येचं पाप तर लागेलच, शिवाय तुझ्या मुलाच्या माथ्यावर पितृहत्येचं पापही लागेल! अशा पापी राजपुत्राला महासभा कधीच युवराज पदावर आरूढ होऊ देणार नाही. रामाच्या डाव्या पायाच्या करंगळीएवढीही योग्यता तुझ्या मुलापाशी नाही. 'आई तशी मुलगी! सुतासारखं लुगडं, खाण तशी माती' ही म्हण तुलाही लागू पडते! तुझ्या जन्मदात्रीची लायकी आम्हाला ठाऊक नाही, असं समजू नकोस! तिनं राज्यकारभारात लक्ष घालून अश्वपती राजाला जनतेच्या नजरेत विनोदाचा विषय बनवला होता, त्याची कथा आम्हाला ठाऊक आहे. तुझ्या लग्नानंतर घडलेली ती घटना आम्हाला ठाऊक आहे. आमच्या हेरांकरवी ती हकिगत फार पूर्वीच आम्हाला समजली होती....''

त्यांनी पुढची सारी हकिगत सांगितली. शेजारचा देश केकय देशावर आक्रमण करणार अशी बातमी होती. देशाच्या रक्षणासाठी तुझा पिता- अश्वपती राजानं- मंत्री-सेनापतींची सभा बोलावली. रहस्यकक्षात दिवसभर सभा चालली. काही तंत्रांवर चर्चा झाली. रात्री सभेत काय-काय चर्चा झाली, याची राणीनं राजाकडे चौकशी केली. राजानं सांगितलं, ते गुपित असतं. पण हे ऐकून न घेता राणीनं वाद घातला, 'मी राणी आहे, मला हे समजलंच पाहिजे!' किती सांगितलं, तरी राणी ऐकेना. 'मी महाराणी! तुम्ही या पदवीचा अपमान करताय...'म्हणू लागली. राजानं समजावलं, 'महाराणी ही पदवी नाही. सिंहासनावर राजाच्या शेजारी बसायचा तो फक्त अलंकार आहे!..' तरीही वाद थांबेना : तेव्हा मात्र राजानं बजावलं, 'हा राजाज्ञेचा भंग आहे! तुला शिक्षा झालीच पाहिजे. राज्ञी आणि माझ्या मुलांची आई असल्यामुळे तुला मृत्युदंड देत नाही. आताच्या आता ही राज्ञीची वस्त्रं उतरवून राजवाड्याबाहेर नीघ!'' लगेच अधिकाऱ्यांना बोलावून त्याची अंमलबजावणी करायलाही सांगितलं. आधी

तो अधिकारीही गडबडला. पण त्यालाही शिक्षा करायची भीती घातल्यावर त्यानं राजाज्ञेची अंमलबजावणी केली. तिला राज्याच्या सीमेबाहेर नेऊन सोडण्यात आलं. त्यानंतर काय झालं, ते कुणालाच ठाऊक नाही. कुणी तो प्रयत्नही केला नाही.

एवढं सांगून सुमंत म्हणाले, "कैकेयी, तुझ्या आईची काय अवस्था झाली हे तुला समजलं ना? अजूनही दशरथ महाराजच इथले महाराज आहेत! तुलाही अशा प्रकारची शिक्षा करायचा त्यांना अधिकार आहे, हे विसरू नकोस!..."

एवढा वेळ गप्प असलेला राम म्हणाला, "मंत्रिवर्य हो! पिढ्या न् पिढ्यांपासून तुम्ही या राज्य आणि राजघराण्यासाठी जी निष्ठा दाखवत आहात, ती सगळ्यांना ठाऊक आहे. तुमची प्रत्येक कृती आणि शब्द या राज्याच्या आणि धर्माच्या दृष्टीनं योग्यच असेल, याविषयी शंका नाही. मी वनवासात जातोय, यात माझ्या या मातेची काहीही चूक नाही. फार पूर्वी माझ्या वडिलांनी हिच्या वडिलांना जो शब्द दिलाय, त्याचा महाराजांना कालानुक्रमेण विसर पडला होता. या विसरभोळेपणाला त्यांचं वयही कारणीभूत आहे. विसर पडल्यामुळे होणारा प्रमाद घडू नये, म्हणून या मातेनं आठवण करून दिली. असं करून तिनं आमच्या वंशाला अपकीर्तीच्या डागापासून वाचवलं आहे! त्यामुळे आपण सगळ्यांनीच तिचं ऋणी राहिलं पाहिजे. तुम्ही महाराजांविषयी जी निष्ठा दाखवत आहात, तीच निष्ठा माझ्या भरताविषयीही दाखवली पाहिजे! राज्य सुखी आणि समृद्ध होण्यासाठी साहाय्य केलं पाहिजे, हीच माझीही इच्छा आहे. आता तुम्ही माझ्या अंत:पुराकडे चला. आम्हीही थोड्या वेळात येऊ."

सुमंतांना काय बोलावं ते सुचेना. अशा वेळी माझा पती काय बोलेल आणि काय करेल याची कल्पना करणंही कठीण! मी निराश झाले. संतापलेल्या लक्ष्मणाचा चेहरा लालबुंद होत होता. पण नुकतीच त्याच्या आईनं दिलेली आज्ञा त्याच्या स्मरणात असल्यामुळे त्यानं त्या संतापावर आवर घातला होता. अर्थात असं मला तरी वाटलं. सुमंतही 'ठीक आहे..वाट पाहतो..' म्हणत तिथून निघून गेले.

सुमंतांना प्रत्युत्तर न देता गंभीरपणे बसलेली कैकेयीमाता ते निघून जाताच म्हणाली, "रामा, चौदा वर्षं वनवासाला जाण्याचा तू तुझ्या वडिलांना शब्द दिलास. सोबत बायको आणि भावालाही घेऊन चाललायस म्हणे!"

इतक्या लवकर ही बातमी यांना कशी समजली? यांचं हेर खातं एवढं तल्लख आहे का? मी चकित झाले. पण राम-लक्ष्मणाच्या चेहऱ्यावर आश्चर्य दिसलं नाही.

तीच पुढं म्हणाली, "हे छान आहे! सेवेसाठी धाकटा भाऊ! सोबत सुखासाठी तरुण बायको! हा कसला वनवास?"

लक्ष्मण फाड्कन म्हणाला, "मी कुणाच्या मदतीला किंवा सेवेसाठी जात नाही

आहे! तू अयोध्येलाच वनवास केलास! त्यामुळे मला या वनवासात राहायचं नाही! इथल्यापेक्षा जगात आणखी कुठंही राहिलं तरी तिथं अयोध्याच असेल! मी कुणाच्याही वचनानं बांधलेला नाही. भरतखंडात कृषीभूमीपेक्षा अरण्यंच जास्त आहेत. मी जात असलेल्या वनाचा आणि राम अनुभवत असलेल्या वनवासाचा काहीही संबंध नाही. मी कुठं जाणार आणि कुठं राहणार, यासाठी मला कोणाच्याही अनुमतीची आणि आज्ञेची गरज नाही!''

लक्ष्मणाच्या स्वभावाची कदाचित तिलाही कल्पना असावी. माझ्याकडे वळून तिनं विचारलं, ''तू कुठं निघालीस? कोणाबरोबर?''

मला काय उत्तर द्यावं ते सुचेना. माझी ती अवस्था लक्षात येऊन राम उत्तरला, ''तिच्या माता-पित्यांनी तिला सांगितलं आहे, पती गावी जाऊ दे किंवा स्मशानात जाऊ दे; त्याच्या मागोमाग जाणं, हाच सतीधर्म आहे! अग्नीच्या साक्षीनं विवाह झाला, तेव्हा मीही तिला सोडून कधीही जाणार नाही, असं वचन दिलंय. वनात तिची काही मदत होण्यापेक्षा तिची अडचणच होणार आहे! मीही तिला सोबत ये म्हणून बोलावलं नाही.''

''मी काही त्यासाठी नाही विचारलं! वनाच्या सौंदर्याचा आस्वाद घेताना सोबत सुंदर पत्नी असेल, तर काय विचारता! तीच आधी गर्भार राहिली आणि तुलाच थोरला मुलगा झाला तर? तेव्हा ज्येष्ठत्वाचा मुद्दा पुढं करून तू त्याचा अधिकार प्रस्थापित करणार नाहीस कशावरून?''

''माते, तुझ्या मुत्सद्दीपणापुढे मी नतमस्तक आहे! पण वल्कलधारी वनवासी ब्रह्मचर्य पालन करणारा असतो, हा नियम तुला ठाऊक नसेल, तर मी तुला आता समजावून सांगतोय!''

''खरोखरच फार शहाणा आहेस, रामा, तू! तुला धर्मशास्त्राची पूर्ण जाणीव आहे. जसा तू वल्कलधारी वनवासी म्हणून राहणार आहेस, तशी तीही वल्कलधारी होऊन राहणार आहे, अशी तिला प्रतिज्ञा करू दे!''

''तसं केल्यानं तुझं समाधान होणार असेल तर करू दे!'' असं म्हणत तो माझ्याकडे वळला. पती तसा राहत असताना पत्नीकडून अशी प्रतिज्ञा करायला लावणं, म्हणजे तिच्या पातिव्रत्यावरच संशय घेतल्यासारखं, नाही का? असं रामाला का सुचलं नाही? त्यानं का हा अर्थ सांगून तिचा पाणउतारा केला नाही? लक्ष्मण संतापानं दात-ओठ खात होता. पण तोही काही बोलला नाही. तो अजूनही त्याच्या आईला दिलेल्या संयमाच्या पगड्याखालीच आहे का? वाटलं, सतत संतापावर नियंत्रण, हेही काही खरं नाही! गरीब देव भेटला, तर बेलपत्रीही फुस्कारा सोडतं, हे त्याला ठाऊक नाही का? मनात आलं, आपणच विचारावं, तूही एक स्त्री आहेस! तरीही दुसऱ्या, त्यातही सून असलेल्या स्त्रीविषयी असं कसं बोलू

शकतेस? पण लज्जेच्या आवरणानं मला आवर घातला.

कैकेयीमातेनं टाळी वाजवली. खांबाच्या आडोशाला उभी असलेली तिची कुबडी सखी मंथरा दिसली. तिला मातेनं आज्ञा दिली, "तिघांसाठीही वल्कलं घेऊन ये!"

तीही तयारी आधीच झालेली असली पाहिजे! कारण लगोलग सखी मंथरा आतल्या कक्षात गेली आणि आधीच नीट घड्या करून ठेवलेली वल्कलं घेऊन बाहेर आली! महाराज आणि कैकेयीच्यासमोर ठेवून ती पुन्हा खांबाआड नाहीशी झाली. ते पाहताच महाराज उद्गारले, "माझ्या लेकरांना मी या तापसी वेशात बघू शकणार नाही! नका लेवू ही वल्कलं!"

त्यांचा आवाज चिरला होता.

"तात, एकदा तापसी जीवन स्वीकारल्यावर त्याला साजेशी वस्त्रं परिधान करण्यात काय चुकलं? जे जीवन स्वीकारलंय, तसाच वेश!" पित्याची समजूत काढल्यावर रामानं स्वत: एक वल्कल उचललं, दुसरं लक्ष्मणाला दिलं आणि दोघांनीही तिथल्या तिथं नवा वेश धारण करून अंगावरचं राजवस्त्र उतरवून ठेवलं. तिनं विचारलं, "आणि तुझी बायको?"

"नाही नाही! आपल्या मुलीनं वल्कलं नेसावीत म्हणून जनक राजानं तिला या घरी पाठवलेलं नाही. माझ्या सुनेनं राजघराण्याला साजेशा वस्त्रातच राहिलं पाहिजे!" महाराज पुन्हा किंचाळले.

"तात, भावनाविवश होऊ नका!" असं म्हणत रामानं माझ्याकडे पाहिलं. मला त्याचा अर्थ समजला नाही. इथं महाराज आणि लक्ष्मण असताना कसं वस्त्रांतर करणार मी? माझी भावना समजून घेऊन राम पुढं झाला. माझ्या दंडाला धरून त्यानं मला आतल्या कक्षात नेलं. त्याच्या हातात माझी वल्कलं होती. आतल्या कक्षात गेल्यावर त्यानंच वरून वल्कलं गुंडाळली आणि अंगावरचं राजवस्त्र उतरवून ठेवायला सांगितलं. उतरवलेलं वस्त्र गोळा करून हातात घेतलं आणि माझ्यासह तो बाहेरच्या कक्षात आला. कैकेयीच्या पुढ्यात राजवस्त्रं ठेवली आणि मला उभं करून म्हणाला, "सीते, आता सगळे दागिने उतरवून ठेव!"

महाराजांचा आक्रोश सुरूच होता. मी रामाकडे पाहिलं. त्याच्या चेहऱ्यावर नेहमीचेच शांत भाव होते की आणखी काही होतं, मला समजलं नाही. मी तत्परतेनं गळ्यातले, कानातले, हातातले, कमरेवरचे, दंडातले, पायातले सगळे नवरत्न-सुवर्णालंकार उतरवून ठेवले. त्यात राजदागिन्यांबरोबरच सर्वसामान्य स्त्रिया वापरत असलेल्या दागिन्यांचाही समावेश होता. मी दागिने उतरवत असल्याचं दृष्य न पाहवल्यामुळे महाराजांनी दोन्ही हातांनी डोळे बंद करून घेतले.

रामानं पित्याला नमस्कार केला आणि म्हणाला, "तात, जाऊन येतो. चौदा

वर्षं हा हा म्हणता जातील. माघारी येऊन तुमची सेवा करेन. तुम्ही प्रकृती सांभाळून राहा!'' पाठोपाठ मी आणि लक्ष्मणानंही मौनपणे नमस्कार केला.

रामानं कैकेयीमातेचे पाय धरून प्रार्थना केली, ''माते, महाराजांचं योगक्षेम तुझ्यावर सोपवून जातोय! त्यांची इच्छा पुरी करण्यातच आपल्या सगळ्यांचं हित आहे. भरताचं कल्याण होवो. त्याच्या अधिकारात कोसल देशाला आणखी सुख-शांती मिळू,दे. तुझा आशीर्वाद आम्हाला मिळू दे.'' पाठोपाठ मीही त्याचं अनुकरण करून नमस्कार केला.

लक्ष्मण मात्र काही न बोलता उभा होता. राम त्याच्याकडे वळून म्हणाला, ''बंधू, मातेला नमस्कार केल्याशिवाय प्रयाण करता कामा नये, होय ना?''

मग मात्र लक्ष्मणानं कैकेयीच्या पावलांनजीकच्या जमिनीला स्पर्श केला.

महाराज म्हणाले, ''सुमंतांना बोलावून घ्या. गाडी भरून धान्य आणि इतर खाद्य पदार्थ; तसंच लाकूडफाटा, तो तोडणारी माणसं, भांडी वगैरे सगळं माझ्या मुलां-सुनेबरोबर पाठवा. त्यांच्या पर्णकुटीची जागा लक्षात ठेवून तिथं नियमितपणे धान्य आणि गरजेपुरतं सामान पाठवायची व्यवस्था करा.''

त्यांचं वाक्य पुरं व्हायच्या आधी कैकेयी माता सर्पाप्रमाणे फुत्कारत म्हणाली, ''महाराज, ते वनवासाला चाललेत की वनविहाराला... याचं जरा भान असू दे!''

राम तिच्याकडे वळून म्हणाला, ''माते, महाराज भावनाविवश होऊन बोलताहेत! पण तू लक्षात घे, आम्ही या राज्यातून एक मूठभर धान्य किंवा पाणी प्यायचं एक भांडंही घेऊन जाणार नाही आहोत! विश्वामित्र महर्षींनी दिलेला धनुष्य-बाण आणि खड्ग तेवढं सोबत घेऊन चाललोय. त्या आमच्या स्वत:च्या वस्तू आहेत.''

नंतर अंगरक्षकांनी आम्हा तिघांना आमच्या अंत:पुरात नेलं. आमच्या पाठोपाठ जनसागर आक्रोश करत चालला होता,

'रामा, नको जाऊस!' 'आम्ही तुला जाऊ देणार नाही. जायचं तर तुला आमच्या मृतदेहांवरून जावं लागेल...'

'रामा, आम्हीही तुझ्याबरोबर येऊ. वनवासच अयोध्या होईल. अयोध्या अरण्य होऊन जाईल! कैकेयीचा धि:कार असो!..'

रामाला हे सारं ऐकू येत होतं की नाही, हे मला समजत नव्हतं. लक्ष्मण मागून येत होता. त्यामुळे त्याचीही प्रतिक्रिया मला समजत नव्हती.

आतल्या कक्षात ऊर्मी वाट पाहत होती. राम आतल्या कक्षात गेला. ऊर्मीनं विचारलं, ''ताई, काय हा वेडेपणा चाललाय? कैकेयीराणी म्हणजे काय प्रकरण आहे हे ठाऊक असतानाही तिच्या बोलण्याला किती महत्त्व द्यायचं? मी तर ऐकलंय, भाऊजी तर स्वत:च जायचा हट्ट धरून बसलेत, म्हणून? आणि तू? तूही त्यांच्या पाठोपाठ जायचा हट्ट धरलायस म्हणे... बरं, ही नवरा-बायकोमधली बाब

म्हणून बाजूला सोडू. पण हा काय प्रकार आहे? हा, माझा नवरा; बायको म्हणवणाऱ्या मला एका शब्दानंही न सांगतासवरता तुमच्या मागोमाग निघालाय! याच्यावर राज्याची म्हणून काही जबाबदारी नाही का? ''

मी लक्ष्मणाकडे पाहिलं. त्याचा चेहरा पडला होता. मी विचारलं, ''तू ऊर्मीला विचारलंस का? तिची परवानगी न घेता तू कसं आमच्याबरोबर यायचं ठरवलंस?''

क्षणभर त्याला काही उत्तर सुचलं नाही. ऊर्मीनं लगेच त्यात आवाज मिसळून म्हटलं, ''हं बोल माझ्या पतीदेवा! संन्यास घेतानाही बायकोची परवानगी घ्यायची असते. वनवासात जाणं म्हणजे एका अर्थानं संन्यस्त वृत्तीनं राहणं. आपल्याला मुलं झाली नाहीत. मी गर्भिणी झाले नाही. जसं पतीला अपत्य देणं पत्नीचं कर्तव्य आहे, तसंच पत्नीला अपत्य देणं हे पतीचं कर्तव्य नाही का? ते त्यानं केलेलं नसताना तो कसा मला सोडून जाऊ शकतो? अशा वेळी का नाही बायकोची परवानगी घेतली?''

ऊर्मीला शास्त्राचीही एवढी माहिती असेल, याची मला कल्पना नव्हती.

यावर लक्ष्मणाकडे काहीच उत्तर नाही, हे स्पष्टच होतं, त्याचा चेहरा खर्ररकन उतरला होता. दुसऱ्याच क्षणी त्याला संताप आला. पुन्हा त्याच्या मातेच्या वचनानं त्यानं तो रोखून धरला. नंतर धुसमुसत म्हणाला, ''पतीचं मन जाणून तसं वागायला तुझ्या ताईकडून शिकून घे! एकाच घरात दोघीही वाढलात; पण ताईच्या सद्‌गुणाचा एक कणही अंगात नाही!''

ऊर्मी आपला मुद्दा सोडायला तयार नव्हती, ''हे पाहा पतीदेव, मी धर्माचा विषय काढलाय! 'धर्मेच अर्थेच कामेच नातिचरामि' अशी प्रतिज्ञा करूनच विवाह संपन्न झाला ना? न सांगता-सवरता त्या पत्नीला सोडून चौदा वर्षांसाठी निघून जाणं म्हणजे त्या प्रतिज्ञेचा भंग केल्यासारखं नाही का?''

''व्हायचं ते घडून गेलंय! आता मी वल्कलंही नेसली आहेत. मी स्वत: हट्ट करून दादाला पटवून दिलंय. मी त्याच्या सोबत आहे, म्हटल्यावर महाराज आणि कौसल्यामातेलाही समाधान वाटलं आहे. माझ्या मातेनंही मला अनुमती दिली आहे. आता तर सगळ्या अयोध्येच्या जनतेलाही समजलं आहे. अशा वेळी जर लक्ष्मणानं बायकोच्या हट्टामुळे माघार घेतली हे समजलं, तर काय राहील माझं? अमक्याची मुलगी असं समजलं तर तुझ्या पित्याची काय किंमत राहील? त्यापेक्षा तूच चल आमच्याबरोबर! तुझ्या ताईलाही तेवढीच सोबत होईल आणि तुझं धर्मसंकटही टळेल!''

ऊर्मी गप्प राहिली.

शक्य तितक्या लवकर निघायची रामाची इच्छा असल्याचं माझ्या आणि लक्ष्मणाच्या लक्षात आलं होतं. हे ऊर्मीलाही समजलं असावं. लक्ष्मणानं तिलाही

सोबत यायला सुचवलं, तशी ती गंभीर झाली. रामानं लक्ष्मणाला आत बोलावलं. बाहेर आम्ही दोघीच राहिलो. मी ऊर्मीला म्हटलं, "तू सोबत आलीस, तर मला चांगलीच सोबत होईल, यात शंका नाही. या दोन पुरुषांबरोबर मी तरी काय गप्पा मारणार आहे इतकी वर्षं?"

काही क्षण गप्प राहून ती म्हणाली, "ताई, आपण दोघी आपलं घर सोडून या घरी आलो. आता तू निघून गेलीस, तर मला तरी इथं कोण आहे? भरत-शत्रुघ्न परततील, तेव्हा मांडवी-श्रुतकीर्ती येतील. पण भरताच्या मातेच्या आज्ञेवरून आपल्या दोघींचे नवरे वनवासात गेले असता, त्या तरी कशा माझ्याशी मोकळेपणानं वागतील? त्यातही पट्टराणी झालेली मांडवी! तिला माझ्या नजरेला नजर देऊन बोलताना अवघडल्यासारखं होणार नाही का? शिवाय आधीपासून तरी कुठं त्या दोघींशी आपली सलगी आहे?.."

याच वेळी लक्ष्मण कक्षातून बाहेर येऊन म्हणाला, "वहिनी, दादा बोलावतोय." मी आत गेले.

राम घाई करत म्हणाला, "सीते, आपल्याला शक्य तितक्या लवकर इथून निघालं पाहिजे. एकदा वनवासाला जायचा उच्चार केल्यानंतर इथला एकही अन्नाचा कण आपण घेता कामा नये, असा माझा निश्चय आहे! कोसलच्या सीमा ओलांडल्यानंतर आपल्याला कंदमुळं शोधून त्यानंतर ती शिजवल्यावरच आपल्याला आहार घेता येईल. म्हणून म्हणतोय, लवकर निघू या. आपण राजवाड्याचा रथही वापरता कामा नये. पण ते शक्य दिसत नाही! चालत निघालो, तर रस्त्यात प्रजाजन आपल्याला जाऊ देणार नाहीत. या भवनाच्या मागच्या बाजूला रथ उभा करायला सुमंतांना सांगितलं आहे. मागच्या रस्त्यानं सगळी गर्दी चुकवत जाता येईल. गंगेच्या काठावर एक भिल्ल समाजाचं स्थळ आहे. कोसलच्या शेजारी. संपूर्ण स्वतंत्र प्रदेश आहे. त्याचा गुह नावाचा राजा माझा जवळचा स्नेही आहे. त्याच्याकडून काहीतरी आहार मिळेपर्यंत आपल्याला उपाशी राहायचं आहे. पुढं आपल्याला लागणारी सगळी अवजारं, भांडी-कुंडीही त्याच्याकडून घ्यावी लागतील. चल निघू या. या भवनातल्या कशावरही आता आपला हक्क नाही. त्यामुळे त्याची निरवानिरव करायची आपली जबाबदारी नाही. सगळं इथल्याइथं टाकून निघायची तयारी कर. तोच आपला धर्म आहे."

सगळं इथल्याइथे टाकून जायचं म्हटल्यावर मला करायला काहीच काम नव्हतं. रामानं पुन्हा हाक मारेपर्यंत ऊर्मीशी बोलता येईल, असा विचार करून मी बाहेर आले. ती बाहेरच्या कक्षात उभी होती. तिला पाहताच माझे डोळे भरून आले. तिनं माझा हात हातात घेतला, "ताई, लक्ष्मणही नाही म्हटल्यावर या गावात माझं असं कोण आहे? तरीही खरं सांगते! तुमच्याबरोबर वनवासात यायलाही मी तयार

नाही. सतत क्रूर वनचरांच्या भयानं घेरलेलं राहायचं, शिवाय डास, माश्या, चिलटं, इतरही कितीतरी कीटकांच्या सान्निध्यात राहायचं; तिखट-खारट-आंबट चव नाही आणि दूध-दुभत्याची खात्री नाही; डाळी-तांदूळही नाही; फक्त कंदमुळांचा आहार! हेही एकदोन दिवस नाही; एक-दोन महिने नाही, एकशे अडुसष्ट महिने! चौदा वर्षं! खरं सांगते, मला तरी हे शक्य नाही. ताई, नवरा-दीर यांच्याशी बोलून बोलून किती बोलणार.. काय बोलणार? वेड लागेल मला! मी मिथिलेला जाईन. तुम्ही वनवास संपवून याल, तेव्हा मीही येईन. तोपर्यंत भरतानं इथं चांगलाच तळ ठोकलेला असेल. या दोन्ही भावांनाही तेव्हा इथं स्थान असणार नाही. आपल्या मिथिलेत ते दोघं आले तर तू राणी होशील, मी युवराज्ञी होईन; किती छान होईल! आपल्या राज्यालाही उत्तराधिकारी मिळाला की तिथली प्रजाही आणखी सुखी होईल !''

''ऊर्मी, तुझी दूरदृष्टी खरंच छान आहे. पण मला ते शक्य दिसत नाही. मी जेवढं रामाला ओळखते, त्यावरून तो मिथिलेला येणार नाही. तातांनीही त्याला निमंत्रण दिलेलं नाही. दुसरंही एक सांगू? नवरा वनवासात गेला असता, तू माहेरी राहून सगळे सुखोपभोग घेणं, मला तरी बरोबर वाटत नाही. हे माहेरालाही गौरव आणणार नाही. कितीही लहान असला, तरी कौसल्यामातेच्या माहेरकडून आलेला भूप्रदेश आहे. मला वाटतं, तू इथेच राहून दोन्ही थोरल्या मातांची काळजी घ्यावीस. मुलं आणि सुनेला दुरावलेल्या त्या दोघींच्या निष्प्रेम आयुष्यात तू मायेचा झरा होऊन त्या दोघींना जीवन देऊ शकशील. माझ्यापेक्षा तू धैर्यवंत आहेस, शहाणी आहेस. व्यवहारातल्या सूक्ष्म गोष्टी जाणून घ्यायची शक्ती तुझ्याकडे आहे. बघ, विचार कर!'

दोन वर्षं पुरी होत असताना हळूहळू अंगावरचं दूध बंदच झालं. मुलांनाही उगाच चोखायची आसक्ती कमी झाली. एकीकडे मोकळेपणा वाटला, तरी काहीतरी गमावल्याची भावना मनाला व्यापून राहिली. खूपच एकटं एकटं वाटू लागलं. सगळ्या आयांना असंच होत असेल का? कदाचित नसेल. कारण दोन वर्षं होईपर्यंत त्या पुन्हा गर्भार राहतात. अंगावर पिणारं मूल दूर होत असतानाच पुन्हा नव्या बालकाची चाहूल लागते. मग मन त्या बाळात गुंतत राहतं. असंच घडत असेल ना? चार मुलांना जन्म देणाऱ्या सुकेशीला विचारलं, तर वास्तव कळू शकेल. पण हे असले विषय तिच्याशी कसं बोलायचे? शरम वाटते मला! अशा गोष्टी बोलायला मला इथं आणखी कोण मैत्रीण आहे? तशी ऊर्मी दर वर्षी सुगीच्या नंतर येऊन जाते. दोन गाड्या भरून धान्य, मसाले, इतर आवश्यक वस्तू देऊन जाते. पण तिच्याशीही या विषयावर बोलणं शक्य नाही. मी तिची मोठी बहीण.

मनात तिरस्कार असताना त्याच्याविषयी अपेक्षा कशी निर्माण होईल? त्याचा विषयही मला असह्य होतो! अंगाचा संताप संताप होतो! माझंच कुटीर. सोबतीला सुकेशी. दोन खोडकर मुलं. छोटी छोटी पावलं टाकत, तोल सांभाळत कुटिराबाहेर पळून जातात. मला आणि सुकेशीला लव आणि कुशाची ओळख पटते. नव्या व्यक्तींना मात्र एकाच साच्यात बनवलेल्या त्या दोन बाहुल्या वाटतात. लक्ष्मण आणि शत्रुघ्नही जुळेच; पण त्यांच्यात एवढं साम्य नव्हतं. उलट लक्ष्मणाचं साम्य

रामाशी आणि शत्रुघ्न तर वेगळाच.

आश्रमातल्या गृहस्थाश्रमी मंडळींच्या जवळपास माझं कुटीर असलं, तरी माझा त्या कुणाशी फारसा संपर्क नव्हता. इथली बहुतेक सगळी पुरुष मंडळी गंभीर प्रवृत्तीची होती. सतत अध्ययन-अध्यापनात गुंतलेली. बाकीचे ध्यानात मग्न असायचे. बायकांमध्येही अध्यात्म वृत्ती असली, तरी त्यांचा परस्परांशी संवाद असायचा. पण का कोण जाणे; त्यांनी माझ्याशी मात्र सलगी वाढवली नाही. मीही पुढं होऊन त्यांच्याशी संवाद वाढवला नाही, हेही तितकंच खरं म्हणा! किती केलं, तरी मी परित्यक्ता! त्यामुळे इतर महिलांबरोबर, त्यातही तिथल्या आई-आजीच्या वयाच्या प्रौढांबरोबर मुक्तपणे गप्पा मारायला अवघड वाटत होतं. रामानं माझा त्याग केल्याचं त्या सगळ्यांना ठाऊकच असणार! एकदा बोलायला लागलं तर पाठोपाठ 'का?' 'कसं?' वगैरे प्रश्न उद्‍भवू लागतात. त्यांना उत्तर देताना स्वत:चं समर्थन किंवा रामावर दोषारोप या दोन्हीपासून सुटका करून घेणं कठीण! त्यामुळेच मी त्या सगळ्या स्त्रियांपासून विशिष्ट अंतर राखूनच होते.

मुलांना पाय फुटल्यावर मात्र हे इतकं सोपं जाईनासं झाल होतं. त्यांनाही बाहेर जाऊ न देता कुटिरातच डांबून ठेवायला गेलं, तर दोघंही भोकाड पसरून रडायला सुरूवात करायची. तरीही डांबून ठेवलं तर दंगा करून कुटीर डोक्यावर घ्यायची. रामासारख्या धर्मनिष्ठ मानल्या गेलेल्या राजानं दोन वर्षं होऊन गेली, तरी बोलावून घेतलं नाही, त्या अर्थी हिच्या चारित्र्यातच काहीतरी खोट असली पाहिजे; खरं-खोटं पाहिल्याशिवाय तो धर्मात्मा कोणावरही अन्याय करणार नाही, आपल्या मुलांना पाहायलाही न येण्याइतका तो कठीण झाला आहे, याचा काय अर्थ? असंच त्यांनाही वाटत असेल ना! आश्रमासारख्या पवित्र स्थळी अशा स्त्रीला आश्रय देणाऱ्या वाल्मीकी ऋषींविषयीही त्यांच्या मनात कदाचित रोष असे, अशी कुजबूज एक-दोन वृद्ध महिलांमध्ये चालल्याचंही कुणीतरी सुकेशीकरवी माझ्या कानांवर घातलं होतं. हे समजलं तर मी दुखावेन, हे ठाऊक असूनही तिनं हे माझ्या कानांवर घातलं होतं, कारण तसं करणंच योग्य ठरेल, असं तिला वाटलं होतं.

ऋषीपत्नीही असल्या हीन गप्पांमध्ये रमत असतील? मला आश्चर्य वाटलं. काही जणी त्यांच्या पतींप्रमाणे अध्यात्मसाधनेत रमणाऱ्याही होत्या. तसंच इथंही सर्वसाधारण मतीच्या बायकाही असतीलच ना! आमच्या राजपुरोहित शतानंदांच्या मातु:श्रींची आठवण झाली. नवऱ्याला साजेशी बायको आणि बायकोला साजेसा नवरा! असं किती जोडप्यांमध्ये असेल? असे इतर कितीतरी प्रश्न आणि उत्तरं सुचत राहिली, तरी माझ्याविषयी उठलेल्या या अपवादाविषयी समजताच मन खिन्न झाल्याशिवाय कसं राहील?

रात्रभर झोप आली नाही. आश्रमाचे कुलपती वाल्मीकी महर्षींकडे तक्रार करून

या फुटकळ गप्पांवर बंदी घालायला लावावी, असंही मनात येऊन गेलं. आश्रमवासींना आणि ऋषीपत्नींना आचारसंहिता नाही का? त्याचं व्यवस्थित पालन होतं की नाही, यावर लक्ष ठेवणं हे कुलपतींचं कर्तव्य नाही का... याच विचारात पहाटे पक्षी जागे व्हायच्या वेळी थोडासा डोळा लागला. मुलं जागी झाली आणि दंगा करू लागली, तेव्हा मलाही जाग आली. एव्हाना सूर्योदय झाला होता. मनही थोडं हलकं झालं होतं. ज्या लोकापवादाला माझा पती बळी पडला, तो इथंही पसरला आहे, याची मला कल्पना आली. संपूर्ण कोसल देशात पसरलाय, तो जवळच्या या आश्रमात पसरल्याशिवाय कसा राहील? माझ्यावर महर्षींचा नातीपेक्षा जास्त जीव! दयाही आहे! पितृवाक्याच्या पालनासाठी हाती आलेलं सिंहासन लाथाडून, चौदा वर्षं वनवासात राहून, अधर्माचा उद्‌घोष करणाऱ्या राक्षसांचा आणि त्यांचा राजा असलेल्या रावणाचा पराभव करून, माघारी आलेल्या रामाविषयी विशेष कौतुक आहे! त्यानं केलेल्या माझ्या त्यागाविषयी त्यांनी माझ्यासमोर तरी बरोबर किंवा चूक, अशा कुठल्याही अर्थाचं वक्तव्य केलेलं नाही. मात्र माझी ते पक्व दृष्टीनं देखभाल करताहेत. मायेनं माझ्या मुलांची चौकशी करतात. कधी या भागात आलेच तर त्यांना उचलून घेतात, प्रेमानं त्यांच्याशी बोलतात. त्यांच्या आश्रमात राहणाऱ्या एक-दोन ऋषींच्या पत्नींविषयी मी तक्रार केली, तरी ते काय करणार आहेत? ते सगळे जण आधीपासून आश्रमाचा भाग आहेत. मीच इथं आगंतुक आहे! परित्यक्ता. या आश्रमात माझा काय अधिकार आहे म्हणून मी तक्रार करू? सतत अध्यात्म-साधना, अध्यात्म-विचार आणि प्रचारात गढून गेलेल्या महर्षींना माझी तक्रार क्षुल्लकच वाटणार ना! नकोच ते!

एकूण काय, या वसतीवर मी बाहेरची आहे. चार दिवसांची पाहुणी! पाहुणी ही पाहुणीच असते. तिनं तिथं कायमचा तळ ठोकायचा नसतो.

एकाएकी रामाचा प्रचंड संताप आला. मला महर्षींच्या आश्रमाच्या मुख्य दारापाशी सोडून यायची राजाज्ञा केली. म्हणजे महर्षींवर जबाबदारी टाकून मोकळा झाला. त्याप्रमाणे ते माझ्या पोटापाण्याचं बघतीलही; पण 'परित्यक्ता' या बिरुदापासून ते तरी कसं माझं रक्षण करू शकतील? आपल्या मुलांना बघायला तरी कधी तो आला का? प्रसव झाल्याच्या दहाव्या दिवशी बाळंतिणीनं बाळाला पतीच्या कुशीत झोपवायचं, त्यानं त्याची टाळू हुंगून आपल्या पितृत्वाची हमी द्यायची; बाळाला एक नाव प्रदान करायची एक रीत. नव्हे, हे तर बाप म्हणवणाऱ्याचं कर्तव्य! त्यासाठीही हा नाही आला! म्हणजे माझ्याबरोबर आपल्या मुलांचाही त्यानं त्याग केलाय. तरीही याला धर्मनिष्ठ म्हणायचं? हा कसला धर्मराजा? माझ्या मुलांना नाव दिलं ते महर्षींनी! वेडा आहेस तू रामा... धर्माचं मद्य प्राशन केलेला मद्यपी!

जिवाचा संताप संताप होतो. माझ्या सगळ्या दु:खाला आणि माझ्या लेकरांच्या

अनाथ अवस्थेला कारणीभूत असलेल्या त्या रामाविषयी आणखी कुठली भावना असणं शक्य आहे? शाप द्यायची अनावर इच्छा होते! प्रत्यक्षात व्यभिचार केलेल्या अहल्येच्या पश्चात्तापाचं कारण पुढं करून वयाच्या अठराव्या वर्षी तिच्या पतीच्या मनात दया निर्माण करणाऱ्या या करुणाळूला मनातही चूक न केलेल्या पत्नीला अशा प्रकारे शिक्षा करण्याची अधर्माची कठोर भावना पस्तिशीत कशी आली? चुकीच्या मार्गानं जाणाऱ्या प्रजेला शिक्षा करून मार्गावर न आणणारा हा कसला राजा? हा एक करुणाळू व्यक्ती आहे, म्हणूनच मी तेव्हा कातरतेनं याची वाट पाहिली ना!

एवढंच कशाला! लग्नानंतरही याच्या वागण्यात करुणा हेच मूलद्रव्य होतं. माझी याच्याकडून अपेक्षाही तेवढीच होती ना! शाप द्यावा इतका संताप होतो जिवाचा; पण माझ्या शापात काही शक्ती आहे का?

'शाप म्हणजे कोप! मनात कधीही कोपाला थारा देता कामा नये!' हे बाबांचं सततचं सांगणं होतं. हे त्यांचं सांगणं मनात खोलवर रुतून बसलं नसतं, तर इतक्या वर्षांत माझ्या तोंडून किती वेळा शापाचा उच्चार झाला असता कोण जाणे! बाबा, माझं चुकलं! नवऱ्याला शाप देणारी मुलगी नाही मी! तुमच्या जावयाचं काय चूक आणि काय बरोबर हे तोलून पाहायची शक्ती फक्त तुमचीच आहे. संकटात सापडलेल्या माझ्याकडे ती शक्ती कदापि नाही.मी कधीच तुम्हाला आणि तुमच्या वंशाला वाईट नाव येईल असं वागणार नाही.

हा विचार मनात आला की मनातलं दु:ख थोडं कमी होतं.

गेल्या दोन खेपांप्रमाणे ऊर्मी आली. विशेष अलंकार केले नसले, तरी प्रवासाच्या दणकट रथात बसून तीन वर्षांच्या अंगदालाही सोबत घेऊन आली. अंगद गेल्या वर्षी आल्याचं पार विसरून गेला होता. पण अडीच वर्षांच्या दोन्ही धाकट्या भावांबरोबर त्यानं पट्कन मैत्री करून घेतली. अगदी लव-कुशासारखा दिसत नसला, तरी भावंडं म्हणून ओळखता येईल, इतकं त्या तिघांत साम्य होतं. थोडा मोठा असल्यामुळे खोडकरपणातही तो थोडा वरचढच होता! चेहरा आणि शरीराची चण लक्ष्मणाचं नातं सांगत होती. आता ऊर्मीही थोडी स्थूल होऊ पाहत होती.

बोलता-बोलता म्हणाली, "पाचवा महिना चाललाय!"

माझ्या मनात आनंद भरला. गर्भारशी! इथं असेपर्यंत तिचे सगळे डोहाळे पुरवायला पाहिजेत... तिची ओटी भरून पाठवायला पाहिजे... माझे मनसुबे सुरू झाले.

याही खेपेला तिनं दोन गाड्या भरून धान्य आणि इतर सगळं सामान आणलं होतं. ते पाहून एकीकडे आनंद झाला तरी दुसरीकडे संकोचही वाटला. ही माझी धाकटी बहीण आणि धाकटी जाऊ! पण तरीही दर वर्षी न चुकता तीच माझी काळजी घेते! तिनं आणलेल्या या सामानामुळे मी या आश्रमात मानानं राहू शकते.

मी संकोचानं म्हटलं, "गेल्या वर्षीचंच अजून शिल्लक आहे. पुन्हा का आणलंस?"

"वेगळ्या जातीचं भात आहे! इतरही धान्य वेगवेगळ्या प्रकारचं आहे. खाऊन तर बघ तुझ्या दिराचं कृषिकौशल्य!"

"पण तो का आला नाही?" नकळत माझ्या तोंडून आलं. तो येणार नाही हे ठाऊक असूनही! कदाचित तो यावा, अशी मनोमन इच्छा अशी व्यक्त झाली असावी. का नाही आला, त्याची निराशा? मनातली ही चलबिचल केवळ मलाच ठाऊक होती.

"अगं, आठ कोसांवरच्या एका गावात एक तलाव बांधण्यात गुंतलाय तो! दररोज सकाळी उठल्याउठल्या तिकडंच जातो. भोवतालच्या चार-पाच खेड्यांतल्या माणसांना कामावर घेतलंय. हा गेला नाही, तर त्यांतली काही माणसं चुकारपणा करतात! पाऊस सुरू व्हायच्या आधी ते संपवायचंय म्हणत होता."

ही लक्ष्मणाची कार्यनिष्ठा, कृषी प्रयोग करायची आवड माझ्यापेक्षा आणखी कुणाला ठाऊक असणार आहे! रानटी धान्याचा बी म्हणून वापर करायचा, वन्य प्राण्याच्या विष्ठेचा खत म्हणून वापर करायचा, असं पीक आलं की दगडावर वरवंट्यानं रगडून त्याचं पीठ करायचं, ते शिजवून खायचं! त्यानं एवढा सगळा उपद्व्याप केला नसता, तर केवळ कंदमुळं खाऊन पोट भरलं असतं का? खाल्लेलं अंगी लागलं असतं का? शरीर काटक राहिलं असतं का? झाडंझुडपं कुऱ्हाडीनं तोडून त्या लाकडांची दणकट झोपडी बांधली नसती तर वन्य प्राण्यांपासून रक्षण झालं असतं का? लक्ष्मणा, तू कार्यकुशल आहेस यात शंका नाही! जीवनोपयोगी आहेस; तुझ्या दादासारखा नाहीस! माझ्या मनात मौन संवाद चालला होता. तलावाच्या बांधकामाची घाईही खरी असेल. कदाचित ते खोटं कारणही असेल. कोण जाणे!

सोबतीला अंगद असल्यामुळे लव-कुश पदोपदी तक्रार घेऊन माझ्याकडे येत नव्हते. आपसातही भांडत नव्हते. एरवीही त्यांची भांडणं विकोपाला गेली, तरच मी सोडवायला जात होते. पण थोड्याच वेळात ते एकत्रही येत होते. कारण तिथं खेळायलाही तिसरं कुणी नव्हतं. पुन्हा कुठल्यातरी क्षणी भांडणाला सुरुवात होई! खरं तर त्यांची भांडणं सोडवून मला पुरे पुरे झालं होतं. यांच्या दंग्यामुळे तिथल्या शांततेला तडा जातोय, हे जाणवून शरमल्यासारखं होत होतं. कुणी तक्रार केली नाही तरी. अंगद आल्यानंतर मात्र त्या तिघांची एक टोळीच झाली. तिघांचीच अशी

एक गूढ भाषा त्यांनी बनवली होती. त्या भाषेच्या आधारे ते नवे नवे खेळही निर्माण करत होते. त्या खेळात इतके रमून जात, की जेवायला बोलावलं, तरी त्यांना त्याचं भान नसे! मला तर त्याला इथंच ठेवून घ्यायची इच्छा होत होती. त्याचे आई-वडील मान्यता देणार नाहीत, हे ठाऊक असतानाही! कदाचित आई मान्यता देईलही; पण वडील? तो तर वर्षातून एकदा बायकोला दोन गाड्या सामानासह पाठवून देतो, हेच खूप झालं! मनात एवढा कडवटपणा असतानाही!

ऊर्मीला येऊन तीन दिवस झाले होते. त्याच दोन ऋषीपत्नींची कुजबुजीची आठवण आली.

"का कोण जाणे, मला इथं राहू नये असं वाटतं! दर वर्षी तू धान्यधुन्य आणून देतेस. किती दिवस असंच चालणार? तू आणून द्यायचं, सुकेशी शिजवून घालते, मला इतर काही काम नाही. वेळ जात नाही इथं! कंटाळा जीवनाला भरून राहतोय!"

"तर मग चल माझ्याबरोबर! मलाही सोबत होईल आणि मुलांनाही मित्र मिळतील! एकाच घरात राहायचा संकोच वाटला, तर जवळच वेगळं घर बांधून देऊ."

केवळ या विचारानंही मी पुलकित झाले! पण दुसऱ्याच क्षणी सावधही झाले. मी विचारलं, "लक्ष्मणाला विचारलंस का?"

"इथं तुझी ही अवस्था आहे, हे त्याला कसं ठाऊक असणार?ठाऊक असतं, तर त्यानंही हेच सांगितलं असतं!"

हे केवळ त्याला आणि मला ठाऊक आहे! पण या विषयावर जास्तीची चर्चा करून ऊर्मीच्या मनात नसलेलं कुतूहल जागृत करणं योग्य वाटलं नाही. मी विषय बदलला, "मला दिलेल्या शिक्षेची अंमलबजावणी करून तीन वर्षं होऊन गेली आहेत. परस्पर संबंध नसतानाही मला आणि माझ्या मुलांना शेजारच्या घरात आश्रय देऊन संबंध आणखी बिघडवणं योग्य नाही. किती केलं, तरी आपलं जावेचं नातं आहे. मला वाल्मीकी महर्षींच्या आश्रमाच्या दारात सोडून दिलंय, याचा अर्थ मी या आश्रमात किंवा याच परिसरात राहिलं पाहिजे."

"म्हणजे त्याच्या आज्ञेच्या परिघातच राहिलं पाहिजे, असंच ना? पण त्याची आज्ञा पाळत राहण्याचं दास्य कशाला हवं तुला?"

तिचं बोलणं तिखट असलं, तरी मला ते आकर्षक वाटलं. काय बोलतेय याचा फारसा विचार न करता मी हे बोलले होते. पण हे माझ्या मनातच का यावं?

ऊर्मी आल्यापासून रात्री तिन्ही मुलांना एका गोधडीत झोपवत होतो. ते तिघंही आम्हाला न कळणाऱ्या भाषेत परस्परांशी गप्पा मारत झोपी जात होते. जवळच खांबापाशी मी, सुकेशी आणि ऊर्मी एकापाठोपाठ एक अशा अनावर जांभया

येईपर्यंत गप्पा मारत झोपी जात होतो.

त्या रात्री तिला लवकर झोप लागली. लक्ष्मणाच्या गावी न जाण्यासाठी मी दिलेलं कारण योग्य आहे असं वाटलं. माझ्यावर रागावून दूर दूर राहणाऱ्याच्या घरी मी का जाऊ? यात केवढा अपमान! शिवाय आज ना उद्या भाऊ-भाऊ एकही होतील. मी तिथं राहते म्हणून त्यांचं जवळ येणं रहित होणं मला अजिबात नको होतं. पण या आश्रमातही राहणं मनाला पटत नव्हतं. लक्ष्मण कोसल देशापासून दूर झाला, तसं मलाही या आश्रमापासून दूर होण्याचा एखादा मार्ग सापडेल का?

लक्ष्मणाचा भावावर राग होता. त्यामुळे त्यानं 'राजाज्ञा'ही सहन केली नाही. मी इथून दूर जाण्यासाठी या आश्रमात तसं काहीही घडलेलं नाही! महर्षींचीही माझ्यावर ममता आहे. कुणीतरी काहीतरी कुजबुज केली म्हणून मी का रागावायचं? दुसरं म्हणजे या आश्रमाच्या परिसरात मला जेवढी सुरक्षितता आहे, तेवढी आणखी कुठं मिळणार... या विचारातच गाढ झोप लागली.

पण पहाटे पहाटे एक स्वप्न पडलं आणि जाग आली. नांगरलेल्या जमिनीत एका जाड कापडात गुंडाळलेली एक सुकोमल मुलगी! जाग आली तेव्हा सर्वांगाला घाम सुटला होता. हे माझ्या लहानपणी मला वरचेवर दिसणारं स्वप्न. हे मी कोणाला सांगायचीही नाही. पुत्रकामेष्टी करण्यासाठी भूशुद्धी करण्यासाठी जमीन नांगरत असताना मी अशाच अवस्थेत सापडले होते. हा भूदेवीनं प्रसन्न होऊन दिलेला प्रसाद, असं समजून बाबांनी धन्य भावानं मला उचलून छातीशी धरलं होतं. मला थोरली मुलगी मानून वत्सल भावानं सांभाळलं होतं. तेवढ्याच प्रेमानं वीर्यशुल्क देऊन लग्नही लावून दिलं. त्यानंतर कधीच हे स्वप्न पडलं नव्हतं. पतीच्या घरी आले, अकरा वर्षांचा अरण्यवास भोगला, रावणाचे दूत उचलून रथातून घेऊन गेले तेव्हा, एवढंच काय, लंकेत बंदिवासात असताना आणि त्या दूरच्या लंकेपासून अयोध्येपर्यंत प्रवास करताना, नंतरचं पट्टराणी म्हणून दांपत्यजीवन अनुभवताना, या आश्रमात अडीच वर्षं परित्यक्तेचं जीवन जगतानाही कधीही न पडलेलं हे स्वप्न आजच का दिसावं?

आश्रमाच्या पश्चिमेकडे असलेल्या पर्वताकडे इथं आलेल्या दिवसापासून माझी नेहमीच नजर जायची. सूर्योदयाच्या वेळी चमकणारी हिरवीगार वनराई आणि तिच्यावरच्या अभ्राच्या आच्छादनामुळे गर्भिणीप्रमाणे दिसणाऱ्या त्या वृक्षराजींकडे मी कधीच गेले नव्हते. केव्हा जाणार? इथं आले, तेव्हा दिवस भरत आले होते. नंतर बाळंतपण, मुलं लहान. दोन मुलांना कोणाकडे कसं सोडून जायचं?

स्वप्न दिसलेल्या दुसऱ्या दिवशी ऊर्मीचंही तिकडे लक्ष गेलं. ती म्हणाली, "ताई, किती छान आहे! चल आपण जाऊन येऊ या. सुकेशी मुलांकडे पाहील. जायचं?"

ती तर माझीच कितीतरी दिवसांपासूनची इच्छा बोलून दाखवत होती. वनवासातून आल्यापासून मी अशी वनात-डोंगरावर कधीच फिरले नव्हते.

दुसऱ्या दिवशी सोबत दोन ब्रह्मचारींना घेऊन आम्ही दोघी निघालो. या भागात क्रूर प्राणी नसल्याची त्या दोघांनीही ग्वाही दिली. सुरुवातीचा हलका चढ चढतानाच मला दम लागला. नंतर सवय झाली. वर घनदाट वृक्षांचा दाट समूह होता. ऊर्मी सभोवताली पाहत उभी राहिली. माझी नजर आम्ही चढून आलेल्या उताराकडे वळली. त्या मार्गावर मोठाले वृक्ष नव्हते. अधूनमधून झुडपं असलेला हिरवा गवताळ प्रदेश. काळीभोर माती! बघताक्षणीच तिच्यातला कस कळत होता. मातीकडे पाहता पाहता देहभान विसरायची माझी जन्मजात सवयच होती ना! पण अमुक मातीचा सकसपणा एवढाच, अमुक मातीत अमुक पीक सहजपणे येण्याची ताकद असते, याचं भान मात्र लक्ष्मणानं दिलं होतं. या ज्ञानामुळे माझं मातीशी असणारं नातं आणखी गाढ झालं होतं.

पाहता पाहता सगळ्या भूमीनंच मला स्वतःकडे खेचून घेतलं. दुसऱ्याच क्षणी मनात आलं, या भूमीला मी का कृषिरूप देऊ नये? मीच का नांगर हातात धरून शेती करू नये?

मग त्याच नांगरलेल्या जमिनीच्या एखाद्या भेगेत मीही गाढ झोपी जावं-एखाद्या तान्ह्या बाळासारखं!

आश्रमात परतत असताना मी त्या भूप्रदेशाचं डोळसपणे निरीक्षण करत आले. पसाभर माती हातात घेऊन पाहिली. काळीभोर माती! सुपीक आहे! डोंगरावरचं पठार नेहमीच सुपीक असतं. वर शिखरावर दाट झाडी आहे. ती ढगांना अडवून पावसाला निमंत्रण देईल. वाहणारं पाणी डोंगराच्या वरची सुपीक मातीही या पठारावर आणून टाकेल. त्यामुळे इथला सुपीकपणा कधीच कमी होणार नाही. हे सगळंही लक्ष्मणानंच वनवासात सांगितलं होतं. कुटिरात परतून आंघोळ केल्यानंतर सुकेशीनं केलेल्या बाजरीची भाकरी खाताना माझ्या मनातली कल्पना आणखी स्पष्ट झाली.

"माझ्या मनात नांगरून शेती करायची इच्छा निर्माण झाली आहे. ते वरचं पठार नांगरून का शेती करू नये?"

"ताई, वेडेपणा आहे हा! कुठंतरी वनवासात काही वर्षं राहिलीस हे खरंय. तेव्हा दोन रक्षकांच्या सोबत होतीस. पण शेती म्हणजे पोरखेळ आहे का?" ऊर्मीनं असंमती दर्शवत म्हटलं.

तरीही माझ्या मनातली ती इच्छा कमी झाली नाही. संध्याकाळी एकटीच महर्षींना भेटायला गेले. त्यांनी नेहमीप्रमाणे कृपाळू मायेनं चौकशी केली, "बहीण आलीय म्हणून समजलं! तेवढाच तुझा छान वेळ जाईल. मुलांचं पालन-पोषण

व्यवस्थित चाललंय असंही समजलं. त्याशिवाय पारायण-ध्यानसाधनेत मन गुंतवतेस की नाही?''

"तात, माझ्या मनात एक विचार आलाय. मन त्यानं भरून गेलंय. डोंगराच्या पायथ्याचं पठार आहे ना! त्याला कृषिभूमी करून स्वत: तिथं राबायची इच्छा होतेय. अशी का इच्छा होतेय, हे मलाही समजत नाही. मला आपलं मार्गदर्शन पाहिजे.''

ते काही क्षण काहीच बोलले नाहीत. कशाचा तरी ठाव घेत असल्यासारखे भाव त्यांच्या चेहऱ्यावर पसरले होते. त्या अनाम डोहातून बाहेर येऊन ते म्हणाले, "बाळ, तुझ्या या इच्छेचं मूळ माझ्या ध्यानात येतंय. पण उन्हात श्रमण्याइतकी ताकद तुझ्या शरीरात आहे का?''

"काम करत गेलं तर ती ताकद आपोआप शरीरात येईलच ना?''

ते पुन्हा गप्प बसले. नंतर म्हणाले, "ते ठीक आहे. पीक आल्यावर हरणं त्रास देतील. पिकाचा नायनाट करतील. रानरेडे हल्ला करून विध्वंस करतील. त्यांच्यापासून रक्षणासाठी दणकट कुंपण घालायला पाहिजे. पाण्यासाठी विहीर खोदायला पाहिजे. अशी त्या संदर्भातली इतर कितीतरी कामं असतात. तो एक संसारच वाढत जाईल. त्यापेक्षा ध्यानधारणेत स्वत:ला गुंतव.''

मी यावर काहीच उत्तर दिलं नाही. हे त्यांच्याही लक्षात आलं. ते मोकळेपणानं हसत म्हणाले, "'मौनम् असंमती सूचकम्'असाच ना याचा अर्थ?'' नंतर त्यांनी सांगितलं, "डोंगर, पठार, उत्तरेकडचे डोंगर यांचा वापर करण्यासाठी कोणाच्या संमतीची गरज नाही. तू ते पठार शेतीसाठी वापरू शकतेस.''

त्यांच्या बोलण्यातला हरणांचा उल्लेख माझ्या मनात विषाद भाव निर्माण करून गेला. मी तेव्हा हरणाचा हट्ट केला, म्हणूनच पुढच्या सगळ्या घटना घडल्या ना! पुढचे तीन दिवस त्याच मानसिकतेत गेले.

ऊर्मी गावी परतली, त्याला आठवडा होऊन गेला, तरी तिच्या आठवणींमधून बाहेर येणं शक्य होत नव्हतं. माझ्या जीवनात कुठल्या ना कुठल्या स्वरूपात सतत ती आहेच. दोघी एकाच आई-वडिलांच्या छायेत, एकाच घरात वाढलो. लग्न करून एकाच कुटुंबात आलो. आता परित्यक्ता म्हणून जीवन कंठत असतानाही अयोध्येतल्या सगळ्या हकिगती तीच मला कळवते. इतकी वर्षं सतत मला माया देणारं आणखी कोण आहे या जगात? अंगद नाही म्हटल्यावर लव-कुशही त्याची आठवण काढत तक्रार करतात.

प्रजेच्या लोंढ्यापासून सुटका करून घेऊन मागच्या दरवाज्यानं बाहेर पडलो. या रस्त्यानं थेट नगराबाहेर जाऊन पोहोचलो. आच्छादनानं सगळ्यांच्या नजरेपासून स्वत:ला वाचवत आम्ही तिघंही अंगावरच्या वल्कलानिशी गावाबाहेर आलो. त्यासाठी सुमंतांनी रथ अतिशय वेगानं पळवला. काही जणांनी पाहिलं असलं तरी, त्या वेगामुळे आणि आच्छादनामुळे आम्हाला ओळखलं नाही. गावाबाहेर येईपर्यंत घोड्यांची दमछाक झाली असली आणि वेग कमी झाला, तरी घरं आणि माणसं मागं पडल्यामुळे कुणी ओळखायचा धोका नव्हता.

रामानं आच्छादन बाजूला सारलं. कंदमुळांशिवाय दुसरं काही खायचं नाही, असा रामाचा निर्धार असल्यामुळे रात्री काही खायचा प्रश्नच नव्हता. सुमंतांनी सांगितलं, "रात्री तुम्ही दोघं रथात झोपा, राजकुमार लक्ष्मण पुढच्या बाजूला झोपेल. मी पहारा देतो."

"नको. उद्या दिवसभर तुम्हाला सारथ्य करायचं आहे. मी पहाऱ्याला जागा राहीन. तुम्ही झोप घ्या." लक्ष्मण म्हणाला. ते योग्यच होतं. पुढच्या वनवासाच्या काळात दररोज आम्हाला सुखाची झोप मिळावी, म्हणून तो करत असलेल्या राखणीची ती सुरुवात होती.

पण राजवाड्याबाहेरच्या त्या पहिल्या रात्री मला झोप आली नाही. सभोवतालचा अपरिचित परिसर तर कारणीभूत होताच, त्याचबरोबर पोटात उसळलेली भुकेची

आगही कारणीभूत होती. पण हे बोलून दाखवायची लाज वाटली. कारण 'वनवासात येतील त्या अडचणींना आनंदानं समोरी जाईन,' असं सांगून मी रामाला पटवलं होतं ना! अरण्यात कुठल्या जीवनाला समोरं जायचं आहे याची ती चुणूक होती. दोन्ही भरपूर माया करणाऱ्या सासवा, राजवाड्यातले सेवक-सेविका आणि संपूर्ण प्रजेकडून आदर्श पत्नी आणि आदर्श सून असल्याचा मान मिळाल्यामुळे काहीशी फुशारूनही गेले होते! अशा परिस्थितीत पहिल्याच रात्रीतल्या भुकेनं कासावीस होऊन कसं चालेल, या विचारानं मन घट्ट करायचा प्रयत्न करत होते. पण हा प्रयत्न फारसा यशस्वी होत नव्हता.

पण पोट यातलं काहीच ऐकायला तयार नव्हतं. रात्रीच्या अंधारात घोडे चरत असलेल्या शुष्क गवताचा आवाज येत होता. हातात धनुष्य-बाण घेऊन सज्ज असलेल्या लक्ष्मणाची आकृती अंधारात अस्फुट दिसत होती. याला भूक नसेल का लागली? सतत उभं राहून याचे पाय दुखत नसतील काय? तोंडून अवाक्षर न काढता तो नि:शब्दपणे उभा होता. अधूनमधून फक्त मान तेवढी हलवत होता. मग निवांतपणे झोपायला मिळूनही मी का एवढी अस्वस्थ आहे... हे मनात येताच शरम वाटली.

दीर्घ श्वासोच्छ्वास करत राम मात्र शांतपणे झोपला होता. खरं तर पट्टाभिषिक्त होऊन आनंदानं झोपी जायच्या रात्रीच राज्याच्या सगळ्या सुखसोयींपासून वंचित असतानाही याला कसलीच काळजी वाटत नाही? ...मला किती आश्चर्य वाटलं होतं तेव्हा!

काही का असेना, माझ्यात आणि याच्यात फार अंतर आहे. सोबत असतानाही हा माझ्यापासून योजने दूर असतो! अशाच प्रकारची काहीशी अस्फुट भावना त्याच वेळी मनात दाटून गेली.

तशीच पडून राहिले. आवाज न करता कूस पालटली. थंडगार वारं वाहू लागलं. थंडी वाजू लागली. अंगावर पांघरायला काही नाही, याची जाणीव झाली. दोन्ही हात मांड्यांमध्ये ठेवून शरीर आक्रसून घेतलं. दात कुडकुडत होते, तेही आवळून धरले. रामाला जाग येऊ नये, लक्ष्मणाला ऐकू येऊ नये म्हणून!

कितीतरी वेळानं लक्ष्मणानं सुमंतांना हलवून जागं केलं. जागं होऊन ते म्हणाले, "शुक्र दिसायला लागलाय. लगेच निघायला पाहिजे."

रथ निघाला. आम्हाला जाग येऊ नये, म्हणून लक्ष्मण रथामागं चालू लागला. रामाला जाग आली. तो ताडकन उठून बसला. हात चोळून डोळ्यांना स्पर्श केला आणि 'कराग्रे वसते लक्ष्मी, करमध्ये सरस्वती..' म्हटल्यावर त्यानं मला विचारलं, "झोप लागली का?"

मी 'हं' म्हटलं. त्यानं मागे वळून पाहत म्हटलं, "लक्ष्मण पायी येतोय. सुमंत

रथ थांबवा. सीते, तू थोडी बाजूला सरकून बस. मी पुढं सुमंतांच्या बाजूला बसतो. लक्ष्मणाला झोपू दे.'' त्यानं लक्ष्मणाला हाक मारली.

''मला नाही झोप येत!'' म्हणत लक्ष्मणानं तो प्रस्ताव नाकारला, पण रामानं ते मान्य केलं नाही.

सूर्य माथ्यावर यायच्या वेळी एका नदीकाठी जाऊन पोहोचलो. आधी उतार लागला. वाळूही लागली. ''या नदीचं नाव वेदावती. लहानशीच होती. उन्हाळ्यात हिचा मागमूसही राहत नाही.'' सुमंतांनी सांगितलं. पण आता नितळ पाणी वाहत होतं. रामानं सुचवलं, ''इथं स्नान करून आन्हिकं उरकू या.'' सारथींनी घोड्यांना पाणी पाजलं. त्या तिघांनीही नेसत्या वस्त्रानिशी स्नान उरकलं. राम-लक्ष्मणानं माथ्यावरच्या सूर्याला अर्घ्य दिलं. नदीच्या वरच्या बाजूला एक वृक्षसमूह दिसला. रामानं मला तिकडच्या बाजूला स्नान करायची सूचना दिली.

घामेजलेलं अंग, त्यावर घोड्याचा दर्प, रथाच्या चाकांमुळे उधळलेली धूळ शरीरावर माखली होती. त्यावर केस चिकटत होते. राम माझ्यासोबत आला. मीही अंगावरच्या कपड्यांनिशी पाण्यात बुडी घेतली आणि खांदे बुडतील एवढ्या पाण्यात बसून राहिले. आधी पाणी थंडगार वाटून हुडहुडी भरली तरी लवकरच देहाचं आणि पाण्याचं तपमान एकमेकाशी जुळून बरं वाटलं. मस्तक पाण्यात बुडवल्यावर गंगा-स्तोत्र म्हटलं. पाण्यातून बाहेर यायची इच्छाच होईना. अखेर रामानंच हाक मारली, ''आपल्याला आणखी बरंच अंतर काटायचं आहे. निघायचं का?''

मी पाण्यातच उठून उभी राहिले. अंगावरचं वल्कल अंगाला चिकटलं होतं. बदलण्यासाठी जवळ दुसरं वस्त्र नव्हतं. ओलेत्यानं बाहेर यायला संकोच वाटू लागला. लक्ष्मण-सुमंतांच्या समोर अशा अवस्थेत कसं जाणार? दोन्ही हातांचा छातीशी आडोसा करून मी तशीच उभी राहिले.

''रथ धावू लागला की वाऱ्याला वस्त्र कोरडं होईल. लक्ष्मण तुझा धाकटा दीर आहे. त्याची कधीही परस्त्रीकडे दृष्टी जाणार नाही, याची मी ग्वाही देतो! सुमंत तुझ्या वडिलांच्या जागी आहेत. तू विनासंकोच चल!'' रामानं समजावलं.

''तरीही मी येणार नाही!'' मी निक्षून सांगितलं. रामानं सभोवताली नजर टाकली. नदीच्या काठावर एक पळसाचं झाड होतं. त्यानं त्याच्या दोन डहाळ्या आणल्या आणि माझ्या मागं-पुढं त्यानं त्या लटकावल्या. त्यामुळे माझं लज्जारक्षण झालं.

अशा अवस्थेत रथापाशी जाऊन पोहोचलो, तेव्हा तिथं एक आश्चर्य वाट पाहत होतं! पिकलेल्या फणसाचा घमघमाट सुटला होता. लक्ष्मणानं एका मोठाल्या पानावर फणसाचे गरे सोलून ठेवले होते. रामानं विचारलं, ''कुठं मिळाला? कसं

समजलं?''

सुमंत हसत म्हणाले, ''लक्ष्मणाची घ्राणेंद्रिये कुठल्याही वन्य प्राण्यापेक्षा तीव्र आहेत!'' लक्ष्मण शेजारीच एका चपट्या दगडानं आपल्या हत्याराला लागलेला चीक निपटून काढत होता.

चौघांचं पोट भरून तडस लागण्याइतके गरे खाल्ले. त्यावर पोटभर पाणी प्यायलो. चारा-पाणी झाल्यामुळे घोडीही तरतरीत झाली होती. आपल्यासारखीच रामालाही भूक लागते, हेही त्याच्या समाधानानं भरलेल्या चेहऱ्याकडे पाहून मी समजले. युवराज्याभिषेकाच्या आदले दिवशी रात्रीही आम्ही दोघांनी उपवास केला होता. त्यानंतर कालचा संपूर्ण दिवस आणि रात्री कडकडीत उपवास घडला होता. उपवास काढायची शक्ती रामापेक्षा लक्ष्मणाकडे जास्त आहे, असं वाटलं.

त्याच दिवशी गोमती आणि गंडकी या दोन छोट्या छोट्या नद्या ओलांडल्या.

गोमतीच्या दोन्ही काठांवर धष्टपुष्ट, गरीब चेहऱ्याच्या आणि ममतापूर्ण नजरेच्या गाई मोठ्या प्रमाणात चरत होत्या. काही गाई गर्भार असल्याचं त्यांच्या पोटावरून दिसत होतं. काही गाईंच्या समृद्ध कासेला तोंड लावून वासरं दूध पीत होती. ते पाहताना माझ्या मनात एखाद्या गुराख्याला बोलावून निरसं-धारोष्ण दूध प्यायची इच्छा झाली. एका वडाच्या झाडाच्या सावलीत बसून पावा वाजवत असलेला एक गुराखीही माझ्या नजरेस पडला. त्याच्याजवळ एखादी चवरी नक्कीच असेल. वाटसरूनं मागितलं, तर एवढं दूध तो नक्कीच देईल. पण 'कंदमुळांवर जगणाऱ्या वनवासींनी असं दूध प्यायचं असतं की नाही? मांसाहारी प्राण्यांनी भरलेल्या अरण्यात दुभती जनावरं कुठून असणार' हा प्रश्न विचारला, तर राम-लक्ष्मण उत्तर देतीलही. पण मग मला दूध प्यायची इच्छा झाल्याचं त्यांनाही समजेल! या विचारानं मी माझी इच्छा व्यक्त केली नाही.

तिसऱ्या दिवशी काहीतरी अपेक्षा असल्यासारखा रस्त्याच्या दोन्ही बाजूंनी राम नजर फिरवत होता. बरंच अंतर गेल्यावर रस्त्याच्या दोन्ही बाजूंना दोन टेकड्यांच्या रांगा दिसल्या. त्या दोन्हीच्या मधूनच आमचा रस्ता जात होता. हा निसर्गनिर्मित रस्ता होता की टेकडीच्या कमी उंचीच्या बाजूचा भाग खणून काढून हा रस्ता बनवला होता, ते समजलं नाही. चढावरून जाताना घोड्यांचीही दमसास होत होती. तिथं येताच रामालाही अपेक्षित काहीतरी गवसल्यासारखं वाटलं असावं. त्यानं सुमंतांना थांबायला सांगितलं. तो म्हणाला, ''आम्ही तिघं पायी चालत येतो. घोड्यांना तेवढंच हलकं होईल. उतारावरून खाली गेल्यावर तुम्ही तिथंच थांबा.''

त्याप्रमाणे रथ पुढं निघाला.

माझ्या दोन्ही बाजूंना दोघंही भाऊ उभे राहिले. नंतर राम म्हणाला, ''ही कोसल देशाची सीमा आहे. आपल्या पूर्वजांच्या काळापासून हीच सीमा आहे. एकदा डोळे

भरून पाहून घ्या. पश्चिमेच्या मावळत्या सूर्याच्या किरणांच्या पलीकडेपर्यंत आपला देश पसरला आहे. पाऊस झाला नाही, तरी पीक-पाणी देणाऱ्या विहिरी-तळी, नद्यांचं अडवलेलं पाणी थोपवून बांधलेले बंधारे, रस्ताभर आपल्याला दिसलेला हिरव्यागार रंगाचा, सदोदित हिरवागार राहणारा, कधीच दुष्काळाला सामोरा जायची पाळी न आलेला देश!''

रामानं हात जोडून प्रार्थना केली, ''हे जननी कोसले! मातेच्या कुशीतून दूर जाणाऱ्या खोडकर मुलांप्रमाणे आम्ही आता तुझ्यापासून दूर जात आहोत. कुठंही गेलो, तरी पुन्हा तुझ्या कुशीत परत येऊ! तुझ्याशिवाय आम्हाला दुसरा कुठलाही आसरा नाही. तुझ्यापासून दूर जाण्यासाठी आम्हाला अनुज्ञा दे.'' रामाच्या पाठोपाठ मी आणि लक्ष्मणानंही हीच प्रार्थना केली आणि नमस्कार केला. रामाचे जोडलेले हात आणि झुकलेलं मस्तक कितीतरी वेळ एखाद्या मूर्तीसारखं स्थिर होतं. त्याच्या डोळ्यांत पाणी चमकत होतं. नंतर तो वळून चालू लागला. आम्हीही त्याच्या पाठोपाठ चालू लागलो.

पलीकडच्या उतारावर रथ वाट पाहत उभा होता.

तिसरी घटका संपायच्या आधीच सूर्यास्त झाला. पुढच्या घटकेत वातावरणात अंधार पसरू लागला. रस्त्याच्या डाव्या बाजूला असलेलं पाणी थोडाफार उजेड परावर्तित करत होतं. सुमंतांनी सांगितलं, ''हा एक बांध आहे. याच्या काठावरून आपल्याला जायचं आहे. इथं प्यायला थंडगार पाणी मिळेल. घोडीही दमली आहेत. इथंच मुक्काम करायचा का? पाणी प्यायला रात्रीच्या वेळी क्रूर श्वापदं येण्याची शक्यता आहे. त्याची भीती आहे. पण ही भीती कुठंही तेवढीच आहे!''

''मी रक्षणाला उभा राहीन. ती काळजी नको.'' लगेच लक्ष्मण म्हणाला.

आम्ही चौघांनी पसा-पसाभर पाणी पिऊन घेतलं. घोड्यांनीही आधी हुंगून नंतर पाणी प्यायला सुरूवात केली. तहान भागल्यावर ती सुमंतांनी घातलेला चारा खात उभी राहिली. लक्ष्मण रक्षणाला उभा राहिला. पहिल्या दोन दिवशी सवय झाल्यामुळे या रात्री मात्र मला नीट झोप लागली.

दुसरे दिवशी दुपारनंतर दूरवर मी कल्पनाही केली नव्हती, एवढं मोठं एका नदीचं पात्र दिसलं. मध्ये मध्ये स्त्रीच्या भरगच्च वेणीसारखा दिसणारा धावता प्रवाह दिसला नसता, तर मी त्याला एक मोठं सरोवरच मानलं असतं. शुद्ध सूर्यासमोर धरलेल्या नितळ आरशासारखे ते निर्मळ जळ दिसत होतं. त्या प्रवाहात अधूनमधून मासेमारी करणाऱ्या नावा दिसत होत्या. पलीकडच्या काठाचं अस्तित्व दाखवणाऱ्या घनदाट वृक्षांच्या रांगा. मी चकित होऊन रामाला विचारलं, ''ही नदी आहे की समुद्र?''

"गंगा आहे ही! पवित्रा! पापनाशिनी! तिन्ही लोकांमध्ये वाहणारी पवित्र माता!" हे सांगताना रामाचा स्वर भक्तिभावनेनं ओथंबला होता.

"ही संध्याकाळ, ही रात्र हिच्याच काठावर काढू या!" मी म्हटलं.

"मीही तेच ठरवलंय! गंगा वेगात वाहात असली, तरी ती नि:शब्द असते!" तो म्हणाला.

रथाच्या मार्गाचं नदीकाठात पर्यवसान झालं. काठावरच्या एका विस्तीर्ण वृक्षाखाली आमचा रथ उभा राहिला. मी समोर वाहत असलेल्या गंगेच्या प्रवाहात नजर खिळून पाहत राहिले...देहभान विसरून! तहान-भूक हरपून! गेल्या चार दिवसांची असह्य दमणूकही कुठल्या कुठं पळून गेली होती! मनात आलं, या नदीच्या काठावर झोपडी बांधून राहण्याला वनवास म्हणत असतील, तर चौदा वर्षंच कशाला, कायमची राहायला काहीच हरकत नाही! या केवळ विचारानंही मन आकाशाएवढं झालं!

रामानं सुमंतांना विचारलं, "तुम्हाला ठाऊक असेलच म्हणा, हे भिल्लांचं राज्य आहे. त्यांचा राजा गुह. आपल्या कोसलचा त्यांच्याशी पूर्वीपासून स्नेह आहे. ते काही आपले मांडलीक नाहीत. तरीही आपल्याशी नम्रपणे वागतात ते! शृंगीबेरपुर ही त्यांची राजधानी. रस्ता दाखवायला कुणा स्थानिक माणसाला घेऊन मी आल्याचा निरोप सांगून याल का? गरज भासली तर मी वनवासाला निघाल्याचंही सांगा...कारणासहित. वाटलं तर लक्ष्मणालाही दुसऱ्या घोड्यावरून घेऊन जा.'

"नको. माझीही ओळख आहे गुहाशी. कधी राजधानीला जायचा प्रसंग आला नव्हता. चौकशी करून जाईन. राजकुमारांनाही विश्रांती घेऊ द्या." एवढं सांगून सुमंतांनी रथाच्या डावीकडे बांधलेला कंदी रंगाचा घोडा सोडला आणि त्यावर स्वार होऊन जायला निघाले.

मी तर नदीच पाहत होते. रथापाशी उभा असलेला लक्ष्मणही पाहत होता. नंतर पाण्यात उतरला. मी म्हटलं, "हे काय? सकाळी बांधापाशी आंघोळ केली होती ना!." पण तिकडं लक्ष न देता थोड्या अंतरावर जाऊन तो नदीच्या प्रवाहात पोहू लागला. सुरवातीला हातानं थोडं पाणी उडवल्यानंतर तो एखाद्या जलचरासारखा लीलया पाण्यात पोहू लागला. काही क्षणच त्या नितळ पाण्यात त्याच्या शरीराचा काही भाग दिसला, बघता बघता तो नजरेपासून दूर झाला.

काय हा पोरकटपणा! काय वाटली गंगा म्हणजे? या प्रचंड पाण्यात मगरी-सुसरी असतील, इतरही घातक जलचर असतील! माझ्या छातीची धडधड वाढली. मध्येच छातीचा ठोकाही चुकला. मनोमन ठरवलं, याला बाहेर तर येऊ दे; चांगली अक्कल शिकवेन!

माझी नजर गंगेच्या प्रवाहावरच खिळली होती. काय करतोय हा या प्रवाहात?

खरोखरच मला याचं या क्षेत्रातलं नैपुण्य ठाऊक नव्हतं. कसं ठाऊक असणार? तसा कधी प्रसंगच आला नव्हता. तो नजरेआड होताच मी देवाचा धावा करू लागले. चौदा वर्षांनंतर ऊर्मीला काय सांगू मी? मन धसकल्यासारखं झालं. गंगेला नवसही बोलून मोकळी झाले.

राम नदीत हात-पाय धुवून पुन्हा काठावर येऊन शांतपणे स्नान-संध्या करण्यात गढला होता. लक्ष्मण दिसेनासा होताच मी रामाचं तिकडं लक्ष वेधलं. तर तोच मला म्हणाला, ''का? तुझं लक्ष नाही का?'' मी आणखी घाबरी झाले आणि प्रवाहाकडे आणखी टक लावून बघू लागले. तेवढ्यात मागच्या बाजूच्या प्रवाहातून लक्ष्मण पोहणं संपवून पाण्याबाहेर आला. नंतर तोच म्हणाला, ''प्रवाह इथून शांत दिसतोय! पण मध्यधारेला प्रचंड वेग आहे! आत बुडी मारली, तर कुठून कुठं ओढले गेलो हेच समजत नाही! आपल्या शरयू नदीसारखी नाही ही!''

माझा पारा आणखी चढला. त्याच रागात मी म्हटलं, ''यानंतर कधीच पाण्यात उतरणार नाही म्हणून शब्द दे!''

''पण पाण्यात न उतरता आंघोळ कशी करणार? आहार शिजवण्यासाठी पाणी कसं आणायचं?''

''ते नाही सांगत मी! असं पोहायला उतरायचं नाही, हेच सांगायचंय मला!''

''हे कसं शक्य आहे? तू किंवा दादा पाय घसरून पाण्यात पडलात, तर मग काय करायचं?''

''हे बघ, असले वितंडवाद तू तुझ्या बायकोशी घाल; माझ्याशी नाही! तुझ्यावरची नजर न हटवता तशीच खिळवून ठेवता ठेवता माझी काय अवस्था झाली हे ठाऊक आहे काय!'' हे म्हणता म्हणता मला रडू कोसळलं. वल्कलाच्या पदरानं मी डोळे पुसले.

रात्री सुमंत गुहराजांबरोबर परतले. तोही एका घोड्यावर होता. त्यांच्यासोबत दोन पलिते घेतलेले धट्टेकट्टे तरुणही होते.

रामानं गुहराजांना आलिंगन दिलं. गुहराजांनी लक्ष्मणाला आलिंगन दिलं. नंतर माझ्याकडे बघून म्हणाला, ''माते, गंगा नदीवरून येणारं वारं नेहमीच थंडगार असतं. तुम्ही चौघंही माझ्या घरी चला. जवळच आहे. फार थाटमाट नसला, तरी सगळ्या सुखसोयींनी युक्त आहे.''

''आम्ही वनवासी. घरात प्रवेश आम्हाला वर्ज्य आहे.'' रामानं उत्तर दिलं.

गुहराजानं दशरथ राजाच्या राज्यकारभाराविषयी, न्यायबुद्धीविषयी कौतुक करून रामाच्या सत्यनिष्ठेचाही गौरव केला. तरीही अशा मुलाला वनवासाला पाठवण्याच्या निर्णयाविषयी मात्र पदोपदी आश्चर्य व्यक्त केलं. राम यावर काहीच प्रतिक्रिया न दाखवता बसला होता. एवढ्यात डोक्यावर बरंच काही घेतलेली दोन माणसं

अंधारातही वावरण्याचा सराव असल्यासारखी आली आणि एका दगडावर त्यांनी सगळं सामान उतरवलं.

त्या गंधातूनच हा ताजा स्वयंपाक असल्याचं सगळ्यांच्या लक्षात आलं.

"चला, उठा. जेवून घ्या.." गुहराज म्हणाला.

"मित्रा, आम्ही वनवासी. कंदमुळं आणि फळं याव्यतिरिक्त काही स्वीकारू शकणार नाही!" राम म्हणाला.

"राजकुमारा, आम्ही तर नेहमीचेच वनवासी आहोत ना! आम्ही काही शेती करून आहार पिकवत नाही. शिकारीबरोबरच रानातल्या भूमीवर आपोआप येणारं धान्य गोळा करून त्याचा वापर करतो. हे तुम्हीही खाऊ शकाल." गुहराजानं समर्थन केलं.

पण रामानं हे मान्य केलं नाही. त्यानं निक्षून सांगितलं, "फळं आणि कंदमुळांशिवाय आणखी कसलाही आहार घेणार नाही!."

"ठीक आह, तेच मागवतो!" गुहराज म्हणाला. एका नोकराला एक घोडा देऊन त्यानं पाठवून दिलं. तीन-चार घटकांत तोच नोकर अग्नीत भाजलेले कंद घेऊन हजर झाला. आम्ही तिघांनी तोच आहार घेतला. आमच्यासमोर तो सुगंधी स्वयंपाक जेवणं योग्य न वाटल्यामुळे सुमंतांनीही तोच कंदमुळांचा आहार घेतला. रामानं आग्रह केला, तरी ते जेवले नाहीत.

कंद खातानाच लक्ष्मण पेंगायला लागला होता. रामानं विचारलं, "एवढी छान झोप यावी म्हणून एवढं पोहलास वाटतं!"

"अंहं! अंगदुखी कमी व्हावी म्हणून!" लक्ष्मण उत्तरला.

"मी राखणीला आहे. राजकुमार लक्ष्मणाला विश्रांती घेऊ दे." सुमंत म्हणाले.

यावर गुहराज म्हणाले, "त्याची गरज नाही. माझी माणसं रक्षणाला थांबतील. तुम्ही चौघंही निवांत झोपी जा. गंगा नदीच्या परिसरात स्वप्नविरहित शांत झोप येते."

रामाच्या सूचनेप्रमाणे आम्हा दोघांना तिथल्या त्या महावृक्षाखाली दर्भाची शय्या तयार करून दिली गेली. न झोपता गंगा नदीच्या काठची नीरव शांतता अनुभवायची माझी मनीषा अपुरीच राहिली. झोपेनं आपला अंमल गाजवायला सुरवात केली.

पहाटे उठायच्या वेळी सुमंत भावुक झाले होते. ते सद्‌गदित होत म्हणाले, "रामा, गेले पाच दिवस मी तुमच्याबरोबर होतो. आता तुम्हाला सोडून जायची इच्छा नाही! रथ-घोडे अयोध्येला घेऊन जायची जबाबदारी गुहराजाच्या माणसाकडे देता येईल. मलाही तुमच्याबरोबर येऊ द्या. मी तुम्हावर भार होणार नाही; शक्य तेवढं साहाय्यच करेन."

"मंत्रीवर्य हो, माझ्या पित्याला तुमच्यासारखा आप्तसहायक आणखी कोण आहे? आताची त्यांची परिस्थिती तुम्हीही जाणताच! या आधी कधीही नव्हती, एवढी त्यांना आता आपली गरज आहे! आमच्या दोन्ही आयांना तुमच्या रक्षणाची नितांत गरज आहे. पण तुम्ही जे प्रेम दाखवलं आहे, त्याचा आम्हाला कधीच विसर पडणार नाही. पुढची चौदा वर्षं आम्ही त्याचं सतत स्मरण ठेवू. चौदा वर्षं हा हा म्हणता निघून जातील. त्यानंतर पुन्हा आपली भेट होईलच!" रामानं त्यांना समजावलं.

"मी कैकेयीराणीची कठोर शब्दांत निर्भर्त्सना केली आहे. विषारी सर्पासारखा तिचा स्वभाव आहे. माझ्या वक्तव्याचा ती कसा सूड घेईल, हे सांगता येत नाही. या नंतर आमच्यासारख्यांना महाराजांच्या जवळपास फिरकायचीही संधी मिळणार नाही!"

"तुम्ही आमच्या मातांच्या सेवेत राहा! माझी माता गाईसारख्या सात्त्विक स्वभावाची असली, तरी गरजेनुसार शिंगंही उभारू शकते! तिच्या मालकीच्या जनपदाची काळजी घ्या. ते कैकेयीमाता गिळंकृत करणार नाही, याकडे लक्ष ठेवा. तुमच्या कुटुंबाच्या रक्षणासाठी का होईना, तुम्हाला तिथंच राहिलं पाहिजे ना! नाहीतर कैकेयीमाता तुमच्यावरचा राग तुमच्या कुटुंबावर नाही का काढणार? दुसरं म्हणजे तुम्ही स्वत: रिकामा रथ दाखवून आम्हाला गंगेपलीकडे सोडून आल्याची ग्वाही दिली, तरच आम्ही खरोखरच वनवासप्रवेश केला, यावर कैकेयीमातेचा विश्वास बसेल, नाही का? तुम्ही जाणकार आहात; विचार करा!"

मग मात्र सुमंत माघारी जायला तयार झाले. तरीही म्हणाले, "तुम्हाला सोडून हा रिकामा रथ माघारी घेऊन जायला माझी तयारी नाही. चार दिवस गुहराजांबरोबर इथंच राहतो. नंतर जाईन."

"ठीक आहे! तसं करा!" रामानं अनुमती दिली. तोही पुढं म्हणाला, "या प्रयाणामुळे मलाही सुमंतांना जवळून जाणून घ्यायची संधी मिळाली; त्यांच्याविषयी माझ्या मनात प्रेम आणि गौरव निर्माण झाला!"

मी पुढं होऊन वयोवृद्ध सुमंतांचे पाय धरून वंदन केलं. ते म्हणाले, "माते, तू भावी पट्टराणी आहेस! पुढच्या काळात सिंहासनावर आरूढ होणार आहेस. मी राज्याचा सेवक! तू माझ्या पायांना स्पर्श करायचा नसतो!" असं तोंडानं म्हणतानाच त्यांचा हात माझ्या मस्तकावर आशीर्वादासाठी स्थिरावला.

सकाळी सूर्योदयाच्या वेळी गुहराज एका सेवकाकरवी पिकलेली केळी, संत्री, द्राक्षं अशा अनेक फळांचं रसायन एकत्र करून घेऊन आले. चविष्ट खाणं झालं. रामाच्या चेहऱ्यावर संतोष दिसत होता. त्यानं विचारलं, 'निषादराज, आमच्यावर तुझ्याकडे भिक्षा मागायची परिस्थिती आली आहे. वनवासात आम्हाला आवश्यक

असलेल्या कुऱ्हाड, पहार, टोपली, करवत, स्वयंपाक शिजवण्यासाठी एक भांडं अशा काही आवश्यक वस्तू हव्या आहेत.''

गुहराजाला क्षणभरात आकलन झालं. तोच म्हणाला, ''आणि तुम्हाला बदलण्यासाठी वेगळी वस्त्रंही हवीत ना? काल संध्याकाळी लक्ष्मण नदीत पोहून आला. नंतर अंगावरच कपडे वाळवले त्यानं! आताही तुम्ही अजून स्नान केलेलं नाही.''

''निषादराज, अवघड परिस्थितीतल्या आमच्या अडचणी तू आपणहोऊन समजून घेतोस! खरोखर तू आदर्श राजा आहेस!'' रामाचा चेहरा समाधानानं भरला होता.

''मीच लवकर जाऊन घेऊन येतो. नुसतं सांगून समजणार नाही!'' म्हणत तो आपल्या घोड्यावर स्वार होऊन विजेच्या वेगानं निघून गेला. मी काठावर बसून उन्हाच्या बदलत्या कवडशाबरोबर दिसणारी गंगेची विविध रूपं निरखत होते. मनात आलं, याच जागी एक झोपडी बांधून राहिलं, तर काय हरकत आहे? इथं राहिलं, तर गुहराजाची मदतही राहील. पण राम हे मान्य करणार नाही; कारण हे अरण्य नाही. कैकेयीनं सांगितलेलं दंडकारण्य इथूनही कितीतरी कोस दूर आहे म्हणे!

दोन घटकांत निषादराज एक मोठं गाठोडं घेऊन हजर झाला. पाठोपाठ आलेल्या दोन माणसांसमवेतही बरंच सामान होतं. रामापुढे गाठोडी सोडत त्यानं सांगितलं, ''ही तुम्हा दोघांसाठी वस्त्रं, मातेसाठी ही चार लुगडी...''

''अरे! सांगायचं विसरलो होतो मी! आम्ही केवळ वल्कलंच परिधान करायची आहेत!'' रामानं आक्षेप घेत म्हटलं.

''ठाऊक आहे! आम्ही सगळे वल्कलं नेसणारेच आहोत. ही तागाचे धागे काढून त्यापासून तयार केलेली वस्त्रं आहेत. कापूस किंवा रेशीमापासूनची वस्त्रं तुमच्यासारख्या राजघराण्यातल्या लोकांनाच परवडतात! हात लावून पाहा, म्हणजे कळेल मी काय म्हणतो ते!''

खरं होतं ते! त्यांचा खरबरीतपणा हाताला सहज जाणवत होता. सुती आणि रेशमी कापडाच्या स्पर्शापेक्षा ते जडही होतं. गुहराजानं ती एकेक करून उलगडून दाखवली, ''ही दोन तुला, ही दोन लक्ष्मणाला, ही चार लुगडी मातेला...''

''आम्ही वनवासी. संग्रह करणं आम्हाला वर्ज्य आहे. प्रत्येकी एकेक वस्त्र पुरेसं आहे..'' राम हट्टानं म्हणाला.

''राजकुमार, पुरुषांसाठी तू म्हणतोस त्याप्रमाणे एक अंगावर-एक खांद्यावर पुरेसं आहे; पण बाईमाणसांच्या गरजा वेगळ्या असतात. तुझ्या नाही लक्षात येणार ते. राहू देत ही सगळी!''

आपल्या अज्ञानाच्या जाणिवेनं रामाचा चेहरा पडला. माझ्या मनात निषाद राजाविषयी आदर निर्माण झाला. रामानं मात्र स्वतःसाठी एकेकच वस्त्र ठेवून घेतलं.

यावरही गुहराज म्हणाले, ''ज्या दंडकारण्यात तुम्ही चाललाय, तिथं कपडे लवकर सुकत नाहीत, हेही लक्षात घ्या!'' म्हणत त्यानं चार साड्यांची गुंडाळी माझ्यासमोर ठेवली. मी ती उलगडून पाहिली. लांबी-रुंदी योग्य होती. जाड आणि खरबरीत असलं, तरी वस्त्र उबदार होतं. साधेपणा होता. काठ-पदर किंवा इतर काही सुशोभीकरण नव्हतं. वनवासीसाठी मुद्दाम विणलं असावं असं वाटण्यासारखं!

दुपारच्या फलाहाराच्या वेळी रामानं मागवलेली इतर अवजारं आली. ती येताच नदी ओलांडून पुढचा प्रवास सुरू करायची रामाची घाई सुरू झाली. आताच प्रवास सुरू केला, तर दुसरे दिवशी दुपारपर्यंत भारद्वाज ऋषींच्या आश्रमात जाऊन पोहोचता येईल, असा त्याचा हिशेब होता. पण तिथंच विश्रांती घेऊन त्यांच्या मार्गदर्शनाखाली पुढचा चित्रकूटपर्यंतचा प्रवास करावा, असं गुहराजानं सुचवलं. त्यामुळे ती संध्याकाळही गंगेच्या काठावर काढून मी पुनित झाले. गुहराजाचे सेवक राखणीला असल्यामुळे लक्ष्मणालाही रात्री चांगली झोप मिळाली.

आंघोळीच्या आधीच रामानं दोन चरव्या भरून वडाचा चीक मागवला. आंघोळ झाल्यावर त्यानं लक्ष्मणाला समोर बसवून त्यातला निम्मा भाग त्याच्या डोक्यावर चांगला जिरवून माखला. नंतर लक्ष्मणाकरवी आपल्याही डोक्याला तो व्यवस्थित लावायला लावला. चीक सुकल्यावर तयार झालेल्या बोट-बोटभर जाडीच्या जटा त्या दोघांनी मस्तकावर तापसींप्रमाणे गुंडाळल्या. आता ते दोघंही योगी दिसू लागले. रस्त्यावर फिरत भिक्षा मागणारे असले जोगी मीही पाहिले होते. या भावंडांचं हे रूप पाहून मला दुःख अनावर झालं.

सुमंत म्हणाले, ''अयोध्येला जाताक्षणीच मी या दोन भावंडांनी हे रूप स्वीकारल्याचं सांगेन.''

दुसरे दिवशी पहाटेच सुमंतांचा निरोप घेतला, आणि आम्ही पुढची वाट धरली. गंगेचं विस्तीर्ण पात्र ओलांडून पलीकडे पोहोचवायची जबाबदारी गुहराजाची होती. पहाटेच्या अस्फुट प्रकाशात काळी साडी नेसलेल्या देवांगनेसारखी गंगा शांतपणे झोपल्यासारखी दिसत होती. नाव मध्य प्रवाहात आली. माझ्या मनातला भक्तिभाव भरून आला. मी डोळे मिटून हात जोडले आणि मनोमन म्हणाले, ''माते, तुझ्या कृपेनं चौदा वर्षांचा वनवास निर्धोकपणे जाऊ दे! आम्ही माघारी आल्यानंतर मी अयोध्येहून शंभर सुवर्णमुद्रांसह सौभाग्यवायने आणि शंभर लाडू आणून तुझी ओटी भरेन.''

๏

आता आठवतंय हे! वनवासाच्या अखेरच्या टप्प्यावर पापी रावणाकडून झालेलं अपहरण, हिंसा आणि उपद्रव वगळता आम्ही तिघंही क्षेमपणे माघारी आलो

ना! तेव्हाही अशाच एका नावेतून तुझ्यावरून जाताना मला त्या नवसाची आठवण झाली होती. गंगे! ही सीता कधीच कृतघ्न नाही. माणसं किंवा रानटी प्राणी, झाडा-वेलींना, दिलेला शब्द कधीही खाली पडू देणार नाही! पण अयोध्येला पोहोचायच्या आधीच देशातली अराजकता, रोगराई, अधर्म माजलेला, त्या कारणानं अशांती यामुळे; त्यानंतर तर महाराज रामानं माझ्यासारख्या गर्भिणीला निष्करुणेनं त्यागलं! माते, या कारणांमुळे मला तुझा नवस फेडायला जमलेलं नाही. रागावू नकोस. रागाच्या भरात तुझ्या दोन्ही नातवंडांना गिळंकृत करू नकोस. तेव्हा कबूल केलेलं सगळं काही अर्पण करायची शक्ती तुझ्या या गरीब मुलीकडे नाही. पण तरीही, मी तुझ्या दोन्ही नातवंडांबरोबर येऊन रानफुलं का होईना, तुला अर्पण करून तुझी भक्तिभावानं पूजा करेन.

या भावनेचा उच्चार केल्यानंतर खळबळ उठलेलं मन थोडं शांत होतंय.

नदी ओलांडल्यावर नावाड्यांना हात जोडून आम्ही पुढे निघालो. त्या दोघांच्या खांद्या-पाठीवर धनुष्य-बाण लटकत होते. रामाच्या उजव्या हातात वजनदार खड्ग, लक्ष्मणाच्या उजव्या हातात इतर सामग्री होती. इतर काही वस्तू कमरेला, डोक्यावर लटकवलेल्या होत्या. रामाच्या कमरेलाही काही सामान लटकत होतं. या साऱ्या अवघड सामानासह चालताना त्या दोघांनाही अवघड जात असल्याचं त्यांच्या चालण्यावरून समजत होतं. त्यातही रामापेक्षा लक्ष्मणाकडे जास्त ओझं होतं. माझ्याकडे फक्त कपड्यांचं गाठोडं होतं. अंगावरचं ओलं लुगडं चार पदरी करून मी डोक्यावर घेतलं होतं. त्या दोघांनी ते गाठोडंही मागितलं. पण ते न देता मी चालू लागले. हा हात दमला की त्या हातात, तो दमला की पुन्हा या हातात घेत मी चालत होते.

नदीपासून काही अंतर चालून गेल्यानंतर गुहराजानं सांगितलेल्या जागी डावीकडे वळल्यावर अरण्याला सुरूवात झाली. चढ-उतार, दगड-धोंडे, काटे-झुडपं ओलांडताना, पायांना काटे टोचल्यावर, ते ओढून काढताना वेदना होत होत्या. आणखीही एक तीव्र जाणीव होत होती, खरा वनवास आता सुरू झालाय! या जाणिवेसरशी माझी संकल्पशक्तीही दृढ होत चालली होती.

दाट झाडीमुळे माथ्यावर कधी सूर्य आला ते समजलंच नाही. झाडाआडून त्याचे किरण डोकावू लागले, तेव्हा समोर आणखी एक डोंगर होता. मातीपेक्षा दगडांनी भरलेला तो डोंगर होता. झाडी बेताची होती. छातीएवढ्या उंचीची काळपट पानांची झुडपं होती.

हे दृश्य पाहताच लक्ष्मण थबकला. नंतर म्हणाला, "दादा, आपल्याला आहार

मिळालाय. देवाची दया! ओझं उतरवून ठेव. वहिनी, तू या दगडावर बस. थोडी विश्रांती घे..'' त्यानं आपलंही ओझं एकेक करून उतरवलं. नंतर त्यानं एका झाडाच्या फांदीत हात घालून दोन फळं काढली. दातानं चावून पाहिली. फळ रसाळ असल्याचं त्याच्या चेहऱ्यावरून समजत होतं. दहा-पंधरा फळं काढून तो माझ्यापाशी आला. मला पदर पसरायला सांगून त्यानं ती त्यात टाकली. पोटात भुकेचा जाळ उठल्यामुळे ती फळं अमृतापेक्षा रुचकर लागली. दोघंही एकेक घेऊन खाऊ लागले. दहा फळं खाईपर्यंत माझं पोट भरलं. ''रात्रीसाठी असू देत..'' म्हणत लक्ष्मणानं आपल्या वस्त्रात काही फळं बांधून घेतली. रामानं विचारलं, ''याचं नाव काय?'' लक्ष्मणानं उत्तर दिलं, ''बोरं. ही खुरटीच झाडं असतात. अशा खडकाळ जमिनीतच ही झाडं असतात. चला, पुढं जाऊ या. प्यायला पाणी मिळालं, तर जीव शांत होईल.'' आणि तो पुन्हा सगळं सामान बांधून घेऊ लागला.

गुहराजांनी सांगितल्याप्रमाणे सूर्य मावळायच्या आधी आम्ही आमच्या मुक्कामाच्या जागी जाऊन पोहोचलो होतो. एक दगडी मंडप होता. प्रवाशांना विश्रांती घेण्यासाठी म्हणूनच कुणीतरी बांधला होता. वर ऊन-पावसापासून रक्षणासाठी छतही होतं. आधाराला खांब होते. तिन्ही बाजूंना वाऱ्यापासून रक्षणासाठी भिंती होत्या. त्यातल्या पूर्वेकडच्या भिंतीमधला दरवाजा मोडला होता. समोर एक स्वच्छ पाण्याचं तळं होतं. पुढं विरळ झाडं होती. पण गुहराजांनी सांगितलं होतं, 'रात्री चालत राहिलात, तर रानात भटकत राहाल! रस्ता मिळणार नाही!'

सामान जमिनीवर ठेवल्यानंतर लक्ष्मणानं सभोवताली पाहिलं. झाडाच्या साली ओढून काढून त्यानं त्या दरवाज्यापाशी आणल्या. दोन गारगोटीचे दगड शोधून त्यांच्या घर्षणातून अग्नी प्रज्वलित केला. नंतर त्यानं सोबत आणलेल्या सामानातलं एक गाठोडं सोडून त्यातून तीन दिवसांपूर्वी आम्ही खाऊन इतस्ततः भिरकाटलेल्या आणि त्यानं गोळा केलेल्या फणसाच्या बिया बाहेर काढल्या. मी आणि राम कुतूहलानं पाहत असताना त्यानं त्या बिया आगीत टाकल्या. बघता बघता त्या बियांचे निखारे झाले, त्यावर राख धरली, थोड्याच वेळात त्यांच्या आतून 'ठुस्' 'ठुस्' असा आवाज येऊ लागला. नंतर त्यानं सांगितलं, ''चला! हात-पाय धुवून घ्या. दादा, तुझी सायंसंध्या उरकून घे!''

रात्रीच्या भोजनाची सिद्धता झाली.

आम्ही यायच्या आता त्यानं फणसाच्या बियांवरची राख झटकून, पुसून, एक छोटा ढीग रचून ठेवला होता. तिघंही त्याच्या भोवताली बसलो.

''आता हे संपवू या. बोरं सकाळच्या उपाहारासाठी राहू दे...'' म्हणत तो त्यातली एक बी घासून, सोलून खाऊ लागला. आम्ही तेच करू लागलो.

रामानं विचारलं, ''हे सगळं कुठं शिकलास? कधी समजून घेतलंस?''

"आपण शिकायला गेलो, तेव्हा तू वेद-धर्मशास्त्र तोंडपाठ करण्यात मग्न असायचास. त्यातला तज्ज्ञ झालास. भरत-शत्रुघ्नानीही तुझ्याएवढेच कष्ट घेतले, तरी त्यांना ते तुझ्याएवढं जमलं नाही. तरीही ते प्रज्ञावंत विद्यार्थी झाले. तेव्हा मी पाठ चुकवून तिथल्या शेतकरी-धनगर आणि इतर मुलांबरोबर भोवतालच्या वनात फिरत होतो. त्या मुलांच्या आयुष्याचाच हा भाग ना! त्यांच्याकडून समजलं. याची चटकच लागली. गुरुजी मला 'ढ' मुलगा म्हणून रागवायचे. पण महाराजांचा मुलगा! त्यामुळे आश्रमाबाहेर न काढता ठेवून घेतलं. आठवलं का?" लक्ष्मणानं विचारलं.

राम मंद हसला. सगळ्या बिया संपल्या. वर चार पसे पाणी प्यायल्यावर पोट भरलं.

तिघंही तिथल्या अग्नीत राहिलेल्या निखाऱ्यासमोर बसलो. राम मौन होता. त्याचा चेहरा उतरला होता. एकाएकी त्याचे डोळे पाण्यानं भरले. मी त्याचा हात धरला. आता त्याला रडू आवरेना. कारण ठाऊक नसल्यामुळे त्याचं कुठल्या शब्दांत समाधान करावं, हे मला सुचलं नाही. हुंदके देतच तो बोलू लागला, "भाऊ, मी तुझ्यापेक्षा केवळ सहा महिन्यांनी मोठा आहे! आपण दोघंही एकाच पाळण्यात खेळत वाढलो. मी कुठला अधर्म केलाय, तूच सांग! कैकेयीमातेशी तरी काही अन्यायानं वागलोय का? तातांना राग यावा असं काही वर्तन माझ्या हातून घडलंय का? तरीही तिच्या मोहात अडकून मला वनवासाला धाडलं ना! ती आल्यापासून आपल्या मातांवरही केवळ अन्यायच होत आलाय. धर्म-अर्थ-काम यांमधला केवळ कामच महत्त्वाचा झाला. मला आणि माझा हात हातात घेतलेल्या हिला बोरं आणि फणसाच्या बियांवर भूक भागवायची पाळी यावी ना! यात धर्म-अधर्माचा कुठे संबंध आला?" त्याचे हुंदके थांबेनात.

पितृवाक्य प्रमाण मानून वनवासात आलेल्या रामाचा हा पहिला प्रकोप होता. त्याच्या आतला संताप आणि दु:ख अशा प्रकारे बाहेर पडलं. पुढं काहीही न बोलता तो गप्प राहिला. धर्माच्या दृष्टीनं प्राज्ञ आणि नियमामध्ये आदर्श मातेप्रमाणे असल्याची ग्वाही सगळ्यांकडून मिळवणाऱ्या रामाचं वेगळंच रूप आमच्यासमोर अवचितपणे आलं होतं. याचं मी तरी कुठल्या शब्दात समाधान करणार?

पलीकडे बसलेला लक्ष्मण उठून रामापाशी आला आणि त्याच्या पाठीवर हात ठेवून म्हणाला, "हे बघ, मी काही तुझ्याएवढा वेद आणि धर्मशास्त्रातला गाढा पंडित नाही. जे थोडंफार शिकलो तेही मला समजलंय, असं म्हणता येणार नाही. पण एक सांगतो, या जगात सगळंच तुझ्या धर्मासारखं चालत नाही. तसले नियम स्वत:वर लादून तुझ्यासारखे काही जण चालतात. त्यांना समाज आदर्श पुरुषही मानतो. तू तो मार्ग निवडला आहेस. मग मध्येच का हाय खातोयस? तूही माणूसच

आहेस. मनातली खदखद बाहेर काढावीशी वाटली, तर काढ. त्यामुळे शमन होईल. अशा वेळी धर्म-अधर्माचा विचार करण्यात काहीही अर्थ नाही.''

राम अंतर्मुख झाला. लक्ष्मणाच्या हाताची पकड तशीच घट्ट होती. काही क्षण राम मौन राहिला. नंतर उठत म्हणाला, ''चल, झोपू या. भरपूर दमणूक झालीय.''

अंथरायला कोरडं गवत मिळालं नाही. गुहराजानं दिलेल्या लुगड्यांपैकी मी एक जमिनीवर अंथरलं. त्यावर तो झोपला. कुदळ-फावडं आत ठेवून, हातात धनुष्य-बाण घेऊन लक्ष्मण बाहेरच्या एका दगडावर बसला. मीही रामाच्या शेजारी आडवी झाले. राम निश्चळ असला, तरी त्याला झोप लागलेली नाही, हे त्याच्या श्वासावरून समजत होतं. अधूनमधून तो कूस पालटत होता. कितीतरी वेळानं वातावरणात थंडी जाणवू लागली. आम्ही उतरलेली जागा थंडगार वारं वाहण्याच्या कक्षेत येत असावी.

मी उठले. गुहराजानं दिलेली बाकीची तीन लुगडीही एकमेकांना जोडून त्याला पांघरली. हळूहळू त्याला झोप लागल्याचं त्याच्या श्वासोच्छ्वासावरून समजलं.

सकाळी उठल्यावर बोरांचा फलाहार केला आणि पुढे चालू लागलो. लक्ष्मणाची दृढता पाहून मात्र मी चकित झाले होते. संपूर्ण रात्रभर बाहेर जागाच बसून होता हा! आताही एवढं सगळं ओझं घेऊन चालतो आहे. माझ्यासमोर पथदर्शकासारखी उमटणारी त्याची पावलं पाहताना लक्षात येतं, सुईच्या टोकाएवढंही याचं तोलन ढळत नाहीये!

आम्ही मोठ्या अरण्यात प्रवेश केला आणि सतत चालत राहिलो. सूर्य पश्चिमेकडे झुकू लागला. काही पावलं मागं असलेल्या रामानं सांगितलं, ''सीते, तो पाहा गंगा-यमुनेचा संगम- प्रयाग!'' दूरवर दोन मोठ्या नद्या एकमेकींत मिसळत असल्याचं दृश्य नजरेला पडलं.

मी आणि लक्ष्मणानं मान वर करून पाहिलं. माझं मन आनंदून गेलं. आहा! पुन्हा गंगादर्शन! रानातल्या आडवाटेनं येण्यापेक्षा नदीच्या मार्गानं नौकाविहार करत आलो असतो, तर किती छान झालं असतं, या विचारानं मनाला खेदही वाटला. पहिल्याच दृष्टिक्षेपात डावीकडची गंगा आणि उजवीकडची यमुना असल्याचं लक्षात आलं. बारकाईनं निरीक्षण करताना गंगेचा शुभ्र मोगऱ्याचा रंग आणि यमुनेचा काळ्या केशसंभाराचा रंग एकमेकात मिसळून दुधात गूळ मिसळावा तसं दिसत होतं.

रामानं लक्ष्मणाला ओरडून सांगितलं, ''लक्ष्मणा, डावीकडे पाहा! भूप्रदेश दिसतोय. लाकडासाठी रान कापलेलं दिसतंय. गुहानं ही खूण सांगितली होती.''

आम्ही तिकडे वळलो. रामाचा अंदाज बरोबर होता. अपेक्षित आश्रमाची जागा जवळ येऊ लागली, तसा आमचा चालण्याचा वेग वाढला. आश्रमाच्या दिंडी-

दरवाज्यापाशी उभं राहून हाक मारली, तेव्हा एक ब्रह्मचारी धावत बाहेर आला. अयोध्येच्या दशरथ महाराजांची मुलं आणि सून अशी ओळख सांगताच तो धावतच परतला. पुन्हा माघारी येऊन त्यानं आम्हाला मुनींच्या जवळ नेलं.

आम्हाला पाहून चकित झालेल्या मुनींनी विचारलं, "हे काय, ही सगळी आयुधं तुमच्या हातात? आणि आमच्या जटा तुम्हाला कशा काय आल्या?"

तिघांनीही नमस्कार केला. नंतर राम म्हणाला, "अनुमती असेल, तर बसतो!"

त्यांनी अनुमती देताच आम्ही तिघं बसलो. रामानं अयोध्येत घडलेल्या सगळ्या घटना मुनींच्या कानांवर घातल्या. मध्ये एकही प्रश्न-उपप्रश्न न विचारता मुनींनी सगळं ऐकून घेतलं. नंतर म्हणाले, "दमला आहात. घामाघूम झालात. स्नान करून घ्या. नंतर फलाहाराचा स्वीकार करा. आश्रमातल्या आहारानं तुमच्या वनवासातील नियमांचं उल्लंघन होणार नाही."

फलाहारात दुधाचाही समावेश होता. पण रामानं त्या पात्राला स्पर्श केला नाही. त्यामुळे मीही त्यापासून लांबच राहिले. रामानं दूध नाकारायच्या आधीच लक्ष्मणाचं दूध पिऊन झालं होतं.

रात्री आम्ही दोघं गाढ झोपी गेलो. आदल्या रात्रीचं जागरण आणि दिवसभर सामान वाहून आणणाऱ्या लक्ष्मणाचं घोरणं मला अधूनमधून ऐकू येत होतं. तेवढ्यात माझं मन वनवासाला गेलं होतं. झोपायला दर्भाची चटई, पांघरायला वल्कलाचं पांघरूण होतं. सकाळी उठल्यावर आंघोळ करून निघायचं, असं रामानं ठरवलं होतं. पण मुनींनी त्या दिवशी मुक्काम करायचा आदेश दिला.

मुनींची होम-कर्मादी आन्हिकं संपल्यावर मुनींनी बोलावून घेतलं. तिघंही त्यांच्या समोर बसलो. त्यांनी सांगितलं, "आमचा हा आश्रम विशाल आहे. तुम्ही चौदाही वर्षं इथंच राहा. तुम्हाला जमतील तेवढी आश्रमाची कामं केलीत तरी पुरे. आमच्या विद्यार्थ्यांना आम्ही धनुर्विद्याही शिकवतो. त्यासाठी तुम्ही गुरू होऊन राहिलात, तर आमच्या आश्रमाची कीर्ती सर्वत्र पसरेल. आमच्यासोबत राहायची इच्छा नसेल, तर बाहेरच्या आवारात तुम्ही एखादं कुटीर बांधूनही राहू शकता!"

संगमाच्या सुंदरतेवर मी तर मोहित झाले होतेच! वाटलं, किती छान विचार आहे! पण राम उत्तरला, "आपल्या कृपेनं आम्ही धन्य झालो आहोत. पण मला आज्ञा झाली आहे, ती वनवासाची. हे प्रशांत संगमस्थान म्हणजे काही वन नाही. आपल्या रक्षणाखाली असलेल्या या आश्रमात वनवासाचे कष्ट नाहीत. अशा परिस्थितीत, वडिलांना दिलेल्या वचनाचा भंग केल्यासारखं नाही का होणार? शिवाय हे अंतरही अयोध्येपासून फारसं दूर नाही. त्यामुळे तिथली माणसं वरचेवर आम्हाला भेटायला येत राहतील. कोसलशी कुठलाही संपर्क ठेवायचा नाही, अशी मला आज्ञा आहे. माझ्या नियमात बसणारं एखादं स्थळ आपणच कृपा करून मला

सुचवावं.''

थोडा वेळ विचार करून ऋषी म्हणाले, ''इथून दहा कोस अंतरावर दंडकारण्यात चित्रकूट नावाचा एक पर्वत आहे. प्राचीन काळापासून विविध ऋषी-मुनींनी तपस्या केलेला तो पुण्यप्रदेश आहे. तिथं नुसतं बसलं, तरी मन प्रसन्न होतं. खालच्या दरीत माल्यवती नावाची नदी वाहते. कितीही कराल दुष्काळ असला, तरी तिच्यातलं पाणी सुकत नाही. तिथली झाडंझुडपं वर्षभर फळं देतात. तिथं कंदमुळांचीही कमतरता नाही! तिथं जायचं असेल, तर मार्ग सांगतो. तूर्त तरी विश्रांती घ्या.''

उरलेल्या वेळात राम ऋषींना उपनिषदातल्या काही ऋचांचे अर्थ विचारत होता. त्यांची गहन चर्चा दिवसभर चालली होती. मी आश्रमाबाहेर निवांतपणे बसून परस्परांशी एखाद्या दांपत्याप्रमाणे एकरूप होणाऱ्या त्या दोन नद्यांच्या संगमाकडे पाहत होते. लक्ष्मण गोशालेत रमला होता. प्रत्येक गाईचं आणि वासराचं निरीक्षण करत, तिथल्या गोपालक बनलेल्या ब्रह्मचाऱ्यांकडून शंकासमाधान करून घेत होता.

पहाटे लवकर उठून आम्ही चालायला सुरवात केली. सोबत लक्ष्मणाकडे सामानाचं ओझं होतंच. त्याचा तोल सांभाळत चालणं अवघड जात असलं, तरी तो निभावत होता. माझ्यामागून येत असलेल्या रामानं पाहिलं आणि विचारलं, ''ही गाडगी कुठली?''

''आश्रमातली..''

''आपणच आश्रमाला काहीतरी दिलं पाहिजे. त्याऐवजी तिथून काही घेऊन जाणं योग्य नव्हे. थांब! आपण माघारी देऊन येऊ या.'' राम घाबरा होऊन म्हणाला.

''कुणा कुंभारभक्तानं शंभर गाडगी आणून दिली आहेत आश्रमाला! ती उन्हा-पावसाची बाहेरच पडून आहेत. त्यातली चार गाडगी ब्रह्मचारी नदीतलं पाणी आणायला वापरतात. ऋषी म्हणतात, हीच सगळ्यात अखेरची वस्ती आहे. आपल्यालाही इकडंच कुठंतरी वास्तव्य करावं लागेल. पाताळातल्या नदीचं दिवसभरासाठी लागणारं पाणी आणावं लागेल. गाडगं नसेल तर पाणी कसं आणणार? पऱ्यानं? आणि मी तिथल्या ब्रह्मचाऱ्यांना विचारूनच घेऊन आलोय. त्यांनी आनंदानं आणखी चार देऊ केली होती; यात काहीही पाप नाही. तू घाबरू नकोस!'' यावर राम काही बोलला नाही.

दुपारपर्यंत यमुना नदी आली. गंगेसारखी नव्हती ती. तिच्यात दगड-खडकांमुळे अधूनमधून भोवरे होते. त्यातल्या त्यात संथ प्रवाहाचा राम-लक्ष्मण शोध घेऊ लागले. नावा नव्हत्या. माणसंही दिसत नव्हती. सगळा अंदाज घेत लक्ष्मण म्हणाला, ''मला वाटतं, वाट पाहत बसण्यापेक्षा आपणच एक तराफा बांधून पलीकडे जाऊ या.''

"पण कसं?" रामानं विचारलं.

लक्ष्मण जवळच्या एका वेळूच्या बनाकडे गेला. कुऱ्हाडीनं त्यानं त्यातले काही सुकलेले बांबू कापले. रानात मोठ्या संख्येनं माजलेल्या उगनी वेलींनी ते नीट बांधले. काही लहान तुकडे आवश्यकतेनुसार आजूबाजूला बांधले. नंतर त्यानं त्यावर आमच्याकडचं सामान ठेवलं. वल्ह्यासाठी दोन लांब बांबू तोडून आणल्यावर त्यानं मला त्या तराफ्यावर चढायला सांगितलं. मला भीती वाटली.

"ती घाबरतेय. तू आधी चढ. नंतर तिचा हात धरून तिला चढव." रामानं सांगितलं.

हे ऐकून मला घाम फुटला. लक्ष्मणानं हात पुढं करायच्या आधी मी पटकन चढले. मी भित्री नाही, हे दाखवायला मी ते केलं, की लक्ष्मणाचा हात धरायची शरम वाटली म्हणून मी तशी वागले, ते माझं मलाच समजलं नाही. तराफ्याच्या पुढच्या बाजूला लक्ष्मण आणि मागच्या बाजूला रामही चढले. त्यांनी वल्ही चालवायला सुरवात केली. प्रवाहातले दगड-धोंडे ओलांडत आम्ही कसेबसे पलीकडे गेलो. तेवढा वेळ मी तर मनोमन यमुनामातेची रक्षणासाठी प्रार्थना करत होते.

तिसऱ्या दिवशी आम्ही चित्रकूट पर्वतावर पोहोचलो. तिथले वृक्ष तोडून वेलींनी एकमेकांना बांधून कुटीर उभारायचं ठरलं होतं. दोघाही भावांनी एका उंचवट्यावरून त्या प्रदेशाची पाहाणी केली आणि कुटिरासाठी एक जागा निवडली. डोंगराची भुजा, त्यातल्या त्यात समतल जमीन पाहून तिथं कुटीर उभारायचं पक्कं केलं.

एकदा निर्णय झाल्यावर लक्ष्मण लगेच कामाला लागला. राम त्याच्या मदतीला उभा राहिला. पण कामाऐवजी रामाचं सगळं लक्ष समोर दिसणाऱ्या हिरव्या पर्वतांच्या रांगांकडेच होतं. वेगवेगळ्या वेळी सूर्याचे किरण त्यावर कसे पडतात आणि त्या रांगांचे कसे विविध विभ्रम सामोरे येतात, आकाशातले ढग विविध आकार धारण करून कसे वेगवेगळ्या प्राण्यांप्रमाणे दिसतात, याकडे लक्ष वेधत होता. मला त्यातलं सौंदर्य दाखवता दाखवता स्वत: रामच त्यात भान विसरून जात होता. कितीतरी वेळा अतिशय अवघड दगड किंवा लाकडं लक्ष्मण महत्प्रयासानं एकटाच उचलून टाकत होता. रामाच्या निसर्ग आस्वादनाला अडथळा न आणता!

सगळीच अवघड कामं केवळ लक्ष्मणावर टाकता कामा नयेत, असं वाटून माझा जीव कासावीस होत होता. न्याय-अन्यायाविषयी सूक्ष्मातिसूक्ष्म जाणीव असणाऱ्या रामाला केवळ लक्ष्मणानं श्रमणं लक्षात येत नसेल, असंही नव्हतं. तरीही त्याच्या निसर्गप्रेमापुढे तो स्वत:ही हतबल होता. मलाही रामाला लक्ष्मणाच्या श्रमांची हलकेच जाणीव करून द्यायचं मनात येत होतं. पण तसं केलं तर राम

काही गैरसमज तर नाही ना करून घेणार, असं भयही वाटत होतं.

नंतर वाटलं, त्यापेक्षा मीच का मदत करू नये? पण माझ्या बाहूत तेवढी शक्ती नव्हती. अयोध्येला परतल्यावर समजलं तर? पण कसं समजणार? अगदी सहज गप्पा मारताना लक्ष्मणाच्या तोंडून ही गोष्ट बाहेर पडली तर? तर मग ऊर्मी गप्प बसेल काय? कुठल्या ना कुठल्या संदर्भात तिनं तिच्या नवऱ्याला चौदा वर्षं एखाद्या गड्यासारखं राबवून घेतलं, हे बोलून दाखवलं तर? ऊर्मी हे नक्की करेल! बोलताना ती काही उगाच मागचा-पुढचा विचार करत बसत नाही!

या केवळ विचारानंच जीव गेल्यासारखं झालं.

एका आठवड्यातच लक्ष्मणानं कुटीर उभं केलं. करवतीनं लाकडाचे लहान लहान तुकडे करून त्यानं जाड जाड फळ्या तयार केल्या. हिरव्या बांबूचा विणलेला दरवाजा सज्ज झाला. फळ्याच्या भिंती त्यानं बांबूच्या चौकटीवर बसवल्या. त्यावर पानांचं जाडजूड छप्पर पसरलं. वाऱ्याच्या दिशांचा विचार करून बांधलेली ती वास्तू सज्ज होताच रामानं गृहशांतीचे मंत्र म्हटले आणि आम्ही कुटिरात प्रवेश केला. खोल पाताळात असल्यासारख्या असलेल्या माल्यवती नदीतून मातीच्या गाडग्यातून पाणी आणताना लक्ष्मणालाही धाप लागत होती. राम भोवतालच्या झाडांची फळं तोडून आणत होता. शिजवायला योग्य अशी कंदमुळंही शोधून आणत होता. ती शिजवायचं काम मात्र लक्ष्मणाचं असायचं.

एकदा आहार शोधायला वनात गेलेला लक्ष्मण कितीतरी वेळ आला नाही. मी मनोमन घाबरी झाले. एखाद्या श्वापदानं किंवा राक्षसानं मागून येऊन हल्ला तर केला नसेल, या विचारानं घाबरून गेले. तो कितीही शूर असला आणि विविध आयुधांनी सज्ज असला, तरी दबून हल्ला करणाऱ्या रानटी प्राण्यांपुढे त्याचं काय चालणार? हे मी रामापुढे बोलूनही दाखवलं.

पण राम म्हणाला, "त्याला अरण्यातले सगळे बारकावे ठाऊक आहेत. तू घाबरायचं कारण नाही."

संध्याकाळी बऱ्याच उशिरा आपल्या खांद्यावरच्या उत्तरीयाच्या चार गाठोड्यांत काही सामान भरून खांद्यावर टाकून तो आला, तेव्हा खरं समाधान झालं.

आल्याआल्या त्यानं एकेक गाठोडं सोडायला सुरवात केली. त्यात रानटी बाजरी, धान, नाचणी अशी धान्यं होती! त्यानं सांगितलं, "तिकडच्या बाजूला ही पिकं आपोआप आली आहेत! दगडावर कुटून याचं पीठ करून शिजवता येईल! नाहीतर भाकऱ्या थापता येतील!"

राम विचारमग्न झाला. "कंदमुळं खाणं तरी वचनाला धरून आहे की नाही, याविषयीच माझ्या मनात शंका आहे! आपण वनवासात आहोत. व्रतभंग करता कामा नये."

“दादा, अरे, वनात मिळतील ते सगळे पदार्थ व्रतसंमतच म्हटले पाहिजेत! फक्त फळं आणि कंदमुळं खाऊन शरीर कसं तग धरेल?’ लक्ष्मणानं विचारलं.

यावर राम निरुत्तर झाला.

लक्ष्मणच पुढे म्हणाला, “इथून थोड्या अंतरावर सपाट जमीन आहे. हे दाणे पेरले, तर छान पीक येईल, इतकी जमीन सुपीक आहे! फळं खाल्ली की दोनच घटकांत पुन्हा पोटात भुकेचा डोंब उसळतो. फार मोठ्या प्रमाणात फळं संपायला लागली, तर त्यासाठीही लांब जावंच लागेल..” म्हणत त्यानं एक सुबक दगड शोधला. एका सपाट फरशीवर मूठ-मूठभर धान्य वाटून नाचणीचं पीठ तयार केलं. नंतर तीन दगडांची चूल पेटवून एका पातेल्यात ते पाणी घालून शिजवून लापशी तयार केली. चवीसाठी तिखट-मीठ नसलं, तरीही ती अंबील चविष्ट होती. पोटभर खाऊन वर पाणी प्यायलो.

पोटात अंबील गेल्यामुळे रात्री गाढ झोप लागली. रात्रभर राखण करून पहाटे थोडी झोप काढल्यानंतर बाहेर जाताना लक्ष्मण म्हणाला, “रानात लिंबाची झाडं कुठं ना कुठं असतीलच. आज शोधतो. जरा चव येईल!”

शोध घेतला, तर मोठ्या प्रमाणात प्राण्यांची विष्ठा मिळत होती. त्या गोवऱ्या नीट साठवल्या तर तेही जळण होत होतं. त्यावर सुकलेलं गवत ठेवून ठिणगी टाकली तर लवकर अग्नी निर्माण व्हायचा. अर्थात या गाई-म्हशींच्या गोवऱ्या नसल्यामुळे त्या जळताना दुर्गंधी येत होती. लक्ष्मणानं सांगितलं, “हा मांसाहारी प्राण्यांचा मल आहे ना, म्हणून ही दुर्गंधी! सवय झाली तर जाणवणार नाही.” त्यानंच येणाऱ्या पावसाळ्यासाठी सरपण गोळा करून ठेवायचा विचारही केला आणि त्या दृष्टीनं कामं करू लागला.

लक्ष्मणाच्या एका योजनेत मात्र रामाला धर्मच्युती दिसली. त्यानं मुद्दा काढला, “वनवासींनी कृषीमध्ये गुंतून राहू नये! कृषीतून पिकवलेलं धान्य खाता कामा नये! असं केल्यानं व्रतभंग होईल! वनवास हे कृतयुगातलं जीवन. तेव्हा कृषी नव्हती.”

आमच्या आहार-परिहारासाठी उत्सुक असलेल्या लक्ष्मणाचा पारा चढला. राग आवरत त्यानं सांगितलं, “सगळी कृषीजन्य पिकं आधी वनजन्यच होती! गाव वसवून एका जागी राहणाऱ्या माणसांनी याच वनजन्य पिकाच्या बिया वापरल्या, खतपाणी करून आपली कृषी केली. त्यामुळे धान्य काही ओवळं झालं नाही! मी म्हणतोय ते खोटं आहे असं कुठल्या वेदात म्हटलंय? आणि आपण फक्त वनजन्य धान्यावर अवलंबून राहिलो, तर आपली पोटं भरणार नाहीत. तुझे बाहू पाहा! गळायला लागलेत. माझीही शक्ती दिवसेंदिवस कमी होत चालली आहे. वहिनीचा चेहरा पाहिलास की नाही? किती उतरलाय!”

त्याच्या बोलण्याला रामानं होकार दिला नाही, तसंच नकारही दिला नाही.

लक्ष्मणानं आपल्या धनुष्य-बाण-खड्गाबरोबर कुदळ-फावडे उचलले आणि तो बाहेर गेला.

चित्रकूटच्या आमच्या कुटिरासमोरचं शिखर टोकदार आणि आकाशात घुसल्यासारखं दिसत होतं. ती सूर्याची उगवायची जागा! मला तर ते पाहताना एखाद्या पहारीनं आकाश पेललं असावं, असं वाटत होतं. राम नेहमीच ते भान हरपून पाहत राहायचा. एकदा मला सोबत घेऊन तिकडे फिरूनही आला. जवळ गेल्यावर तर शिखर आणखी उंच दिसत होतं. वनाच्या झाडां-झुडपांमध्ये ते शिखर मिरवत होतं. राम मला रानातली विविध फुलं दाखवत त्यांच्या सुकुमार सौंदर्याचं वर्णन करत होता. त्याच्या सहवासात मलाही निसर्गाचा आस्वाद घेण्यात रस वाटू लागला.

एक दिवस लक्ष्मण आपल्या शस्त्रांसोबतच इतर अवजारं घेऊन निघाला. त्यानं सोबत एक गाडगंही घेतलं होतं. हा कुठल्यातरी कृषिकार्यासाठी निघाल्याचं माझ्या लक्षात आलं. एकटाच एवढं सगळं सामान उचलून घेऊन चालला होता! तिथं जाऊन मातीत काम करेल. मी का त्याच्या सोबत जाऊन त्याला मदत करू नये? मी रामाची अनुमती मागितली. त्यानं सहजच परवानगी दिली.

पण लक्ष्मणानंच नकार दिला. मी हट्टाला पेटले. हलकं गाडगं उचलून त्याच्या मागोमाग चालू लागले.

आमच्या कुटिराचा डोंगर उतरून अरण्यातून दोन घटका चालल्यानंतर एक सपाट भूमीचा तुकडा दिसला. दगड-खडक नसलेलं, समृद्ध गवत माजलेलं सपाट मैदान. लक्ष्मणानं एका बाजूनं खणायला सुरूवात केली. मध्ये येणाऱ्या दगडांना तो उखडून काढून लांबवर फेकत होता. सुकलेली जमीन. मोठाली ढेकळं उचकटल्यावर काळपट दिसणारी जमीन. इतके दिवस मला न जाणवलेला सूक्ष्म मृद्गंध! एक दीर्घ श्वास घेऊन मी तो अनुभवत होते.

वाकून जमीन खणणाऱ्या लक्ष्मणाच्या कपाळावरून, खांद्यावरून घाम गळत होता. ते पाहून मी विचारलं, "दमायला होत नाही?"

"बैल-नांगर असले तर सोपं जातं; पण इथं कुठून आणणार?"

एकाएकी माझं मन कुठल्या कुठं गेलं. शेतकरी बैल जुंपलेल्या नांगरानं जमीन नांगरून भेग तयार करतात, ते मीही पाहिलं होतं. त्याचीच कल्पना करत उभी राहिले. लक्ष्मण माती उकरून वर आलेली ढेकळं फावड्याच्या मागच्या बाजूनं बडवून माती सारखी करत होता. मातीचा वास आणखी गडद झाला. त्यानं वनाच्या आतल्या बाजूला जाऊन काही धान्याचे दाणे आणले. खोदलेल्या मातीच्या चरामध्ये ते पेरून वरून माती सारखी केली. नंतर सोबत आणलेल्या गाडग्यातून जवळच्या झऱ्यातून पाणी आणून हलकेच शिंपलं. पाणी शिंपडताच मातीच्या गंधाचा दाट सुगंध झाला! दररोज इथं येऊन हा सुगंध का घेऊ नये, अशी मनात आशा

निर्माण झाली.

ते काम झाल्यावर लक्ष्मण म्हणाला, ''आता रानात जाऊन तिथं मिळणारी नाचणीची कणसं शोधून घेऊन येऊ या. सुकल्यावर आपल्या जेवणासाठी वापरता येतील. तू एकटीच इथं थांबू नकोस. माझ्यासोबत चल.''

त्याच्यासोबत मीही नाचणीबरोबर तिथं सापडणाऱ्या इतर धान्यांची कणसं शोधून गोळा करून टोपलीत भरली. रामाबरोबर रानातली हिरवाई बघताना देहभान हरपण्याचा अनुभव घेतला होता; त्यापेक्षा हा अधिक घनिष्ट सौंदर्याचा अनुभव होता!

दोन घटकांत टोपली भरली. त्यानं नको म्हटलं, तरी ती टोपली डोक्यावर घेऊन मी चालू लागले. त्यानं आपली आयुधं आणि इतर उपकरणं उचलून घेतली आणि माझ्या मागोमाग येऊ लागला.

त्या दिवशी पेरलेल्या बियांना आठवड्यातून एकदा तरी जाऊन पाणी देणं आवश्यक होतं. पाणी द्यायच्या दिवशी मलाही घेऊन जायचा मी लक्ष्मणापाशी आग्रह धरला. सुकलेल्या भूमीवर पाणी पडताच उठणारा गंध छातीत भरून घेण्यासाठी माझा जीव व्याकूळ होत होता. तसंच वनात फिरून धान्याची कणसं शोधून आणताना तर लहान मुलांसारखा अभिमानानं भरलेला आनंद होत होता. मला तर रोजच लक्ष्मणाबरोबर जायची आशा असायची; पण रामाला एकट्याला सोडून जायचीही इच्छा नसायची. त्याला कंटाळा आणणारं एकही पाऊल टाकायला माझं मन तयार नसायचं. शिवाय दररोजच मी लक्ष्मणाबरोबर वनात फिरायला जायला लागले, तर राम काय समजेल, हाही प्रश्न होताच. कोणाचं मन केव्हा काय विचार करेल, हे सांगता येतं का? म्हणून केवळ पिकांना पाणी पाजायच्या दिवशीच तेवढी मी जात होते. मीच पाणी आणून शिंपडत होते. मातीचा गंध घ्यायची एकही संधी सोडत नव्हते.

❧

एका दुपारी मी अन्न शिजवत दगडी चुलीपुढे बसले होते. सरपण थोडं ओलं असल्यामुळे धूर झाला होता. डोळे चुरचुरत होते. कुटिरात बसून राम सुस्वरात यजुर्वेदाचं पठण करत होता, 'सत्यं प्रपद्ये। ऋतं प्रपद्ये। अमृतं प्रपद्ये।...'

एकाएकी रानातले पक्षी काहीतरी धोका असल्याप्रमाणे कलकलाट करू लागले. मी मान वर करून पाहिलं. ते जिवाच्या भयानं दक्षिणेच्या दिशेनं उडत होते. समोर साक्षात वाघ उभा राहिल्यावर पळणाऱ्या हरणांप्रमाणे चीत्कार करून आपल्या बांधवांना कळवणाऱ्या माकडांप्रमाणे त्यांची धडपड चालली होती. सभोवताली पाहिलं, तर काहीच दिसलं नाही. थोड्या वेळात दूरवर कुठंतरी बोलण्याचे विविध आवाज ऐकू आल्यासारखं वाटलं.

एवढ्यात राम बाहेर आला. रानटी फळं आपल्या उत्तरीयात गोळा करून लक्ष्मणही आमची टेकडी चढून वर आला. रामानं विचारलं, 'लक्ष्मणा, पक्षी घाबरून उडताहेत! गोंगाटही ऐकू येतोय. आपल्याला एकटं पाडून खाऊन टाकण्यासाठी राक्षस तर येत नाहीत ना? झाडावर चढून पाहा बरं!''

फळांची गठडी खाली उतरवून लक्ष्मण भराभरा मागच्या सागवानाच्या उंच झाडावर चढला. फांद्या बाजूला सारत आणखी शक्य तितक्या उंचीवर चढला. आम्ही दोघं खाली उभं राहून पाहत होतो. लक्ष्मण उत्तर दिशेला टक लावून पाहत असल्याचं आम्हाला दिसत होतं. थोडा वेळ डोळे बारीक करून निरीक्षण केल्यानंतर तो सरसर खाली उतरला. राम 'काय झालं? कुणी येतंय का?' वगैरे विचारत असतानाच तो कुटिरात गेला आणि आपलं छातीचं कवच, कातडी बाह्यांचा अंगरखा घाईघाईनं चढवून, धनुष्यावर प्रत्यंचा चढवून, बाणाचा भाता पाठीशी बांधून आणि उजव्या हातात खड्ग घेऊन बाहेर आला. रामानं पुन्हा विचारलं, ''कोण? राक्षस? किती जण आहेत? एकटा जाऊ नकोस! क्षणभर विचार करूदे!''

''सैन्य येतंय! आपलंच! कोसल देशाचा ध्वज दिसतोय. गोपद्म स्पष्ट दिसतंय त्यावरचं. भरतानं सिंहासन तर काबीज केलंयच; शिवाय आपला पूर्ण नायनाट करायला संपूर्ण सैन्यासमवेत येतोय. काळजी नको! माझ्या नजरेच्या कक्षेत त्याला येऊ दे! एकाच बाणानं त्याला संपवतो. सैन्याची पळता भुई थोडी होईल. सैन्यानं वेढण्याआधी अधिपतीला संपवलं नाही, तर आपण संपलोच! तू का असाच उभा आहेस? उचल तुझं धनुष्य-बाण!''

''आपलाच ध्वज आहे? खात्री करून घेतलीस ना?'' राम शांतच होता.

''हा काय प्रश्न आहे? आपला ध्वज मी नाही ओळखणार का?'' लक्ष्मणाचा संयम मात्र सुटू लागला होता.

''हे बघ, थोडा शांत हो! विचार कर. तुझ्या म्हणण्याप्रमाणे ते आपलंच सैन्य आहे. आपलाच राजध्वज आहे! राजा नसेल तर राज्यध्वज फडकवत नाहीत. याचाच अर्थ आपले महाराज, दशरथ महाराज पालखीत बसून येत असतील. किंवा एवढ्यात युवराज पदवीवर असलेला भरत येत असेल. आपल्याला बोलावून आणण्यासाठी महाराजांनीच त्याला पाठवलं असेल. अरे, आपला भरत सहोदरांचा वध करण्याइतका नीच आहे का? आपण त्याला लहानपणापासून पाहिलंय ना? सोबत जेवून सोबतच वाढलोय ना आपण? तुझ्या बाणाचं लक्ष्य आणि जोर मला ठाऊक आहे! समोरच्या डोंगरावर पळणाऱ्या वाघाला बाण मारलास, तरी नेम तर चुकणार नाहीच, पण त्या मारासरशी तो कोसळल्याशिवाय राहणार नाही. तुझ्याबरोबर मी कितीतरी शिकारी केल्या आहेत. तूही विश्वामित्र महर्षींकडून शिक्षण घेतलं

आहेस ना! त्यामुळेच तुझ्यात संयमही आवश्यक आहे!'' हे बोलता बोलता रामानं लक्ष्मणाच्या हातातली आणि अंगावरची आयुधं काढून घेतली आणि आत ठेवून आला.

आम्ही तिघंही उत्तरेकडे पाहत उभे राहिलो. हा पर्वतप्रदेश, रानातले खडक, वनातले मोठमोठे वृक्ष-झुडपं यातून येणारे सरळ दिसत नाहीत. त्यांना आम्ही असलेलं ठिकाण दिसावं, म्हणून रामानं एका लांब काठीला वस्त्र बांधून कुटिरावर लावायला सांगितलं. तसं केल्यावर हा आमचा ध्वजही वाऱ्यावर उडू लागला.

दोन घटकांनंतर एक मनुष्याकृती आमच्या दिशेला येत असलेली दिसली. ते गुहराज होते. त्यांच्या मागोमाग भरतही दिसला. रामानं त्या दोघांनाही नावं घेऊन हाक मारली. रामाला पाहताच भरताच्या चेहऱ्यावर लक्ष्य भेटल्याचं समाधान उमटलं. दमणुकीचा विचार न करता तो धावतच चढ चढून वर आला. रामही त्या दिशेला धावत गेला. दोघांनी एकमेकांना मिठी मारली. दोघांचेही डोळे डबडबले होते. नंतर वर आलेल्या भरतानं लक्ष्मणालाही तेवढंच गाढ आलिंगन दिलं. माझ्या पावलांवर त्यानं कपाळ टेकवलं. गुहानं सगळ्या वनात ऐकू जाईल अशा प्रकारे तीन वेळा शीळ घातली. वनातून दोन-तीनदा त्या शिळेचे प्रतिध्वनी असावेत अशी आणखी शीळ ऐकू आली. पाठोपाठ एकेक करून माणसं दिसू लागली. सुमंत, राजपुरोहित वसिष्ठ, वामदेव, जाबाली एकेक करून वर आले.

''सैनिकांना दूरच राहून स्वयंपाक करून घ्यायला सांगितलंय. दोघी माता, ऊर्मिलावहिनी पालखीतून येताहेत.'' भरतानं सांगितलं. हे ऐकून माझं मन आनंदानं भरून आलं. मातांचं स्वागत करायला आम्ही तिघंही खाली उतरून गेलो. आम्हा तिघांच्या डोळ्यांतलं पाणी त्या तिघींच्या अश्रूंत मिसळून गेलं.

सगळेच कुटिराच्या अंगणात बसलो. नंतर राम भरताला विचारू लागला, ''बंधा, तुझ्या खांद्यावर फार मोठं ओझं आलं आहे! पितृवाक्याप्रमाणे दूर अरण्यात असलेला मी अथवा लक्ष्मण तुझ्या मदतीला येऊ शकणार नाही. महाराज वृद्धापकाळामुळे थकले आहेत. अशा परिस्थितीत राज्याचं रक्षण- राज्यकारभाराची जबाबदारी तुझ्यावरच आहे. महाराज आणि पूज्य मातांकडेही तुलाच बघायचं आहे. त्यांच्या मनाला कधीही दु:ख होणार नाही, अशा प्रकारे त्यांची देखभाल करणं, हे तुझं कर्तव्य आहे! पंडित, नि:स्वार्थी, सूक्ष्म बुद्धीचे नागरिक निवडून त्यांना राज्यसेवेसाठी निवडलं पाहिजे. फक्त कोसल भूमीवर जन्मलेल्यांनाच मंत्रिपद, दूत आणि सेनापतिपदासाठी संधी दे. बाहेरच्यांना अशा महत्त्वाच्या जागी नेमलं, तर संदिग्ध परिस्थितीत ते आपल्या जन्मभूमीसाठी आपल्या राज्याशी द्रोह करायला मागंपुढं बघणार नाहीत. जन्मभूमीचं आकर्षण काही सामान्य नसतं. दुसरं म्हणजे कुठलाही निर्णय घेण्याआधी मंत्र्यांबरोबर चर्चा कर. तुझे मंत्री निवडताना त्याच्या मागच्या सात

पिढ्यांची माहिती काढ आणि ते सत्यवचनी, न्यायनिष्ठुर, राज्याच्या विरोधात राजाचा निर्णय जात असेल तर स्पष्टपणे सांगण्याइतके धैर्यवान असल्याची खात्री करून घे. अधिकारी स्वार्थासाठी मंत्र्यावर खोटा आरोप करणारे असतील, तर त्यामागचे कुटिल हेतू समजून घ्यायची पद्धत तुला ठाऊक आहे की नाही?''

राम न थांबता बोलत होता,

''मुख्य विषय मंत्रिमंडळाच्या समष्ठीमध्ये ठरल्यानंतर विशिष्ट मंत्र्याला स्वतंत्रपणे बोलावून, त्यांच्याशी मनमोकळं बोलून, त्यांना प्रश्न विचारून त्यांच्या अंतर्यामी काय चाललंय, हे समजून घ्यायला पाहिजे. राज्यरहस्ये अंत:पुरातूनच चोरट्या मार्गानं बाहेर जायची शक्यता असते. त्यामुळे मंत्रिमंडळात चालणाऱ्या चर्चा अंत:पुरापर्यंत जाणार नाहीत, याची काळजी घ्यायला पाहिजे. काही जणं ब्राह्मण म्हणून जन्मले असले, तरी त्यातले काही नास्तिक असतील. वेदमंत्रांचाच आधार चुकीच्या पद्धतीनं घेऊन सुखच उत्कृष्ट असल्याचे विचार मांडतील. त्याचा प्रचार करतील. अखेर अराजकता निर्माण करतील. त्यामुळे जन्मानं ब्राह्मण असला आणि सुवर्णकाठाचं उत्तरीय पांघरलेलं असलं तरी, वेदपंडित म्हणून सन्मानित असला तरी त्याच्या वागणुकीवर लक्ष ठेवलं पाहिजे. गुन्हेगाराला दंडनाचं भय असलंच पाहिजे. पण त्याचा अतिरेक झाला, तर प्रजा संतप्त होऊन बंड करू शकते, याचं भान ठेव. तू जो दंड देशील तो सर्वजनांना संमत असेल, याची काळजी घे. मेधावी, दक्ष, शूर, विचक्षण असेल त्यालाच राज्यसेवेचं आव्हान करून नेमणूक करावी. शिवाय भरता, सेनापती नेमताना तर तुला विशेष....''

रामाला थांबवत मध्येच भरत म्हणाला, ''दादा, तुझं बोलणं राज्यशास्त्र-परिणत महर्षींच्या उपदेशाप्रमाणे पवित्र आहे! ते दिवसभर बसून ऐकत राहावं असं वाटतं. पण मी युवराजही नाही आणि राजा तर नाहीच नाही! कोसलचं सिंहासन शून्यवत् आहे; हे तुझ्या लक्षात आलंय का?''

रामाला त्याच्या बोलण्याचा अर्थ समजायला काही क्षण जावे लागले. तो उद्गारला, ''आं? काय याचा अर्थ?''

''तुझ्यासमोर बसलेल्या तुझ्या दोन्ही मातांचे चेहरे तू नीट पाहिलेले नाहीस! पाहा! म्हणजे तुला समजेल!''

आता रामाला उलगडा झाला. तो विचारू लागला, ''कधी? कसं? काय झालं होतं?''

बोलता बोलता त्याचा आवाज भरून आला. नंतर उठून त्यानं दोन्ही मातांचे हात हातात घेतले. मागून आलेल्या लक्ष्मणानं त्या दोघींना कवेत घेतलं. वशिष्ठ म्हणाले, ''रामा, भरत-शत्रुघ्नांनी महाराजांना तर्पण दिलं आहे. तुम्ही दोघांनी द्यायचं राहिलं आहे. तू ज्येष्ठ आहेस. तुझ्याकडून जलतर्पण आणि पिंडप्रदान झाल्याशिवाय

तुझ्या पित्याचा आत्मा वैतरणी ओलांडणार नाही! जितके क्षण उशीर होईल, तितका वेळ आत्मा अतंत्र होऊन तळमळत राहील. तू लवकर कर्म संपव. इथं जलस्थान कुठं आहे?''

लक्ष्मण म्हणाला, ''पूज्य हो, भरपूर खोलवर नदी आहे. तुम्हाला तिथं उतरून चढायला त्रास होईल. पिंडासाठी नुकताच शिजवलेला भात आहे. चालेल का?''

''मुलांना उपलब्ध असलेल्या वस्तूंचाच पितृ स्वीकार करतात. फार खोलवर असलेल्या जागी उतरून पुन्हा चढणं वयोमानाप्रमाणे मला जमणं कठीण आहे, हे तर खरंच! पण राजपुरोहित या नात्यानं मला ते केलंच पाहिजे. माझं ते कर्तव्यच आहे! कुणीतरी थोडी मदत केली तर पुरेसं आहे.''

''तीन पालख्या आहेतच ना! त्यातली घेता येईल. त्यात गुरू बसतील.'' रामानं सूचना केली.

भाताचं तपेलं घेऊन मी पुढं निघाले; मागून लक्ष्मण, त्याच्या मागं राम असे उतरू लागलो. पुरोहितांना आधीच उतरवण्यात आलं होतं. आम्ही तिघांनीही जलतर्पण दिलं. पिंडप्रदान करताना रामाच्या डोळ्यांत अश्रू होते. 'माझा पिता, मोठा महाराजा! आणि आज मी तुला रानटी धान्याचा-फळांचा पिंड अर्पण करत आहे! तुझ्या या ज्येष्ठ पुत्राला क्षमा कर!'' त्यानं भरलेल्या आवाजात विनंती केली.

लक्ष्मण गंभीरपणे उभा होता.

सैनिकांनी बनवलेला स्वयंपाक वेगवेगळ्या पात्रांतून कुटिरात आणण्यात आला. पण रामानं वनातल्या आहाराव्यतिरिक्त इतर आहाराला स्पर्श करणार नसल्याचं सागितलं. गंगेच्या काठावर त्या वृक्षाखाली रामानं सांगितल्यामुळे गुहराजाला सगळं आधीच माहीत असल्यामुळे तेवढ्यातच त्यांनी आपल्या माणसाला वनात पाठवून काही फळं आणून ठेवली होती. त्यामुळे आम्हालाही आहार मिळाला.

आमचा हा आहार माझ्या दोनही सासवा पाहत होत्या. भरत, वसिष्ठ, सुमंत, जाबाली..सगळेच पाहत होते. त्या कोणालाच सैनिकांनी आणून दिलेलं जेवण व्यवस्थित गेलं नाही. केवळ भूक भागवण्यापुरतंच ते सगळे जेवले.

त्यांच्या जेवणानंतर सगळी तागाची पानं गोळा करून सेवकांनी ती जागा स्वच्छ केल्यानंतर भरत म्हणाला, ''दादा, आमच्या येण्यामागचा उद्देश सांगतो, बैस. लक्ष्मणा, वहिनी, तुम्हीही बसा.''

कौसल्यामातेच्या शेजारी मी आणि रामाच्या शेजारी लक्ष्मणही बसला. भरत बोलू लागला, ''माझ्या त्या आई म्हणवणाऱ्या स्त्रीनं जे काही अनाहूत केलंय ते सगळ्यांना ठाऊक आहे. आपल्या मुलाला राज्य मिळून आपण राजमाता म्हणून मिरवायची तिची इच्छा. आपल्या सगळ्यांच्या दृष्टीनं पवित्र असलेलं मातृत्व पाशवी झालं तर किती अपवित्र होऊ शकतं, याचं हे उदाहरण आहे. सगळ्या माता

आपल्या पोटी जन्मलेल्या अपत्याचं हित पाहतात; पण हे करताना काही आया मातृत्वाचं पावित्र्य राखत नाहीत! अशा मातांपैकी माझी जन्मदात्रीही एक आहे. तिचा मुलगा म्हणवून घ्यायची मला शरम वाटते. कोणीही देवापाशी आपल्या आईला निवडू शकत नाही. आपल्या कुटुंबाला मागील पूर्वजांच्या पुण्याईनं मिळालेल्या राज्यावर येणारं अनिष्ट टाळणं हे आम्हा मुलांचं कर्तव्य आहे. आपल्या मुलाला, म्हणजे मला राज्य मिळावं, म्हणून माझ्या जन्मदात्रीनं आपल्या तातांना शब्दात अडकवलं आणि तुला वनवासाला पाठवलं. पण मी याचा स्वीकार करेन की नाही याचा तिनं विचार केला नाही. मला हे कधीच मान्य नाही. थोरल्याचा अधिकार डावलून धाकट्याला राजा बनवणं आपल्या घराण्यात कधीच घडलेलं नाही. एवढंच नव्हे, राज्यकारभार पाहण्यासाठी मी योग्य व्यक्तीही नाही. तुझ्या आधिपत्याखालीच लक्ष्मणाच्या सहकार्यानं आपल्या देशाचा राज्यकारभार सुरळीत चालेल आणि राज्याचा योग्य प्रकारे विस्तारही होईल. एवढंच नव्हे, तूच अश्वमेध यज्ञ करून तात आणि इतर पितरांच्या आत्म्याला शांती मिळवून देशील. मी आणि शत्रुघ्न तू सांगशील ती कामे यथाशक्ती करून तुम्हा दोघांना मदत करू. थोडक्यात, तू आता सिंहासनाचा स्वीकार करणं उचित ठरेल. इथं आलेल्या दोन्ही माता आणि पूज्य वसिष्ठांचाही तू या संदर्भात सल्ला घेऊ शकतोस! ''

राम मौन होता.

वसिष्ठ म्हणाले, ''रामा, भरतानं अत्यंत उचित मत मांडलं आहे. सत्याला एकापेक्षा अनेक चेहरे असतात. तूही ते सगळे चेहरे सूक्ष्मपणे पाहावेस. सर्वंकष विचार करून जे काही ठरवायचे ते ठरवावे.''

आता सुमंतही बोलू लागले, ''सगळेच प्रवासानं दमले आहेत. सगळ्यांना आता विश्रांती घेऊ द्या. उद्या सकाळची प्रात:कर्मं आटोपल्यानंतर यावर विचार करून निर्णय घेता येईल.'' यावर सभा विसर्जित झाली असं समजून सगळे उठले. सोबत आलेल्या नोकरांनी त्यांना कांबळी अंथरून देऊन झोपण्याची व्यवस्था करून दिली.

ऊर्मीला तिच्या नवऱ्याशी मोकळेपणानं बोलायची संधी मिळवून देणं, हे माझं कर्तव्य असल्याचं मला ठाऊक होतं. मी लक्ष्मणाला बोलावून सांगितलं, ''हे बघ, तू आपल्यासाठी आहार कसा मिळवतोस, हे ऊर्मीला दाखव जा! तिलाही समजू दे. ऊर्मी, जा. येताना ओटीभर फळं आणलीस तर रात्रीचा आम्हा तिघांचा फलाहार होईल.''

ऊर्मीच्या चेहऱ्यावर कृतज्ञता उमटली. लक्ष्मण धनुष्य-बाण आणि खड्ग घेऊन निघाला.

दोन्ही माता माझ्याजवळ आल्या आणि चेहरा कुरवाळत म्हणाल्या, ''किती

सुकलीस गं! चेहऱ्याला लावायला तूप-हळद नाही का? राजकुमारी तू! अशी कशी अवस्था तुझी!''

रात्री सगळे झोपी गेल्यानंतर जवळ येऊन ऊर्मी म्हणाली, ''ताई, आता वेळ मिळाला बघ तुझ्याशी बोलायला! खूप बोलायचंय तुझ्याशी! खूप काही सांगायचंय. कुठंतरी निवांत बसून बोलू या चल.''

''ठाऊक आहे मोठी शहाणी आहेस ते! जा तुझ्या नवऱ्यासोबत!'' मी म्हटलं.

गप्प बसेल ती ऊर्मी कुठली! ती म्हणाली, ''तोही व्रतात आहे! विसरलीस का?''

संपूर्ण डोंगराच्या भोवताली कोसलचे सैनिक आणि गुहराजाच्या निषादांची ठाणी विखुरली होती. त्यांतले काही जण संरक्षणासाठी उभे होते. त्यामुळे लक्ष्मणही झोपायच्या तयारीत होता. मी ऊर्मीसोबत उतारावरच्या एका खडकापाशी गेले. बसायला सोयीचा दगड असल्यामुळे दोघी त्यावर बसलो. मी म्हटलं, ''हं..बोल! काय तिकडची बातमी? काय सांगायचं होतं?''

''भरत भाऊजींनी सांगितलं ना, पाशवी मातृत्व म्हणून? तू असंच बोल. धर्माच्या भाषेत बोललं तरच रामाला पोहोचतं, असं वसिष्ठांनी त्यांना पढवलंय! बिचारे! त्यांनी ते काम व्यवस्थित केलं. ते काही वाईट नाहीत!''

''भरताला एवढ्या प्रौढ भाषेत बोलताना ऐकून मीही जरा चमकलेच होते! तिथं काय काय झालं? काहीही न वगळता सगळं मला सांग.''

''काय झालं ठाऊकाय! आपल्या लग्नाच्या वेळची सगळी हकिगत तुलाही ठाऊकच आहे. आपल्या तातांनी निरोप पाठवल्यावर दशरथ महाराज भरत-शत्रुघ्नाबरोबर आले ना, त्याच वेळी भरताचा मामा त्याला आपल्या गावी घेऊन जायला म्हणून आला होता. तो येऊन पोहोचण्याआधी आपल्या चौघीही बहिणींची लग्नं झाली होती. तरीही युधाजित मामा अयोध्येला आले. त्यांनी सांगितलं, वृद्ध अश्वपती राजाला आपल्या नातवाला भेटायची फार इच्छा आहे! आठवतं?''

''हो!''

''नवविवाहित भरताला बायकोला- आपल्या मांडवीला, सोडून जायची अजिबात इच्छा नव्हती. आपल्या चौघांमध्ये उंचीने आणि नाकीडोळी सगळ्यात देखणी तीच आहे ना! सतत सोबत असणाऱ्या शत्रुघ्नालाही भरत कधी सोडून राहायचा नाही. या दोन भावंडांचंही आपण बघतोच ना! मग शत्रुघ्नाच्या मागोमाग श्रुतकीर्तीही निघाली. सोबत मांडवीची सखी सून्यताही हवीच ना! आणि श्रुतकीर्तीची सखी रेवती. तिथं गेल्यावर यांचं थाटामाटात स्वागत झालं. समृद्ध भोजन. तिथं पोहोचल्याच्या चौथे दिवशी या सख्यांना एक बातमी समजली. राजवाड्यातल्या सेविकांकडून! राजवाड्याच्या सेविकांच्या नजरेतून कुठलंही रहस्य लपू शकत नाही.''

मला आठवलं, रामानं भरतालाही राजरहस्य अंत:पुरातून बाहेर न जायची काळजी घ्यायला सांगितलं होतं.

"पुढं काय झालं?"

"ते अंत:पुरातच जन्मून तिथंच वाढलेलं रहस्य असल्यामुळे तिथल्या सेविकांना ठाऊकच होतं. ते आपल्याकडून गेलेल्या दोन्ही सखींना समजलं! त्या मामांना एक मुलगी आहे. जयंती म्हणे तिचं नाव. तिचं रूप-बांधा पुरूषाचं चित्त वेधून घेणारं! आपण कैकेयीमातेविषयी ऐकलं होतं ना, तसंच! मांडवी-श्रुतकीर्ती तर सांगतात, त्या वयात कैकेयीमाताही तशाच असल्या पाहिजेत! म्हणूनच आपले महाराज भुलले!"

"ते असू दे! तू त्या जयंतीविषयी सांगत होतीस!"

"काहीतरी करून या जयंतीचं भरताशी लग्न लावून द्यायचं म्हणून ते मामामहाशय आले होते! स्वत: अश्वपती महाराजांनीच पाठवलं होतं. त्यांचा हा डावच होता म्हणे! कैकेयीमातेकडून दशरथ महाराजांना हाताळायचं आणि भरताच्या करवी सगळ्या कोसलराज्यावरच आधिपत्य गाजवायचं!'

हे सगळंच पटण्यासारखं होतं. मी घाबरी होऊन विचारलं, "मग? ते लग्न झालं की काय?"

'भरताला त्या मुलीबरोबर वावरायची संधी देऊन हेतू साध्य करायचा भरपूर प्रयत्न झाला म्हणे! दोघांना एकांत मिळेल असं करायचं, गाणं-नर्तन या मधून भरताला मोहित करायचं, दोघांसाठी वनविहार, असं बरंच काही चालवलं होतं! पण सखींकडून आधीच बातमी कानांवर असल्यामुळे मांडवीही सावध होती. सोबतीला श्रुतकीर्तीही होतीच. शत्रुघ्नाला तिनं कल्पना दिली. आधी त्याचाही यावर विश्वास बसला नाही. 'बायकांचा संशयी स्वभाव' म्हणत त्यानं सगळंच उडवून लावलं. जेव्हा त्यालाही पटवून सांगितलं, तेव्हा त्यांनी ठरवलं, कोणी हा विवाहाचा विषय काढलाच, तरी दोन्ही मातांच्या संमतीचा प्रश्न भरतानं पुढं करायचा. तसा शत्रुघ्नानं शब्द दिला. इथं मांडवीनंही भरतापुढे तोच प्रश्न टाकला. भरतानंही आधी सगळं हसण्यावारी उडवलं. पण मांडवीनं त्याला सैल सोडलं नाही. त्यालाही तिचा सहवास आवडायला लागल्याचं त्याच्या वागण्या-बोलण्यावरून समजत होतं. मांडवीनं त्याच्या तिच्याबरोबरच्या फिरण्याला आक्षेप घ्यायला सुरूवात केली. तिच्याशी लग्न करणार नाही, असं तातांना स्मरून वचनही द्यायला लावलं. सुटका करून घ्यायला त्यानं तसा शब्द दिला. आपल्या तातांच्या सामर्थ्याचाही उल्लेख केला. याचा परिणाम झाला. भरतानंही त्या मुलीला टाळायला सुरूवात केली. चार-पाच दिवस गेले. एका संध्याकाळी त्या मुलीची आई, म्हणजे मामीनं भरताला आपल्या अंत:पुरात बोलावून घेतलं. म्हणाली, "आमची जयंती तुझ्याशिवाय

आणखी कोणाशीच लग्न करणार नाही म्हणते. ती जन्मली तेव्हाच अयोध्येच्या महाराजांनी हिला माझ्या मुलासाठी करून घेईन म्हणून शब्द दिला होता. मोठ्यांचा शब्द पाळला नाही तर कसं कल्याण होणार? त्यामुळे लहान असल्यापासून तिला तुझीच आशा आहे...वगैरे..वगैरे..वर सांगितलं, 'जर तू लग्नाला तयार नसशील' तर ती संन्यास घेणार म्हणते. तुझ्या पित्याला लग्नाच्या तयारीनं वरात घेऊन यायला निरोप धाड. तुझे मामा हेच सांगायला अयोध्येला आले होते. पण तेवढ्यात तुझ्या पित्यानं तुझं लग्न उरकून टाकलं होतं. तेही स्वत:चं स्वतंत्र राज्य नसलेल्या राजकुमारीशी! चार बहिणींचा चार भावांशी विवाह करणं ही तरी कुठल्या देशाची पद्धत? तुझ्या आईला तरी हीच सून करून घ्यायची इच्छा आहे. तिची इच्छा तू पूर्ण करणार की नाही? आणि माझ्या जयंतीच्या रूपापुढे तुझ्या त्या बायकोचं रूप पासंगालाही पुरणार नाही! राजघराण्यातल्या पुरुषांनी पहिली पत्नी असताना आणखी बायको करायला काहीच हरकत नसते. तुझ्या पित्याचंच उदाहरण पाहा!''

''मग?''

''भरतानं सांगितलं, मला दुसरं लग्न करायचं नाही. तसा मी तातांच्या पायाची शपथ घेऊन शब्द दिलाय. तिनं विचारलं, कुणाला? यानं सांगितलं, बायकोला. त्या मामीचा तिळपापड झाला!''

''हे सगळं कसं समजलं?''

''त्या रात्री भरतानंच मांडवीला सांगितलं. बायकोकडून कौतुक करून घ्यायच्या आशेनं! ताई, हा भरत तसा बावळटच! पण मनानं बिचारा चांगला आहे!..'' म्हणत ऊर्मी हसली. त्या अंधारातही ऊर्मीच्या सुरेख दंतपंक्ती चमकून गेल्या. ती पुढं सांगू लागली,

''त्यातही खरी गोष्ट अशी, की त्या प्रदेशात केकय प्रांताची चांगली प्रसिद्धी नाही. तिथला कुणीही राजा या घराण्यातल्या मुलीशी लग्न करून घरी न्यायला तयार नव्हता. कसेतरी प्रसिद्ध कोसल देशाचे प्रसिद्ध दशरथ महाराज त्याला बळी पडले होते. तो डाव करून त्याच घराण्यात दुसरी मुलगी पाठवण्याचा त्यांचा डाव अयशस्वी झाला! या घटनेनंतर चारच दिवसांत अयोध्येचे दूत वायुवेगानं या दोघा भावंडांना घेऊन जायला आले.''

ऊर्मी बोलायची थांबली. थंड वाऱ्यावर हलणारी पानं सळसळत होती. मधूनच एखादा रातपक्षी ओरडल्याचा आवाज येत होता. तेवढं सोडलं, तर संपूर्ण वातावरण स्तब्ध होतं. समोरच्या चित्रकूट पर्वताच्या उंच शिखरावर नुकताच मंद प्रकाश उमटू लागला होता. अस्फुट प्रकाशात तो पर्वत एक भूताकार दिसत होता. आम्ही निघून आल्यानंतर अयोध्येत काय झालं, याविषयी माझ्या मनात कुतूहल होतं.

ऊर्मी तेच सांगू लागली, 'निघण्याआधी तुम्ही आणखी एकदा भेटाल अशी

महाराजांना आशा होती. पण तुम्ही मागच्या रस्त्यानं गर्दी चुकवण्यासाठी निघून गेल्याचं समजलं. हे समजताच महाराजांची प्रज्ञाच गेली. कैकेयीमातेच्या अंत:पुरात कोणी त्यांच्या डोक्यावर पाणीही शिंपडलं नाही म्हणे! नाटकच चाललंय, असं म्हणत सगळे गप्पच राहिले. थोड्या वेळानं शुद्धीवर आलेले महाराज तळमळू लागले. बडबडू लागले, हिच्या नादानं मी दुसऱ्यांदा वचनभ्रष्ट झालो!...प्रजाप्रमुख, हजारो प्रजाजन, मंत्री, वेदवेदांत-पारंगत पुरोहितांच्या सभेत रामाला युवराजपद द्यायची घोषणा केली! आणि एका दिवसात एवढ्या सगळ्यांना दिलेलं वचन पाळू शकलो नाही! या वचनापेक्षा कधीकाळी या अवदसेला दिलेलं वचन प्रमुख मानलं...अज्ञानानं घेरला गेलो.. प्रजा-मंत्रिमंडळाला दिलेलं वचन भंग करून रामाच्या वनवासाला मौन संमती दिली...ही चूक दुरुस्त केली पाहिजे. वायुवेगानं माझी आज्ञा रामापर्यंत पोहोचवा आणि रामाला माघारी बोलवा!''..असं म्हणत ते तिथून बाहेर पडले म्हणे. पण कोण वायुवेगानं निरोप पाठवणार? रथ बोलवणार? कैकेयीनं तशी संधीच दिली नाही. संपूर्ण रात्रभर महाराज शुद्धी-बेशुद्धीमध्येच होते. थोडी शुद्ध आली की त्यांची बडबड सुरू होई.

'सकाळी नेहमीप्रमाणे दारात उभे राहून भाट इक्ष्वाकु वंश-भास्कर...देवेंद्रसम पराक्रमी...दशरथ महाराजांचा विजय असो..वगैरे स्तुतिकवनं गाऊ लागले. यावर 'मला चिडवणाऱ्या या राज्यद्रोह्यांना कारागृहात पाठवा..मी अजून महाराजा आहे..मीच परमाधिकारी आहे..' म्हणत महाराजांनी आरडाओरडा सुरू केला. भाटांना काहीच न समजून त्यांनी पलायन केलं. शेवटी सेवकांनी महाराजांना उचलून स्नानासाठी नेलं. नंतर फुलपात्रभर दूध पाजल्यानंतर महाराजांना थोडंफार भान आलं. शांत झाल्यावर त्यांनी डोळे बंद केले. काही क्षण विचार केला. नंतर म्हणाले, ''या बाजारबसवीच्या घरात मी राहणार नाही. ही मला विष पाजून मारून टाकेल! मला पट्टराणीच्या अंत:पुरात घेऊन चला.''

काही वेळ सेवक मागं-पुढं पाहत राहिले; तेव्हा महाराजांनी राजाज्ञेची आठवण करून दिली; तेव्हा कुठं सेवक पुढं झाले. एका पालखीत महाराजांना झोपवून ते कौसल्यामातेच्या अंत:पुरात घेऊन गेले. तेव्हा कैकेयीमाता स्नानासाठी गेली होती. कितीही अवघड प्रसंग असला, तरी ती आपलं स्नान, वस्त्राभरणं, गंधलेपन, पुष्पालंकार थांबवत नाही, हे तुलाही ठाऊक आहेच. फक्त क्रोधागारात मात्र सगळ्या जगातलं दु:ख आपल्या वाटेला आलंय, अशा प्रकारे तिचा अवतार असतो!

पालखी आली, तेव्हा सुमित्रामाताही कौसल्यामातेच्या अंत:पुरातच होती. स्वत:चं अंत:पूर असलं, तरी त्या बहुतेक वेळा इथंच असतात आणि तिथंच त्यांच्यासाठी वेगळा कक्ष आहे, हे तुलाही ठाऊक आहे. राजाज्ञेप्रमाणे सेवकांनी

महाराजांना कौसल्यामातेच्या शय्यागृहातल्या मोठ्या मंचावर झोपवलं आणि ते निघून गेले.

कौसल्यामाता आपल्या शय्यागृहात गेल्या, तेव्हा त्यांनी महाराजांना पाहिलं. त्यांना पराकोटीचं आश्चर्य वाटलं. पाठोपाठ संताप आला.

"राणी!" महाराजांनी क्षीण स्वरात बोलायला सुरूवात केली. पण हे ऐकताच कौसल्यामातेचा संताप भडकला. तरीही तो त्यांनी संयमानं आवरला. महाराज पुढं म्हणाले, "संतापू नकोस राणी! मी तरी तुझ्याशिवाय आणखी कुठं जाणार? .."

राग अनावर होऊन त्या म्हणाल्या, "का? रांडेनं बाहेर काढलं काय?" आपल्या आवाजातल्या संतापाचं त्यांना स्वतःलाच आश्चर्य वाटलं. कारण कितीही संताप आला, तरी पतीच्या संदर्भात त्यांनी असे उद्‌गार काढले नव्हते. आवाज कधीच चढवला नव्हता. पण आता संताप आवरणंही शक्य झालं नाही. त्या बोलतच राहिल्या, "ती घरात आल्यापासून आम्हा दोघींनाही उष्ट्या पत्रावळींप्रमाणे भिरकाटून टाकलंत! वैद्यराजाच्या संतापाला घाबरून महिनाभर इथं आलात! सुमित्रेशीही असेच वागलात! आम्हाला एक एक कौतुकाचा मुलगा झाला. आम्ही दोघींनी कसलीही पर्वा न करता दोन्ही मुलांना सांभाळलं, मोठं केलं! आता माझ्या त्या दोन्ही मुलांना वाघ-सिंह-चित्ते-साप-विंचू आणि इतर हिंस्त्र श्वापदं, राक्षस असलेल्या वनात मरण्यासाठी पाठवून दिलंस! माझ्या प्रेमासाठी कोणीही राहिलं नाही! माझं सगळ आयुष्य वाळवंट केलंस! आता माझ्या शयनगृहात येऊन माझ्या शय्येवर आलास म्हणून तुला माझ्याकडून तेच पूर्वीचं प्रेम मिळेल, असं वाटलं का तुला?'

मस्तकावर वीज कोसळल्यासारखा दिङ्मूढ होऊन महाराजा बसून होता. कौसल्यामाता बोलतच होती,

'तुला काय वाटलं? चौदा वर्षांनंतर आल्यावर माझा राम या भरतानं उष्टावलेल्या सिंहासनावर आरूढ होईल? सिंह कधी दुसऱ्यानं उष्टावलेलं भक्ष्य तोंडाला लावत नाही! माझं रक्त आहे ते! तो उकिरड्यावर पडलेल्या तुकड्याकडे नजरही टाकणार नाही! कुठल्या जिभेनं तू त्याला वनवासाला जायची आज्ञा केलीस? बोल, का बोलत नाहीस?'

महाराजांना काही सुचत नव्हतं.

"आल्या-आल्या तिसऱ्या दिवशीच त्या बयेनं आमच्या दोघींच्या अंतःपुरात येणारं धान्य-फळ-फळावळ आणि इतर सामानावर मर्यादा आणली! मला माझ्या माहेरकडून स्त्रीधन म्हणून आलेलं जनपद नसतं, तर सेवक-सेविकांना घरी पाठवून आमच्यावरच जमीन सारवून अन्न शिजवून खायची वेळ आली असती. तिनं तर माझं जनपदही कोसल राज्यात एकरूप करायचा डाव केला होता! वसिष्ठांनी त्यात लक्ष घातलं आणि स्त्रीधनाला कोणीही हात लावू शकत नाही, असं धर्मशास्त्र

सांगितलं. तुला यातलं काहीच समजलं नाही का? की सगळं समजून तू गप्प राहिलास? तिला घाबरलास? आता मी सांगतेय, ऐक! आम्ही दोघी आणि आमचे राम-लक्ष्मण-शत्रुघ्न माझ्या त्या जनपदातून येणाऱ्या उत्पन्नावर जगतोय! भित्रट! दररोज सकाळी भाट नाना शब्दांमध्ये तुझं गुणगान करत असतात..तुला काही लाज-शरम आहे की नाही?''

तिचा हा किंचाळण्याचा आवाज ऐकू येत असतानाच माझ्या सासूबाईही आपल्या सवतीच्या मागं नि:शब्दपणे उभ्या होत्या. मीही दुसऱ्या कक्षात होते, ती तिथं जाऊन थांबले. लक्ष्मणही नसल्यामुळे सगळ्या राजप्रासादात शून्य भरून राहिलं असता मी तरी माझ्या अंत:पुरात एकटी काय करणार? पण मनोमन मी घाबरी झाले होते.

महाराजांनी काहीच उत्तर दिलं नाही. त्यांनी डोळे मिटून घेतले होते. त्यांच्या चेहऱ्यावर काळजीचा डोंगर कोसळलेला दिसत होता. त्यांना काहीतरी आठवत होतं की काय कोण जाणे!

असाच कितीतरी वेळ गेला. नंतर महाराज अचानक हुंदके देऊन रडू लागले. नंतर ते म्हणाले, ''पतीने, त्यातही सिंहासनावर आरूढ असलेल्या, रडू नये. रडता कामा नये! पण काल रात्रीपासून मला हे रडू आवरत नाही. माझं रडू खोटं नाही! ती मात्र याला नाटक म्हणून टिंगल करते! तुम्हा दोघींना तरी ते खरं वाटतंय ना? खरं वाटत नसेल, तर मी प्राण सोडायला सिद्ध आहे! आजवर तू कधीही इतकी कठोर बोलली नाहीस! तुझ्या दु:खाचा तो कडेलोट आहे हे मला समजतंय. पण नको बोलू तूही इतकं कठोर! नाही सहन होत मला हे!'' त्यांनी दोन्ही हात जोडून गयावया केली.

हे ऐकताच थोरल्या माता स्तब्ध झाल्या. त्यांनी आपला भावनावेग आवरला.

महाराजा खचलेल्या आवाजात बोलू लागले, ''मला एक शाप होता, मला त्याचा पूर्णपणे विसर पडला होता! त्यात, सगळे शाप खरे होत नाहीत हे मला ठाऊक आहे. मनातलं दु:ख-संताप अशा शापाद्वारा माणूस व्यक्त करत असतो. प्रत्येक जण आपल्या आयुष्यात शेकडो शाप देतच असतो. माझ्या सोळाव्या वर्षी घडलेली ही घटना आहे. शरसंधानात मी तरबेज झालो होतो. स्वत:च्या नेमबाजीवर इतका खूष होतो, की जगात माझ्यासारखा कुणीच नाही, असं समजायला लागलो होतो. तेव्हा माझ्या गुरूंनी शब्दवेधी शरसंधान नुकतंच शिकवलं होतं. त्याचा सराव करून तरबेज होण्याची प्रचंड आकांक्षा मनात भरली होती. अंधारात करायची ती साधना. त्यामुळे दररोज रात्रीच्या अंधारात नदीच्या काठी जायचं, पाणी प्यायला आलेल्या सावजावर केवळ आवाजाच्या रोखानं बाण सोडायचा, असा माझा तेव्हा परिपाठ होता. अगदी बारीक आवाजाचा वेध घ्यायची माझी धडपड चालूच होती.

त्यात कधी यश मिळायचं, कधी नाही.

त्या रात्रीही तसाच आपल्या शरयू नदीच्या काठी गेलो होतो. सावजाची वाट पाहत बराच वेळ बसून होतो. तोच प्रवाहाच्या वरच्या बाजूला कसलासा आवाज आला. एखादा प्राणी हलकेच पाणी पीत असल्याचा आवाज वाटला तो मला. लगेच त्या दिशेला बाण रोखून मी बाण सोडला. टोकदार लोहअग्राचा बाण. अंधार भेदत बाण वेगानं निघाला... पाठोपाठ त्या दिशेनं प्राणांतिक वेदनेनं विद्ध असा मानवी आवाज ऐकू आला!

माझं सर्वांग घामेजलं. मी त्या आवाजाच्या दिशेनं धाव घेतली. एक ब्रह्मचारी भूमीवर कोसळला होता. शेजारी पाण्याच्या दोन घागरी पडल्या होत्या. बाण पोटाचा वेध घेऊन आरपार गेला होता! वेदनेनं तो तळमळत होता.

''आर्या, कोण तू? हत्ती सोंडेनं पाणी पितोय असं समजून बाण सोडला मी!''

''माझे माता-पिता दोघंही वृद्ध आहेत. दृष्टिहीन आहेत. त्यांना तहान लागली म्हणून पाणी आणायला आलो होतो. हा विषारी बाण असावा असं वाटतं. साऱ्या शरीरात वेदना व्यापून राहिली आहे! बाण तिथंच राहिला, तर वेदनेनंच मरून जाईन मी! तो काढ. रक्तस्राव होऊन मरणं सोपं जाईल! आणि माझ्या आई-वडिलांना लवकर पाणी नेऊन दे जा! यानंतर तूच त्यांची काळजी घे. कुटिराची खूण सांगतो..'' पण बाण ओढून काढत असतानाच त्याचा जीव गेला.

मी घाबरा होऊन उभा राहिलो. केवढं मोठं पाप घडलं होतं माझ्या हातून! आणखी काही करण्यासारखं नव्हतंच माझ्या हातात! त्या वृद्ध दांपत्याला पाणी नेऊन द्यायचं आणि त्यांच्या पुढच्या आयुष्याची काळजी घ्यायची...एवढाच विचार करत मी पाण्याचे कलश घेऊन त्या कुटिरापाशी जाऊन पोहोचलो.

चाहूल लागताच त्याच्या वडिलांनी विचारलं, ''का रे बाळा, एवढा का उशीर लागला?''

बोललं तर आवाज ओळखला जायची भीती तर होतीच. पण दुसरा उपायही नव्हता. त्यामुळे जे काही घडलं ते सगळं सांगितलं. नंतर म्हटलं, ''पूज्य हो, चुकीमुळे घडलेली ही अपकृती आहे! तुमची काळजी घेण्यासाठी परिचारक नेमतो. राजवाड्याकडून अन्न-वस्त्र आणि इतर सगळ्या वस्तूंचा पुरवठा होईल. मला क्षमा करा!..'' एवढं म्हणून त्या दोघांचे पाय घट्ट धरले.

''अन्न-वस्त्र आणि इतर वस्तू दिल्या, तर मुलगा मिळाल्यासारखं होईल काय? पुत्रशोकाचं दुःख तुला समजेल काय? तुझं वय काय?'' पिता म्हणाले.

''आमच्यासारखं तुलाही पुत्रशोकानं मरण येऊ दे!..'' ती वृद्ध माता म्हणाली, ''यानंतर आम्ही अन्न-पाणी ग्रहण करणार नाही. मुलाचं स्मरण करत आम्ही प्राणाचा त्याग करू! तुझा स्पर्श झालेलं पाणी आम्ही पिणार नाही!''

"मी गयावया केल्या, खूप विनवलं; पण त्यांनी ऐकलं नाही. पुढचा सिंहासनारोहण करणारा मी... मी त्यांचे पाय धरून विनवलं. तरी त्यांनी ऐकलं नाही! या हट्टीपणाला मी तरी काय करणार? मनाची अशी समजूत घालून मी परतलो.

"कौसल्ये, सुमित्रे, माझी चूक मला पूर्णपणे उमजली आहे. काहीतरी करून रामाला राज्याभिषेक करायची फार धडपड केली; पण हरलो मी! मी तुम्हा दोघींवरही फार अन्याय केला! दंडवत घालून विनंती करतो, मला क्षमा करा! किती केलं तरी माझ्या डोळ्यांसमोरून ते वृद्ध दांपत्य हटत नाहीये! त्या मातेचा शाप कानात घुमतोय. माझी मुलं मेलेली नाहीत. चौदा वर्षांनी वनवास संपल्यावर ती परतही येतील. शाप खरा की खोटा, हे मला ठाऊक नाही. पण मनात रुजलेलं ते पाप आता डोकं वर काढून साजेशी शिक्षा मागतंय! त्या वृद्ध दांपत्याप्रमाणे अन्न-पाणी वर्ज्य करून देहत्याग करणं, हेच खरं प्रायश्चित्त होईल! मी अनुभवत असलेल्या नरकापासून माझी सुटका होईल! कोणीही मला यावर धार्मिक उत्तरं सांगोत, वसिष्ठ कितीही धर्माचे उपाय सांगोत; आता मला थांबवण्याचा अधिकार कोणालाच नाही. ही राजाज्ञा आहे!"

कौसल्यामाता मोठमोठ्यानं हुंदके देऊन रडू लागल्या. कळवळून म्हणाल्या, "महाराजा, क्षमा कर! दु:ख अनावर झालं, म्हणून मी कठोर बोलले. संयम ढळला माझा! माझ्या बोलण्यामुळेच तू दुखावला गेलास. म्हणून तू एवढा कठोर निर्णय घेतलास! तू निघून गेलास, तर आम्हा दोघींची काय गत? वैधव्यापेक्षा क्रूर शिक्षा दुसरी कुठली आहे? आम्हा दोघींवर कृपा कर! ही सोडून आणखी कुठलीही शिक्षा दे!." असं म्हणत त्या झोपलेल्या महाराजांच्या पावलांना अश्रूंनी भिजवू लागल्या.

पण या बोलण्याचा महाराजांवर काहीच परिणाम झाला नाही. ते बोलणं त्यांच्या कानात तरी शिरलं की नाही कोण जाणे! सुमित्रामाताही थोरल्या मातेचं समाधान करत होत्या.

महाराज काहीच बोलले नाहीत. जागेवरून हललेही नाहीत. खाणं-पिणं तर दूरच राहिलं, पाणीही घेतलं नाही. मंत्री-पुरोहित आले, त्यांनी बोलतं करायचा प्रयत्न केला, तरी काही उत्तर दिलं नाही. आम्ही तिघंही तसेच बसून राहिलो. श्वास हळूहळू क्षीण होत गेला. दुसरे दिवशी संध्याकाळपर्यंत पूर्ण थांबला."

ऊर्मीच्या तोंडून सगळं ऐकताना माझा गळा भरून आला. महाराजांचा माझ्यावरही बराच जीव होता. कैकेयीमातेच्या अंत:पुरात मला ते कधी बोलावून घ्यायचे नाहीत, पण कधी भेटावंसं वाटलं तर तेच आमच्या अंत:पुरात यायचे. 'मुली..' म्हणून हाक मारायचे. मी चांगले कपडे घालते की नाही, सगळे दागिने चढवते की नाही याकडे त्यांचं सतत लक्ष असायचं. 'तूच आमच्या वंशाला तारणार आहेस!' म्हणायचे. त्यांचा असा अंत व्हायला नको होता.

कुठंतरी घुबड ओरडल्याचा आवाज आला. मनात अशुभ भावना भरून राहिली. तिकडे दुर्लक्ष करत मी विचारलं, ''मग पुढे?''

''लगेच धर्माधिकाऱ्यांना बातमी गेली. ते धावत आले. समस्त मंत्रिमंडळ आलं. या दोन्ही राण्यांचं सांत्वन केलं. मृत्यू म्हणजे आत्मा वस्त्राचा त्याग करावा तसा करतो...वगैरे बरंच सांगत राहिले. अपेक्षित असलं, तरी प्रत्यक्ष मृत्यूमुळे त्या दोघींना व्हायचं ते दुःख झालंच. त्या दोघी भरपूर रडल्या. सुमंतांनी एक नावेच्या आकाराचे पात्र मागवून त्यात तैल भरलं. खराब होऊ नये म्हणून त्यात मृतदेह ठेवण्यात आला. हे झाल्यावर सगळे रहस्य-समालोचनाच्या कक्षात गेले. फारशी चर्चा न करता एका निर्णयाला येऊन पोहोचले. सगळ्यात आधी शवसंस्कार होणं आवश्यक होतं. मुलाच्या हातून हे व्हायला हवं होतं. वनात रामाला शोधणं सोपं नव्हतं. दूरवर असले, तरी भरत-शत्रुघ्नाचा ठावठिकाणा तरी ठाऊक होता. पाच वेगवान दूतांना शक्तिशाली घोड्यांवरून लगोलग पाठवायचा निर्णय झाला. तसंच त्या दोघांनाही महाराजांच्या मृत्यूची कल्पना द्यायची नाही, हेही ठरलं. तिथं कुणाला शंका येऊ नये म्हणून रिवाजाप्रमाणे भेटवस्तूही नेण्यात याव्यात असं ठरलं.

घोडी कितीही वेगानं पळाली, तरी केकय देशाला पोहोचायला सात दिवस लागणारच ना! महाराजांनी तातडीनं बोलावलंय हा निरोप ऐकून भरत-शत्रुघ्नानी 'का? काय झालं?' वगैरे हजार प्रश्न विचारले. दूतांनीही 'ही राजाज्ञा आहे..आम्हाला काही ठाऊक नाही...' एवढंच सांगितलं. त्या दोघांनी सगळ्यांची भरपूर चौकशी केली, पण दूतांनी त्यावरही शुभ-उत्तरंच सांगितली. मामानं दोन बलाढ्य घोडे दिले. त्यावर भरत-शत्रुघ्न आपापल्या बायकांसह स्वार झाले. परतीच्या प्रवासात घोडे दमले होते, त्यामुळे साहजिकच वेळ लागला. थोडक्यात, निघाल्यापासून अठराव्या दिवशी दूत दोघा भावंडांसह अयोध्येला येऊन पोहोचले. त्याआधी पाच कोसांवर दोन रथ वाट पाहत होते. त्यात बसून त्यांनी नगरात प्रवेश केला.

प्रवेश करताच त्यांना वेगळाच अपरिचित अनुभव आला.

रस्ते लोटले नव्हते. कुठल्याही घरासमोर सडासंमार्जन केलेलं नव्हतं. दाराला तोरणं नव्हती. कुठंही राज्याचा ध्वज फडकत नव्हता. रस्त्यावर माणसंच दिसत नव्हती. जी होती तीही दुर्मुखलेली. कोणीच हसतमुख नव्हतं.

नाही म्हटलं तरी त्यांच्या मनात सुतकाचा भाव उमटला. विचारलं तर सारथीही काही बोलायला तयार नव्हता. रथ राजवाड्यात पोहोचले. तिथं राजपुरोहित आणि मंत्री वाट पाहत होते. सगळ्यांचे चेहरे दुःखी दिसत होते.

भरतानं विचारलं, ''पूज्य हो, संपूर्ण नगर असं का तेजोहीन झालं आहे? ध्वजही फडकत नाही! इथं तुम्हीही सगळे म्लान मुद्रेनं आहात; काय झालं?''

''राजकुमारा, सरळ विषयच सांगतो.'' कुलगुरू वसिष्ठांनी बोलायला सुरवात

केली, "तुझे पिता दशरथ महाराजांनी वय होईपर्यंत समर्थपणे राज्यकारभार पाहिला. हे पाहून देवेंद्रानं त्याना इहजीवनातून मुक्ती देऊन त्यांना देवलोकात बोलवून आपल्या सिंहासनाशेजारी बसवून घ्यायचा निश्चय केला. तिथं जाऊन आपल्या पूर्वजांना भेटून आपल्या कर्तृत्वाची महती सांगायची इच्छा महाराजांनाही झाली. म्हणून त्यांनी प्रस्थान ठेवलं! त्यांचा तो मार्ग सुगम करणं हे मुलगा म्हणून तुझं कर्तव्य आहे! महाराजांचं पार्थिव आम्ही तैलात भिजवून रक्षण करून ठेवलं आहे. त्यांच्या संस्कारांसाठी तू आणि शत्रुघ्नानं तयार झालं पाहिजे."

काय घडलं, हे लक्षात येताच भरत भूमीवर कोसळला. शत्रुघ्नाचे डोळे भरून वाहू लागले. पुन्हा वसिष्ठच पुढे झाले. त्यांनी या दोघांची समजूत काढली. नंतर म्हणाले, "आधीच एकोणीस दिवस झाले आहेत! त्या प्रेतात्म्याला आणखी अधांतरी ठेवणं योग्य नाही. चला! शरयू नदीच्या काठावर चंदनचिता रचून अंत्यसंस्कारांची सगळी तयारी झाली आहे. तुम्ही मुखदर्शन करून घ्या."

भरतानं डोळे पुसत विचारलं, "आम्ही निघालो, तेव्हा तर ते चांगले होते. अचानक काय झालं?"

"आधी दहनकार्य होऊ दे! नंतर तुझ्या मातु:श्रींकडून बाकीचा तपशील विचारून घे. उशीर होतोय! एवढ्या कीर्तिवंत देहाची परवड व्हायला नको!"

"हो! पण ते तर रामाचं कर्तव्य! त्याचा अधिकार! त्याच्याकडून का करून घेतलं नाही? जर तो सासुरवाडीला गेला असेल, तर आधी दूत पाठवून त्याला बोलावून घ्यायचं ना! आणि लक्ष्मण कुठं आहे?"

"सांगितलं ना, तुझ्या मातु:श्री सगळं सांगतील तुला नंतर! आधी दहनकार्यासाठी चला बघू!" कुलपुरोहितांचा आवाज थोडा तीव्र झाला होता.

सूर्यास्ताच्या वेळी दहन झालं.

"मग?"

"दहनसंस्कार होताच भरत आपल्या आईच्या अंत:पुरात गेला. सोबत मांडवीही होतीच. शत्रुघ्न आपल्या बायकोसह कौसल्यामातेच्या अंत:पुराकडे निघाला. सुमित्रामाता बहुतेक वेळा तिथंच असल्याचं त्यालाही ठाऊक होतं.

लेकाला पाहताच कैकेयीमातेला आनंद झाला. पण तो फारसा न दाखवता तिनं महाराजांच्या मृत्यूविषयी शोक व्यक्त केला. तो सोपस्कार संपताच म्हणाली, 'तूच दहनसंस्कार केलेस, हे योग्यच झालं! कारण तो अधिकार राज्य-सिंहासनाच्या यजमानालाच असतो. तू धर्मशास्त्राप्रमाणेच केलंस! आता बाकीचेही सगळे विधी तूच कर. सगळ्या प्रजेला समृद्ध असं समाराधनेचं जेवण घाल. त्यानंतर दुसरे दिवशी तू सिंहासनावर आरूढ हो!"

हे ऐकून गडबडून गेलेला भरत उद्गारला, "काय बोलतेस तू माते! मला

त्यातलं एक अक्षरही समजलं नाही! हा अधिकार तर रामाचा नाही का? तू मला सगळं नीट सांग बघू!''

''बाळा, तुझ्या पित्यानं तुला फसवण्यासाठी केवढा मोठा डाव घातला होता, ठाऊक आहे? खरं तर एवढ्या कपटी माणसाचा दहनसंस्कार करायचीही गरज नाही! पण हा कुलपुरोहितांचा घोळका आहे ना! दहनकार्य झाल्याशिवाय राज्याभिषेक नाही, असं सांगून सगळ्या प्रजेला तुझ्या विरोधात उभं करतील! मी सावध नसते, तर तुला कधीच हे राज्य मिळालं नसतं!....' असं म्हणत तिनं घडलेली सगळी घटना आपल्या कर्तृत्वाची साक्ष असल्यासारख्या भाषेत सांगितली. मांडवीनंच हे सगळं मला नंतर सांगितलं.''

एव्हाना मध्यरात्र उलटून गेली होती.

''मातेनं असं सांगितलं, तरी भरताच्या डोळ्यांच्या अश्रुधारा थांबायला तयार नव्हत्या. पित्याची विविध रूपं त्याला आठवत होती. लहानपणी विविध कपडे आणि दागिने घालून कौतुक करणारे, किशोर वयात कौतुकानं छोट्या घोड्यावरून रपेट करायला शिकवणारे....कितीतरी रूपं!

''पण कैकेयीनं पुन्हा सांगितलं, 'पिता म्हणून त्यांनी केवळ तुझेच नाही, सगळ्या मुलांचेच लाड केले. पण लक्षात घे! ते तुझी फसवणूक करत होते. पुन्हा तीच नाटकं नकोत, म्हणून मी रामाला वनवासाला पाठवलं....तू परिस्थिती समजून घे.''

प्रवासाचे श्रम आणि भावनिक ताण यानं भरत थकून गेला होता. तो कसाबसा आपल्या अंत:पुरात गेला आणि मंचावर लवंडला. अतिश्रमांनी त्याचे डोळे आपोआप मिटले.

''सकाळी त्याचे चार मित्र आले. हे त्याचे सोंगट्यांच्या खेळातले सवंगडी. ते सगळे एका कक्षात बोलत बसले. त्यांच्याकडून काही बातमी मिळते का, याची तो चाचपणी घेऊ लागला. सुरूवातीला ते टाळाटाळ करू लागले. हा भावी राजा म्हटल्यावर बोलण्यात मोकळेपणा कसा येणार? अखेर भरतानं त्यांना मैत्रीची शपथ घालून घडलेलं सांगायला सांगितलं.

''त्यांच्या बोलण्यातून समजलं ते असं : सगळ्या राज्यांप्रमाणे कोसललाही शत्रू आहेत...राम-लक्ष्मण या दोघांमध्येच त्या शत्रूंवर मात करायची शक्ती आहे. राजाची दुर्बलता शेजारच्या राज्यांच्या लक्षात आली, तर संकटाची भीती. रामाला वनवासात एकटं टाकून लक्ष्मणही तुझा सेनापती व्हायला येणार नाही! शत्रुघ्न हा काही समर्थ समरयोद्धा नाही, हे तूही जाणतोस. या विचारानं सगळेच काळजीत पडले होते.''

''अशा परिस्थितीत मी काय करावं?'' भरताच्या चेहऱ्यावर काळजी पसरली.

एक मित्र म्हणाला, ‘‘एक सांगू? एखाद्या समर्थ आणि विचारी राजाच्या आधिपत्याखाली निवांत राहण्यात जे सुख आणि समाधान आहे, ते आणखी कशातच नाही! तुझे पिता जिवंत असेपर्यंत तू म्हणून निवांत सुखात होतास. आम्हीही! पण सुख शाश्वत नसतं, असं वेदांती म्हणतात, त्याचा प्रत्यय आता येतोय!’’

‘‘आता तू वेदांतावर बोलणार आहेस का? यावर काय मार्ग, हे विचारतोय मी!’’ भरत चिडून म्हणाला.

सगळे गप्प झाले. त्यातला एक, नंदन पुढं झाला आणि म्हणाला, ‘‘हे बघ भरतकुमार, खऱ्या मित्रानं खरं तेच सांगायला पाहिजे, होय की नाही? खरं सांगायचं म्हणजे आपल्या देशातल्या प्रजेचा राम-लक्ष्मणावर विशेष जीव आहे, हे नाकारण्यात अर्थ नाही. त्यांना सगळे ‘राक्षसांना मारणारे’ म्हणून ओळखतात. नुकतीच त्यांनी मोठी शिकार करून दाखवली आहे! ती मिरवणूक आठवते ना? जनकराजाकडचं ते महाकाय धनुष्य मोडल्यामुळे तुम्हा चौघांनाही बायका मिळाल्या ना? राजाच शूर नसेल, तर तो कसलं आमचं रक्षण करणार, अशीच प्रजेची भावना आहे. म्हणूनच सगळ्यांच्या मागणीवरून महाराजांनी त्याच्या नावाची घोषणा केली ना! त्या उत्सवासाठी रात्र-रात्र जागून लोकांनीच नगर सजवलं होतं ना! आता कैकेयी महाराणीच्या वागण्यामुळे प्रजेच्या मनात प्रचंड कोप दाटला आहे. एवढंच नव्हे, महाराजांना कैकेयीदेवींनी विष देऊन मारलंय, असाही एक प्रवाद आहे. अशा परिस्थितीत तुम्ही राज्यावर आलात, तर प्रजेचं सहकार्य कसं मिळेल? विचार करा!’’

‘‘भरताचा चेहरा पार उतरून गेला होता. त्यानं खाली घातलेली मान वर केली नाही. हे सारं दृष्य दाराआडून आपल्या डोळ्यानं पाहिल्याचं स्वत: मांडवीनंच मला सांगितलं.

‘‘एवढ्यात क्रियाकर्मासाठी तयार व्हावे, असा पुरोहितांकडून संदेश आला. नदीच्या काठावर कर्म संपवून भरत सरळ आपल्या मातेच्या अंत:पुरात गेला. पाठोपाठ मांडवीही गेली. आपला मुलगा पुढच्या कारभाराची चर्चा करायला आलाय असं समजून सामोऱ्या आलेल्या मातेला बघून भरत भडकलाच!

‘‘कोसल राज्य नष्ट करण्यासाठी म्हणूनच तू माझ्या तातांचा हात धरून आलीस! तातांचं वय झालेलं असलं, तरी आमचे शत्रू दशरथ राजाच्या सामर्थ्याला घाबरून होते. आणि रामालाही वनवासाला पाठवलंस! अशा परिस्थितीत कोणीतरी हल्ला केला, राज्य जिंकलं आणि तुला उचलून नेलं, तर तूही आनंदानं त्याच्याबरोबर जाऊन त्याच्या अंत:पुरातल्या सुखोपभोगाचा आस्वाद घ्यायला मागं-पुढं सरणार नाहीस. तुझी कीर्ती सगळ्या राज्याला समजली आहे. माझं दुर्दैव म्हणून मी तुझ्या

पोटी जन्माला आलोय!'' प्रचंड संतापानं सुरवात केलेलं आपलं बोलणं अखेरीस कंठ दाटून आल्यामुळे त्यानं थांबवलं.

''माझ्या लेकरा, जन्मदात्रीला असं कसं बोलतोस तू? तुम्हा दोघांच्या सुखासाठी कष्ट घेतलेल्या आईला समजून घे! तू तरी याला काही समजावून सांग!..' मांडवीला म्हणत त्या भरताकडे वळल्या आणि त्याला जवळ घेऊ लागल्या.

भरतानं त्यांच्या दिशेला वळून तिरस्कारानं 'थूत् ' म्हटलं आणि वेगानं मागं सरला.

ते दोघे कौसल्यामातेच्या अंत:पुरात यायच्या वेळी शत्रुघ्न-श्रुतकीर्तीही तिथं आले होते. भरतानं थोरल्या मातेला मिठी मारली. त्याच्या चेहऱ्याचं निरीक्षण करत त्यांनी विचारलं, ''काय! आनंद झाला की नाही? विजयाचा आनंद लाभला की नाही?''

''हे काय विचारता माते?'' काहीच न समजून भरतानं विचारलं.

''का रे? माझ्यासमोर शहाणपणा दाखवून नाटक करू नकोस! तू आणि तुझ्या मातेनं कटकारस्थान केलं नसतं, तर तुला राज्य आणि रामाला वनवास झाला असता का? आणि इथं मला मिठी मारून प्रेम दाखवायचं नाटक करतोस काय?''

क्षणभर भरताला काय बोलायचं ते कळेना. नंतर तो संतापला. म्हणाला, ''माते, तुझ्या मनात भूत बसलंय का? आधी मी सांगतो ते ऐकून तर घे! मी त्या कट-कारस्थान करणाऱ्या कैकेयीचा पुत्र नाही! तुझा मी कनिष्ठ पुत्र आहे, हे ध्यानात घे! त्यामुळे खोटं बोलणार नाही, याची खात्री असू दे. जर मी या कटाचा भाग असेन तर मला गोमातेला लाथ मारल्याचं पाप लागू दे! सूर्यदेवाच्या दिशेनं मल-मूत्र केल्याचं पाप लागू दे. काम करवून घेऊन त्याचं मूल्य न दिल्याचं पाप लागू दे. प्रजेकडून सहावा भाग कर घेऊन त्यांचं शत्रू, चोर-चिलटे आणि वन्य श्वापदांकडून रक्षण न केल्याचं पाप लागू दे. रस्ते-तळी न बांधल्याचं आणि कराल दुष्काळात रक्षण न केल्याचं पाप लागू दे. सरकारी साठ्यातलं धान्य आणि गुरांना चारा न दिल्याचं पाप लागू दे. रणांगणातून शत्रूला पाठ दाखवून पळून आलेल्या भित्रट योद्ध्याचं पाप लागू दे. गुरुनिंदा आणि मित्रद्रोहाचं पाप लागू दे. आप्तांचं रहस्यभेद करून केलेल्या कृतघ्नतेचं पाप लागू दे. बायको-मुलांना उपाशी ठेवून स्वत: खादाडपणा करणाऱ्या अधाश्याचं पाप लागू दे. परस्त्रीकडे मन वळणाऱ्या अधमाला आणि प्यायच्या पाण्यात गढूळता मिसळणाऱ्या नराधमाला लाभणारं पाप लागू दे.....'' अंगात कसलासा संचार झाल्यासारखा तो कितीतरी वेळ बोलत राहिला. नंतर काय बोलायचं ते न सुचून रडू लागला.

''ते पाहून कौसल्यामातेचं मन द्रवलं. 'बाळा, माझा तुझ्या बोलण्यावर विश्वास आहे रे! चारही पुत्रांमध्ये मी कधीच भेदभाव केलेला नाही. तसा मी केला असेल

तर तू सांगितलेल्या सगळ्या पापांचा भार माझ्या शिरावर येऊ दे. शपथेवर सांगते, तू माझ्याच पोटचा मुलगा आहेस!'' म्हणत त्यांनी त्याला छातीशी कवटाळलं आणि डोक्यावरून हात फिरवू लागल्या.

''आणखीही एक तुला सांगायचंय! दुसरे दिवशी मांडवी-श्रुतकीर्ती माझ्या अंत:पुरात आल्या. केकयमध्ये घडलेलं सगळं सांगायची उत्सुकता तर त्यांनाही होतीच. मी मांडवीला विचारलं, ''माझी शपथ घेऊन सांग! मी काही तुझी चूक मानणार नाही. सिंहासनावर बसायची आशा प्रत्येक पुरुषाला असतेच, तसंच पट्टराणी व्हायची इच्छा प्रत्येक स्त्रीलाही असली, तर त्यात काही गैर नाही. तुझ्या मनात काय आहे?''

''ताई, तुझी शपथ! माझ्या नवऱ्याची शपथ! माझ्या पित्याची आणि काकांची शपथ घेऊन सांगते, मी मिथिलेची मुलगी आहे! ज्यावर आपला अधिकार नाही, त्यावर कधीच डोळा ठेवायची नाही. तशी शिकवणच आहे, हे तुलाही ठाऊक आहे! सुखात राहायची इच्छा तर सगळ्यांनाच असते ना? राजकारभारात माझ्या नवऱ्याला कुठलंही स्थान मिळालं, तरी आम्ही सुखात राहू. ते नसेल, तर मात्र राजकुटुंबातून बाहेर असल्यासारखं होईल. मी माझ्या नवऱ्याला ओळखते. जास्तीची जबाबदारी पेलायची त्याला आशा नाही, आणि त्याची ती कुवतही नाही! मित्रांबरोबर गप्पा मारणं, हास्यविनोद करणं आणि फावल्या वेळात सोंगट्या खेळणं, यात तो पराकोटीचा रमतो. म्हणजे जुगार नाही. माझ्याशीही खूप चांगला वागतो. माणूस म्हणून खूप चांगला आहे. पण कारस्थानी माणसांच्या विरोधात उभं राहायची शक्ती नाही.''

''नंतर ती भरताच्या आजोळी चाललेल्या कटकारस्थानाविषयी सांगू लागली.

तीच पुढं घडलेलंही सांगू लागली.

''सगळ्या प्रजेला समाराधनेचं जेवण दिल्यानंतर दुसरे दिवशी सगळ्या मंत्र्यांना आणि भरत-शत्रुघ्नाला महासभेत बोलवण्यात आलं. अग्रस्थानी वसिष्ठ, मार्कंडेय, मौद्गल्य, वामदेव, कश्यप, कात्यायन, जाबाली गोत्रांचे प्रतिनिधी होते. समस्त मंत्रिमंडळ हजर होतं. त्यांच्या मदतीला सामंत होते.

''वसिष्ठ बोलू लागले- 'राजपुत्र हो, आता आपल्या कोसल राज्यावर जे संकट कोसळलं आहे, त्याची सगळ्यांनाच कल्पना आहे. तो तपशील सांगायची गरज नाही. याला कोण कारणीभूत आहे, शत्रूकडून अशा वेळी काय घडू शकतं, तेही सांगायची गरज नाही. एव्हाना राज्यकारभारावरची पकड सैल झाली आहे. या महिन्यातच करभरणा कमी झाला आहे. काही ठिकाणी चोरीच्या घटनांची वर्दी

झाली आहे. सीमा भागात गुंडगिरी सुरू आहे, अशा बातम्या येताहेत. स्त्रियांना घराबाहेर पडणं अवघड झालं आहे. राज्याच्या सेवकांना वेतन वेळेवर मिळालेलं नाही, अशीही तक्रार आली आहे! परिस्थिती अशी आहे, की राज्याच्या तिजोरीतला आप्तकालीन धनसाठा बाहेर काढावा लागेल की काय! मंत्रिमंडळ आणि अधिकारी वर्ग कितीही हुषार असला, तरी अधिकाराच्या केंद्रस्थानी राजाच नसेल तर खालचे अधिकारी आणि सामान्य प्रजेवर वचक राहणं कठीण! या सर्व कारणांसाठी आपल्याला रिकामं सिंहासन तातडीनं भरायला पाहिजे. अजिबात वेळ न जाऊ देता, त्या नावाची दवंडी पिटवायला हवी. त्यानंतर शक्य तितक्या नजीकचा मुहूर्त काढून राज्याभिषेकाचा विधी करायला पाहिजे! भरता, हे करायची जबाबदारी तुझी आहे.'

"सगळ्या सभेची नजर त्याच्यावर खिळली.

"भरतानं आपलं उत्तर तयारच ठेवलं असावं. तो बोलू लागला, 'ज्येष्ठ पुत्र कसा वनवासाला गेला आणि बलशाली लक्ष्मण का त्याच्याबरोबर गेला, हे समस्त सभेला ठाऊकच आहे. मी राजा व्हावा म्हणून माझ्या मातेनं हे कारस्थान केलं आहे! पण माझा याला स्पष्ट नकार आहे. त्यामुळे माझ्या मातेचा उद्देश आणि त्यामागचं महाराजांनी तिला दिलेलं वचन या दोन्ही गोष्टी आपोआपच नष्ट होतात! त्यामुळे रामाचंच नाव राजा म्हणून घोषित करणं योग्य ठरेल. आपण सगळे जण जाऊ आणि त्याला सन्मानानं घेऊन येऊ.'

"सभेतून 'साधु..साधु'चा ध्वनी उमटला. कुणी म्हटलं, 'इक्ष्वाकु वंशाला साजेल असाच हा युक्तिवाद आहे!'

पण वसिष्ठांनी मुद्दा काढला, 'राम हे मान्य करेल का?'

"त्यासाठीच आपण सगळ्यांनी जाऊन त्याला ही गोष्ट पटवायला पाहिजे. आणखी एक महत्त्वाचा मुद्दा म्हणजे आमचे पूर्वज, आमचे वडील दशरथ महाराजा यांनी स्वत:च्या बळावर विस्तारलेलं हे राज्य सांभाळणं माझ्या शक्तीबाहेरचं आहे. हत्तीवर असलेला भार बैलावर लादू नये, म्हणतात. हेच सगळं सांगून आपण रामाचं मन वळवलं पाहिजे. ते तुमचं कर्तव्य आहे. माझा तर निश्चय झाला आहे. चला, प्रयाणाची व्यवस्था करा. लवकर!"

"सभेनं संमती दिली. दोन्ही माता आनंदून गेल्या. कैकेयीमातेकडे कोणीच फिरकलं नाही, कोणी तिच्याशी बोललं नाही. भरतानं तर तिच्या अंत:पुरात पाऊलही ठेवलं नाही. राजमर्यादेनुसार एक ध्वज घेऊन एक सैन्याची तुकडी बरोबर ठेवायचं ठरलं. सगळे निघून गेल्यावर अयोध्येची जबाबदारी काही काळासाठी शत्रुघ्नावर सोपवण्यात आली. केकयदेशावरून येताना सतत झालेल्या प्रवासामुळे मांडवीची प्रकृती बरी नव्हती. त्यामुळे तिलाही श्रुतकीर्तीबरोबर तिथंच ठेवण्यात आलं.

'ताई, तुम्ही ज्या मार्गानं आलात, त्याच मार्गानं आम्हीही निघालो. सुमंतांनीच मार्गदर्शन केलं. त्यांनी वाटेत तुम्ही सगळ्यांनी लक्ष्मणानं शोधून आणलेला फणस खाल्ल्याची जागाही दाखवली. इतरही कितीतरी खुणा दाखवत होते.'

मी ऐकत होते.

"ताई, आमचा निरोप पोहोचताच गुहराजही धावत आले. सगळ्यांचा परिचय झाला. पण सोबतचं सैन्य पाहताच त्यांच्या मनात आशंका आली असावी! त्यांनी भरताला बोलूनही दाखवलं, 'भावांना माघारी न्यायला येताना एवढं सैन्य कशाला आणलंत? तुमच्या मनात काही कुटिल हेतू नाही, यावर कसा विश्वास ठेवू?''

"भरताचा चेहरा कसा झाला म्हणून सांगू! त्यानं कळवळून सांगितलं, 'निषादराजा! माझ्यावर विश्वास ठेव! हवं तर माझ्यासोबत आलेल्या धर्माधिकाऱ्यांना विचार!''

"तुमच्या राजवाड्यातले धर्माधिकारी! ते तुमच्याच बाजूनं बोलणार, नाही का?"

अखेर त्यांना कौसल्यामातेपाशी नेऊन भरत म्हणाला, "या रामाच्या जन्मदात्री आहेत!'' गुहराजांनीही त्यांच्या आणि रामाच्या चेहऱ्यातील साम्यावरून खात्री करून घेतली आणि नंतर मदत करायला तयार झाले.

"पण तुम्हा तिघांना कसं शोधायचं हा प्रश्नच होता. 'भारद्वाज मुनींच्या आश्रमात जाऊन पुढची चौकशी केली तर समजेल. मी तेथपर्यंतचा रस्ता सांगितला होता.' नंतर काहीतरी विचार करून ते म्हणाले, 'रानातला रस्ता आहे. मीही सोबत्यांबरोबर येतो.' म्हणत तेही निघालेच. त्यांच्यासोबतचे पन्नास सोबती अरण्याचे चांगले परिचित आणि शस्त्रांनी परिपूर्ण! भरतालाही हे सोबत येताहेत म्हटल्यावर आनंदच झाला. पण मला मात्र शंका आहे, भरताच्या सैन्यानं काही गैर पावलं उचलली तर तुम्हा तिघांचं रक्षण करायची ही योजना असावी! होय की नाही? नाही तर मार्गदर्शनासाठी पन्नास माणसं कशाला हवीत गं? तीही शस्त्रसज्ज? तीही भरताची सुसज्ज सेना सोबत असताना? ही पन्नासही माणसं आमच्या सेनेमध्ये मिसळून गेली! मला तर वाटतं, भरताच्या हे लक्षातही आलं नसेल! अर्थात हे माझं मन सांगतं.

"असू दे. दोन दिवस तिथून चालत भारद्वाज मुनींच्या आश्रमात आलो. तिथं सारं सैन्य दूरच उभं करून आम्ही तिघी, धर्माधिकारी, भरत आणि मंत्री एवढेच आश्रमात गेलो. त्याआधी सैन्यासह आम्ही आल्याची बातमी पोहोचली असावी. क्षेमकुशलाच्या गोष्टी बोलण्याआधीच ऋषी काय म्हणाले ठाऊक आहे? 'काय रे भरता, राज्याभिषेक झाला ना? आता काय? राज्य संपूर्ण कंटक-निवारण करण्यासाठी सैन्यासहित आलास वाटतं! म्हणून रामाचा मार्ग विचारायला इथं आलास काय?'

हेच गुहराजानंही विचारलं! आणि इथं ऋषींनाही तोच संशय! भरताला काहीच सुचेना. वसिष्ठांनी वस्तुस्थिती समजावून सांगितल्यानंतर ऋषींना विश्वास वाटला. त्यानंतर त्यांनी बसायला अनुमती देऊन इतर स्वागताची पूर्तता केली. या दोन्ही घटनांमुळे भरताच्या मनात लोकनिंदेचं भय अधिकच दाट झालंय...'

अजूनही कितीतरी वेळ गप्पा चालल्या असत्या, पण पक्षी ओरडल्याचा आवाज आला. मीच म्हटलं, ''ऊर्मी, आपल्याला थोडा वेळ का होईना, झोप काढायला पाहिजे. नाहीतर दिवसभर पेंगुळलेलं राहावं लागेल!' आम्ही दोघी कुटिरातल्या एका कोपऱ्यात आडव्या झालो.

नंतरही मला झोप लागलीच नाही. अरण्यातलं कुटीर असो, एवढ्या लांबून आलेल्या माझ्या दोन्ही सासवांची काळजी घेणं, हे माझं कर्तव्यच ना! कुलपुरोहित आणि मंत्री उठून प्रात:कर्मात गढले असताना मी झोपून राहणं बरं दिसेल का? या विचारासरशी मी उठलेच. सोबत असलेल्या परिचारकांनी त्या सगळ्याची काळजी घेतली. राम-लक्ष्मण तर कधीच तयार झाले. समोरच्या शिखरावरून सूर्य वर यायच्या वेळेस सगळे एकत्र जमले. आता सभेचं आधिपत्य कुलपुरोहितांनी सांभाळलं.

''रामा, तुझ्या बंधूनं धर्माचरणातला एक अतिसूक्ष्म विचार मांडला होता. तर्क नसेल तर धर्मसूत्र सुरळीतपणे उलगडणार नाही. आपल्या मुलाचा मार्ग निष्कंटक व्हावा म्हणून कैकेयीदेवींनी तुला वनवासाला पाठवलं. पण आता तिचाच पुत्र स्पष्ट शब्दांत ते राज्य नाकारत असल्यामुळे तिचा मूळ उद्देशच नष्ट झाला आहे. परिणामी तुझा वनवासही आपोआपच नष्ट होतोय! होय की नाही?''

सगळेच 'साधु...साधु...' म्हणाले.

राम काहीच बोलला नाही. थोडा वेळ त्याच्या प्रतिक्रियेची वाट पाहून कुलपुरोहित म्हणाले, ''तुझं मौन 'संमती लक्षणम्' म्हणून समजायचं का?''

''परिस्थिती बदलली म्हणून मी माझ्या वडिलांना दिलेलं वचन नष्ट होत नाही. मी माझ्या वडिलांना वचन दिलंय. तो आम्हा बाप-लेकांमधला व्यवहार होता. इतर कुणाशीही त्याचा संबंध नाही!'' रामानं उत्तर दिलं.

''पण आता तुझे पिताही जिवंत नाहीत! परिस्थितीही बदलली आहे. या दोन्हीचा एकत्रित विचार करून आकलन करून घ्यायला हवं. होय ना?''

''जर वचन घेतलेली व्यक्ती हयात असती आणि तिनंच ते वचन मागं घेतलं असतं, तर गोष्ट वेगळी! तातांच्या मृत्यूमुळे ते वचन शाश्वत झालंय! आता तर तो प्रश्नच नाही! मला वचनभ्रष्ट व्हायचं नाही!''

''आपल्या मुलानं नकार दिल्यावर राज्याच्या हितासाठी स्वत: कैकेयीदेवींनी आपलं वचन मागं घेतलं, तर तुला राज्य सांभाळावंच लागेल ना?''

''माझ्या वचनामागं कैकेयीमातेची इच्छा मूलभूत आहे हे खरं, परिस्थिती

बदलली तर कदाचित ती आपली मागणी मागंही घेईल; पण तो परिस्थितीचा विजय असेल! त्यांच्या मनातली ती इच्छा सर्वस्वी नष्ट झाली, असा त्याचा अर्थ होत नाही. तिच्या मुलाला राज्य मिळावं हे तिच्या विवाहविधीमधलं एक वचन होतं. ते तर कुठल्याही परिस्थितीत बदलणार नाही! जसा मी वडिलांच्या वचनानं बद्ध आहे, तसंच भरतानंही बद्ध राहणं, हा एकच यातला उचित मार्ग आहे.''

''राज्यकारभार बघण्याची आपल्यात शक्ती नाही, असं तो स्वतःच मान्य करतोय ना!''

''तर मग, मंत्रिमंडळ आणि धर्ममंडळानं त्याला सोबत घेऊन कसं राज्य करायचं, ते ठरवलं पाहिजे.''

संपूर्ण दिवसभर असाच वाद चालला होता. 'सत्य हेच परमतत्त्व. कुठलीही परिस्थिती हे बदलू शकत नाही. जे परिस्थितीप्रमाणे बदलतं, ते सत्यही नाही आणि तत्त्वही नाही,' या मुद्द्यावर राम अढळ राहिला. 'पाणी कितीही वाहू शकेल, पण नदीच्या मध्ये असलेला खडक स्थिर असतो!' अशा उपमा देत तो आपला वाद आणखी आणखी बलवान करत होता. 'परिवर्तनशील जग अशाश्वत असतं, जे अपरिवर्तनीय असतं तेच एकमेव शाश्वत असतं, सत्य असतं, असं वेदांमध्येच सांगितलंय ना?..' असाही वाद घातला.

शेवटी वामदेवांनी लक्ष्मणाला विचारलं, ''यावर तू काय म्हणतोस?''

''मला दादाचं बोलणं मान्य नाही; पण ते खोडून काढण्याइतकं तर्कशास्त्र मीही शिकलेलो नाही.'

''तसं असेल, तर भरताला राज्य करू दे. तू सैन्याची जबाबदारी तुझ्याकडे घे! त्याच्याशी एकनिष्ठ राहा!'' वामदेवांनी सूचना केली.

''वनवासात रामाचं रक्षण करणं ही माझी जबाबदारी राहील, असं मी वचन दिलंय. त्याला दशरथ महाराजांनी संमती दिलीय. रामाच्या तर्काप्रमाणे मीही ते वचन मोडू शकत नाही. मला तर सकाळपासून चाललेला वाद वितंडवादच वाटतोय! पण मी तर्कशास्त्र जाणत नाही, हे आधीच सांगितलंय!'' पुढं काहीही बोलायची इच्छा नसल्याचं लक्ष्मणानं स्पष्टच दाखवून दिलं.

मलाही तेच वाटत होतं. पण मला कोणी विचारलंच नाही. कोणी विचारलं असतं, तरी मी माझ्या नवऱ्याच्या वादाला 'वितंडवाद' म्हणू शकले असते का? तो वितंडवाद असल्याचं सिद्ध करण्याइतकं तर्कशास्त्र किंवा वेदान्त मला कुठं समजत होतं? माहेरी राजमहालात चालणाऱ्या धर्मजिज्ञासेच्या सभांना मी नेहमी हजर राहत असले तरी, या विषयावरचा वाद-विवाद तिथं ऐकल्याचं मला आठवत नव्हतं.

भरतानं बराच वाद घातला, अश्रू ढाळले, रामाचे पाय धरले. म्हणाला,

“आमच्यापाठोपाठ निघालेल्या हजारो प्रजाजनांना मी शब्द दिलाय, तुला सोबत घेऊन येतो म्हणून! माझा शब्द राख!” दोन्ही मातांनीही अश्रू ढाळले. ‘पाषाणहृदयी आहेस!’ असा बोलही लावला. दोघी संतापल्या. पण या साऱ्यात राम वाहत्या प्रवाहाला धिक्कारून ठामपणे उभ्या असलेल्या कातळासारखा निश्चळ होता. एवढ्यात रामाच्या सायंसंध्येची वेळ झाली. सभेची अनुमती घेऊन तो डोंगर उतरून नदीच्या दिशेनं चालू लागला.

आता सगळे आपसात चर्चा करू लागले. पर्यायाचा विचार करू लागले. अखेर भरताला ‘राज्याची जबाबदारी तूच स्वीकारली पाहिजेस; दुसरा उपाय नाही,’ म्हणू लागले. भरतही आता चिंतामग्न झाला. त्या दिवसाची सभा संपली.

दुसऱ्या दिवशी सभेच्या सुरवातीलाच वसिष्ठांनी भरताला विचारलं, “मग तू काय विचार केलास, भरता?”

भरतही काही विचारापर्यंत येऊन पोहोचला होता. तो म्हणाला, “तुमच्या सगळ्यांच्या म्हणण्याप्रमाणे मी राज्यकारभार पाहायला तयार आहे; पण मी सिंहासनावर बसणार नाही. रामाला त्याच्या पादुका देऊ दे. त्या सिंहासनावर स्थापन करून त्यांच्या साक्षीनं राज्यकारभार हाकेन. दुसरं म्हणजे रामाला घेऊन आल्याशिवाय अयोध्येत पाऊल टाकणार नाही, असा मी प्रजेला शब्द दिला होता. त्यामुळे वनवास संपवून राम अयोध्येला येईपर्यंत मीही अयोध्येत पाऊल टाकणार नाही. तोपर्यंत मी नंदीग्रामात राहीन. तिथून राज्यकारभार पाहेन. आताच्या आता मीही राम-लक्ष्मणाप्रमाणे वडाचा चीक लावून केसांच्या जटा बांधेन. आणि शेवटचं-चौदा वर्षांनंतर राम नंदीग्रामला आला नाही, तर तिथल्या तिथं अग्निप्रवेश करेन! यात किंचितही बदल होणार नाही!”

आदले दिवशीची सगळी चर्चा, धर्मजिज्ञासा, मोठा प्रवास या सगळ्यामुळे धर्माधिकारी दमलेले दिसत होते. वसिष्ठ, मार्कंडेय, वामदेव या सगळ्यांनाच अतिश्रमांनी जांभया येत होत्या. इतरांच्या चेहऱ्यावरही ‘हे संपलं तर पुरे!’ असे भाव दिसत होते. वसिष्ठांनी भरताच्या बोलण्यावर होकार भरला. इतरांनीही ‘तथास्तु’ म्हटलं आणि विषय संपवला. भरतानं लगेच सेवकाकरवी एक पूजेचं तबक मागवलं. सेवकानं सुवर्णतबक समोर आणून ठेवलं. एका नोकराला वाटीभर वडाचा चीक आणायला सांगितला. तो येईपर्यंत भरतानं थोडं उतरून जाऊन कण्हेरीची फुलं गोळा करून आणली. सुमारे सहा आठवड्यांपूर्वी राम-लक्ष्मणानं गुहराजाच्या मदतीनं गंगेच्या काठावर एकमेकाच्या दाट केसांना असाच चीक लावला होता. माझ्याजवळ बसलेली ऊर्मी माझ्या कानात कुत्सितपणे कुजबुजली, ‘आता शत्रुघ्न तेवढा हा अवतार करायचा राहिला!’ मी चमकून पाहिलं. तिच्या चेहऱ्यावर तिरस्कार दिसत होता.

अंगणाच्या एका टोकाला उतरवून ठेवलेल्या रामाच्या पादुका भरतानं त्या सुवर्णतबकात ठेवल्या. त्यावर त्यानं कण्हेरीची फुलं वाहिली. नम्र भावानं पूजा करून त्यानं ते तबक पादुकांसह डोक्यावर घेतलं.

ज्यासाठी ते सगळे आले होते, ते कार्य समाप्त झालं होतं. 'स्वयंपाक तयार असेल तर जेवून परतीचा प्रवास सुरू करायचा का? सरंजाम आवरण्याची सैन्याला सूचना द्यायची का?' सुमंतांनी भरताला विचारलं. भरतानं पुरोहितांकडे पाहिलं. त्यांनी मान हलवून संमती दिली.

रामानं भरताला सांगितलं, "बंधो, तुझ्या तिन्ही मातांना सारखं पाहा. माता कैकेयीचीही मागचं काहीही लक्षात न घेता, माता आहे हे लक्षात ठेवून विचारपूस कर. हा तुझा धर्म आहे आणि माझी आज्ञाही!"

दुपारी सूर्य माथ्यावर यायच्या वेळेला सैनिक प्रस्थानासाठी सिद्ध झाले होते. दोन्ही माता आपापल्या पालखीत चढण्याआधी रामानं दोन्ही मातांचे पाय धरले. दोन दिवसांची चर्चा मौनपणे ऐकणाऱ्या त्या दोघींच्या डोळ्यांतलं पाणी आटलं होतं. तो उठला तेव्हा त्यांनी त्याला आलिंगनही दिलं नाही.

"रामा, तिथून इथं आलो, आमच्या भावनेला तू फार मोठी किंमत दिलीस! कैकेयीच तुझी जन्मदात्री, ही तुझी भावना दृढ असू दे! चिरकाल आयुष्य असू दे!" एवढंच म्हणाल्या. आणखी वाद घालत बसल्या नाहीत.

मी नमस्कार करताना मात्र त्यांनी मला उचलून छातीशी धरलं. त्यांच्या डोळ्यांतल्या अश्रूंनी माझ्या बाह्या चिंब झाल्या. नंतर पदस्पर्श करणाऱ्या लक्ष्मणाच्या जटांमधून बोटं फिरवायचा प्रयत्न केला. तोंडून मात्र एकही शब्द उमटला नाही.

त्यांच्या पालख्या नजरेआड होत असताना मी आणि लक्ष्मण खडकावर उभे राहून पापण्या न लववता एकटक पाहत होतो. राम कधीच कुटिरात निघून गेला होता.

ते सगळे निघून गेलेल्या दिवसापासून राम अंतर्मुखी झाला. काहीसा बधिर झाला. समोरच्या शिखरावर सूर्योदयाच्या वेळी पडणारे सोनेरी किरण न्याहाळणं, हे त्याचं अत्यंत आवडतं दृश्य न चुकता तो दररोज बघायचा. पण तेही त्यानं थांबवलं. झाडां-वेलीवरच्या कळ्या, त्यांची उमलणारी फुलं बघणं आणि मोठ्या आस्थेनं मला दाखवणंही थांबलं होतं. आम्हा दोघांबरोबरचं बोलणंही अगदी कमी झालं होतं. बोलायला काहीच विषय राहिलेला नसावा, तसं हे त्याचं मौन होतं.

सोबत माझा कंटाळाही वाढू लागला. डोंगर-दऱ्या-नदी-ओढे-झाडं-वेली-फुलं-पानं-फळं किती म्हणून बघणार? बघितलेल्या सुंदर गोष्टींविषयी कोणाशीही बोलायला मिळत नसेल, तर मरणप्राय कंटाळा आल्याशिवाय कसा राहील? आहार मिळवणे आणि आहाराची सिद्धता यातच लक्ष्मण गुंतलेला असायचा.

नाहीतरी निसर्गसौंदर्यात देहभान विसरणाऱ्यांपैकी तो कधीच नव्हता. तसं पाहिलं, तर माझाही तो स्वभाव नव्हता. बोलायला वेगळे विषय नसताना राम दाखवत असलेल्या निसर्गसौंदर्याविषयी मी फक्त मूकपणे ऐकत राहत होते.

कधी कधी मला लक्ष्मणाबरोबर आहारसंपादनासाठी जायची इच्छा असायची. नुकत्याच अंकुरणाऱ्या धान्याला पाणी द्यायची आशा. पण रामाला अशा अवस्थेत एकट्याला सोडून जाणं योग्य नसे. आणि मी तशी गेले, तर रामाला काय वाटेल, याचीही भीती होतीच.

एका पहाटे नदीवर प्रात:कर्म संपवून येत असताना रामाच्या पायात बाभळीचा काटा रुतला. त्यानं तो उपटून काढला, तरी दोन दिवसांनी ती जागा ठसठसू लागली. मीही पाहिलं. त्या जागी काट्याचं टोक राहिल्याचं काळ्या ठिपक्यानं दिसत होतं. ते कसं काढायचं हा प्रश्नच होता. सुईनं टोकरून काढता येतं हे मला ऐकून ठाऊक असलं, तरी राजवाड्यात जन्मून राजवाड्यातच राहिल्यामुळे ते कौशल्य माझ्याकडे कुठून असणार? सतत राजवाड्यातल्या गुळगुळीत केलेल्या आणि आच्छादनाने झाकलेल्या भूमीवर चालल्यामुळे मला तर काटा टोचल्याचा अनुभवही नव्हता. शिवाय आमच्या या वनातल्या संसारात सुई तरी कुठून निर्माण करणार?

रामालाही स्वत:च्या पावलाकडे पाहत काटा काढून घेणं जमण्यासारखं नव्हतं.

तिसऱ्या दिवशी दुपारी एका पंच्यात जवसासारखं एक धान्य घेऊन आलेल्या लक्ष्मणाला ही हकिगत समजली. पावलाचं निरीक्षण करून तो म्हणाला, ''मला का सांगितलं नाही? आत राहिलेल्या काट्यामुळे पू निर्माण होतोय.'' त्यानं बाहेर जाऊन थोडा शोध घेतला आणि एक लांबुडका काटा आणला. रामाचं पाऊल आपल्या मांडीवर घेऊन त्यानं दोन ठिकाणी छेद दिला. मी पाहत होते. रामाच्या चेहऱ्यावर अजिबात वेदना दिसली नाही. कुणा दुसऱ्याला टोचत असल्यासारखा तो अलिप्त होता. थोडं टोकरल्यावर अगदी बारीकसं काट्याचं टोक बाहेर आलं. तो पुन्हा खाली गेला आणि कुठल्याशा वनस्पतीचा देठ तोडून आणला. काटा रुतलेल्या ठिकाणी ते पान बांधलं. 'दोन दिवसांत जखम बरी होईल..' असं सांगून पुन्हा कामाला निघून गेला.

दुसरे दिवशी म्हणाला, ''दादा, अरण्यात अनवाणी फिरू नये. साप फिरल्यामुळे काही काट्यांना विषार असतो. काही काटेच विषारी असतात. काही साप इतके विषारी असतात, की त्यांचा विषार झाला, तर पायच कापायची पाळी येते. एक गुराखी सांगत होता. बाहेर जाताना तू माझे पदरक्ष घालून जा. नाहीतरी तू फारसा बाहेर जातच नाहीस म्हणा! एखाद्या प्राण्याची शिकार मिळाली, की त्याच्या

कातड्यापासून मला जमेल तशी एक पदरक्षेची जोडी बनवून देईन. चांभारासारखी फार छान नाही झाली, तरी पावलांचं रक्षण करेल एवढी जमेल!''

राम काहीच बोलला नाही.

लक्ष्मणानं बारीक करून ठेवलेल्या धान्याच्या पिठाच्या मी रोट्या भाजल्या. त्या दोघांना देऊन मी माझी खायला बसले. राम नदीवर जाण्यासाठी उतरू लागला. लक्ष्मणानं ओरडून आठवण करून दिली, ''दादा, विसरलास का? माझे पदरक्ष घालून जा, म्हटलं मी! दोघांचं एकच माप आहे. अनवाणी गेलास, तर जखमेत माती शिरेल आणि जखम चिघळेल!''

पण ते न ऐकल्यासारखं करून राम निघून गेला. लक्ष्मणानं माझ्याकडे पाहिलं. मलाही काहीच समजलं नाही.

राम नदीत पाय सोडून बसला असावा. दोन-तीन घटकांनंतर परतला. आल्या आल्या म्हणाला, ''मी पदरक्ष घालता कामा नये. ते भरताला दिलेत ना!''

''म्हणूनच नवे करून देतो म्हटलं ना?''

''मला म्हणायचंय, मी घालताच कामा नये!''

''काहीतरीच काय! या दोन्हीचा काय संबंध?''

''सांगूनही नाही समजणार तुला! आता तो विषय नको!''

लक्ष्मणानं रामाकडे रोखून पाहिलं. रामाची नजर दुसरीकडे होती. पाण्याची दोन्ही गाडगी रिकामी होती. लक्ष्मणानं ती घेतली आणि पदरक्षा घालून नदीच्या दिशेनं उतरू लागला. आल्यावर त्यानं गाडगी त्यांच्या जागेवर ठेवली. नंतर आपले दोन्ही पदरक्ष उचलून दूरवर भिरकाटले. नंतर म्हणाला, ''यानंतर मीही पदरक्षा घालणार नाही!''

''त्याचा याच्याशी काय संबंध?'' रामानं विचारलं.

''सांगून तुलाही समजणार नाही! आता हा विषय वाढवायला नको.'' लक्ष्मणानं रामाचंच बोलणं परतवलं.

दोघंही भाऊ एकमेकाशी काहीच बोलले नाही. लक्ष्मण अनवाणीच अरण्यात आहार मिळवण्यासाठी फिरत होता. ते दोघंही अनवाणी फिरत असताना मी तरी कशी पदरक्ष घालणार? तसा कशाशी कशाचा काय संबंध? मला तर यातलं काहीच समजत नव्हतं. मला कोण सांगणार? सांगून तरी मला कुठं समजणार म्हणा!

राग येत होता. कुणावर, तेही समजत नव्हतं.

दुसरे दिवशी राम आपला आहार घेत असताना मीही माझी पदरक्षं लक्ष्मणानं भिरकाटलेल्या कातळाच्या मागं भिरकाटली. आमचं जीवन एकीकडे स्थिरावलेलं असल्यामुळे मला वनात फिरायची आवश्यकता नव्हती. तरीही नदीपर्यंतचा उतार

उतरून पुन्हा वर चढून येताना बारीक खडी, दगड, खडकावर पाऊल ठेवताना मस्तकात कळ जाईल एवढ्या वेदना होत होत्या. पिकाला पाणी पाजायला जाताना, किंवा लक्ष्मणाबरोबर वनात धान्यसंग्रहासाठी गेले असता पावलं दुखावली जायची. पण मी सहन करत होते. त्याविषयी लक्ष्मणालाही सांगत नव्हते. वनवासासारखीच याचीही आज ना उद्या सवय होईल, असं स्वत:ला सांगून समाधान करत होते.

एका रात्री, सूर्यास्तानंतर पाच-सहा घटकांनंतर घडलेली घटना. राम कुटिराच्या मागच्या बाजूला असलेल्या एका दगडावर बसून डोक्यावरचं आकाश एकचित्तानं पाहत होता. चांदणं असेल तर चंद्र आणि अंधार असेल तर आकाशभर पसरलेल्या चांदण्या निरखत देहभान विसरायची त्याची सवय. त्या दिवशी मात्र तो अवघडेल एवढा वेळ मान वर करून आकाशातल्या चांदण्या पाहत होता. मीही काही न बोलता थोड्या अंतरावर बसले होते.

रामानं एकाएकी लक्ष्मणाला हाक मारली. डाव्या हातात धनुष्य आणि उजव्या हातात खड्ग घेऊन कुटिराच्या समोरच्या बाजूला पहारा देणारा लक्ष्मण रामापाशी आला. रामानं विचारलं, "तू एकदाही या चांदण्यांकडे पाहत नाहीस! का? आपल्या पूर्वजांपैकी प्रत्येक जणानं अश्वमेध केलाय. तुला आपली वंशावळ आठवते का? राजाची वंशावळ लक्षात ठेवून सांगणं हे भाटाचं कर्तव्य असलं, तरी आपणही ते समजून घेतलं पाहिजे! मी सांगतो, ऐक..अगोचर अशा ब्रह्मवस्तूपासून ब्रह्म जन्मला. त्याच्यापासून मरीची, नंतर कश्यप, त्याचा मुलगा विवस्वन, त्याचा पुत्र मनू, नंतर ईक्ष्वाकू. यानंच अयोध्येची स्थापना केली. त्यानंतर कुक्षी, याचा मुलगा विकुक्षी, नंतर बाण, अनरण्य, त्याचा मुलगा पृथू, पृथूचा मुलगा त्रिशंकू, नंतर दुंदुमार, युवनाश्म, याचा मुलगा मांधात चक्रवर्ती, नंतर सुसंधी, धृवसंधी-प्रसेनजित हे दोन त्याचे पुत्र. धृवसंधीचा मुलगा भरत सार्वभौम. त्याचा मुलगा असीत. शत्रूनं याचा पराभव केल्यामुळे तो हिमालयात निघून गेला. तिथंच तो स्वर्गस्थ झाला. त्या आधी त्याची पत्नी कालिंदी गर्भिणी झाली होती. तेव्हा जन्मलेला पुत्र नगर. त्याचा मुलगा सगर, नंतर असमंज, याचा मुलगा अंशुमन, याचा मुलगा दिलीप, याचा मुलगा भगीरथ, याचा मुलगा कुकुत्स्थनू आणि याचा मुलगा रघू. रघूचा मुलगा प्रवृद्ध, हा नंतर राक्षस झाला. त्याचा मुलगा शंखण, त्याचा मुलगा सुदर्शन, नंतर अग्निवर्ण, त्याचा मुलगा शीर्घद, नंतर दुरु, अंबरीष, नहूष, नंतर ययाती, याचा मुलगा नाभादा, याचा मुलगा अज महाराजा, आपले पिता दशरथ महाराज हे अज महाराजाचे पुत्र. समजलं का? अशा प्रकारे आपल्या वंशातल्या प्रत्येक कडीचं आपण स्मरण ठेवलं पाहिजे."

हे सगळं ऐकत असताना मला लक्ष्मणाच्या चेहऱ्यावरचे भाव अंधारात दिसले

नाहीत. पण नंतर तो म्हणाला, ''तू आम्हा चौघांत थोरला आहेस! तुझ्या लक्षात आहे ना? मग झालं तर! थोरल्या मुलामुळेच वंश पुढे जातो ना! ते जाऊ दे. तुला आता अचानक हे सगळं का आठवलं?''

''अश्विनी-भरणी अशा सत्तावीस नक्षत्रांची नावं म्हणत होतो. तसंच माझे पूर्वजही नक्षत्र होऊन प्रकाशमान होताहेत. नक्षत्रांबरोबर मी त्या सगळ्यांना ओळखू शकतो. पण आपले पिता दशरथ महाराजांच्या नावचं नक्षत्र शोधत होतो; पण दिसत नाही. अश्वमेध केलेले दशरथ महाराज नक्षत्र होऊन प्रकाशित होत असलेच पाहिजेत! असं का व्हावं? देवलोकातले सोपस्कार अजून न संपल्यामुळे उशीर होत असेल का? की मला नीट दिसत नाही? जर त्यांना देवलोकात योग्य ते स्थान मिळालं नसेल, तर आपण मुलं असून काय फायदा? यासाठी काय करावं हे न समजल्यामुळे चिंता वाटते आहे!''

मान वर करून लक्ष्मण आकाशाकडे पाहत असल्याचं त्या अस्फुट प्रकाशात दिसत होतं. नंतर तो म्हणाला, ''दादा, मला आता काहीही समजेनासं झालंय. तूच शोध घे. सत्याला दिशा दाखवणारा तूच तातांनाही स्थान मिळवून दे!'' आणि तो निघून गेला.

राम पुन्हा आकाशात नजर खुपसून बसल्याचं त्याच्या उंचावलेल्या मानेवरून दिसू लागलं. एवढ्या अवधीत अंधारातही आकृतींचा अंदाज येण्याइतकी नजर सरावली होती.

एक आठवडा गेला होता. राम आपल्या भावाशी क्वचितच एखादं वाक्य बोलत होता. माझ्याबरोबरचा संवादही तेवढाच होता.

पण एका दुपारी मी त्या दोघांसाठी नाचणीचा गोळा शिजवून पाल्याच्या साराबरोबर जेवायला वाढत असताना राम म्हणाला, "तू कष्टांनी हे कुटीर उभं केलंस. हे स्थानही सुंदर आहे. इथलं सृष्टिसौंदर्यही मनोहर आहे. भारद्वाज ऋषींनी सुचवलेलं स्थान हे. जवळपासच्या सगळ्या अरण्याचा परिचय झालाय. भरतादी येऊन गेल्यावर त्यांच्या आठवणींमुळे माझी मन:शांती डहुळून निघाली होती. भोवताली पडलेले सैन्याचे तळ... तो फडकणारा कोसलचा ध्वज... इथं गोलाकार बसलेले धर्माधिकारी... माझ्यावर रुसून गेलेल्या दोन्ही माता... आपली अवस्था पाहून कष्टी झालेली तुझी पत्नी ऊर्मिला... त्यांना घेऊन आलेल्या पालख्या... सगळं एकेक करून आठवत राहतं आणि मन अस्वस्थ होतं. त्यामुळे या जागेची रमणीयताच नष्ट होऊन गेली आहे. शिवाय आपण राहत असलेली जागा, तिचा मार्ग सगळ्यांना समजलाय. यानंतर आपल्याला भेटायला कोसलची प्रजा, राजकारणाविषयी सल्ला विचारायला मंत्री वरचेवर येऊ शकतात. कदाचित भरतही पुन्हा पुन्हा येत राहील. असं घडत राहिलं तर हा कसला वनवास? यानंतर कुणालाही कळू न देता इथून दूर दूर कुठंतरी जायला पाहिजे. मला वाटतं, दक्षिणेला पसरलेल्या घनदाट दंडकारण्यात निघून जाऊ या. तिथं कुणीच आपल्याला

ओळखणार नाही. एवढ्या लांब येऊन एवढ्या मोठ्या रानात शोधण्याइतकी इच्छा कोणातच नसेल. कैकेयीमातेनंही दंडकारण्यच सांगितलं होतं ना!''

लक्ष्मण काहीही बोलला नाही. त्या मौनात संमती होती की असंमती, ते मला समजलं नाही. रामानं निर्णय सांगावा तसं हे सांगितलं आहे. जर लक्ष्मणानं असंमती दर्शवली, तर हा एकटाच निघून जाईल. मी विरोध केला, तर 'अयोध्येला निघून जा..मी व्यवस्था करतो..' असं सांगून तो माझं तोंड बंद करेल. भारद्वाज आश्रमात पोहोचतं केलं, तर तिथून अयोध्येला पोहोचवायची व्यवस्थाही होऊ शकेल. गुहराजाला कळवलं तर रथाचीही व्यवस्था होईल. पण माझं काय? 'पतीच्या मागोमाग वनवासाला गेलेली सीता हार मानून माघारी आली...' म्हणून अयोध्येचे नागरिक खदाखदा हसतील! मला रामाच्या मागोमाग जाण्याशिवाय दुसरा पर्याय नाही, हे मला समजत होतं. कदाचित लक्ष्मणाच्या मनातही हेच घोळत असावं. त्यामुळे तोही काही बोलला नसावा.

पुन्हा धनुष्य-बाण-खड्ग-कुदळ-फावडा-भांडी घेऊन तो चालू लागला. अनवाणी. त्याच्या मागोमाग माझं वस्त्रांचं गाठोडं घेऊन मीही अनवाणी निघाले. माझ्या मागोमाग आपला धनुष्य-बाण-खड्गाबरोबरच उरलेलं थोडंफार धान्य घेऊन रामही निघाला. आमचा दक्षिण दिशेला प्रवास सुरू झाला.

आम्ही असेच किती दिवस चालत होतो, कुठं कुठं विसावा घेतला, कसली कसली रानटी फळं खाल्ली, तीन दगडांची चूल मांडून लक्ष्मणानं कुठले कुठले कंद शिजवून खाऊ घातले, त्यांचा हिशेब ठेवणं शक्य नाही. मला त्याची ती पाठमोरी आकृती पाहताना याचा थोरल्या भावावर इतका जीव आहे, याचं आश्चर्य वाटत होतं. पदरक्षा नसल्यामुळे अनंत वेळा रक्ताळल्यामुळे बनलेला तळपायांचा घट्टपणा त्याच्या प्रत्येक पावलाला दिसत होता. मागोमाग येणाऱ्या रामाला माझीही पावलं अशीच दिसत असतील काय? माझ्या मनात जसे लक्ष्मणाविषयी विचार येतात, तसेच रामाच्या मनात माझ्याविषयीचे विचार येत असतील काय? पावलं झाकतील अशा प्रकारे नेसलेल्या लुगड्यातून माझी पावलं दिसत तरी असतील काय? कदाचित त्याचं तिकडं लक्ष नसेलही. त्याची नजर नेहमीच आकाशाकडे असते. माझ्यासारखी ती भूमीवर नसते, हेही आठवलं.

कितीतरी दिवस चालत होतो. वाट नसलेल्या ठिकाणी वाट तयार करून चालत राहिलो. झाडं-झुडपं-वेली-मुळं-खोडं-काटे या सगळ्यांमुळे सर्वांगाला किती ओरखडे निघाले, सूर्याची दिशा न समजल्यामुळे किती वेळा रस्ता चुकला, कोण जाणे! क्वचित कुणी मानवप्राणी भेटलाच, तर तोच विचारायचा, ''तुम्हाला दंडकारण्यात नेमकं कुठं जायचंय?''

यावर आमच्याकडे काहीच उत्तर नव्हतं. त्यामुळे गडबडून जात होतो. एखादा

डोंगर किंवा एखादा कडा दाखवून कोणी सांगायचं, 'तिकडं..त्या डोंगराच्या पायथ्याशी जा...' पुन्हा चालायला लागायचं. चालून चालून मी तर थकून गेले होते. पण चालणं अशक्य आहे, असं तोंड उघडून सांगायची शरम वाटत होती. प्राणापेक्षा मान मोठा, नाही का? मी स्वत:च रामाला वचन दिलं होतं, 'वनवासात मी तुला ओझं होणार नाही..' म्हणून!

एका डोंगरावर चढून पुढच्या रस्त्याचा शोध घेत असताना दूरवर धूर दिसला. लक्ष्मणानं आणखी टक लावून पाहिलं, तेव्हा एखादा आश्रम असल्यासारखं वाटलं. म्हणाला, "तिथं जाऊ या. आश्रम असो वा साधी वस्ती. दिवसभराची विश्रांती घेऊन पुढं जाऊ या. आपण कुठं आहोत, हे तरी स्पष्टपणे समजेल." डोंगर उतरून तिथं जवळ जाऊन पोहोचलो. दोन माणसं वेताच्या साहाय्यानं कुंपण बांधत होते.

लक्ष्मणानं चौकशी केली, "इथं कोण राहतं?"

"अत्री महर्षींचा आश्रम आहे हा!" उत्तर मिळालं. आम्ही तिघांनीही समाधानाचा सुस्कारा सोडला. हे नाव मी माझ्या पित्याच्या धर्मसभेत ऐकलं होतं. कदाचित आता त्यांचंही बरंच वय झालं असावं. त्यांच्या पत्नीही ऋषीच होत्या. त्यांचंही दर्शन होईल, या विचारानं मला हर्ष झाला. राम-लक्ष्मणांनाही आनंद झाला.

आमचं उत्तम स्वागत झालं. त्या पती-पत्नीनीही दशरथ महाराजांविषयी बरंच ऐकलं होतं. त्यांची मुलं आणि सून म्हटल्यावर तर विशेष आतिथ्य लाभलं. आम्ही इकडं आल्याचं कारण रामानं सांगितलं. पण ते सांगताना कोणाविषयीही नकारात्मक भावना होणार नाही, याची त्यानं काळजी घेतली. केकय देशाची प्रथाच त्या घराण्यातल्या मुलींच्या मुलाला राज्याभिषेक करावा अशी होती, आणि दशरथ महाराजांनी ती मान्य करून कैकेयीमातेच्या वडिलांना तसं वचन दिल्यामुळे तिसऱ्या राणीच्या मुलाला राज्य देऊन आम्ही तीर्थयात्रेला निघालो आहोत, अशा प्रकारे तो बोलत राहिला. त्याच्या बोलण्यावरून सगळेच सद्‌गुणी असावेत, अशी ऐकणाऱ्याची भावना झाली असली पाहिजे.

त्या दोघांनीही यावर कुठलाही अडचणीत आणणारा प्रश्न विचारला नाही, हा त्यांचा चांगुलपणाच म्हटला पाहिजे!

राम-लक्ष्मणांना महर्षींबरोबर सोडून अनसूयादेवी मला आपल्याबरोबर आतल्या कक्षात घेऊन गेल्या. वयस्कर वृद्धा. मस्तकावर घनदाट पांढरे शुभ्र चमकदार केस. किंचित सैल पडलेले दंडांचे स्नायू, सैल पडलेले सुरकुतलेले गाल, या सगळ्यासकट उठून दिसणारं स्त्रीत्वानं परिपूर्ण व्यक्तित्व. पाहाता क्षणी जाणवलं, तरुण वयात या अप्रतिम सुंदरी असल्या पाहिजेत. त्यांनी मायेनं हात धरून मला एका कांबळ्यावर बसवलं. माझ्या केसांवरून हात फिरवला.

तेवढ्याच मायेनं म्हणाल्या, "सगळ्या सग्या-सोयऱ्यांना सोडून या घनघोर अरण्यात आलीस! स्त्रीला पतीपेक्षा जवळचा कुणीच आप्त नसतो. वाईट असो, संयमरहित असो, श्रीमंत-गरीब कसाही असो, आर्यगुणाच्या स्त्रीला पती हाच परमदैव असतो. धन-सोनं असेपर्यंत दुष्ट स्त्रिया पतीवर प्रेम करतात. त्यानंतर, गर चोखून साल फेकून द्यावं तसं त्याला भिरकाटतात. तू सुशीला, धर्मनिष्ठ आहेस. तुला तुझ्या पतीविषयी एवढं पराकोटीचं प्रेम कसं निर्माण झालं?"

मला पराकोटीची लाज वाटली. मी नकळत मान खाली घातली.

"बाळ, लज्जेनं झुकलेला तुझा चेहरा किती सुंदर दिसतोय म्हणून सांगू! ऐकायची इच्छा आहे. सांग!" त्या पुन्हा म्हणाल्या.

लहानांच्या भावना इतक्या आत्मीयतेनं ऐकू पाहणाऱ्या या आजीला पाहून मला आनंद झाला. माझ्या या गुपिताविषयी आजवर मला कोणीच विचारलं नव्हतं. अलीकडे तर मीही कधी ते आठवलं नव्हतं. मी म्हटलं, "म्हणजे मला आधी माझा जन्म आणि बालपणाविषयी सांगायला पाहिजे."

"मग सांग ना!" त्यांनी प्रोत्साहन दिलं.

पुत्रकामेष्ठी यज्ञ करण्यासाठी जनकराजानं जमिनीची शुद्धी करण्यासाठी जमीन नांगरायला घेतली तेव्हा कशी मी सापडले, बालपण, स्वयंवराचा पण, त्यात कसे इतर राजे-राजकुमार हरले, राम कसा जिंकला, कसे दशरथ महाराजांना निरोप गेले, हे सांगून झाल्यावर म्हटलं, "कोसल मोठं श्रीमंत राज्य. इक्ष्वाकू कुळाचं. अतिशय प्रसिद्ध वंश! मिथिलेला आल्यावर दशरथ महाराजांना माझ्या जन्माची कथा समजली. भूमी नांगरताना मिळाले म्हणजे कोणीतरी नको त्या पद्धतीनं गर्भार राहिली असेल आणि जन्मजात बालकाचा त्याग करून निघून गेली असणार हे लक्षात येऊन त्यांनी विवाहाला विरोध केला; पण तेव्हा रामानं धर्माचा दाखला देऊन त्यांना पटवलं. लग्नाचा पण ठाऊक असून धनुष्य मोडलं. आता आपण सोडून गेलो तर हिच्याशी कोण लग्न करणार, अशा प्रकारे त्याग करणं आपल्या वंशाला धर्मसंमत आहे का, असा प्रश्नही टाकला. महाराजांना हे मान्य करावंच लागलं. रामानं माझा स्वीकार केला तो धर्मप्रज्ञेमुळे! मी काही फार सुंदर आहे म्हणून नाही!"

मला तिथंच अडवत आजींनी आक्षेप घेतला, "कुणी सांगितलं, तू सुंदर नाहीस म्हणून? मी सांगते ऐक. तू अत्यंत सुंदर आहेस! चांगली वस्त्रं नसताना आणि शरीरावर एकही अलंकार नसतानाही! थंडी-वाऱ्याला तोंड देऊन असा का चेहरा आणि शरीराची कातडी शुष्क करून घेतलीस? आपल्या रूपाचं रक्षण करून त्याला योग्य प्रकारे नटवणं हा स्त्रीचा धर्म आहे. मला पाहिलंस ना; या वयातही मी कशी सजले आहे ती?"

मीही लक्ष देऊन पाहिलं. अंबाड्यावर रानफुलांची माळा, गळ्यात हळदीच्या

तुऱ्यांचा हार, मनगटांवर एकेक पितळी बांगडी, भाळावर उठून दिसणारं मोठालं कुंकू, अंगभर पांढरं शुभ्र लुगडं. या आजीच्या प्रसन्न स्वभावामुळे मलाही हसू आलं.

त्यांच्या मनात काय आलं कोण जाणे! त्या उठल्या. कक्षाच्या एका कोपऱ्यात गेल्या. एका मातीच्या हंड्यात हात घालून त्या काहीतरी शोधत होत्या. एक छोटं गाठोडं हाती लागताच त्यांनी ते माझ्यासमोर आणून ठेवलं. आणखी कुठून तरी एक कपड्याचं बोचकं आणलं. त्या बोचक्यातून सुकलेल्या कडुलिंबाचा वास येत होता. किडे-कीटकांपासून रक्षणासाठी ही योजना असल्याचं माझ्या लक्षात आलं. पहिल्या छोट्या गाठोड्यात सोन्या-चांदीचे दागिने होते, दुसऱ्यात काठ-पदर असलेली तीन रेशमी लुगडी होती. नंतर म्हणाल्या, "दहापेक्षा जास्त वर्षांपूर्वीच मी हे वापरायचं सोडून दिलंय. योग्य व्यक्ती पाहून हे देऊन टाकायचा विचार करूनही बरीच वर्षं झाली. आता तू भेटलीस. घातलेस तर या दागिन्यांनाही शोभा येईल. घाल. की मी मदत करू?"

क्षत्रिय, त्यातही राजघराण्यातली मी! राजघराण्यात वाढले आणि राजघराण्यात सून होऊन गेले! अशा वेळी मी याचा स्वीकार करायचा का? त्यात, आता तर वल्कलं धारण करणारी व्रतस्थ मी! शिवाय पती काय म्हणेल, हा प्रश्न होताच. मी आढेवेढे घेत असल्याचं पाहून त्या म्हणाल्या, "जा, तुझ्या पतीला बोलावून आण!"

मी बाहेर जाऊन ऋषींबरोबर तत्त्वविचारात गढलेल्या राम-लक्ष्मणापाशी जाऊन उभी राहिले. महर्षींनी विचारलं, "पतीला घेऊन यायची आज्ञा झालीय का?"

मला आश्चर्य वाटलं, यांना कसं समजलं? आधी दोघं परस्परांशी बोलले असतील का? पण आम्ही येणार हे कुठं यांना ठाऊक होतं? आम्ही वनवासासाठी आल्याचं तर यांना ठाऊक असणंच शक्य नाही!

राम उठून उभा राहिला. दोघं पुन्हा आतल्या कक्षात गेलो. आजींनी म्हटलं, "राजकुमारा, ये. बैस. माझ्या प्रश्नाचं उत्तर दे. पत्नीनं शृंगार केला, तर तुला ब्रह्मचर्याचं पालन करणं कठीण होईल का? की तुझ्याकडून ब्रह्मचर्यपालन व्हावं म्हणून तुझ्या धाकट्या आईनं हिला दागिने घालायला मनाई केली? वल्कलं नेसायला लावली?"

रामाच्या आदेशाप्रमाणे मी दागिने उतरवले, हे सांगायचं नाही असं ठरवून मी म्हटलं, "वल्कलं नेसल्यानंतर मीच आपण होऊन दागिने उतरवून ठेवले. कोणीच नको म्हटलं नाही. मामंजी मात्र नको-नको म्हणाले."

"आता मी सांगतेय! माझी वस्त्रं आणि दागिने मी तुला दिले आहेत. ते तू दररोज वापरले पाहिजेस. तू नेहमीच सजलं पाहिजेस. राजकुमारा, हे बघ, हिचे केस विंचरून भांगामध्ये नाजूक साखळी लाव. वेणीतही नागवेणी घाल. गळ्यात माला

आणि दंडावर केयूर असूदे. पायात छुन-छुन करणाऱ्या चांदीच्या साखळ्या आणि पायांच्या बोटात वेढण्या-मासोळ्या असू देत. पत्नीला नटवून-सजवून डोळे भरून पाहणं, हा गृहस्थधर्म नाही का? वनवासात या धर्माचाही त्याग केला पाहिजे, असा मुळीच नियम नाही! यामुळे तुझ्या ब्रह्मचर्याला बाधा येता कामा नये. जाडजूड कांबळं पांघरायचं आणि माझ्यात थंडीशी सामना करायची शक्ती आहे असा, टेंभा मिरवायचा! असं कसं चालेल?'

चित्रकुटात सगळ्या धर्माधिकाऱ्यांना निरुत्तर करणारा राम इथं अवाक झाला होता. आजींच्या सांगण्यावरून मंत्रमुग्ध झाल्याप्रमाणे त्यानं माझे केस विंचरले. केसातले सगळे दागिने घातल्यावर त्यानं माझ्या हाता-पायात-पायांच्या बोटात-दंडातही दागिने घातले.

"बाळा, तिकडच्या कक्षात जाऊन रेशमी लुगडं नेसून ये."आजींनी सांगितलं, आणि मीही आनंदानं तिकडे वळले. तिथं उभं राहायचा संकोच वाटल्यामुळे राम बाहेर, महर्षींकडे गेला.

आजींनी मला बसायला सांगितलं. नंतर म्हणाल्या, "बाळा, दुसरंही एक तुला सांगते, ऐक! रूप असलं तर कंटकांचा त्रासही चुकलेला नसतो! तुझ्या वयाची असताना एका कंटकानं मलाही छेडलं होतं. बलाढ्य होता. कशी सुटका करून घ्यायची? किंचाळले असते, तरी कोणीही मदतीला येणं शक्य नव्हतं. तो तर बलात्कार करायच्या तयारीतच होता. अशा वेळी मी काय केलं ठाऊक आहे? त्याला म्हटलं, 'अरे वीरपुरुषा! तुला पाहून माझ्या मनात मातृत्व जागं झालंय! माझ्याकडे नीट पाहा बरं! माझ्या चेहऱ्यात आणि तुझ्या आईमध्ये साम्य आहे की नाही? लहान असताना ज्या चेहऱ्यानं तुला अपरिमित आनंद दिलाय, तो चेहरा आठवून पाहा! तुला सांगते, कितीही पापी असला, तरी तो कधीच आईची अपेक्षा करत नाही. अशा वेळी तुझ्यासारखा सत्पुरुष आपल्या मातेवर बलात्कार करणं कसं शक्य आहे? तुला माझ्याशी थट्टा-मस्करीच करायची असेल, तर आणखी काहीतरी सांग. पण हे बोलू नयेस. तो खाली मान घालून निघून गेला. स्त्रीचं रक्षण अखेर हाच भाव करतो."

अशा प्रकारचा आत्मीय बुद्धिवाद सांगायला मला आजी नव्हती. पिता-सासऱ्याच्या राजवाड्याच्या रक्षणात असताना मला अशा बुद्धिवादाची गरजही नव्हती म्हणा! या आजी मला उपदेश देत होत्या, की आपला अनुभव आठवून बघत होत्या, ते मला समजलं नाही.

संध्याकाळी राम-लक्ष्मणांना बोधामृत पाजत असलेल्या महर्षींच्या समोर मीही एका कोपऱ्यात बसले. ते सांगत होते, "बाळ, हे दागिने तुझ्यासाठी मुद्दाम बनवल्यासारखे आहेत. कुणीतरी योग्य व्यक्ती पाहून हे द्यायचे आणि मोकळं

व्हायचं, असा हिचा विचार होता. कोण आहे तुझ्यापेक्षा योग्य? ही काही वय झालेली साधारण स्त्री नाही. संपूर्ण वेदाध्ययन करून ज्ञानाला मननाद्वारा तिनं वश करून घेतलं आहे! मध्यंतरी दहा वर्षं तिनं मौन धारण केलं होतं. वेदार्थ-मननासाठी. माझ्याबरोबर काही आश्रमांमध्ये येऊन ती अध्यात्म-चर्चेत सहभागी झाली आहे. अध्यात्माला हास्यरसात बुडवून आनंद निर्माण करणारी आहे ती! तिचं अस्तित्व असेल तिथं दारिद्र्य फिरकू शकत नाही. वनवासात तूही तिच्यासारखी पक्व हो.''

त्या आश्रमात आम्ही तीन रात्री होतो. चौथे दिवशी जायला निघालो, तेव्हा माझ्या पायातल्या साखळ्या, मासोळ्या यांची छुन-छुन माझ्या कानांच्या अंतर्पटलावर रुणझुणत होती.

‘‘**मा**वशी, असं काय करतेस? डावा हात असा धर. ओळ नीट यायला पाहिजे. दबाव कमी-जास्त झाला, तर ओळ कुठल्याकुठे जाईल. उजव्या हातातला चाबूक बैलांच्या पाठीपर्यंत तरी पोहोचला पाहिजे ना! मारायचं नाही, नुसता स्पर्श होईल असं बघायचं! समजलं? प्रत्येक बैलाच्या जोडीची काही ना काही लकब असते. वेगवेगळी भाषा समजते..’’ जयंत शिकवत होता, ‘‘बाईचा आवाज म्हटला, की बैलही नुसतेच नाचतात. आमच्या गावात बैलांना माणसाळणाऱ्या कितीतरी बायका आहेत. तुझा काही त्यांच्यासारखा पुरुषी आवाज नाही. आणखी मोठ्यानं बोल!’’ तो थट्टाही करत होता.

मी आणि याची आई अयोध्येला आल्यानंतर तीन महिन्यांत लग्न होऊन पुढं दहाव्या महिन्यात जन्मला हा! तिथंही हा आईबरोबर राजवाड्यात यायचा. पण तो राजवाड्याचा नोकर झाला नाही. वडील आणि काकांबरोबर तो शेतावरच राबायला जायचा. आधी माझ्या डाव्या हातावर आपल्या हातानं जोर देऊन नांगरणी शिकवताना त्याला संकोच वाटायचा. एकदा मीच सुनावलं, ‘लाजायला काय झालं? मावशी म्हणतोस ना? तुझ्या आईपेक्षा चार वर्षांनी लहान आहे मी. पण तुझी मी थोरली मावशी. म्हणजे मोठी आई!’’

त्यानंतर मात्र संकोच कमी होऊन तो मला व्यवस्थित शिकवू लागला.

नव्या भूमीवर मीच पहिल्यांदा नांगर चालवायला पाहिजे, असा त्याचा हट्ट होता. तसं मी नांगरलंही. तात वाल्मीकी शेजारी मंत्रोच्चार करत उभे राहिले,

'अर्वाची सुभगे भव सीते वंदामहे त्वा ।
यथा नः सुभगामसि यथा नः सुखलामसि ।।
इंद्रः सीताम् निगृष्णाति त्वाम् पूषानुमयच्चवतु ।
सा नः पयस्वती दुहामुत्तराम् समान् ।।'

हा मंत्र म्हणत त्यांनी आश्रमातून आणलेलं तांब्याभर गाईचं दूध भूमीवर सगळीकडे शिंपडलं. पुढच्या चारच दिवसांत मी जयंताच्या मदतीशिवाय एकटी भूमी नांगरू लागले. नांगरून जमिनीच्या भेगेचा छोट्या पाळण्याचा आकार होताना पाहतानाच मला पराकोटीचा आनंद होत होता. आधी बैलांना सोडून नांगराला बांधायची भीती वाटायची. त्याच्या सूचनेनुसार बैलांची मान खाजवून चुचकारताना त्यांच्याशी जवळचं नातं निर्माण झाल्याचा अनुभव येऊ लागला आणि बघता बघता भय नाहीसं झालं.

जयंत माझ्यासोबत सतत होता. त्याची बायको नीला सुरवातीपासूनच शेतकऱ्याच्या घरातली कामं करण्यात तयार होती. तिची सासू सुकेशी स्वयंपाकात हुषार होती. उच्च वर्गातल्या स्वयंपाकातल्या बारीकसारीक गोष्टी ती जाणत होती. इथं येताना नीला तिच्या एक वर्षाच्या मालिनीला सोबत घेऊन आली होती. ती मुलगी असल्यामुळे मला तिच्याविषयी विशेष प्रेम होतं.

स्वत: सुकेशीचा नवरा- कुंभ आला आणि समोर उभं राहून त्यानं मुलाबरोबर राबून त्या पठाराचं कृषिभूमीत रूपांतर केलं. संपूर्ण भूमीशेजारी वृक्षांचे बुडके शिल्लक ठेवून त्यावर त्यानं कळकाचं कुंपण तयार केलं. शेताच्या मधोमध एक छोटंसं घरही उभं केलं. भिंतीसाठी त्यानं तुडवून-तिंबून मऊसूत केलेली माती वापरली. लयीत चालणाऱ्या, मुलानं करून वर टाकलेले गोळे झेलणाऱ्या बापाच्या लयबद्ध हालचाली पाहणं, हाच एक बघण्यासारखा प्रकार होता. उभे-आडवे बांबू लावून, उन्हाळ्यात उकडणार नाही अशा प्रकारे तीन पुरुष उंचीची माडी तयार केली. त्यावर फरशाही टाकण्यात आल्या. लक्ष्मणाविषयी वाटायचं, हा किती प्रकारचं काम शिकलाय! हे बोलून दाखवल्यावर तो म्हणायचा, "याच लोकांबरोबर मी वाढलोय ना!"

जयंतही बापासारखा सगळ्या कामांत निपुण होता. खोलगट जागा हेरून त्यानं विहीरही खणली.

अधूनमधून वेळ काढून सुकेशी अयोध्येला जाऊन बाकीच्या मुलांना भेटून यायची. इथली सगळी व्यवस्था लावून कुंभ गावी परतला. आता सगळी शेतीची

अवजारं दिमतीला होती. बैलजोडीही होती. शिवाय दुभती जनावरंही. नीलेच्या रुचकर स्वयंपाकाच्या जेवणानंही जीव शांत होत होता. वनवासातलं 'दूध-तूप-धान्य वर्ज्य.. दुभतं नको... पिकवलेला आहार खायचा नाही...' अशा अनेक नियमांमधून बनलेलं बेचव अन्न खाण्यापासून सुटका झाली होती. हीही एक गंमतच म्हणायची! तेव्हा कधीच ही 'मानसिक हिंसा' वाटली नसली, तरी आता तिच्या आठवणी मात्र 'हिंसक' वाटत होत्या.

एक आठवडा पेरणी करण्यात गेला. एवढ्यानंच माझ्या डाव्या हाताला पोके आले. तिकडचं कातडं सोललं जाऊन रक्त येऊ लागलं. जयंत तर पदोपदी म्हणायचा, 'मावशी, तुला कधीच असल्या कामांची सवय नाही. राहू दे. आम्ही करू ही कामं!' पण मी ते अजिबात ऐकलं नाही. हार कशी मानायची, या विचारानं नव्हे! हाताला जखमा झाल्या तरी माती बाजूला सारून तिथं बनलेल्या मधल्या पाळण्यासारख्या जागेचं माझं आकर्षण कधीच ओसरलं नाही.

या लव-कुशांची मात्र मोठीच काळजी लागून राहिली होती! कुठलंही एक काम मनापासून करत नव्हते. अध्ययनाच्या वेळी दोघं आश्रमात जात. तिथं सांगितलेले श्लोक आणि मंत्र तोंडपाठ करत. गुरुजी सांगत तेवढं न चुकता करत; पण जास्तीच्या शिकण्यात त्या दोघांचंही मन लागत नव्हतं. कुठल्याही एका विषयावर त्यांची बुद्धी स्थिरावत नव्हती.

एकदा दोघंही तमसा नदीच्या तीरावर कुठंतरी सापडलेलं एक कुत्र्याचं पिलू पकडून घेऊन आले. त्याला खेळवण्यात, खाऊ घालण्यात, दूध पाजण्यात आणि आंजारून कुस्करून त्रास देण्यात दोघांचीही चढाओढ चालायची. आपल्या अंथरुणात झोपवण्यासाठी दोघांमध्ये भांडणं. दहा-बारा दिवस हे चाललं. नंतर दोघांपैकी कोणालाच ते पिलू नकोसं झालं. पण एव्हाना त्या पिलाला आमच्या कुटिराची इतकी सवय झाली, की ते आम्हालाच चिकटून राहू लागलं. काही का असेना, ते मला सोबत झालं! माझाही त्याच्यावर जीव जडला. शेत नांगरायच्या बाबतीतही तसंच! लहान वयात सरळ रेषेत नांगरणीची ओळ चांगली येऊ लागली. उत्साहानं बैलांची भाषा शिकले. गाई-वासरांना त्यांनी आपलीच भाषा शिकवली. सगळं काही दिवसांपुरतंच. त्यानंतर तिकडं लक्ष नाही. मालिनीशीही तसंच वागणं. मनात आलं, तर तिचा हात धरून तिच्याशी खेळायचं. अगदी तिच्या मनाप्रमाणे लंगडी-लपालपी काहीही. चार दिवस झाले, की तिला सोडून द्यायचे. मग तिचं रडणं सुरू. आम्ही कितीही सांगितलं, तरी तिला त्यांच्याबरोबरच खेळायचं असायचं. आणि यांचं तर लक्ष तिसरीकडेच!

एका संध्याकाळी दोघंही कुठून तरी धावत आले. लोखंडी पहार, दोन काठ्या घेऊन पुन्हा पळत निघून गेले. मी ओरडून 'काय? कुठं?..' विचारलं तरी उत्तर न

देता निघून गेले. कितीतरी वेळानं माघारी आले, तेव्हा लवाच्या काठीला एक लांबलचक नागसाप गुंडाळलेला होता. घाबरून मी ओरडले, "काय हे? कुठं सापडलं? तुम्ही कशाला त्याच्या पाठी लागला?"

"वारूळात लपलेला आम्ही पाहिला. पहारीनं वारूळ खणून काढलं. मग आला मुकाट्यानं बाहेर!"

"उगाच का रे मारायला गेलात?"

"साप म्हणजे दुष्ट प्राणी ना? मग दुष्टनाश केला तर काय चुकलं? कर्तव्यच ना ते?"

माझा राग अनावर झाला. काय उत्तर द्यावं ते सुचलं नाही. म्हटलं, "आणि तो उलटून चावला असता म्हणजे?" संतापानं मी कुशाच्या हातातली काठी हिसकावून घेतली आणि दोघांच्याही पाठीवर वळ उमटतील एवढे प्रहार केले.

त्या दोघांच्या डोळ्यांत पाण्याचा टिपूस नव्हता. पण मला रडू अनावर झालं. त्यांच्या समोर रडायचा अपमान वाटून मी आत गेले. माझ्यापाठोपाठ येत माझं समाधान करत नीला म्हणाली, "मावशी, हे मुलगे असेच!"

या दोन्ही मुली झाल्या असत्या, तर किती छान झालं असतं! या विचारानंही मला थोडं बरं वाटलं.

एका दुपारी ठरलेल्या वेळेआधीच ते दोघं घरी आले. लवच्या अंगावरचं उत्तरीय नाहीसं झालं होतं. कुशचं उत्तरीय फाटलं होतं. दोघांचे केस विस्कटले होते. लवच्या छातीवर बोचकारल्याच्या खुणा होत्या. काय घडलं असेल, हे लक्षात येऊन मी विचारलं, "कुणाबरोबर भांडलात?"

"होते आठ जण! तिघांना धोपटून काढलंय. बाकीचे पळून गेले म्हणून वाचले.....भित्रट कुत्री!" कुशनं आपल्या प्रतापाचं वर्णन केलं.

"का भांडलात?" मी विचारलं. किरकोळ कारणावरून भांडण काढायचा यांचा स्वभाव मला ठाऊक होता. अनेकदा भांडणाची सुरुवातही हेच दोघं करत. आज भांडले, तरी सगळे पुन्हा एक होतात, हेही मला ठाऊकच होतं. पण आजचं भांडण तेवढं किरकोळ नसावं. मुलांचं भांडण एवढ्या विकोपाला जाणं योग्य नाही म्हणून समज देणं आवश्यक होतं. त्यामुळे मी पुन्हा विचारलं, "भांडण का सुरू झालं?"

"तो तारक...अग्निहोत्राच्या वेळी म्हणाला तू बापाशिवाय जन्मलास काय? बापाचं नाव सांग, म्हणून पाठीस लागला!"

अवचितपणे माझ्या छातीत कुणीतरी तीक्ष्ण शूल खुपसावा तसं झालं. आश्रमातल्या मुलांच्या तोंडी हे बोलणं? स्वतःला आवरत मी विचारलं, "हे त्याच्या तोंडात कसं आलं? सुरूवात कोणी केली?"

"स्वरूप त्याचं नाव. पुराणापासूनची सगळी वंशावळी त्याला तोंडपाठ आहे.''
कुश सांगू लागला, "*त्यानंच म्हटलं, आपापल्या पूर्वजांची गेल्या सात पिढ्यांची नावं न चुकता सांगतील, त्यांना बहुमान मिळेल! त्या मागच्या पूर्वजांची नावं सांगितली तर महामहोपाध्याय ही पदवी! खोटी नावं मिसळायची नाहीत. खोटं सांगणाऱ्यांना नरकप्राप्ती! सगळ्यांनी सुरवात केली; फक्त त्यालाच सगळी नावं सांगता आली. आमची पाळी आली. खोटं बोलायचं नसतं ना! आम्ही सरळ सांगितलं, आम्हाला ठाऊक नाही! तर म्हणाला, सगळी नका सांगू. पण पिता, आजोबा, पणजोबा यांची तर नावं ठाऊक असतील की नाही? आम्ही आजोबा म्हणून वाल्मीकी महर्षींचं नाव सांगितलं. पित्याचं नाव ठाऊक नाही, असंही सांगितलं. तर म्हणाला, तुझ्या आईचा कुणीतरी नवरा असेलच की नाही? तुम्हाला जन्माला घालणारा कुणीतरी असलाच पाहिजे, त्याचं नाव सांग! आम्ही पुन्हा सांगितलं, आम्हाला ठाऊक नाही. अग्निहोत्री नावाचा एक जण आहे. त्यानं विचारलं, 'तुमच्या जन्माच्या आधीच तो मरून गेला काय? की तुमच्या आईला त्यानं पिटाळून लावलंय? की तुमचा बाप कोण हे तुमच्या आईलाही ठाऊक नाही?' सगळे खदखदा हसले. आम्हाला राग आला! मग वादावादीही झाली. आधी आम्ही नाही भांडण काढलं. तोच आम्हाला बिनबापाचा, म्हणून चिडवू लागला. लव याला राग आला. त्यानं एक थोबाडीत दिली. मग त्यानंही याला मारलं. तरीही मी लांबच होतो. पण ते सगळेच चालून आले. मग कसा गप्प बसणार? जानवी तुटली, उत्तरीयं फाटली, केस तुटले. मग गेले सगळे पळून!*''*

त्याचं बोलणं ऐकताना मला गरगरल्यासारखं होत होतं. तरीही 'शरीर घामेजलंय. कपडे फाटलेत, अंगाला मातीही लागलीय. आधी आंघोळ करा जा!..' असं सांगून त्या दोघांना पिटाळलं. ते निघून गेले. तरी मला स्पष्ट जाणवलं, आज ना उद्या...अंहं..आजच ही मुलं मला विचारणार आहेत, 'आमच्या पित्याचं नाव काय?' त्या वेळी काय करायचं? खरं सांगायचं की एखादी कथा रचून सांगायची? आज खोटं बोलून टाळलं तरी किती दिवस खोटं बोलून सत्य झाकून ठेवायचं? खरं सांगितलं, तरी समजून घ्यायचं यांचं वय तरी आहे का? संताप होतोय जिवाचा! जन्मदात्याला मुलांची ओळख नसते. आणि जन्मदात्रीची ओळख लपवणं शक्य नसतं. धर्मराज रामानं गर्भिणी पत्नीला वनात पाठवून हात झटकले! जन्मलेली मुलं हा प्रश्न विचारतील, एवढंही ज्ञान नाही याला! हा कसलं रामराज्य उभं करतोय, कोण जाणे! केवळ त्यालाच नाही, त्याच्या संपूर्ण वंशालाच शाप देण्याइतका संताप होतोय जिवाचा! पण आठवलं, जनक बाबा सांगायचे, राग-तापाला थारा दिला, तर आपणच निर्बल होतो.. आपली मुलगी अशा एका अन्यायाला बळी पडेल, हे तेव्हा त्यांना तरी कुठं ठाऊक होतं?

त्या रात्री डोळ्याला डोळा लागला नाही. नांगर...बैल...गाय...मालिनी ...नीला...जयंत..लव..कुश..या सगळ्यांसोबत सहज पुढे चाललेला काळ थांबल्यासारखा झाला होता. भोवतालचा काळाभोर अंधकार लोखंडी तावदानाप्रमाणे मला सगळीकडून बांधू पाहत होता. कूस पालटून अंग दुखायला लागलं होतं, तरी झोपेचा पत्ता नव्हता. उठून बाहेर जाऊन आकाश पाहिलं, तर तेवढाच जीव शांत होईल, असं वाटत होतं. अपरात्री एकटी बाई बाहेर पडली, तर दूरवर दबा धरून बसलेला एखादा क्रूर प्राणी दबक्या पावलानं कुंपणावरून झेपावला आणि मला खाऊन टाकलं तर? क्षणभर भय वाटलं तरी नंतर मनात आलं, तेच बरं होईल ना! या रोजच्या मरणापेक्षा एकदाच मेलं, तर एकदाची या नरकयातनांतून सुटका तरी होईल. एखाद्या दिवशी आश्रमाच्या उजव्या बाजूला असलेल्या रानात शिरून तिथंच राहिलं तर? एक-दोन दिवसांत एखादा हिंस्र प्राणी घास करून टाकेल!

मध्यरात्री उठले. हलकेच कुटिराचा दरवाजा उघडून बाहेर आले. बाहेरच्या अंधारात वर मान करून पाहिलं. आकाशात एकेका पूर्वजाच्या नावाचा एकेक तारा चमकत होता. प्रत्येक तारा धर्मशक्तीनं झळाळत होता. मी ते पाहत असताना कृषिभूमीपाशी असलेलं एक कुत्रं धावत आलं. सावधपणे झोपलेला जयंतही पटकन जागा होऊन हातात एक भाला घेऊन धावत आला. माझी चाहूल लागताच तो माझ्यापाशी आला. म्हणाला, ‘‘मावशी, तारे बघायला आलीस काय? मला का जागं केलं नाहीस?’’ ओळख पटून कुत्रं आमच्या भोवताली घोटाळू लागलं. लव-कुशनं आणलेलं हे कुत्रं आता बरंच मोठं झालं होतं.

जयंतापाठोपाठ लवही बाहेर आला. पाठोपाठ कुशही. एरवी डाराडूर झोपणाऱ्या या लेकरांनाही झोप आली नसेल का? माझ्यासारखे तेही झोप न आल्यामुळे तळमळत होते का?

वळले आणि कुटिरात जाऊन पुन्हा पूर्ववत् झोपले. शेतीचं राखण करणारं कुत्रं माझ्या स्वातंत्र्यावर बंधन आणतं. मुलंही झोपेपासून वंचित झाली आहेत. माझ्याशी का बोलत नाहीत? सकाळी उठल्यावर त्यांना विचारायला पाहिजे.

पुराणकालापासूनची वंशावळी तोंडी सांगणाऱ्या स्वरूपनं एकदा लवला विचारलं म्हणे, ‘‘त्या दिवशी सगळ्यांनी तुम्हा दोघांना बिनबापाचे म्हणून हिणवलं, तेव्हा तुम्ही का गप्प राहिलात? कोसल देशाचा अधिपती रामराजा तुमचा पिता आहे, असं का नाही सांगितलं?’’ तेव्हा लव म्हणाला म्हणे, ‘‘तुला काही अक्कल? असा कोणाशीही पिता म्हणून संबंध जोडायला आम्हाला काही वेड लागलेलं नाही.’’

तर स्वरूप म्हणाला, ‘‘अरे, खरं तेच सांगतोय! आश्रमातल्या त्या शुभ्र लुगडं नेसणाऱ्या आजींनी सांगितलं मला! ऋषीपत्नी कधी खोटं बोलतात का?’’

"एवढ्या श्रेष्ठ ऋषीपत्नी! सगळ्या मुलांना धर्मभेद सांगणाऱ्या गुरूंच्या पत्नी! त्यांनी खोटं सांगितलं नसेल, याची मला खात्री आहे. माते, हे खरं आहे का?" लवनं विचारलं.

मी गप्प राहिले. मी विचार केला, दोन दिवसांत बातमी सगळ्यांना समजतेय. मग मीच का तेवढं गुपित ठेवायचं? मी काहीच सांगितलं नाही, तर मुलांच्या मनात नको त्या कल्पना सुरू होतील. एका संध्याकाळी दोघांनाही गोठ्यापाशी बसवून बोलू लागले. मला निष्ठुरपणे सोडून दिलेल्याविषयी माझ्याच मुलांच्या मनात कायमचा द्वेष बसू नये म्हणून... असंही क्षणभर वाटून गेलं. त्यानं मला सोडायला कुठलंही सबळ कारण नसलं, तरी माझं मन शुद्ध असताना मी का मुलांच्या मनात त्यांच्या पित्याविषयी संतापाची भावना रुजवू? अशा प्रसंगी माझा पिता जनकराजा कसे वागले असते, तसं मी वागायला पाहिजे, असंच मी ठरवलं. त्यामुळे कैकेयीमातेला दशरथ राजानी दिलेलं वचन, आम्हा तिघांचा वनवास, रावणानं केलेलं अपहरण, लंकायुद्ध आणि राज्याभिषेकानंतर रामानं केलेला माझा त्याग, त्या दोघांचा जन्म याविषयी त्यांना समजेल अशा पद्धतीनं विस्तारानं सांगितलं.

मुलांनी सगळं ऐकून घेतलं.

लगेच कुश म्हणाला, "माते, रावण लंकेच्या युद्धात मारला गेला असेल! पण पुढच्या जन्मातही तो लंकेत राक्षस म्हणून जन्मला असेल. मी जाऊन युद्ध करेन आणि त्याला पुन्हा मारून येईन; तू काळजी करू नकोस!"

तर लव म्हणाला, "मी धनुष्य-बाण आणि खड्ग घेऊन रामाशी युद्ध करून त्याला हरवेन. त्याला बजावेन, का आमच्या मातेला एवढे कष्ट दिलेस? तुला आताच्या आता परलोकी धाडून देतो!"

माझं मन आनंदानं भरून आलं. दोघांनाही मी छातीशी धरलं. नंतर समजावलं, "बाळांनो, हे सारं समजून घ्यायचं तुमचं वय नाही. एवढंच सांगते, स्वतःला राजाची मुलं समजू नका! तुम्ही तुमच्या मातेची मुलं आहात. मीच तुमची माता आणि मीच पिता! तसा मला शब्द द्याल का?"

दोघांनीही माझा पुढं केलेला हात हातात घेतला.

सगळं समजू दे किंवा नको, पण मुलांना सगळी कथा सांगितल्यावर मला थोडं बरं वाटलं. या मुलांना कधीही, आमच्या आईनं आमच्यापासून आमचं जन्मरहस्य लपवून ठेवलं, असं वाटायला नको. या घटनेनंतर पूर्वीसारखी गाढ झोप लागत नसली, तरी निद्रानाशापासून मात्र सुटका झाली.

एका सकाळी सूर्याचे किरण पुढच्या दारातून आत येत असताना तारकेश्वर उपाध्याय आले. आश्रमात लव-कुशच्या वयाच्या मुलांना व्याकरण शिकवायचं

काम त्यांच्याकडे होतं. सौम्य स्वभावाचे आणि महर्षींची आपुलकीनं सेवा करणारे. या बाजूला आले की ते माझी चौकशी करून जायचे. ते येऊन गेले, की स्वत: महर्षीच येऊन गेल्यासारखं मला समाधान व्हायचं. उत्तरीयानं चेहरा पुसत ते म्हणाले, ''सहपाठींबरोबर भांडण झालं ना मुलांचं! त्यानंतर दोघंही अतिशय शांत झाले आहेत. पण गेला आठवडाभर ते म्हणताहेत, आम्हाला इतर विषय शिकायचे नाहीत, फक्त शस्त्रविषय शिकायचाय; आम्ही क्षत्रिय आहोत, म्हणताहेत. आश्रमात आपणही अस्त्र-शस्त्रविद्या शिकवतो. पण केवळ स्वरक्षणासाठी आवश्यक तेवढीच. राज-तंत्राविषयी इथं शिकवलं जात नाही. त्याचे आश्रम वेगळे असतात आणि गुरूही. विश्वामित्र गोत्राच्या आश्रमात दोन्ही प्रकारचं शिक्षण दिलं जातं. मुलांना काय शिकवायचं ते तुम्ही ठरवा. महर्षींना वाटतं, धर्म-वेद-वेदान्त शिक्षणच चांगलं. पण त्यांनीही सांगितलंय, मातेची इच्छा महत्त्वाची. तुम्ही विचार करा. मी पुन्हा येईन.''

मी पुढ्यात ठेवलेलं तूप-गूळ आणि काशाचं भांडभर दूध घेऊन ते जायला निघाले.

ते निघून गेल्यावर माझ्या मनात चिंता सुरू झाली. माझ्या मुलांनी क्षत्रियोचित शस्त्रविद्या शिकायची की वेदविद्या शिकून ब्राह्मण व्हायचं? की या कृषिविद्येत पारंगत होऊन वैश्य व्हायचं? इतरही प्रश्न होतेच. क्षत्रियविद्या शिकून कुठल्यातरी दुसऱ्या राजाच्या पदरी चाकरी करायची का? वडिलांच्या राज्याची सेवा करणं तर अशक्यच. अपमानास्पद. त्या राज्यात पाऊल टाकणंही अवमानकारक. धनुष्य-बाण घेऊन रामाला हरवू, असं लवही म्हणाला होता. त्याची आठवण झाली तरी समाधान वाटतं. तरीही मुलांनी पित्यावर हल्ला करावा अशा प्रकारे, राक्षसांसारखं मी माझ्या मुलांना कधीच वाढवणार नाही! त्याचं पाप त्याच्यापाशी असू दे. जनकराजाची नातवंडं धर्माचं मनोभावे आचरण करणारी असू देत.

या विचारानं मन हलकं झालं.

एका सकाळी तारकेश्वर उपाध्याय आले. बसायला कांबळं घालून मी त्यांचं स्वागत केलं. ''मुलं धनुष्य-बाणाच्या सरावासाठी रानात गेलीत. त्यांचे भिल्ल सहपाठीही त्यांच्यासोबत आहेत.'' त्यांनी सांगितलं. सहज गप्पांच्या ओघात सांगावं तसं त्यांनी एक गोष्ट माझ्या कानांवर घातली.

''हा विषय तुमच्यापर्यंतच राहू दे. आणखी कोणाकडे बोलू नका. काही फार मोठं रहस्य आहे, यातलाही काही भाग नाही. पण अनावश्यक चर्चाही नको म्हणून म्हटलं. सहा महिन्यांपूर्वी महर्षी तमसा नदीत आंघोळ करून अर्घ्य देऊन माघारी परतत असताना झाडावरच्या एका फांदीवर एक क्रौंच दंपती प्रणयक्रीडेत मग्न झालेलं दिसलं. जगाच्या वृद्धीतला विस्मय त्यांना तीव्रपणे व्यापून राहिला. सृष्टी

नर-मादी निर्माण करून त्यांच्या ऐक्यातून पुन्हा दुसरी सृष्टी निर्माण करते ना! सजीवाच्या आनंदाचं मूळ तिथं आहे! प्रकृती-पुरुषामधलं आकर्षण-विकर्षण म्हणजेच हे जग ना! अशा वेदान्तातल्या विस्मयात त्यांचं मन गढून गेलं. त्याच वेळी कुठूनसा एक बाण आला आणि त्यानं त्या युगुलातल्या नराचा वेध घेतला. तो किंचाळत जमिनीवर पडला आणि मृत झाला. मादी दुःखानं व्याकूळ झाली. नराच्या मृतदेहापाशी उडून येऊन ती आपल्या चोचीनं त्याला वाचवण्यासाठी धडपडू लागली. पण त्यात जीव राहिला नव्हता. तो मृतदेह आणि दुसरा सजीव पक्षी पकडण्यासाठी दबकत येणाऱ्या भिल्लाची महर्षींना चाहूल लागली. त्याचं क्रौर्य पाहून त्यांच्या मनात क्रोध दाटून आला. नकळत त्यांच्या तोंडून शापवाणीचा उच्चार झाला,

मा निषाद प्रतिष्ठान् ओमगमहा शाश्वतीः समाधा ।
यत् क्रौंच मिथुनावेक मवधीः काममोहितम् ।।

अरे व्याधा, काममोहित जोडीतल्या पती-पत्नीला विलग करणाऱ्या तुला दीर्घायुष्य मिळायला नको...हा शाप त्यांच्या नकळत त्यांच्या तोंडून बाहेर पडला.''

मी ऐकत राहिले. ते सांगत होते,

''पण व्याध घाबरला नाही. जवळ येऊन त्यानं महर्षींना नमस्कार केला आणि विचारलं, 'तुम्ही कुणीतरी ऋषी दिसता! मी व्याध आहे. शिकार करून मांस विकणं हा माझा पोट भरायचा धंदा आहे. माझा तर एकाच वारात दोन्ही पक्ष्यांना मारायचा विचार होता. एक मेलं. दुसऱ्यालाही आता मारेन. कुठल्याच प्राण्याला मारायचं नाही, असं असतं तर पोटासाठी हरणाला मारणारा वाघही काही बघून मारत नाही! त्याला तुम्ही शाप देता का? माझ्या व्यवसायाच्या नियमालाच तुम्ही शाप देताय! यात माझी काय चूक आहे, सांगा!'

महर्षी यावर वरमले. खाली मान घालून आश्रमाकडे परतले. अभावितपणे तोंडून बाहेर पडलेला शाप पद्यरूपात असल्याचं त्यांच्या लक्षात आलं. त्यातली पद्यमयता एखाद्या तंत्री वाद्याच्या लयीशी आपसूक जुळवून घेत त्यांच्या आठवणीत रुणझुणत होती. आठवणीत राहायची शक्ती जेवढी पद्याला आहे, तेवढी गद्याला नाही, हेही जाणवलं. ते याच विचारात गढून गेले. प्रेमाच्या आनंदात डुंबत असलेल्या नर-मादीला विलग करणारी शक्ती कुठली? बाणाच्या रूपानं येणारी नियती? तिला थांबवण्याची शक्ती किंवा रीती नाहीच काय? त्या क्षणी त्यांना हा जीवन-मरणापेक्षा गहन प्रश्न वाटला. ते त्याच चिंतनात गढून गेले. तोच श्लोक सतत मनात घोळवत राहिला, तर त्या काव्यातूनच याचा अर्थ उमगेल; केवळ मननातून उमगणार नाही, असं त्यांना वाटू लागलं. त्याच स्वरूपात एक काव्य

रचण्याचा मार्ग त्यांना दिसू लागला. पण काव्यासाठी आवश्यक असलेली कथावस्तू त्यांना सापडत नव्हती. केवळ दोन क्रौंच पक्ष्यांना घेऊन कथा-काव्य लिहिणं शक्य नाही. कथावस्तू होण्याइतका ऐवज किंवा विस्तार यात नाही, हे त्यांना समजत होतं.''

हे सगळं ते मला का सांगताहेत, हे मला समजत नव्हतं. तरी मी शांतपणे ऐकत होते,

''ते याच विचारात तळमळत असताना अयोध्येच्या रामराजानं त्यांना ज्योतिष्तोम यज्ञासाठी ब्रह्मस्थान स्वीकारण्यासाठी वसिष्ठ महर्षींकडून निमंत्रण धाडलं. त्यांनी पाठवलेल्या राजरथात बसून ते गेले. वयामुळे महर्षी कधीच एकटे जात नाहीत. त्यामुळे मीही त्यांच्याबरोबर गेलो. यजमानानं पत्नीसहित सगळी कर्मं करायची असतात. आता राम काय करेल, याविषयी सगळ्यांनाच उत्सुकता होती. पत्नीच्या जागी तो कोणाला बसवतो, हे कुतूहल सगळ्यांनाच होतं.''

मी स्तब्ध झाले.

''पण आश्चर्याची गोष्ट म्हणजे रामाच्या शेजारी तुमचीच सुवर्णमूर्ती विराजमान झाली होती! तुम्ही आमच्या आश्रमात आहात, हे त्याला ठाऊक नसेल काय? हे कसं शक्य आहे? पण त्यानं महर्षींशी या संदर्भात अवाक्षरही काढलं नाही! यांनीही तो विषय काढला नाही. त्यानंही महर्षींचा अत्यंत आदरानं भरपूर धन-धान्य देऊन गौरव होईल असं पाहिलं; पण प्रत्यक्ष भेट घेणं टाळलं.

''महर्षी अंतर्मुखी झाले. आमची राहायची व्यवस्था वसिष्ठांकडेच करण्यात आली होती. याग संपन्न झाल्याच्या दुसरे दिवशी महर्षींनी त्यांना विचारलं, कुलगुरू, राम वनवासाला गेल्यानंतर वनवासात घडलेल्या घटना, सीताहरण, लंकायुद्ध याविषयी मी तुकड्या-तुकड्यानं ऐकलं आहे. मला ते विस्तारानं ऐकायचं आहे. तुम्हाला ठाऊक आहे, ते मला सांगाल का?

''ते उत्तरले, 'का नाही? मीच भरताबरोबर चित्रकूटला गेलो होतो ना! त्या नंतरची हकिगत मी लक्ष्मणाकडून ऐकली आहे. तसंच काही भाग किष्किंधेत रामाचा सखा आणि भक्त असलेल्या हनुमंत नावाच्या ब्रह्मचाऱ्याकडून ऐकलं आहे. ते सगळं सांगेन. अरे हो! पट्टराणी सीतादेवी कशा आहेत? मुलं कशी वाढताहेत?'

''सांगतो. महाराज त्यांना कधी बोलावून घेणार आहेत? तुम्ही राज्याचे धर्माधिकारी! तुम्ही का नाही सांगत?''

''काय सांगणार? धर्माचा विषय आला, की राम अतिशय हट्टीपणे वागतो. त्या संदर्भात त्याला कोणीही वादविवाद घालून हरवू शकत नाही. राणीचा त्याग केला तेव्हा त्यानं कोणाही मंत्र्याला किंवा राजसभेला विचारलं नाही. आम्हालाही हे खटकलं होतंच, पण विषय काढायची कोणाचीच छाती नाही.'

"आश्रमात परतल्यानंतर तिसऱ्या दिवशी महर्षींनी मला सांगितलं, तारक, रामराज्यात पत्नी सीतादेवी सुवर्णरूपात असल्याचं तूही पाहिलंस ना! म्हणजे हीच माझी पत्नी, हेच तो देशाला सांगतोय! असं असलं तरी तिला बोलावून घेण्याला विरोध करणारी ती शक्ती कुठली असेल? काव्यासाठी मी कथावस्तूचा शोध घेतोय ना! मी राम आणि सीतेविषयी का लिहू नये? ते एक विलक्षण प्रेमकाव्य आहे! तेच अध्यात्मकाव्यही होऊ शकेल! भूर्जपत्रावर लिहायला गेलो, तर बोटं कापतात. हात दुखतात. मी दररोज सांगेन. तू ते लिहून घेशील का?"

"महर्षींचं कविमन असल्याचं मी तर पूर्वीपासूनच पाहत होतो. गेल्या आठवड्यात लेखनाला सुरवात झाली.

"गुरू हो, महाराणी इथंच कृषिक होऊन राहतेय ना! त्यांच्याकडून सगळ्या घटना प्रत्यक्षही ऐकता येतील ना!" मी म्हटलं.

तर ते काही क्षण विचार करून म्हणाले, "नको. घटनांमधली वास्तवता जास्त झाली, तर त्या ओझ्यानं काव्याचा थरकाप उडतो. त्यातली काव्यात्मकता नष्ट होईल. काव्याचं मर्म तुला ठाऊक नाही."

"माते, ते सगळं ऐकल्यावर मला तुमच्याविषयी गाढ आत्मीयता निर्माण झाली. हे तुम्हाला सांगितलंच पाहिजे, असं दडपण मनात निर्माण झालं. म्हणून सांगायला आलो. तुम्ही हे कुणालाच सांगू नका. महर्षींना समजलं, तर ते मला शापच देतील!"

अनसूया आजीनं दिलेल्या नाजूक साखळ्यांचा आणि वेढणी-मासोळींचा कानांत घुमणारा नाद हळूहळू क्षीण होत होत अखेर ऐकू येईनासा झाला. अशीच किती दिवस चालत राहिले आणि किती रात्री गेल्या कोण जाणे! असंख्य वेळा पायांच्या दुखण्यामुळे हैराण झाले, पुढं पाऊल ठेवणंच अशक्य झालं, तेव्हा लक्ष्मणानं कुठल्या-कुठल्या रानात पायपीट करून गोळा केलेल्या बियांमधून दगडानं वाटून तेल काढलं आणि ते रामानं माझ्या पायांना चोळलं. कोण जाणे! माझ्या मनातही शेकडो वेळा येऊन जात होतं, हट्टानं मी यांच्याबरोबर येऊन यांना भार तर नाही ना झाले? पण माझ्यापुढे तरी दुसरा कुठला पर्याय होता? पुन्हा चालत राहिले. पुन्हा कुठेतरी कुटीर उभारलं. पुन्हा पुढं चालत राहिले.

पाच पावसाळे उलटले. म्हणजे वनवासाची सहा वर्षं संपली होती. आमचा प्रवासही केवळ एक दिशा धरून चालला नव्हता. वनसंचाराकडे 'वनविहार' म्हणून बघत होतो. असेच आणि तीन पावसाळे गेले. पावसाळ्यात वनात आहार मिळणं कष्टाचं होतं. त्यामुळे अनेकदा उपाशी राहावं लागत होतं.

असेच फिरत असताना अचानक एक खेडं सामोरं आलं. सुमारे तीस-चाळीस कुटुंबांची ती वस्ती होती. त्यातली काही घरं दोन मजल्यांची होती. बाकीच्या बळकट झोपड्या होत्या. गोलाकार बांधल्या होत्या. मध्यभागी गुरांचा मोठा गोठा होता. गावाभोवताली चमकदार ताम्रवर्णी भाताची शेती. पूर्वेला चमकणारं काळ्या

लाटांचं सरोवर. कितीतरी दिवसांनी अशी मानवी वस्ती बघून मन आनंदित झालं. गावात प्रवेश करणार होतो, तेवढ्यात रामानं आम्हा दोघांना अडवलं.

म्हणाला, "लक्ष्मणा, आपण वनवासी. ग्रामप्रवेश करता कामा नये. बाहेरच उभे राहू या. कोणी आलं, तर किंवा लांब दिसलं, तरी हाक मारून आपण कुठे आहोत, पुढचा रस्ता कसा आहे हे विचारून पुढं जाऊ या.''

मुद्दाम बसण्यासाठी म्हणून घडवलेल्या एका दगडावर आम्ही बसलो. थोड्या वेळानं एका मध्यम वयाच्या शेतकऱ्यानं आम्हाला पाहिलं. आम्ही काही विचारायच्या आधीच तो गावाकडे धावला. अर्ध्या घटकेतच वीस-तीस माणसं आमच्या दिशेला धावत येत असलेली दिसली. सगळ्यांच्या अंगावर कष्टकऱ्यांचे कपडे आणि वर कांबळी पांघरली होती. केसांना कितीतरी दिवसांत तेलाचं बोटही लागलं नसावं. प्रत्येकाच्या हातात काठी होती. शिवाय कुऱ्हाड होती.

त्यांची नजर माझ्यावर खिळली होती. माझ्या अंगावरचे चमकदार दागिने, शिवाय चमकदार लुगडंही त्यांच्या नजरांना खिळवून ठेवत असावं.

त्यांच्यातला प्रमुख वाटत असलेला एक पन्नाशीचा माणूस पुढं झाला आणि हात जोडून बोलू लागला. त्याची भाषा अगदी आमच्या मैथिली-अयोध्येकडची नसली, तरी लक्ष देऊन ऐकलं, तर संदर्भानुसार समजत होती. माझ्यापेक्षा राम-लक्ष्मणाला ती लवकर समजू लागली.

"दिसायला जुळ्या अश्विनीकुमारांसारखे दिसताय! हातातली शस्त्रं पाहिली की क्षत्रिय वाटता. रूप राजाचं दिसतंय. जटांमुळे तापसी दिसता. ही माता तर साक्षात देवता किंवा देवतांनी दिलेली देवकुमारी वाटते. असे तुम्ही तिघं. या रानातल्या आमच्या कुग्रामात कसे काय आलात?''

"यजमाना, तुझ्या अंदाजाप्रमाणे आम्ही क्षत्रियच आहोत. भाऊ आहोत. ही माझी पत्नी. कुठल्याशा शापासाठी आम्ही चौदा वर्षांसाठी वनवासात आहोत. आता नऊ वर्षं संपली आहेत.''

"शाप कशाचा? तुम्ही तिघं तर निष्कलंक दिसता! तुम्ही कसे शापात अडकलात?''

"पूर्वकर्म!''

या एका शब्दानं त्या प्रौढाचं समाधान झालेलं दिसलं.

"वीर हो, आमच्या ग्रामावर उपकार करावेत. दूध-गुळाचं पायस देऊन आपली क्षुधा शांत करू. आमच्याइथला तांदूळ इतका गोड असतो, की गूळ न घालता ठेवला तरी मुंग्या लागतात.''

"आमच्या व्रताप्रमाणे कंदमुळं आणि फळांव्यतिरिक्त आणखी काही खाऊ शकत नाही.''

"आमच्या बागांमध्ये चिकू, संत्री, आंबे, फणस आहेत. मधापेक्षाही गोड चवीचे. मधाची गाडगीही राखून ठेवली आहेत. फळांबरोबर नैवेद्यासाठी ठेवलं, तर भक्तांसाठी कणभरही शिल्लक न ठेवता देव खाऊन टाकेल!"

"यजमान हो, आम्ही बागेत येणारंही काही खाऊ शकत नाही. जे अरण्यात सहजपणे येतं तेवढंच खाऊन पोट भरतो."

"आमच्या भोवतालचं अरण्य आमच्या बागेपेक्षा उत्तम फळं देतं. माणूस पाठवून मागवून घेतो."

"लक्ष्मणा, तूही त्याच्या सोबत जा! " रामानं आदेश दिला.

लक्ष्मण गेल्यावर ते सगळे आपसात हलक्या आवाजात बोलू लागले. काहीतरी ठरवल्यावर त्यांचा प्रमुख म्हणाला, "क्षत्रिय वीर, सोबत धनुष्य-बाण-खड्ग आणि छातीवरचं कवच पाहूनच तुम्ही वीर असल्याचं आमच्या लक्षात आलंय. आमच्या वस्तीला एक त्रास सुरू झाला आहे. तुम्ही यातून सुटका कराल, असा या सगळ्यांचा विश्वास आहे."

"बोला. कसला त्रास? संकटात असलेल्यांचं रक्षण करणं हाच आमचा धर्म आहे."

"आमच्या शेजारच्या अरण्यात कुठून तरी दोन वाघ आले आहेत. या परिसरात असलेली हरणं, रानगवे, रानम्हशी, रानकुत्री त्यांनी खाऊन फस्त केली आहेत. गावाबाहेर चरायला घेऊन गेलेल्या आमच्या दुभत्या जनावरांवर त्यांचे हल्ले होऊ लागले आहेत. एक गायही खाल्ली आहे. आता रात्रीच्या वेळी वस्तीच्या मध्यभागी असलेल्या गोठ्यावरही येऊ लागले आहेत. त्यांचा वास आला, की गोठ्यातली जनावरं आकाशाला ऐकू येईल असा ओरडा करू लागतात; कुत्री भुंकू लागतात, पण घराबाहेर पडायला घाबरतात. आम्ही काही खड्डे करून ते बांबूनं झाकून ठेवले आहेत, वाघ त्यात सापडावेत म्हणून. पण हे वाघ अधिकच चलाख झाले आहेत! आमच्या गावचे शिकारी दडपून गेले आहेत. तुम्ही त्यांना तयार केलंत तर तेही तुमच्यासोबत येतील. तुम्ही या वाघांना मारलंत, तर आम्ही इथंच राहू. नाहीतर आम्हाला इथली वस्ती उठवावी लागेल. पण कुठं जाणार? भोवताली कितीतरी योजने घनदाट अरण्य पसरलं आहे."

"ठीक आहे. आम्ही त्यांना मारू. तुम्ही काळजी करू नका." रामानं आश्वासन दिलं.

दुसरे दिवशी गावातली दहा-पंधरा तरुण माणसं हातात भाले-काठ्या या सारखी हत्यारं घेऊन निघाली. राम-लक्ष्मणानं त्यांचं नायकत्व स्वीकारलं.

माझी काळजी घेण्यासाठी, खरं तर मला जवळून बघून गप्पा मारण्यासाठी वस्तीवरच्या सगळ्या बायका-मुली माझ्या भोवताली घोळका करून बसल्या. त्या

सगळ्यांच्या नजरा माझ्यावर रोखल्या होत्या. त्या मला बघत होत्या, की माझ्या अंगावरचे दागिने पाहत होत्या कोण जाणे! सगळ्या जणी गुडघ्याखाली दोन बोटं येईल अशा प्रकारे चिरड्या नेसल्या होत्या. सगळ्यांच्या गळ्यात कवड्यांच्या माळा होत्या. हातात हस्तिदंती वाटणाऱ्या पांढऱ्या बांगड्या होत्या. सगळ्या जणी पुढं होऊन माझ्या दागिन्यांना हात लावून पाहत होत्या. ते ओढून काढून घ्यायचा कोणाचाच विचार वाटला नाही.

त्यांनी माझ्या माहेरच्या गावाची आणि माणसांची आपुलकीनं चौकशी केली. मीही राजघराण्याचा आणि माझ्या जन्माचा संदर्भ टाळून इतर माहिती सांगितली. क्षत्रिय जात मात्र सांगितली. भाषेचा अडसर असल्यामुळे त्यांनीही अवांतर चौकशी केली नाही.

सुमारे माझ्याच वयाची एक तरुणी माझ्यासमोर बसली होती. तिच्या मांडीवर आठ महिन्यांचं बाळ होतं. त्याला ती दूध पाजत होती. तान्ह्या बाळांना स्तनपान देताना स्तन झाकायची या समाजात पद्धत नसावी. पोट भरायच्या घाईत बाळ जोराजोरानं दूध ओढत होतं. त्याचा आवाजही येत होता. त्याच्या प्रत्येक घोटासरशी तिच्या चेहऱ्यावर आनंद दिसत होता. इतरांची नजर माझ्यावर खिळली होती आणि माझी नजर तिचे दुधानं भरलेले स्तन, आणि तिच्या चेहऱ्यावर विलसणारी शांती पाहण्यात गुंतली होती. असं रोखून बघण्यात काही गैर नाही, ही त्या समाजाची भावना माझ्याही मनात स्वातंत्र्य निर्माण करत होती.

बाळांना दूध पाजणाऱ्या आयांना मी काही पहिल्यांदाच बघत नव्हते. पुरुष नसताना केवळ बायकांमध्ये बसून बाळांना दूध पाजणं ही सहज क्रिया होती. पण आमच्याकडे अशा वेळी नीट पदर घेतलेला असे. इथं तो संकोचही दिसत नव्हता.

बाळाचं पोट भरलं असावं. किंवा श्वास घेण्यासाठी असेल, बाळानं तोंड बाजूला केलं. आईच्या स्तनातून दुधाची धार बाहेर पडली. एका पोक्त बाईनं मला विचारलं, ''किती मुलं?''

''आ..?'' मी दचकून विचारलं.

तिनं शब्दांबरोबर खुणेचा आधार घेत विचारलं, ''किती मुलं तुला?''

मला लगेच उत्तर सुचलं नाही. मी तिच्या चेहऱ्याकडे पाहत राहिले. उत्तर समजून तिच्या चेहऱ्यावर अनुकंपा उमटली. सगळ्याच बायकांच्या चेहऱ्यावर 'बिचारी..' असे भाव उमटले होते. सगळ्याच हनुवटीवर हात ठेवून गप्प बसल्या.

ती प्रौढाच म्हणाली, ''चल, पूजा करवते!'' ती उठली. माझा हात धरून तिनं मलाही उठवलं. सरोवरापाशी गावाजवळच्या बाजूला वाढलेल्या वड आणि त्याला लगटून उभं असलेल्या कडुलिंबाच्या झाडापाशी घेऊन गेली. दोन्ही झाडांच्या जुळलेल्या खोडांना तिनं हळद-कुंकू वाहायला सांगितलं. फुलं वाहून पूजा करवून

घेतली. त्या खोडांना कितीतरी धागे बांधले होते. तिनं मला त्या झाडाला प्रदक्षिणा घालायला सांगितली. चौदा वर्षं होईपर्यंत गर्भिणी व्हायची अनुमती नाही, हे मनाला ठाऊक असल्यामुळे त्यानं अडथळा आणला, तरी मनातलं मनातच ठेवून मी तिच्या सांगण्यावरून तीन प्रदक्षिणा घालून आडवा दंडवत घातला.

तेवढ्यात जवळपासच्या बायकाही धावत आल्या. त्यांनी सुताचा धागा आणून माझ्या हातात दिला. तो मला दोन्ही झाडांना एकत्र करून बांधायला लावला. घोळक्यातल्या सगळ्या मातांनी माझ्या गालांना, गळ्याला, खांद्यांना, पायांना कालवलेली हळद माखली. एका बाईनं माझ्या भांगात माळलेला सर आणि केसांतले सगळे दागिने एक-एक करून उतरवले. डोक्यावर तेलाची धार धरून चोळू लागली. आणखी एकजण चोळून चोळून तेल डोक्यात जिरवू लागली. माझ्या डोळ्यांमधून उष्णता बाहेर पडू लागली. नंतर त्यांनी मला एका मोठ्या घरातल्या स्नानगृहात नेलं. माझ्यासोबत फक्त दोन बायका राहिल्या. माझे इतर दागिने आणि वस्त्र उतरवून एक जुनेरं त्यांनी मला गुंडाळायला दिलं. नंतर त्या माझ्या हाता-पायाला आणि अंगाला तेल लावू लागल्या. शरीरात तेल मुरेल अशा प्रकारे त्या मर्दन करू लागल्या. नंतर तेल मुरण्यासाठी वेळ मिळावा म्हणून मला तिथंच बसवून त्या बाहेर गेल्या.

चार घटका तेल मुरल्यानंतर त्या पुन्हा आत आल्या. मला न्हाणीघरात बसवून त्या माझ्या डोक्यावर गरम-गरम पाणी ओतू लागल्या. मध्येच शिकेकाईनं सर्वांग चोळून दिलं. केसांनाही शिकेकाई चोळून त्या पुन्हा गरम पाणी डोक्यावर आणि अंगावर ओतू लागल्या. न्हाणं झाल्यावर त्यांनी मला अंथरुणावर झोपवून घाम येण्यासाठी अंगावर जाड कांबळं पांघरलं. मला गाढ झोप लागली. जाग आली तेव्हा सूर्यास्त झाला होता. सगळं अंग वाऱ्यासारखं हलकं झालं होतं. मी माझी वस्त्रं घालून पुन्हा सगळे दागिने अंगावर चढवले. त्या प्रौढेनं बजावलं, "इथंच थांब. गावाबाहेरच्या थंड वाऱ्याला जाऊ नकोस." पण मी न ऐकता पुन्हा उतरलेल्या जागी परतले. माझ्यापाठोपाठ माझ्या रक्षणासाठी दहा-बारा बायका आल्या.

माझ्या मनात काहीतरी चूक केल्याची भावना भरून राहिली होती. त्यांनी मला नेलं, तेव्हा मला मी ग्रामप्रवेश करत असल्याची जाणीव नसताना मी गावाच्या मध्यातून पलीकडे गेले होते. त्यांनी सांगितली ती पूजा देहभान विसरून केली. तैलमर्दनानं तर मला मिथिला-अयोध्येच्या आठवणींमध्ये बुडवून टाकलं होतं. स्नान आणि गाढ झोप घेताना मनात व्रताचरणाचं किंचितही भान राहिलं नव्हतं. हे सारं रामाला समजलं तर? व्रतभंग केला म्हणून तो रागावल्याशिवाय राहील का? भीती वाटली. यांच्यापैकी कोणी त्याला सांगणार नाही, हेही समजत होतं. तसा प्रसंगच येणार नाही, याची खात्री होती; पण त्याच्यापासून काहीही लपवून ठेवता कामा

नये, असंही वाटत होतं. योग्य वेळ बघून हे त्याच्याही कानांवर घातलं पाहिजे, हे ठरवल्यावर थोडं बरं वाटलं.

त्याच बायकांनी अरण्यातून आणलेली फळं समोर आणून ठेवली.

दुसरे दिवशी संध्याकाळी अरण्याच्या बाजूनं वाद्यांचा आवाज ऐकू आला. बायका म्हणाल्या, ''वाघाची शिकार झालीय! विजयवाद्यांचा आवाज हा!'' त्या उठून त्या दिशेला धावल्या. मी तशीच बसून होते. थोड्याच वेळात दोन वाघांचे मृतदेह घेऊन मिरवणूक दिसू लागली. प्रत्येक वाघाच्या पुढच्या-मागच्या पायांना दोरखंडांनी बांधून एका मोठ्या दांडक्याला बांधलं होतं. पुढं तीन आणि मागं तीन माणसांनी ते मृतदेह खांद्यावर उचलले होते. मृतदेहांवर तीन-चार जागी बाण लागलेल्याच्या खुणा होत्या. त्यातून रक्त ओघळत होतं. त्या वाघांच्या अंगावरचे पट्टे, उग्र चेहरे अशा अवस्थेतही भय निर्माण करत होते. ताशाच्या जोशपूर्ण आवाजाबरोबर वाघांना वाहून आणणारे मागं-पुढं डोलत होते. त्यांना भाले-काठ्या वगैरे घेतलेल्या गावकऱ्यांनी घेरलं होतं. सगळ्यात मागून राम-लक्ष्मण येत होते. बायकांनी मृत वाघांना ओवाळलं. गावाबाहेर जवळजवळ दोन खड्डे खणून त्यात ते मृतदेह ठेवले. त्यांच्यावर ग्रामप्रमुखांनी पाणी शिंपडलं. इतरांनीही थोडं थोडं दूध शिंपडलं. 'जलतर्पण' चालल्याचं माझ्या लक्षात आलं.

वाघाच्या शिकारीवरून माघारी आल्यानंतर दुसरेच दिवशी पुढच्या प्रवासाला सुरूवात करायचा रामाचा मानस होता. सगळं गाव शिकारीमुळे दमून गेलं होतं. रात्री रक्षणाची जबाबदारी नसल्यामुळे लक्ष्मणही शांत झोपी गेला. पण सकाळी जाग येण्याआधीच लक्षात आलं, त्या दोघांचेही पाय सुजले होते. दोन्ही तळपायांना भरपूर काटे टोचले होते. सकाळी आम्हा तिघांसाठी फळं, भाजलेले कंद घेऊन आलेल्या प्रमुखानं ते पाहून सांगितलं, ''वीर हो, शिकारीला जाताना आम्ही सगळ्यांनी पादरक्षक बांधले होते. तुमच्यासाठीही आणले होते, पण तुम्ही न ऐकता अनवाणीच आलात. शिकार म्हटलं, की अरण्यात खाचा-खळग्यात फिरणं आलं. मग पायांत काटे टोचल्याशिवाय कसे राहतील? थांबा. सुई-चिमटा घेऊन येतो.''

घरी जाऊन त्यानं सुई आणली. लक्ष्मणाचं पाऊल आपल्या मांडीवर घेऊन त्यानं पायातले काटे टोकरून ते चिमट्यानं एकेक करून काढायला सुरूवात केली. लक्ष्मणानं विचारलं, ''यजमान हो, या दोन्ही वाघांनी तुमचं बरंच नुकसान केलं. तुमचं गोधन नष्ट केलं. एका माणसाचीही हत्या केलीय! तुम्ही मात्र त्या वाघांच्या प्रेतांवर उत्तरक्रिया करून संस्कार केले! शिवाय ते प्राणी. हे नेमकं काय?''

''वीरा, जिवंत असेपर्यंत ते दुष्ट प्राणी होते. मेल्यावर ते कोणाची हत्या करणार? प्राण्यांना मारूनच पोट भरावं असं देवांनी लिहिलंय म्हटल्यावर ते वाघ

तरी कसे गवत खाऊन जगतील? कोणी का असेना, मेल्यावर तर्पण देऊन निरोप नको का द्यायला? आपणही त्यांची हत्याच केलीय. त्या पापापासून मुक्ती मिळवण्यासाठी का होईना, दूध-जल सोडायला पाहिजे ना!''

यावर लक्ष्मण काही बोलला नाही. त्याच्या दोन्ही पायांमधले काटे काढेपर्यंत दोन घटका गेल्या. नंतर रामाची पावलंही एकेक करून मांडीवर घेऊन काटे काढताना प्रमुख म्हणाला, ''वीरा, आम्हीही धनुष्य-बाण बाळगून असलो तरी, वाघाचा वध करण्याइतकी आमची ताकद नाही. तसे आम्ही मुळातले शेतकरीच. तुम्ही आला नसता, तर आम्हाला गाव सोडावं लागलं असतं. पण कुठं जाणार? आमचे पूर्वज कुठून आले, ते आम्हाला ठाऊक नाही. वेगवेगळ्या भागांतून आलेल्या दोन टोळ्या इथं आहेत. आपसात मुली देऊन-आणून आम्ही चालवलं आहे. एवढंच आमचं जग. कुठल्याही दिशेला चालत राहिलं, तरी सात-आठ दिवस चालल्याशिवाय दुसरी वस्ती मिळत नाही. या सरोवराचं पाणी आणि भोवतालची सोन्यासारखी जमीन बघून आमचे पूर्वज इथं स्थिरावले असले पाहिजेत. आता आम्हाला गरज आहे, ती एका राजाची. तशी आम्ही देवाला प्रार्थना करत होतो. तुम्ही आला नसता, तर आम्हाला निघून जावं लागलं असतं. पण कुठं जाणार? अशी जागा आणखी कुठं मिळणार? तुम्ही आलात, दोन वाघांना मारलंत. चेहऱ्यावर राजकळा आहे. इथंच राहा. तुम्हाला एक उत्तम दुमजली घर बांधून देतो. घरटी ठरावीक एवढं धान्य आणून दिलं जाईल. दुभतंही पोहोचवलं जाईल. आता दोन वाघ मारलेत. पुन्हा वाघ-सिंह-चित्ता येणारच नाही, याची कोण खात्री देणार? तुम्ही आमच्या गावाचं रक्षण करा.''

राम म्हणाला, ''आम्ही गावात वस्ती करू शकत नाही. आमचं व्रत आहे.''

''तर मग गावाबाहेरच घर बांधून देतो. हवी तर पर्णशाला देतो. दररोज अरण्यातली फळं आणि कंदमुळं आणून दिली जातील.''

''आमचं चौदा वर्षांचं व्रत आहे. आता नऊ वर्षं संपलीत. आणखी पाच वर्षांनंतर आमच्या देशाला परत जाऊ.''

''तेवढे दिवस इथंच राहा. आमच्या मुलांना धनुर्विद्या शिकवा. तुम्ही राहिलंच पाहिजे, असं सगळ्या गावकऱ्यांनी काल रात्री एकत्र येऊन ठरवलंय आणि मला तसं सांगायला सांगितलंय.''

रामानं मंद स्मित केलं. सगळे काटे काढल्यानंतर पावलांना औषधी तेल लावत प्रमुखानं सांगितलं, ''किमान आठ दिवस तुम्ही पावलांवर भार टाकून चालता कामा नये. दुपारी येतो..'' आणि तो निघून गेला.

दोघा भावंडांची पंचाईत झाली होती. पावलं टेकवणं शक्य नव्हतं. दोघंही झाडांच्या सावलीत उताणे झोपले. वस्तीवरची लहान मुलं घोळक्यानं येत आणि

थोड्या अंतरावरून विस्मयानं पाहून निघून जात. काही वेळानंतर लक्ष्मण म्हणाला, ''दादा, या प्रमुखाचा प्रस्ताव कसा वाटला तुला?''

थोडा विचार करून रामानं विचारलं, ''तू काय म्हणतोस?''

''कोणीही पोहोचू शकणार नाही, एवढ्या अंतरावर अयोध्या राहिली. अरण्यात देशोधडीला लागून भटकतोय. वहिनी सुकून काडीसारखी झाली आहे. आपणही थकलेलो नाही असं म्हणणं सत्याला धरून होणार नाही. आपण हवं तर रानात राहू या. गावही जवळच असेल. माणसं चांगली आहेत. माणसांशी संपर्क न राहता असेच राहिलो, तर बुद्धी बिघडणार नाही का? गावातल्या बायकांबरोबर रोज चार सुखदुःखाच्या गोष्टी केल्या, तर वहिनीलाही बरं वाटेल.''

काही क्षण गेल्यावर रामानं विचारलं, ''तुला या जीवनाचा कंटाळा आलाय का?''

''मी तसं नाही म्हटलं!''

''हे बघ, तुझ्या मनात काय आहे, ते स्पष्टपणे बोल. हवं तर इथूनच अयोध्येला माघारी जा. जर सीतेलाही यायचं असेल, तर तिलाही घेऊन जा! मी मात्र खराखुरा अरण्यवास संपवल्यानंतरच येईन.''

लक्ष्मण आपल्या विचारांना शब्दरूप देण्यासाठी काही क्षण धडपडला. नंतर म्हणाला, ''स्वयंहिंसा, अवलंबितांची हिंसा म्हणजे तुझ्या धर्मातले बारकावे का? एवढा का इरेला पडतोस?'' एवढं बोलून त्यानं कूस पालटली.

राम निःशब्द झाला होता.

लक्ष्मणाचा प्रत्येक शब्द म्हणजे माझ्याच भावनांची अभिव्यक्ती होती. संकोच अथवा रामाला आवडणार नाही, या विचारानं मी जे सांगू शकत नव्हते, तेच तो सांगत होता. आणखी का असं भटकत राहायचं? कितीही फिरलं तरी तेवढंच ना? काही वेळ तरी बायकांबरोबर राहावं असं माझ्यासारख्या बाईला वाटलं तर काय चुकलं? ही माझी भावना लक्ष्मणाला कशी योग्य प्रकारे कळली? हे रामाच्या कसं लक्षात येत नाही?

त्या संध्याकाळी रामानं सांगितलं, ''बंधो, माझं मन सतत शांत असतं असं नाही. काही वेळा ते समतल नसतं. तू अस्वस्थ होऊ नकोस. आपल्या छोट्या मातेच्या मनात काय होतं? वनवास म्हणजे कुठंही न स्थिरावता भटकत राहणं. सोयीच्या ग्रामाच्या सावलीत राहिलो, तर वनवास कसा होईल? मी तिच्यामार्फत तातांना दिलेला शब्द पाळायला नको का? यासाठी माझा मीच मला साक्षी नाही का?''

गावकऱ्यांनी कितीही विनवलं, तरी रामानं ऐकलं नाही. दंडकारण्यात जायलाच पाहिजे असा त्यानं हट्ट धरला.

“वीरा, तुला अडवायची शक्ती आमच्या प्रार्थनेत नाही. तुम्हाला काहीतरी भेटवस्तू द्यायचं आम्ही ठरवलं आहे. काय देऊ; तुम्हीच सांगा.” प्रमुखानं विचारलं.

“आम्ही वनवासी. असंग्रह-अपरिग्रह व्रतात आहोत...” रामानं नाकारत म्हटलं.

तो लक्ष्मणाकडे वळला, “शूरा, तू तरी एखादी भेट स्वीकार.. तुला काय हवं ते सांग.”

“तुला कष्टी करायची माझी इच्छा नाही. सुलभपणे काटे काढणारी ती सुई आणि चिमटा मला दिलास, तर आमच्या पुढच्या प्रवासात तिचा दररोज उपयोग होईल.”

लक्ष्मणाच्या या मागणीवर रामानं मंद स्मित केलं. ग्रामप्रमुखानं मोठ्या आनंदानं सुई आणि चिमटा आणून देत हात जोडले.

त्या सुई आणि चिमट्याचा पदोपदी मलाच उपयोग होत होता. माझ्या सर्वांगाला टोचून मोडणाऱ्या काट्यांना काढायचं काम सुरुवातीला राम करायचा. एकदा एक मोठा बाभळीचा काटा पायात खोलवर जाऊन मोडला होता. रामानं तो काढायचा बराच प्रयत्न केला. त्याच्या टोकरण्यानं प्राण गेल्यासारख्या वेदना होत होत्या. सहन न होऊन मी ओरडत पाय ओढून घेतला. पण काटा काढणं भाग होतं. हताश होऊन राम म्हणाला, “लक्ष्मणा, मला नाही जमत हे! तू काढ बघू!”

पण लक्ष्मणाच्या मांडीवर पाऊल ठेऊन काटा काढून घ्यायची मला लाज वाटली. मी ‘नको..नको’ म्हणत पाय मागं घेतला. रामाला राग आला. त्यानंच माझा पाय लक्ष्मणाच्या मांडीवर ठेवला. लक्ष्मणानं वाकून काटा टोचलेली जागा पाहिली. सुईनं हलकेच काटा बाहेर काढून त्यानं तो लगेच चिमट्यानं उपटून बाहेर काढला. नंतर रानातला कुठलासा पाला आणून, चिरडून त्याचा रस त्या जागी लावला. थोडा वेळ लंगडत आणि नंतर हळूहळू पाय रोवत मी चालू लागले. त्यानंतर दिवसातून एक-दोनदा तरी पायात रुतलेला काटा त्याच्याकडून विनासंकोच काढून घेऊ लागले. त्याच्या नात्यातली सलगी आणि आत्मीयता आणखी खोलवर रुजली. त्याची मी वहिनी. मानानं मोठी. त्यानं माझ्या पायांना स्पर्श करण्यात काहीच खटकण्यासारखं नव्हतं. पण तो वयानं माझ्यापेक्षा मोठा होता. रामापेक्षा फक्त सहा महिन्यानं लहान. त्यामुळे तो मला आपल्या पायांना हात लावू देण्याचा प्रश्नच नव्हता. शिवाय मला कुठं काटा काढायला येत होतं? रामानं त्याच्या पायांना हात लावून काटा काढला, तर काही बिघडलं नसतं. कारण ते दोघे भाऊ-भाऊ. पण बहुतेक वेळा तो आपलं पाऊल स्वत:ला दिसेल असं वळवून घेऊन आपल्या आपणच काटा काढून घ्यायचा.

पण काटा काढणं म्हणजे काही ब्रह्मविद्या नाही ना! मनात आलं, मी का हे शिकून घेऊ नये? एकदा-दोनदा लक्ष्मण रामाच्या पायातला काटा काढत असताना

निरीक्षण केलं. पुढच्या खेपेला मीच रामाचं पाऊल मांडीवर घेऊन हलक्या हातानं काटा काढला. अगदी लक्ष्मणाइतक्या सफाईनं जमलं नसलं, तरी हळूहळू जमेल, असा विश्वास वाटला. लक्ष्मण आम्हा दोघांच्या पायातले काटे काढत होता. पण आपल्या पायांना मात्र कुणाला हात लावू देत नव्हता.

एकदा माझ्यापुढे चालत असलेल्या लक्ष्मणाच्या पावलांकडे लक्ष देऊन पाहिलं. अरण्यात अनवाणी चालून त्यांना घट्टे पडले होते. मनात आलं, याचं पाऊल मांडीवर घेऊन काटा काढला पाहिजे. मनातली ही आशा साकार होऊन चार-पाच दिवस झाले, तरी ते धैर्य होत नव्हतं. तो पाय वाकडा करून स्वत:च्या पायातला काटा काढत असल्याचं समोर दिसत असलं तरी 'इकडं ये. तुझा पाय माझ्या मांडीवर ठेव. मी काटा काढून देते..' असं सांगायचं धैर्य मात्र झालं नाही.

का ही भीती? कारण समजत नव्हतं. असाच आठवडा गेला. तरीही माझ्या तोंडून ते वाक्य बाहेर पडलं नाही. एक दिवस त्याचं उत्तर आपोआप सुचलं. राम काय समजेल, याची मला भीती वाटत होती. एकीकडे समजत होतं, तो काही इतक्या हलक्या मनाचा नाही. दोन दिवसांनंतर मनात आलं, नवऱ्यांचं मन असंच काम करतं हे सांगणं शक्य नाही. कधीतरी ऊर्मीच हे सांगत असल्याचंही आठवलं. लक्ष्मणाच्या पावलांचे काटे काढायची इच्छा मी तशीच मनात ठेवली.

डोंगरांच्या रांगा, डोंगरांचे महाकाय पर्वत झाले होते. डोंगर उतरून गेल्यावर मोठालं पठारावरचं अरण्य. ते ओलांडून गेल्यावर आणखी एक डोंगरांची रांग. कुठलीही रांग सरळसोट नव्हती. त्यांची उंचीही कमी-जास्त होती. लांबवरच्या डोंगरावरचं काळंभोर अरण्य. अचानक मधूनच सामोरे येणारे, हिरवळीचा मागमूस नसलेले काळेभोर कातळ. कुठल्या दिशेनं जायचं? रस्त्याचा तर मागमूसही नव्हता, दिशाही समजत नव्हती. माणूस नावाचा प्राणी भेटला, तर रस्ता विचारायचा प्रश्न होता. माणूस असेल तरच रस्ता बनणार ना! सूर्याकडे बघून दिशेचा अंदाज घ्यायचा. रात्रीच्या वेळी नक्षत्रांकडे पाहून अंदाज घ्यायचा.

दूरवर कुठेतरी रानटी मानव वस्ती दिसली. राम-लक्ष्मणांनी धनुष्य सरसावतच पुढचं पाऊल टाकलं. नागरिकतेचा स्पर्शही न झालेल्या त्या झोपड्या होत्या. आम्हाला पाहताच त्यातल्या एकानं एक कर्कश वाद्य फुंकून सगळ्यांना सावध केलं. बाजूच्या डोंगरांवर आदळून त्याचा प्रतिध्वनी आला. हातात भाले आणि काठ्यांसारखी हत्यारं घेऊन आठ-दहा माणसं धावत आली. पण कोणी हल्ला केला नाही. कदाचित माझ्यासारख्या बाईला बघून ते शांत राहिले असावेत. लक्ष्मण पुढं झाला आणि त्यांच्याशी बोलू लागला. मला त्यांची भाषा समजली नाही, पण त्याला समजत असावी.

''इथं कुठलंसं कृषी आणि पशुपालन करणारं गाव आहे का?''

थोडी भाषा आणि बरेच हातवारे यांच्या साहाय्यानं त्यांनी समोरच्या डोंगराच्या पलीकडे जाऊन तिथून आणखी कुठं जायचं ते सांगितलं. तिथली माणसं अग्निपूजक असल्याचीही त्यांनी माहिती दिली.

त्या सूचनेनुसार आम्ही पुन्हा चालू लागलो. डोंगरावरून उतरून तिथल्या पायवाटेनं आणखी काही अंतर चालून गेल्यावर उजव्या बाजूला एका कोपऱ्यातून धूर येत असलेला दिसला. त्या दिशेनं चालत राहिलो. चालता चालता एका आश्रमात जाऊन पोहोचलो. चौकशी केली, तेव्हा तो सुतीक्ष्ण नावाच्या मुनींचा आश्रम असल्याचं समजलं. आत्मीयतेनं स्वागत झालं. रात्री तापसींचा आहार देण्यात आला. उबदार गवती शय्या होती. 'फार दिवस फार अंतर चालला आहात! पावलं दमली असतील. एक आठवडाभर तरी इथं विश्रांती घ्या..' असं सांगण्यात आलं. आम्हालाही तेवढ्या विश्रांतीची नितांत गरज होती. तिथं सगळे साधकच होते. पंधरा जणं होते. पावसाळा तोंडावर आल्यामुळे आवश्यक तेवढा लाकूडफाटा साठवून ठेवला होता. आश्रमाच्या मागच्या बाजूला शेती केली होती. गाई, बैल, वासरं होती. त्यामुळे दुभतं आणि धान्याला कमतरता नव्हती. ते सगळे धान्य आणि दुभत्याचा वापर करत असले, तरी आमच्यासाठी मात्र कंदमुळं आणून भाजून किंवा शिजवून देत होते. त्यांच्यामध्ये मिसळून राम वेदांतावर चर्चा करत होता. माझी मात्र दिवस-रात्री झोपूनही झोप संपत नव्हती.

मुनींकडून समजलं, तिथं दहा योजने अंतरावर अगस्त्य ऋषींचा आश्रम होता. 'तीच विंध्य पर्वत ओलांडून दक्षिण-पथात प्रवेश केल्याची खूण. एवढ्या दक्षिणेला आश्रम वसवून शंभरपेक्षा जास्त विद्यार्थ्यांना वेदाभ्यास करवताहेत. तिथं गेलात तर ते तुम्हाला दंडकारण्याचा रस्ता सांगतील.'

तसे आम्ही चालू लागलो. मला तर आम्ही कुठं चाललोय, भूमंडलाच्या टोकाला तर येऊन पोहोचलो नाही ना, चौदा वर्षं पूर्ण झाल्यावर पुन्हा एवढं अंतर चालत जाण्याइतकी शक्ती असेल का, या केवळ विचारानंही घाबरायला होत होतं. पण यातल्या कशाचाच मी उच्चार केला नाही. वनवासातले कुठलेही त्रास सहन करेन असं म्हणत मी हट्ट केला होता. तेव्हा दुसरा कुठला मार्ग होता? पण एवढं लांब? एवढं कठीण? एवढा काटे आणि दगडांनी भरलेला मार्ग? तेही अनवाणी? मला हे सगळं कुठून ठाऊक असणार? मुकाट्यानं खाली मान घालून लक्ष्मणाच्या धूळ-चिखलानं भरलेल्या पावलांच्या मागोमाग पावलं टाकत होते. चालताना बोलायला या भावंडांमध्ये काहीच विषय राहिला नव्हता. भोवताली पसरलेल्या निसर्गाचा आनंद अजूनही राम घेतोय की नाही, हे मला तरी कळायचा मार्ग नव्हता. कारण आता तो पूर्वीसारखा 'प्रिये, या वृक्षाची रमणीयता पाहा..सीते, त्या दूरवर

दिगंतापर्यंत पसरलेल्या विविध रंगांचा आस्वाद घे...जानकी, आपल्या मस्तकावरून मोठ्या शिस्तीनं, रांगोळीसारख्या रेखीवपणे उडणारे पक्षी पाहा...हृदयआल्हादक असा हा जलपात बघत काही घटका थांबू या..माझ्या बोटांच्या सरळ रेषेत पाहा..लयबद्धपणे गात असलेला तो सुरेख पक्षी पाहा...आहा! इकडे पाहा- सगळा पिसारा फुलवून मोर कसा नाचतोय, पाहा...' यासारखं काहीच बोलेनासा झाला होता. चालून-चालून तोही कंटाळला असेल का? मागं पाहून हे समजून घ्यायची इच्छा होत होती, पण तसं केलं तर मी थकलेय असं त्याला वाटेल, असा विचार करत मीही तशीच चालत राहिले...

अखेर एकदाचा अगस्त्य आश्रम दिसला. ती ध्यान-तपस्येपासून विद्याप्रसारासाठी असलेली पाठशालाच होती. शेकडो विद्यार्थी आणि दहा-बारा गुरुजन. शिवाय गुरुपत्नी. गुरुपत्नींनी माझं मनापासून स्वागत केलं. केवळ स्त्रियांसाठी असलेल्या स्नानगृहात घेऊन गेल्या. स्नानासाठी गरम पाणी दिलं. माझे दागिने पाहून त्या चकित झाल्या. त्यांनी विचारलं, "माहेरच्यांनी दिले?"

"नाही. अत्री महर्षींच्या पत्नी अनसूयादेवींनी दिले. वय झालं म्हणून त्यांनीच मला दिले."

"पुण्यवान आहेस.." म्हणत त्यांनी दागिन्यांना स्पर्श करून पाहिला. कौतुकानं म्हणाल्या, "किती धूळ..किती घाम.. तरीही किती चमकताहेत! चोख सोनं दिसतंय!" त्यांपैकी कोणाच्याही अंगावर याच्या दहाव्या भागाइतकंही सोनं नव्हतं. त्या सगळ्यांच्या गळयात सुताच्या धाग्यानं बांधलेलं हळकुंड होतं.

अगस्त्य मुनींनी आमचं क्षेम विचारून आमचं स्वागत केलं. आम्ही तिघंही त्यांच्यासमोरच्या चटईवर अंथरलेल्या दर्भावर बसलो होतो.

"अयोध्येत जे काही घडलं, ते आमच्याही कानांवर आलं. पण वनवासासाठी निघालेले राम-लक्ष्मण-सीता आमच्या आश्रमात येतील असं मात्र वाटलं नव्हतं. आणखी किती वर्षं राहिली आहेत वनवासाची?"

"चार." रामानं सांगितलं.

"परतायला सहा महिने धरले, तर साडेतीन वर्षं. तुम्ही आमच्या आश्रमातच राहा. हेही वनच आहे. तुमचं काही आम्हाला ओझं होणार नाही. इथं कोणी अमुक इतकं काम केलंच पाहिजे, असं बंधन नाही. दक्षिण देशाचे कितीतरी राजे, सामंत कितीतरी धान्य आणि इतर जीवनावश्यक सामान इथं पाठवत असतात. इथले गुरुजन विद्यार्थ्यांना आपापल्या कुवतीनुसार शिक्षण देतात. तुम्ही दोघांनी विश्वामित्रांची सेवा केल्याचं माझ्याही कानांवर आलंय. तुम्ही हवं तर विद्यार्थ्यांना काहीतरी शिकवलंत, तरी स्वागत आहे. नाहीतर आणखी काहीही करू शकाल. काही नाही केलं तरी चालेल."

"भगवन्, दंडकारण्यात वास्तव्य करावं, अशी आम्हाला आज्ञा झाली आहे." रामानं सांगितलं.

"कोणाची आज्ञा? सावत्र आईची, की पित्याची?"

"प्रेरणा कोणाचीही असली तरी पित्याची मौन संमती होतीच."

ऋषी निरुत्तर झाले. थोड्या वेळानं ते म्हणाले, "दंडकारण्य हे राक्षसांचं ठाणं झालं आहे. तुम्ही विश्वामित्र महर्षींच्या यागाचे पहारेकरी होता, असं ऐकलंय. यागाला विरोध करणाऱ्या मारीच आणि सुबाहू या दोन राक्षसांपैकी सुबाहूला तू मारलंस. पण मारीच निसटला. तिथून पळून येऊन तो आता दंडकारण्यात वास्तव्य करून आहे. शिवाय तिथं आणखी राक्षसांची वस्ती आहे. तुमच्या दोघांच्या शौर्याच्या कथाही माझ्या कानांवर आल्या आहेत; तरीही सांगतो. केवळ तुम्ही दोघांनी तिथं राहणं क्षेम नाही. शिवाय तुमच्या सोबत तुझी तरुण बायको आहे. बायकांचं अपहरण, अत्याचार या गोष्टींना राक्षस समाजात मान्यता आहे! विचार कर."

राम काही बोलला नाही. ऋषी त्याच्या चेहऱ्याकडे पाहत होते. नंतर म्हणाले, "हवं तर असं करता येईल. तू तुझ्या पत्नीला आमच्या आश्रमात सोडून जा. तुम्ही भावंडं दंडकारण्यात राहण्याचं वचन पुरं करून माघारी परतताना घेऊन जा."

माझ्या छातीची धडधड वाढली. हा आश्रम...गुरुपत्नीची सोबत..या सगळ्या साध्या-सरळ दिसताहेत. पण साडेतीन वर्षं रामाला सोडून राहायचं? त्याच्याबरोबर वनवासासाठी म्हणून निघाले मी! शिवधनुष्याचा भंग केलेला वीर हा! राक्षसांना आणि वाघांना मारणारे बंधू. माझ्या मनाची चलबिचल सुरू असतानाच राम म्हणाला, "भगवानांच्या करुणेनं मी पुनित झालोय! आम्ही दोघं हिचं रक्षण करायला समर्थ आहोत, याची आम्हाला खात्री आहे. मी राक्षसांच्या हाती मारला जाऊन आपल्या मुलाला निष्कंटक राज्य मिळावं, ही माझ्या सावत्र मातेची इच्छा असेलही; पण आम्ही वनवास पुरा करू, संधी मिळाली तर राक्षसांचा संहार करू, त्यांच्या आचरणाला चाप लावू याविषयी विश्वास बाळगावा!"

माझी धडधड शांत झाली. ऋषींच्या चेहऱ्यावर संतोष पसरला होता. ते म्हणाले, "राजकुमारा, तुझ्या प्रत्येक शब्दाला शपथेची शक्ती आहे! तुझा संकल्प परिपूर्ण होवो!"

मुनींनी मार्गदर्शन केलं तसे निघालो. कुठंही रस्ता चुकला नाही. तरीही वीस दिवस लागले. एक डोंगर, त्याच्या पायथ्याशी असलेलं छोटं तळं, डोंगरावरचं घनदाट रान, डोंगरावरून बारीक प्रमाणात उतरून भूमीवर आल्याआल्या मोठ्या प्रवाहात परिवर्तित झालेला प्रवाह, आणखी पुढं जाऊन पाहिलं, तर कुठून-कुठून येणाऱ्या प्रवाहांची मिळून बनलेली नदी. अशीच पुढं वाहत जाऊन हीच फार मोठी नदी बनते, असंही समजलं.

डोंगराचं नाव ब्रह्मगिरी असल्याचं समजलं. नदीचं नाव गोदावरी. जिथं या प्रवाहाला नदीचं स्वरूप मिळालं, त्या भागाला पंचवटी म्हणतात, असंही समजलं. डोंगरावरून उतरून येणाऱ्या नदीचा इथं सतत खळखळाट ऐकू येत होता. विविध प्रकारच्या वृक्षराजीनं नटलेला तो प्रदेश. सदाहरित वृक्षांबरोबरच आंबा-फणस-बेल-चिक्कू यांसारख्या विविध फळांचे वृक्षही विपुल प्रमाणात होते. डोंगरावर भरपूर पाऊस पडून नदीला महापूर आला, तरी नुकसान होणार नाही अशी उंचावरची जागा.

रामानं म्हटलं, "लक्ष्मणा, या जागी कुटीर बांधलं, तर सीता सतत आनंदात राहील. पाण्यात खेळून आकाशात विहार करणारे पक्षी, पारदर्शक पाण्याला इजा न करता वावरणारे मासे पाहताना तिचा वेळ अत्यंत सुंदर जाईल. नदीच्या प्रवाहातल्या एखाद्या खडकावर बसून पाण्यात पाय सोडून बसलं, तर इवले इवले मासे तळपायाचे नाजूक चावे घेत पावलं स्वच्छ करतील! तिकडं पाहा. एक गुहा दिसतेय. साप-वाघ आणि इतर श्वापदांपासून गुहेच्या दाराशी आग पेटवून रक्षण करून घेता येईल. त्या गुहेला आत घेऊन एक पर्णकुटी बांधू या. यानंतर पुढची साडेतीन वर्षं इथून हलायचं नाही. त्यामुळे पर्णकुटी सोयीची आणि बळकट असली पाहिजे! यात सीतेसाठी एक वेगळी खोलीही असू दे. पुढच्या बाजूला नदीचा प्रवाह, संगम आणि जवळच ब्रह्मगिरीवरची घनदाट झाडीची हिरवळ नजरेत येण्यासारखं पर्णकुटीसमोर थोडं मोकळं अंगणही असू दे. बंधू, यानंतरची साडेतीन वर्षं आपण इथंच काढायची आहेत! यानंतर तुला पुन्हा-पुन्हा झोपडी बांधायचे कष्ट नाहीत! हेच झोपडं सोयीचं आणि दणकट बनव."

कुदळ-करवत-फावडा यांसारख्या आयुधांसह झोपडी बांधायला लक्ष्मणाला एक महिना लागला. राम मदत करायला पुढं झाला, तरी लक्ष्मणानं ती मदत नाकारली. इथं खायला-प्यायलाही काही कमी नव्हतं. थोड्या वरच्या बाजूला असलेल्या सपाट जमिनीची लक्ष्मणानं शेतीसाठी शाकारणी केली. त्या कंदी रंगाच्या दमट मातीचा आकर्षक गंध मला दीर्घ श्वासोच्छ्वास करायला प्रवृत्त करू लागला. त्या मातीत बसून पसाभर माती नाकाशी नेऊन त्या मृद्गंधानं मी तल्लीन होऊन गेले. कुटिराहून थोड्याच अंतरावर वन दिसत असलं, तरी त्यातल्या पशूंचा इथं त्रास नव्हता. मी एकटीच त्या जमिनीत नुसत्या हातानं ढेकळं फोडून माती सारखी करायचा आनंद लुटत होते. राम आकाशातल्या सूर्याचं निःशब्दपणे निरीक्षण करत असायचा. निवांत वेळी लक्ष्मणही नदीत डुंबायचा आनंद घेत राहायचा.

रामानं शास्त्रोक्तपणे गृहशांती केल्यानंतर आम्ही कुटीरप्रवेश केला.

चित्रकूट सोडल्यानंतर एवढ्या सुंदर परिसरात एवढ्या शांतपणे आम्ही दिवस काढले नव्हते. चित्रकूटला उठून दिसणारे पर्वतशिखर, पर्वतांच्या रांगा यांचं रुद्ररमणीय सौंदर्य होतं. तेव्हा नुकतेच अयोध्येहून आल्यामुळे मन वनवासाला सरावलं नव्हतं. पण या पंचवटीच्या भोवतालचा प्रदेश चित्तवृत्तींना शांतवत होता. आणखी चारच वर्षांत गावी परतायचं आहे, याची सुखद भावना. तेवढ्यात हे सौंदर्य मनसोक्त आस्वादायची आशा मनात निर्माण झाली होती. काही क्षण या आशेत डुंबल्यावर वास्तवात आलेल्या मनापुढे प्रश्न उभा राहिला, पुढची साडेतीन वर्षं हेच हे दृश्य पाहत राहायचं... या विचारानंच मनात कंटाळा दाटून आला.

एका सकाळी मी आणि राम घरासमोरच्या अंगणातल्या दगडावर बोलत बसलो होतो. आतापर्यंत पाहिलेले डोंगर-दऱ्या-अरण्यं आणि तिथले वनचर-वृक्षवल्ली-नदी-सरोवर-खाल्लेली फळं-कंदमुळं यांच्या आठवणी काढत वेळ काढत होतो. आणखी कुठल्या विषयावर मी बोलणार? कदाचित रामाकडे इतर विषय असतीलही; पण तरीही तो मोठ्या आस्थेनं माझ्याबरोबर बोलण्यात रस घेत होता. नदीत आंघोळ करून मीही केस वाळवून अनसूया आजींनी दिलेले दागिने आणि लुगडं नेसलं होतं. या कुटिराची आणखी एक सोयीची गोष्ट म्हणजे आंघोळीसाठी खूप उतरावं लागत नव्हतं. प्रवाहाला पाठ देऊन निवांत बसून शरीर हलकं करता येत होतं. नदीचा उगमापासून फारसा प्रवास न केल्यामुळे वाहून जायचं भय नव्हतं. नाजूक चावे घ्यायला येणाऱ्या छोट्या-छोट्या माश्यांना हातांनी दूर पळवण्यात गंमत वाटत होती. तो एक प्रकारचा खेळच होता.

त्या दिवशीही मी नेहमीप्रमाणे सगळे दागिने घातले होते. रामानं कुटिराच्या मागच्या बाजूला असलेल्या वनातून गोळा करून आणून दिलेल्या रानजाईचा केळीच्या चोयट्यांनी केलेला भरघोस गजरा माझ्या केसांत माळला होता. आणखी एक गजरा माझ्या गळ्यातल्या सोन्याच्या सरीहून खाली येईल अशा प्रकारे बांधला होता. नेहमीपेक्षा सुंदर दिसत असल्याची भावना माझ्या मनात भरून राहिली होती.

त्याच वेळी नदीच्या पलीकडे एक स्त्री दिसली. या प्रदेशातल्या वनवासींपैकी ती नव्हती. तिचा बांधा आणि रंगरूप आमच्यासारखंच होतं. पण बळकट बांधा होता. कायाकष्टामुळे शरीर काटक बनलं असावं. बाहूही बलिष्ट दिसत होते. खांबासारख्या मांड्या दिसत होत्या. सुंदर चेहरा असला, तरी त्यावरचे भाव कठोर दिसत होते. छाती तर उठून दिसावी एवढी मोठी होती. अंगावरच्या वस्त्रांमधूनही तिचा सशक्त देह उठून दिसत होता. आम्ही दोघंही बसलो असलो, तरी ती रामाकडेच टक लावून पाहत होती.

नदी ओलांडून ती अचानक आमच्या दिशेला धावत येऊ लागली. तिची रामावर रोखलेली नजर माजावर आलेल्या पशूसारखी होती. मी शेजारी आहे याकडे

लक्ष न देता तिनं रामाला आलिंगन देण्यासाठी दोन्ही हात पसरले. राम घाबरून तिला दूर लोटत म्हणाला, "ए..ए! काय करतेयस हे!"

"माझ्या मनात आशा निर्माण झाली आहे! का दूर लोटतोस? ये..." म्हणत ती पुन्हा जवळ येऊ लागली.

मी घाबरी झाले. काय करावं ते सुचेना. या अनपेक्षित घटनेमुळे रामही बावरला होता. तिनं जीभ बाहेर काढून एखाद्या पशूप्रमाणे त्याचा चेहरा चाटायला सुरवात केली. एव्हाना रामानं स्वत:ला सावरलं. तो उठून उभा राहिला. त्यानं तिला मागं लोटत तिथल्या दगडावर बसवत विचारलं, "हे सुंदरी, तू कोण? कुठून आलीस? असं अचानक मला का पकडलंस?"

रामानं तिला 'सुंदरी' म्हणताच माझ्या सर्वांगाला घाम फुटला. ती उंची, बळ, शक्ती या सगळ्याच बाबतीत त्याच्या बरोबरीची ठरेल, अशी दृढकाय होती. म्हणून ती याला 'सुंदरी' वाटली असेल का?

"हे सुंदरांगा! तुला मी गेले चार-सहा दिवस पाहत आहे!" तिची बोलायची पद्धत आमच्यापेक्षा वेगळी असली, तरी तिचं बोलणं मला समजत होतं, "तुला पाहिल्या-पाहिल्याच माझ्या मनात कामवासना निर्माण झाली आहे! तुझ्याशी एकरूप व्हायची आशा मनात निर्माण झाली. पण तू हिच्यापासून अजिबात इकडं-तिकडं होत नाहीस. आता नदीपलीकडच्या झाडाआडून पुन्हा बघत होते. कितीही वाट पाहिली तरी तू काही या उंदराच्या पिलापासून दूर होत नाहीस! माझ्या शरीरातला काम गेल्या आठ दिवसांत भरपूर वाढला आहे. आता वेळ नको घालवायला! ये...जवळ ये...नाहीतर मीच तुझ्याजवळ येते...आता मी क्षणभरही थांबायला तयार नाही...काय समजलास मला? ही शूर्पणखा काही भेकड नाही..थांब तू..मीच आले..."

असं म्हणत ती दोन्ही हात पसरून रामाकडे धावली.

रामानं विषय बदलत विचारलं, "ते राहू दे. मी इथं असल्याचं तुला कसं समजलं?"

"शिकार शोधायला या नदीच्या पलीकडे चार दिवसांपूर्वी फिरत असताना अचानक माणसाचा वास आला. तो छातीभरून घेतला. पुरुषाचा वास! वासावरूनच माझ्या मनातला काम जागृत झाला. वासाच्या रोखानं इकडे आले. नदीपलीकडच्या झाडाआडून पाहिलं. तू दिसलास. मनातली कामवासना अनावर झाली. पण तुला माझा मोह पडेल काय याची शंका वाटली. गेले तीन दिवस रोज येतेय. आता मात्र मनावर आवर घालणं अशक्य आहे! ये..ये.. सुंदरांगा, तुझ्याइतका देखणा पुरुष मी आजवर भोगला नाही! ये...आता उशीर करू नकोस!"

"पण सुंदरांगी! तुला माझा मोह पडला...मी कृतार्थ झालो आहे! तुझ्यासारखी

सुंदरी इतक्या उत्कटपणे मोहित होऊन आली आहे, याहून पुरुषाचं मोठं भाग्य आणखी काय असणार? बैस. निवांतपणे बोलू या.''

रामाच्या या बोलण्यावर ती मुकाट्यानं बसली.

''माझं लग्न झालंय. हिच्याव्यतिरिक्त मी आणखी कोणाशीही शरीरसंबंध ठेवू शकत नाही. हिच्या वडिलांना मी तसा शब्द दिलाय. तसा शब्द दिला नसता, तर त्यांनी माझं लग्न लावून दिलं नसतं.''

''अरे रे! या उंदराच्या पिलावर भाळून तू वचन दिलंस; म्हणून काय झालं? तू वचनभंग केलास, तर हे पिलू तुझे कपडे कुरतडतं का? तुला वचनाचं एवढं बंधन वाटत असेल, तर मी मांजरासारखी या पिलाला मटकावून टाकेन. वेलीसारखी तुला वेढून राहणाऱ्या या बयेपासून तुला कसलं सुख मिळतंय? मल्लयुद्ध असो वा मदनयुद्ध! समशक्तीचे प्रतिस्पर्धी असतील, तरच खरी मजा! एकदा माझी छाती, माझे बाहू, माझ्या मांड्या यांचा अनुभव घेऊन पाहा! नंतर तूच या सुक्या काडीला फेकून देशील!''

''तू तर फक्त देहानंच नव्हे, बुद्धीच्या बाबतीतही महाबलशाली दिसतेस! हा अनुभव माझ्या दृष्टीनंही नवाच आहे. तुझ्या या गुणालाच आमच्याकडे अवगुण मानला जातो. कुठं शिकलीस तू हे?''

''यात काय शिकायचं? आक्रमण हा पुरुषाचा गुण आणि त्याला चेतवणं ही स्त्रीची प्रवृत्ती. जर मादीच्या चेतवण्याला नरानं प्रतिसाद दिला नाही, तर तिनं पुढाकार घ्यायचा. तू नाही पाहिलंस हे? किती वर्षं वनात आहेस? बोलण्यात वेळ घालवू नकोस. तू नर होणार आहेस की मादीसारखा शरण येणार आहेस?'' बोलता बोलता ती मल्लयुद्धाला सज्ज झाल्याप्रमाणे उभी राहिली.

त्याच वेळी कुटिराच्या मागच्या बाजूनं लक्ष्मण आला. खांद्यावर धनुष्य, मानेवर फळं-कंदमुळांचं गाठोडं, उजव्या हातात खड्ग, पाठीला बाणांचा भाता......तिची नजर त्याच्यावर गेली. त्याला नजरेनं कुरवाळत तिनं विचारलं, ''हा कोण? तुझंच प्रतिरूप! काही चेटूक नाही ना?''

लक्ष्मणानं गाठोडं आणि हत्यारं जमिनीवर ठेवली.

''माझा धाकटा भाऊ. याच्या मागं बायकोचं लचांड नाही!'' काहीतरी सुचून राम म्हणाला.

''हाही चालेल! पण आता थांबणं शक्य नाही...'' म्हणत तिनं लक्ष्मणाला कवटाळलं.

या अचानक झालेल्या हल्ल्यातून सोडवून घेण्यासाठी क्षणभर लक्ष्मण धडपडला. पण तिनं त्याला न सोडता उताणं पाडलं आणि त्याच्यावर स्वार होऊ लागली.

परिस्थितीचं नेमकं आकलन व्हायला क्षणार्ध जावा लागला. दुसऱ्याच क्षणी

त्याचा चेहरा शरम आणि क्रोधानं लालबुंद झाला. तिला झिडकारून तो ताड्कन उठला. दुसऱ्याच क्षणी एका झेपेत त्यानं खड्ग हाती घेतलं.

राम ओरडला, "लक्ष्मणा, सावध! स्त्रीहत्या महापाप आहे!"

लक्ष्मणानं खड्ग फेकून कुऱ्हाड घेतली आणि त्यानं तिच्या नाकाचं टोक सपकन कापलं. रक्त वाहू लागलं. बोटानं ते निपटून तिनं ते चाखलं आणि किंचाळली, "तुमचं नपुंसकत्व झाकायला माझं नाक कापलंत? आता तुमचं रक्त प्यायल्याशिवाय मी शांत राहणार नाही!" किंचाळतच ती धावत सुटली. पाण्यातून नदीच्या पलीकडे जाऊन ती दिसेनाशी झाली.

त्यानंतर आमच्यापैकी कोणीही त्या प्रसंगाविषयी अवाक्षर काढलं नाही. तसं बोलणं आपल्याला आणि आपल्या संस्कृतीला अशोभनीय आहे, ही भावना आम्हा तिघांच्याही मनात भरली होती. मला तर बायका अशाही असतात, अशाही वागतात याची कल्पनाही नव्हती. तिचं ते बोलणं आणि वागणं आठवलं, तरी मनात किळस दाटून येत होती.

पाचव्या दिवशी लक्ष्मण म्हणाला, "दादा, हा राक्षसांचा प्रदेश आहे. अगस्त्य मुनींनी सांगितलं होतं, ते अगदी खरं आहे. आपण सावध असलं पाहिजे."

"होय." रामही म्हणाला.

सातव्या दिवशी, सूर्योदय झाल्यावर सात-आठ घटका झाल्या असतील. नदीच्या पलीकडे काही जण सुकलेल्या पाचोळ्यावरून चालत येत असल्याची चाहूल लागली. टेकाडावरून लक्ष्मणानं त्याचा वेध घेतला आणि वेगानं खाली उतरून येत म्हणाला, "राक्षसांचा घोळका येतोय! चौदा जणं धनुष्य-बाण आणि भाले-बर्ची घेऊन येताहेत. चौदा जणं आहेत. वहिनीला गुहेत जाऊ दे. तू गुहेच्या तोंडाशी रक्षणाला उभा राहा. मी त्यांच्याकडे बघून घेईन."

"नीट पाहिलंयस ना? राक्षसच आहेत ना?"

"होय. चौदा जणं आहेत. मोजलेत मी."

काही क्षण राम विचारात पडला. नंतर म्हणाला, "तू गुहेत सीतेचं रक्षण कर. राक्षसांकडे पाहायचं माझं कर्तव्य आहे. चर्चा नको."

मी पटकन गुहेत शिरले. लक्ष्मणानं देहकवच धारण केलं, हातात धनुष्य-बाण घेतला आणि कुटिराच्या आतल्या बाजूला आला. बाहेरून गुहेचा दरवाजा लक्षात येणार नाही अशी दाराची रचना केली होती. ती झापं त्यानं दारावर लावली.

आत नि:शब्द अंधकार पसरला होता. काही क्षण फक्त अत्यंत वेगानं गेलेल्या बाणांचा 'सुईं....सुईं...' आवाज ऐकू आला. कुठतरी दूरवर 'हा...' म्हणून टाकलेला प्राणांतिक नि:श्वास...

बऱ्याच वेळानं लक्ष्मणाचा आवाज ऐकू आला, "...चौदा!"

काही वेळानं गुहेच्या दारावरची झापं काढल्याचा आवाज ऐकू आला. गुहेत मंद उजेड आला. रामाचा आवाज आला, ''चौदा! एकही नेम चुकला नाही. पळाले असले तरी वाटेत मरून पडतील. ओढून काढला असला, तरी बाणाचं विष अंगभर पसरलेलं असेल.''

आम्ही बाहेर आलो. लक्ष्मणानं पुन्हा टेकाडावर चढून पाहिलं. खाली येऊन म्हणाला, ''चार देह पडलेले दिसतात. जाऊन बाणाची टोकं उपटून घेऊन येतो. इथं लोह कुठून आणणार?''

तो निघताच रामानं सावध केलं, ''सावध राहा. प्रेतं खायला रानटी प्राणी येतील. कदाचित काही राक्षस दडूनही बसले असतील.''

लक्ष्मण धनुष्य-बाण आणि खड्ग घेऊन गेल्यानंतर राम मला म्हणाला, 'राक्षसांच्या स्वभावाविषयी विश्वामित्र महर्षींनी सांगितलं होतंच. शिवाय आमचे अनुभवही होतेच. प्राण्यांप्रमाणे चढाई करतात. व्यूहरचना किंवा समूह-मेळ-रचना याचा काहीही विचार करत नाहीत.''

पुढचा महिनाभर आम्ही अतिशय सावध होतो. दररोज राम लक्ष्मणाला सावध करायचा, ''आहारसंग्रहासाठी इथून फार दूर जाऊ नकोस.''

एक दिवस माघारी आलेल्या लक्ष्मणानं सांगितलं, ''आपण इतके दिवस इथं राहतोय, पण कधीच ब्रह्मगिरीवर गेलो नाही. आज चार यात्री भेटले होते. वीस दिवसांचा प्रवास करून आले होते. दक्षिण देशातले होते. ते सांगत होते, वर गोदावरी नदीचं उगमस्थान आहे म्हणून. पुण्यस्थान.''

''प्रत्येक नदीचं उगमस्थान हे पुण्यस्थानच असतं! आपणही जाऊ या एकदा.'' राम म्हणाला.

दमूनभागून अरण्यातून चालत असताना कधी एकदा सखल प्रदेश येतो आणि आपण स्थिरावतो, असं होत होतं. इथं शांत जागी स्थिरावल्यावर मात्र कुठं तरी फिरून यायची माझ्या मनात इच्छा निर्माण झाली. आहारसंचयाच्या निमित्तानं लक्ष्मण फिरून येत होता. माझ्या रक्षणासाठी लक्ष्मणाला ठेवून अधूनमधून रामही धनुष्य-बाण आणि खड्ग घेऊन बाहेर जाऊन येत होता; पण मला मात्र कधीही घेऊन जात नव्हता.

''चौदा राक्षसांचा वध केल्यानंतर पुन्हा कशाला घाबरायचं?'' मी विचारलं तर तो म्हणाला होता, ''हे राक्षस मायावी असतात. आणखी काही दिवस जाऊ देत.''

शेवटी आम्ही तिघं जणं मिळून ब्रह्मगिरीची यात्रा करायला बाहेर पडलो. पुढं लक्ष्मण, मध्ये मी आणि नंतर राम असे चालत होतो. हेही वनच असलं, तरी फारसं निबिड अरण्य नव्हतं. वर पोहोचलो. तिथं भक्तांनी बांधलेलं छोटं देऊळ होतं. त्यात दुधाच्या रंगाची बोटाएवढ्या जाडीची एक धार पाझरत होती. ती पाहताना मी

देहभान विसरून गेले. कुठंतरी हे दृश्य पाहिल्याची आठवण मनात रुंजी घालत होती.

पण हे कसं शक्य होतं? कारण मिथिला किंवा अयोध्येत अशा प्रकारचा कुठलाही नदीचा उगम नव्हता. एवढ्या मोठ्या वनवासातही कधी असा नदीचा उगम मी पाहायची वेळ आली नव्हती. मग ही आठवण कशाची? कुठं पाहिलं होतं हे दृश्य?

उगमाचं दर्शन-नमस्कार करून काही वेळ तिथं घालवून माघारी परतलो. येताना वाटेत माझा मला खुलासा झाला. एक आठवण जोरात पुढं आली. हे दोघंही नरभक्षक वाघांच्या शिकारीसाठी गेले होते, तेव्हा माझ्या भोवताली बसलेल्या त्या बायकांमधल्या त्या बाईचं बाळाला दूध पाजायचं दृश्य आठवलं. तिच्या स्तनातून असं दूध पाझरत होतं. शुभ्र दुधाची धार!

कुठून कुठं आली ही आठवण? माझं मलाच आश्चर्य वाटलं. त्या घटनेला पाच-सहा महिने होऊन गेले होते. विस्मरणात गेलेलं ते दृश्य या नदीचा उगम पाहून वर आलं! मोठंच विचित्र! तरीही दोन्ही दृश्यं एकमेकांत मिसळून पुन्हा-पुन्हा वर येत होतं.

सात-आठ दिवस गेले होते. उबदार दर्भाची गादी, तेवढंच उबदार दाट गवतापासून केलेलं पांघरूण, हे स्थळ, हे कुटीर...इथं आल्यानंतर अनुभवत असलेली सुखनिद्रा गेल्या साडेदहा वर्षांत कधीच अनुभवायला मिळाली नव्हती. उताणी झोपले होते. एकाएकी छाती जड झाली. आतून दाटून येणारी वेदना. या आधी कधीच ही जाणवली नव्हती. यावरचा उपायही सुचत नव्हता. एकाएकी माझ्या स्तनातून दूध उसळलं. वेदना शांत झाल्या. कंचुकी भिजली की काय? हात लावून पाहिलं, तर तसं काहीच झालं नव्हतं. शुष्क!

जाग आली. रामाचा दीर्घ श्वासोच्छ्वास ऐकू येत होता. माझाही दीर्घ उच्छ्वास त्यात मिसळला. संपूर्ण वातावरण निश्चल-निष्क्रिय झालं होतं.

पुन्हा-पुन्हा हेच स्वप्न. छातीत उठणारी असह्य कळ. अमावस्येला, पौर्णिमेला, वाढत्या चंद्राला, क्षय होणाऱ्या चंद्राला सतत दिसत राहिली. असंच छातीतून दूध उसळत होतं...हात लावून पाहिलं, तर सगळं शुष्क! कधीतरी मनात यायचं, रामाला या स्वप्नाविषयी सांगावं. पण पुन्हा वाटायचं, त्याला काय वाटेल? जर तो वनवासातल्या ब्रह्मचर्य व्रताविषयी सांगत राहिला तर? रोज रात्री झोपायच्या आधी 'हे स्वप्न पडायला नको..' असं स्वत:ला बजावते. कितीतरी दिवस पडत नाही, पण मधूनच एखाद्या रात्री पुन्हा छाती भरून येते, जड वाटू लागतं, वेदना पिळवटून टाकतात.

सूर्य चार पुरुष वर आला होता. लक्ष्मण फळ-फळावळ घेऊन परतायची वेळ

झाली होती. नदीच्या पलीकडे शेती करून त्या धान्यानं गाडगी भरलेली असल्यामुळे केवळ फळं आणि कंदमुळांवर जगायची गरज राहिली नव्हती. आंघोळ करून मी लुगडं नेसून दागिने घातले होते. रामानं गुंफलेली माला केसात माळून अंगणात बसले होते. एक छोटंसं हरिणीचं पाडस खालच्या बाजूला दिसलं. काहीतरी शोधत असावं. किंवा रस्ता चुकून ते इथं आलं असावं. वेळ घालवायला काहीतरी हवं असताना ते एक निमित्त मिळालं. त्याची आई कुठं होती कोण जाणे! हे पाडस आईपासून चुकलं असेल का? त्याची आई व्याकूळ होऊन त्याला शोधत असेल काय? एवढंसं पाडस! एखाद्या श्वापदाच्या नजरेला पडलं तर... या विचारानंच माझ्या काळजात चर्रर्र झालं. त्याला जवळ घेऊन कवटाळावं, मांडीवर घेऊन पापे घ्यावेत, असं तीव्रपणे वाटू लागलं. इथं असेपर्यंत ते माझा सखा झालं पाहिजे. माझ्या कुशीत ते झोपलं पाहिजे. त्या उबेत झोप आली पाहिजे...

मी जवळच्या दुर्वा उपटून समोर धरल्या आणि त्याला 'ये...ये..' म्हणून बोलावू लागले. मी जवळ जाईपर्यंत ते निरागस बालकासारखं माझ्याकडे पाहत उभं राहिलं. पण मी हात लावायच्या आधी भेदरून पळून गेलं. मी त्याची समजूत काढत म्हटलं, "बाळा, घाबरू नकोस रे...आई आहे मी तुझी..." क्षणभर थबकून त्यानं मागं वळून पाहिलं आणि त्यानं पुन्हा धूम ठोकली. थोड्या अंतरावरून पुन्हा वळून पाहू लागलं.

एवढ्यात पाठीमागून राम आला. म्हणाला, "हरणाची जात चंचल! पकडणं कठीण!"

"मला हवंय ते! मला खेळायचंय. खेळवायचंय. पाळायचंय."

लक्ष्मणही फळांची टोपली घेऊन कुटिरात गेला.

राम म्हणाला, "हवं तर नेम धरून शिकार करतो. हातानं पकडणं कठीण. जाळं असेल तर जमू शकेल. इथं जाळं तरी कुठून आणायचं?"

"आर्यपुत्रा! अकरा वर्षांच्या अरण्यवासात मी तुझ्याकडे एक तरी गोष्ट मागितली का? मोठाल्या वाघांची शिकार करणाऱ्या वीराला एक जिवंत छोटंसं पाडस पकडणं कठीण आहे का? प्रेम असेल तर यात काय कठीण आहे?"

रामाला हसू आलं. कुटिरात जाऊन त्यानं छातीला कवच बांधलं, धनुष्य-बाण आणि खड्ग घेऊन बाहेर आला. लक्ष्मणही बाहेर आला. त्याला रामानं सांगितलं, "त्या पाडसाला काहीही इजा न करता पकडून घेऊन येतो. तुझं फळांचं काम झालंय ना? सीतेकडे लक्ष असूदे.." एवढं सांगून तो पाडस नाहीसं झालं होतं त्या दिशेला निघाला. ते टुणकन उडी मारून आणखी दूर पळून गेलं. छोटंसं पिलू किती चपळाईनं उडी मारून पळालं! मी कौतुकानं तिकडं पाहत उभी राहिले. ते दिसेनासं झालं. पाठोपाठ रामही दिसेनासा झाला.

सूर्य डोक्यावर यायला घटकाभर वेळ राहिला. तोपर्यंत मी तशीच उभी होते. तो डोक्यावर आला. उतरू लागला. राम आला नाही. पोटात भूक जाणवू लागली. तिघांची जेवायची वेळ झाली. लक्ष्मण ज्वारीची भाकरी थापत होता. भूक लागली होती. अजूनही राम आला नाही. त्याला सोडून जेवायची आमची पद्धत नव्हती. पाडस कुठं गेलं, किती दूर गेलं कोण जाणे. वाट पाहून पाहून आता मनात काळजी निर्माण झाली. मनात येऊ लागलं, मी का हट्ट केला? प्रेमाचा वायदा का दिला? हा माझा स्वभाव नाही, तरीही का अशी वागले?

त्याच वेळी कुठून तरी दूरवरून आवाज आला, "हा सीता, हा लक्ष्मणा..."

हा तर रामाचाच आवाज! मी लक्ष्मणाकडे धावले. त्यानं लक्ष देऊन ऐकलं. पण त्याला काहीच ऐकू आलं नाही. काही क्षण दोघंही शांत राहिलो. पुन्हा तीच हाक! मी लक्ष्मणाला त्या दिशेला बोट करून दाखवलं. दूरवरून क्षीण आवाजात त्याच हाका, "..हा सीता...हा लक्ष्मणा..."

"लक्ष्मणा, आता तरी ऐकू आलं ना? राम संकटात सापडलाय! जिवाला अपाय असल्याशिवाय कोणीही इतक्या आर्त स्वरात हाका मारणार नाही! त्यातही राम! धाव तू...धाव..! रामाचं रक्षण कर."

पण लक्ष्मणाच्या चेहऱ्यावरची रेषाही हलली नाही. तो अजिबात घाबरला नाही. तो म्हणाला, "कसलासा आवाज हा! तुला तो रामाच्या आवाजासारखा वाटतोय एवढंच! त्याला असा काही जीवघेणा अपाय करणं कुणालाही शक्य नाही! शांत हो."

लक्ष्मण सांगतोय ते खरं की मला ऐकू आलं ते खरं? तेवढ्यात पुन्हा तीच हाक ऐकू आली.

"ऐक लक्ष्मणा! ऐकू नाही आलं? स्पष्टपणे ऐकू येतंय. माझ्या नवऱ्याचा आवाज माझ्यापेक्षा तुला जास्त ओळखता येतोय का?"

"घाबरू नकोस, वहिनी! शांतपणे समजून घे."

"अरे, नवऱ्याचा जीव जात असताना मी कशी शांत राहू? भावावर प्रेम असतं, तर तूही माझ्याइतकाच घाबरा झाला असतास!"

"तुला कधीही एकटं सोडायचं नाही, असा आम्हा दोघांचाही निश्चय आहे. हा राक्षसांचा प्रदेश आहे! अगस्त्य मुनींनी सांगितलेलं लक्षात आहे ना? बुद्धी ताब्यात ठेव."

"वा! मला बुद्धी ताब्यात ठेवायला सांगतोस? तुझ्या बुद्धीत काय चाललंय, हे माझ्या लक्षात आलंय!" माझी जीभ फटाफट बोलू लागली.

❧

लक्ष्मणा! या कथेतल्या पुढच्या सगळ्या घटनांना माझी ही जीभच कारणीभूत आहे! हे बोलून विसापेक्षा जास्त वर्षं लोटली ना? इतक्या मायेनं माझी पावलं तुझ्या मांडीवर ठेवून घेऊन किंचितही वेदना होऊ न देता मातेच्या मायेनं काटे काढत होतास तू! इतका काळ लोटला, तरी मला क्षमा नाही ना केलीस? का रे? पुरुष कधीच असे भावनाविवश होत नाहीत का? माझी ती चूक इतकी अक्षम्य आहे का? माझी काळजी घ्यायला बायकोला वरचेवर पाठवतोस! पण तू का एकदाही आला नाहीस? या डोळ्यांचं पाणी कधीच आटलं नाही. कठीणहृदयी आहेस तू! कठोर! तू तर रामापेक्षा कठोरहृदयी आहेस! तुझ्या या कठोर हृदयाविषयी तुझ्या बायकोला सांगून न्याय करायला सांगायची प्रबल इच्छा होते. पण त्यासाठी आधी माझी चूक सांगावी लागेल. त्याचीच शरम वाटते. म्हणून तोंडून अवाक्षर निघत नाही. शरीर-कवच धारण करून, हातात धनुष्य-बाण-खड्ग घेऊन निघताना तुझ्या चेहऱ्यावरचा तो पराकाष्ठेचा तिरस्कार अजूनही माझ्या छातीत खोलवर रुतला आहे.

काही वेळ तू निघून गेलेल्या दिशेला मी पाहत राहिले. राम पाडसाच्या मागोमाग धावत गेल्याचा क्षण आठवून मनात भय दाटून आलं. एकटीच उभी असल्याचं तीव्रपणे जाणवलं. तेही कुटिराच्या बाहेर! आत जाऊन दार बंद केलं. कडीही घातली. भय थोडं कमी झालं. तरीही आणखी थोडं रक्षण आवश्यक वाटलं. गुहेचं तोंड बंद करून गुहेत बसून राहिले. त्या दारालाही काटक्यांचा आडोसा लावला. आता अंधकार भरून राहिला होता. चौदा राक्षसांना रामानं मारलं, तेव्हा याच अंधारात अशीच बसल्याचं आठवलं. अशीच एकटी. पण तेव्हा बाहेर लक्ष्मण होता. आता मात्र मी अगदीच एकटी! पण इथं कोणीच येणार नाही. एकटी असल्याचं कोणालाही समजणार नाही. या विचारानं थोडं धैर्य गोळा केलं.

मी नि:शब्दपणे रक्षामंत्राचं पठण करू लागले. आणखी धैर्य वाटू लागलं.

अचानक कुटिराचा दरवाजा मोडल्याचा आवाज आला. छातीत धडधडू लागलं. चार-सहा निमिषात गुहेच्या दारावरच्या काटक्या ओढून काढल्याचा आवाज..गुहेत मंद उजेडानं प्रवेश केला. एक दैत्य आत घुसला. मला घट्ट धरून बाहेर खेचलं. किंचाळण्यासाठी तोंड उघडलं, तर एक कापडी बोळा तोंडात घट्ट कोंबण्यात आला. मला उचलून खांद्यावर टाकलं आणि तो बाहेर चालू लागला. बाहेर आणखी चार राक्षस उभेच होते. मी हात-पाय झाडले, सुटकेसाठी धडपड केली. किंचाळणं शक्यच नव्हतं.

मला उचलून घेऊन त्यांनी घाईघाईनं नदी ओलांडली. ते सगळेच झपाझप

चालू लागले. ओरडणं शक्य नव्हतं. कारण तोंडातला बोळा मला तसं करू देत नव्हता. एक टेकाड, एक ओढा आणि अरण्य ओलांडून गेल्यावर तिथं त्यांनी आधीच तयार करून ठेवलेलं एक तिरडीसारखं एक वाहन होतं, त्याच्यावर त्यांनी माझे हात-पाय करकचून बांधले. चौघांनी एकेक बाजू उचलून घेतली आणि धडाधडा धावत सुटले.

माझा सत्यनाश झाला. चिंतेत सापडून भुलले. नवऱ्याला प्रेमाच्या सवालात अडकवलं. दिराच्या विवेकाला अनागरी बोलण्यानं चिरडीला आणलं. सीते, तुझा सर्वनाश झाला! सर्वनाश होण्याआधी जीव गमावला तर? पण या पाप्यांनी तर आत्महत्या करता येऊ नये अशा प्रकारे बांधून ठेवलंय.

हे मला उचलून कुठं घेऊन चाललेत, कुठल्या दिशेला? त्यांच्या देशाला घेऊन चालले असतील काय? राक्षसांनीच नेलं असेल, याचा राम-लक्ष्मण अंदाज करतील. त्यांचा प्रदेशही शोधून काढतील. त्यांच्या बाणांसमोर या पापींचा सगळा डाव उधळला जाईल. त्या वेळेपर्यंत पावित्र्य टिकवलं पाहिजे. हात-पाय बांधले आहेत.

मग अत्याचाराचा कसा विरोध करायचा? काय करू?

पावित्र्य नष्ट व्हायच्या आधी जीव द्यायला पाहिजे. अशा परिस्थितीत श्वास कोंडून मरणं हा एकच मार्ग आहे. मी लगेच श्वास घ्यायचं थांबवलं. एक..दोन...तीन...पंधरा..सोळा...कोंडलेला श्वास जोरात बाहेर आला. बाहेरची हवा आत शिरली. पाण्यात बुडाल्याशिवाय श्वास कोंडणं शक्य नाही. कुठल्यातरी पाण्यापाशी उतरवलं, तर काहीतरी कारण सांगून, बहिर्दशेचं कारण सांगून हे साधता येईल. सगळ्यांची नजर चुकवून पाण्यापाशी जायचं, पदराला दगड बांधायचे आणि...

दोन रात्री, दोन दिवस...खायला दिलं तरी न खाता...उपवासही एक मरायला कारण होऊ शकेल असं वाटलं. पहिल्याच दिवशी तोंडातला बोळा काढला होता. दुसऱ्या दिवशी त्यांनी खाली उतरवून विचारलं, 'देईल ते खाशील की पाण्यात मिसळून पाजायला पाहिजे?'

"तसं केलं तर थुंकून देईन. वांती करेन."

"मरू नकोस बये! तुला जिवंत घेऊन यायची आज्ञा झालीय."

"कोणी केलीय आज्ञा?"

"नाही सांगणार. चार-सहा दिवसांनंतर कळेल."

एकाएकी मनात एक विचार आला. मला जगायला पाहिजे. मी जिवंत असल्याचं कोणाकडून तरी राम-लक्ष्मणांना समजेल. ज्यानं ही आज्ञा दिली आहे, त्याला मारून ते माझी सुटका करतील. मरून गेले, तर त्या दुःखानं रामही...."

या विचारानं रडू आलं. मुकाट्यानं खायला मागून घेतलं.

उताणं झोपवून चालत असल्यामुळे कुठल्या दिशेला चाललोय हे मला समजत नव्हतं. मन थोडं हलकं झालं होतं. जनक राजाची मुलगी मी! रामाची बायको, लक्ष्मणाची भावजय. मी का घाबरू? एकदा मरायला तयार झाल्यावर भय आपोआपच नष्ट होऊन जातं. मी क्षत्रिय आहे. कशाला घाबरायचं?

आठ-दहा दिवस गेले. खाण्यासाठी उतरवलं तेव्हा विचारलं, ''भाऊ, पळून जाणार नाही असं देवाची शपथ घेऊन सांगते. बांधलेले हात-पाय सोडा. पाय आणि गुडघे जड होऊन दुखायला लागलेत.''

''आम्ही देवाची शपथ मानत नाही. तुला सुखरूपपणे घेऊन यायची आज्ञा झाली आहे. तुझे पाय अवघडून तुला काही झालं, तर आम्हालाच शिक्षा होईल. सोडतो. तू पळालीस तरी दोन ढांगांत तुला पकडून पुन्हा बांधून ठेवू. समजलं?''

मी मान्य केलं. अपहरण होऊन पंधरा-वीस दिवस झाले होते. कितीतरी वनं, कितीतरी चढ-उतार, कितीतरी नद्या-नाले ओलांडत सतत मला उचलून घेऊन पळणाऱ्या या कोणाचेही पाय आणि खांदे दुखत नसतील काय? माझ्या मनात त्यांच्याविषयी करुणा निर्माण झाली. मी उडी मारून पळून जाणं शक्य नव्हतं. पळाले, तरी लपून राहणं शक्य नाही, हा विश्वास त्यांच्याही मनात निर्माण झाला होता. ते आठ जण होते. चौघं दमले, की इतर चौघं खांदा पुढं करत. रात्री मात्र मला बांधून ठेवत होते.

मी त्यांना विविध प्रकारे अनेक वेळा विचारलं, तरी त्यांनी ते मला कुठं घेऊन जाताहेत हे सांगितलं नाही. कोणाच्या आज्ञेनं मला घेऊन चाललेत, याविषयीही त्यांनी अवाक्षर काढलं नाही. पण माझं, माझ्या नवऱ्याचं, माझ्या राज्याचं नाव, किती जणं आलोय, याची चौकशी करत होते. आधी मला वाटलं, हे काही सांगत नाहीत, तर मी तरी कशाला सांगावं? पण नंतर त्यांच्या मनात भय निर्माण व्हावं म्हणून मी माझं माहेर, पती, पतीचं कुटुंब, दिराचं शौर्य या सगळ्याविषयी माझ्या कल्पनाशक्तीला सुचेल तेवढं अतिशयोक्तीपूर्ण वर्णन करून सांगितलं. हजारो हजारो राक्षसांचा त्यांनी केलेला वध मी निर्माण केला. पुढं तर सांगितलं, नवरा आणि दीर राक्षसांच्या संहारासाठीच आले असून, ते पाहण्यासाठी म्हणूनच मी आल्याचं सांगितलं. हे सांगता सांगता माझ्या मनातलं धैर्य वाढत असल्याचाही मी अनुभव घेतला.

एका फार मोठ्या जलविस्तारापुढे आम्ही येऊन थांबलो. त्या आधी कधीच मी अशा जलाशयाविषयी पाहणं तर सोडाच, ऐकलंही नव्हतं. गुहराजाच्या नावेतून ओलांडलेल्या गंगेपेक्षाही प्रचंड होता हा जलाशय! राम-लक्ष्मणांनी बांधलेल्या बांबूच्या तराफ्यातून ओलांडलेल्या यमुनेहून कितीतरी मोठा. भारद्वाज आश्रमाजवळचा

संगमही यापुढे लहानच होता. एवढंच काय, हे सगळे एकत्र केल्यावरही होणार नाही, एवढा मोठा हा जलसंचय होता. डोंगराएवढ्या उंच लाटा किनाऱ्यावर येऊन आदळत होत्या. विस्तार एवढा, की पलीकडचा तटही नजरेला पडत नव्हता. मी विस्मयानं विचारलं, 'काय हे? ही कुठली नदी?'

'समुद्र. हा ओलांडायचा आहे. आता भरती चालली आहे. आणखी दोन घटकांनी ओहोटी सुरू होईल. तेव्हा होडी चालवणं सोपं जाईल.'

'पण कुठं जायचं?'

'आमच्या राज्यात. आमच्या राजाकडे तुला सोपवायला.'

'नाव? आणि राजा?'

'लंका. आमच्या राजाचं नाव रावणेश्वर. लंकेशही म्हणतात. काय वाटला तुला आमचा देश? तुमच्या देशातलं सगळं लोह एकत्र केलं, तरी आमच्या देशातल्या सोन्याची बरोबरी करू शकणार नाही. तू स्वतःच बघशील. सोन्यानं मढवलेल्या एका भवनात तू राहशील.'

'म्हणजे?'

तो थोडा गडबडला. त्याच्या शेजारचा म्हणाला, 'सांग सांग...आपण आपल्या देशाच्या अगदी जवळ आलोय. आता एवढं गुपित बाळगायचं कारण नाही.'

'आमच्या राजानं आणलेल्या प्रत्येक बाईसाठी सोन्याचं भवन बनवलं आहे. लंकेत साध्या घरांपेक्षा असली सोन्याची भवनंच जास्त आहेत!...' म्हणताना तो गूढपणे हसला. माझ्या छातीत आगीचा डोंब उसळला.

लाटांचा जोर कमी झाल्यावर त्यांनी मला एका होडीत नेऊन बसवलं. दोघं-दोघं माझ्या मागं-पुढं बसले. बाकीचे सगळे वेगळ्या होडीत बसले. मला अत्याचाराच्या कुपेत नेताना समुद्रप्रयाण कसं आनंददायी असेल? होडीतून उडी मारली, तरी हे मला पुन्हा उचलून आणतील, हे तर स्पष्टच दिसत होतं. मला जिवंत घेऊन यायची जबाबदारी या सेवकांवर टाकलेली दिसत होती. पाण्यात उडी मारून मरण्यापेक्षा त्या राक्षसाची भेट घेऊन त्याच्या मनात शरम निर्माण करायची...ते जमलं नाही, तर आणखी काही मार्गानं आपलं पावित्र्य राखायचं..शेवटचा उपाय म्हणून मृत्यू आहेच.

आता मनात धैर्य निर्माण झालं.

होडीच्या डावीकडे थोड्या थोड्या अंतरावर असलेल्या खडकांची रांग दिसत होती. काही पाण्यात बुडाले होते, तर काही पुरुषभर उंचीचे पाण्यावर दिसत होते. काही ठिकाणी दोन खडक जोडायला सेतू बांधले होते. त्यांना आपटून पाणी मागं वळून येत होतं.

वल्ही चालवताना ते गाणी म्हणत होते. कदाचित त्यामुळे कमी दमणूक होत

असावी. कार्यपूर्तीचा आनंद त्यांच्या चेहऱ्यावर दिसत होता. कदाचित या कामामुळे मोठं पारितोषिक मिळायची खात्री असेल. हेरलेलं श्वापद ठार करून त्याचा मृतदेह वाहून आणताना होतो, तशा प्रकारचा आनंदही त्यांना झाला असावा.

पण मी जिवंत होते! मनात मृतदेह व्हायची इच्छा मात्र भरपूर होती. पुन्हा मनात येत होतं, मी मेले तर रामाची काय गत? माझ्या माघारी तो कसा जगेल? नाही जगणार! खंगत जाईल, आहाराचा त्याग करेल आणि प्राण देईल....लक्ष्मणाला सांगेल, 'माझ्या शवावर अंत्यसंस्कार करून अयोध्येला जा, कैकेयीला बातमी सांग..तिला आनंद वाटेल!...' की आणखी काही होईल? लक्ष्मण त्याला सांगेल, 'वहिनी असं असं म्हणाली, म्हणून मी तुला शोधायला आलो...' तेव्हा कदाचित राम म्हणेल, 'अशा हीन स्त्रीसाठी कशाला खंगायचं? गेली ते बरंच झालं. हिच्या रक्षणाची कटकट तर मिटली!...' तो खरंच असं म्हणाला तर?

या विचारानंच रडू येऊ लागलं. रामाकडून तिरस्कृत होऊन राहायचं? त्या अभद्र क्षणी माझ्या प्रज्ञेवर कुठली नतद्रष्ट पिशाच्ची स्वार झाली होती कोण जाणे! माझ्या परिस्थितीपेक्षा माझ्या मनात निघालेले ते अभद्र शब्द मला अधिक वेदना देऊ लागले.

मला उचलून आणलेल्यांनी सांगितल्याप्रमाणे सुवर्ण भवनाचा दरवाजा, खांब आणि भिंतीही सोन्याच्या असाव्यात अशा दिसत होत्या. सोन्याचे दागिने नियमित वापरायची सवय असलेल्या माझ्यासारखीलाही तिथले जाडजूड खांब सोन्याचे केले असतील तर काय वजनाचे असतील, असा प्रश्न पडला. सोन्याचा पत्रा लावला असेल का? की सोनेरी रंगाचा मुलामा दिला असेल? पाठोपाठ वाटलं, थू:! कुठल्याही धातूनं केलं असलं तरी मला काय त्याचं? या विचारासरशी मन त्या बाबतीत अलिप्त झालं.

मला सहा सेविकांनी घेरलं होतं. सेविका असल्या तरी त्यांच्या अंगांवर भरजरी वस्त्रं होती, बटबटीत अलंकार होते. त्या राक्षसी असल्या तरी अजिबात हिडीसपणा नव्हता. पण वागण्यात कसलाही विनय नव्हता.

"ए बये! पाणी तापलंय बघ. तू आपणहोऊन आंघोळ करणार की आम्ही जबरदस्तीनं घालायची? घाम आणि धुळीचा लेप चढलाय. दुर्गंधीनं आमचं डोकं उठतंय. तुझ्या खास भेटीसाठी लंकेश येणार आहे. हे घाल..." म्हणत एकीनं टोपलीभर दागिने माझ्यासमोर आणून ठेवले. ते लखलखणारे वजनदार दागिने आणि त्यात गुंफलेले मोठाली हिरे-माणकं आणि इतर मौल्यवान खडे इतके चमकत होते, की माध्यान्हीचा सूर्यही निष्प्रभ वाटावा. त्यांनी पुन्हा बजावलं, "आंघोळ झाल्यावर हे दागिने घाल. असली घाणेरडी असशील तर लंकेश

तुझ्याजवळ कसला येतोय? तो तर तुला स्पर्शही करणार नाही.''

''मग तर उत्तमच झालं! मला उगाच छळू नका!''

''वस्त्र-आभरणे घालून तुला व्यवस्थित तयार केलं नाही, तर आम्हाला शिक्षा होईल! आमच्यावर दया येऊन तरी तू सहकार्य कर!.''

''तुम्ही तरी का त्या दुष्टाची सेवा करताय? सोडून जा!''

''काय बोलतेस हे? लंकेशाची सेवा सोडून जाणारे जिवंत राहणं शक्य आहे काय?'' त्यांनी तोंडावर हात ठेवत म्हटलं.

दुसरी म्हणाली, ''हे बोलणाऱ्यालाही ठार करण्यात येईल! सावधान!''

''तुम्ही जबरदस्तीनं नेलं, तरी मी आंघोळ करणार नाही...सांगितलं ना एकदा?'' मी किंचाळले. मी संपूर्ण आयुष्यात कधीच अशी किंचाळले नव्हते. आवाजही कधी एवढा चढला नव्हता. कधीच इतक्या निकरानं विरोध केला नव्हता. मला माझंच वेगळं दर्शन होत होतं. ते पाहून मी चकित झाले. पुढं काय करायचं ते न सुचल्यामुळे त्या माझ्या भोवताली बसून राहिल्या.

थोडा वेळ गेला. दारातल्या प्रहरीचा आवाज ऐकू आला, ''राजाधिराजा ... वीराधिवीरा... शूराधिशूरा ...अतिसुंदरांगा ...मदनमोहनांगा....'' हे ऐकताच सगळ्या सेविका चिमण्यांसारख्या दारामधून वेगानं पटपट बाहेर पडल्या. प्रहरीचा उद्‌घोष संपायच्या आधीच त्या विशेषणांचा यजमान आत आला.

माझ्या पित्याएवढं वय. रुंद चेहरा, जाड पांढऱ्या मिशा, चमकदार धोतर आणि त्यावर तेवढाच चमकणारा अंगरखा, हाताच्या दहाही बोटांमध्ये लखलखणाऱ्या अंगठ्या, प्रकाशकिरणांना परावर्तित करणारे नाना प्रकारचे वज्र-वैडूर्य लावलेला किरीट, कानांत वजनदार कडं, भुजांचा रुंदपणा वाढवून दाखवणारे भुजकीर्ती, उजव्या हातात सोन्याच्या मुठीचं खड्‌ग, गळाभर विविध आकाराचे अनेक हार...माझ्या मनात आलं, एवढ्या ओझ्यासहित युद्ध कसा करत असेल हा? पण हा इथं काही युद्ध करायला आलेला नाही! या विचारासरशी माझ्या मनात तिरस्कार उमटला. त्याचं रूप पाहून हसूही आलं.

ताठ्यात खड्‌ग जमिनीवर रोवून त्यानं विचारलं, ''कोण तू?''

''तू कोण ते आधी सांग!'' मी म्हटलं.

''प्रहरीची पुकार ऐकली नाहीस?''

''विशेषणं संपायच्या आतच तू आत आलास! मग कसं समजणार?'' माझ्या मनात निर्माण झालेल्या धैर्याचं माझं मलाच आश्चर्य वाटलं. रागाच्या षड्‌जानं पुढच्या सगळ्या रागावर नियंत्रण ठेवावं, तसा पुढचा सगळा प्रसंग त्या धैर्यानंच पेलला.

त्यानं सांगितलं, ''मी या संपूर्ण लंकेचा अधिपती! रावणेश्वर! तू कोण बोल!''

"राजाधिराजांचा अधिपती, वीराधिवीरांचा प्रमुख, शूराधिशूरांचा विध्वंसक, व्यभिचारी-मर्दक, चक्राधिपती श्रीरामाची मी धर्मपत्नी!"

"अरे वा! तुझ्या पित्यानं तुला उत्तम प्रकारचा काव्याभ्यास दिला आहे! पत्नीचं रक्षण करू न शकणारा भेकड, राजाधिराज म्हणे! कशाला थापा मारतेस?"

"चोरटेपणानं अपहरण करणारा भेकड तू आहेस! आताही मला नवऱ्याच्या स्वाधीन करून युद्ध कर; म्हणजे समजेल कोण काय आहे ते!"

"मी युद्धात जिंकलो, तर माझ्या स्वाधीन होशील का?" विचार न करता त्यानं विचारलं.

मीही विचारलं, "म्हणजे तू आधी मला त्याच्या स्वाधीन करशील काय?"

"चलाख आहेस! मला वश झालेल्या शेकडो स्त्रियांपैकी कोणीही अशा प्रकारे वादक्रीडेत उतरलं नव्हतं. वा वा! यातही मजा आहे!" हे म्हणताना त्याच्या चेहऱ्यावर विचित्र खोडकर भाव उमटले.

मी म्हटलं, "उभा राहूनच बोलतोयस! पाय दुखत नाहीत? बैस."

त्याला आणखी आनंद झाला. तो म्हणाला, "इथं आसन नाही. आत चल."

"माझा तुझ्यावर विश्वास नाही. माझं व्रत आहे. केवळ अरण्यातच मी राहते. फळं आणि कंदमुळं वगळता आणखी कुठलाही आहार माझ्यासाठी निषिद्ध आहे."

"छे! हे शक्य नाही. या स्वर्णमहालात राहायची तुझी लायकी! तुझी ही इच्छा पूर्ण होणार नाही. त्याऐवजी मागणी केलीस, तर संपूर्ण राजमहालच तुला अर्पण करेन. तुझं विचित्र व्रत इथं चालणार नाही."

"ते असू दे. बसून बोलू या."

तो जमिनीवर पद्मासन घालून बसला.

"मुख्य राजवाड्यात कोण आहे?"

"महाराणी मंदोदरी."

"मी तिथं आले, तर तिचं काय करशील?"

"दोघीही एकत्र राहाल."

"याला मी तयार नसेन तर?"

"तिला इथं पाठवेन."

"महाराणीला असं वागवणं न्याय्य आहे का?'

"न्याय? म्हणजे काय? मी इथला अधिपती आहे. मी सांगतो तोच न्याय!"

"मला नाही समजलं. म्हणजे काय? तुला धर्म-कर्म असं काहीच नाही काय? तुझ्या समाजात कुठलेच नियम नाहीत? तुला मार्गदर्शन करणारं कोणीच नाही?"

"तुझ्याशी वादविवाद घालायला मी इथं आलो नाही. वनातला सगळ्यात बलवान प्राणी म्हणजे हत्ती. त्या हत्तीला मारणारा प्राणी सिंह. म्हणूनच त्याला

वनराज हे बिरुद आहे. बळ हाच धर्म. बळ हाच न्याय. बलवानाची इच्छा म्हणजेच धर्मनियम. सिंहही हत्तीवर समोरून हल्ला करत नाही. मी चोरून तुला आणलं, म्हणून हिणवत होतीस ना? म्हणून सांगितलं- बायकांचं बोलणं कानानी ऐकायला छान असतं; पण बुद्धीनं ऐकण्यासाठी नव्हे. मी यायच्या आधी तू आंघोळ करून सजून बसायला पाहिजे होतंस. तुझा हा घामेजलेला चेहरा आणि मलिन अवतार बघून उत्साह मावळून जातोय. त्यात बोलून एवढा वेळ घालवलास!''

''माझ्या पतीनं सगळ्या समाजासमोर माझ्या वडिलांनी ठेवलेलं धनुष्य मोडून मला जिंकलं आहे. तू माझं चोरून अपहरण केलंस. म्हणून तू भेकडच! तुला माझा राग आला, तर मला तुझ्या खड्गानं कापून काढ! मला नाही भीती वाटत! जिवंत ठेवायचं असेल, तर मला कुठल्यातरी वनात पाठव. मी तुझ्या कुठल्याही भवनात राहणार नाही...'' मी स्पष्टच सांगितलं.

खरंखुरं वन नसलं, तरी एका दाट वृक्षांच्या बरोबर झाडं-झुडपं-वेली यांनी भरलेली नगराबाहेरची ती जागा वनासारखीच होती. पण तिथं अजिबात वनचर नव्हते. हे रावणाचं खासगी एकांत वन होतं. नि:शब्द वातावरण होतं. तिथं माझ्यासाठी म्हणून एक झोपडी बांधण्यात आली होती. मी सांगितल्याप्रमाणे वनवासाचा आहारही दिला जात होता. माझ्या सेवेसाठी नेमलेल्या सहा परिचारिका- विनता, विकटा, चंदोदरी, प्रघसी, अजामुखी, दुर्मुखी. एके वेळेला तिघी असायच्या. गृहिणी असाव्यात. आपला वेळ संपला की घरी निघून जायच्या. विचित्र बायका होत्या. अत्यंत प्रेमानं बोलायच्या. प्रेमानं सेवा करायच्या. लाडं लाडं बोलायच्या. बोलण्यात एकच विषय असायचा, 'तू किती नशीबवान आहेस! लंकेशाची कृपादृष्टी तुझ्यावर पडली आहे!...किती जीव आहे त्याचा तुझ्यावर! त्यानं तुला जिंकून इथं आणलं. त्याची नजर पडलेल्या स्त्रीला भोगल्याशिवाय तो कधीच स्वस्थ राहायचा नाही...पण तुझ्याबरोबर मात्र तो वेगळाच वागतोय. तुझं सगळं बोलणं सहन करून तुझ्यासाठी त्यानं हे असलं वसतिस्थान निर्माण केलंय. शिवाय तुझ्या सेवेसाठी आमच्यासारख्या प्रौढ गृहिणींची नेमणूक केलीय....'

''ते भवन माझ्यासाठी अगदी लहान आहे..मला मोठा सौध हवा..राजगृहाखेरीज मी तुझ्याशी शयन करणार नाही...' असं का तू सांगत नाहीस? तो लगेच तुझी मागणी मान्य करेल!''

''तू कुठली महासुंदरी आहेस, म्हणून तो तुझ्यावर भाळलाय कोण जाणे! तुझं सुदैव हेच तुझं सौंदर्य. त्याची मर्जी व्हावी, म्हणून किती जणी वाट पाहत असतील! त्याच्याकडून एकदा सुख मिळालं, की या जगातल्या बायका जन्मजन्मांतरीसाठी त्याची दासी व्हायला तयार असतात! पुरुषसिंहाचा एकदा अनुभव घेतल्यावर त्या बायका इतर पुरुषांना कुत्र्यासारखं मानू लागतात.''

"आम्ही तुझ्या आईसारख्या आहोत; ऐक आमचं! आपल्या मुलीला जगातला वीर्यवंत पुरुष मिळावा, अशीच जगातल्या प्रत्येक आईची इच्छा असते ना? तुझ्या हितापलीकडे आमचा दुसरा कुठलाही हेतू नाही. लोखंड तापून लालबुंद झालं असेल, तेव्हाच ठोकलं, तर उपयोग असतो! तुझ्यावर लंकेश पराकोटीचा मोहित झालाय! अशा वेळी पट्टराणीचं पद मिळवायचं सोडून उगाच का हट्टीपणा करतेस?"

"सगळ्या जगाला आपल्या मुठीत ठेवणाऱ्या लंकेशवर विजय मिळवून आता तुझी अपेक्षा करणाऱ्या लंकेशाच्या साम्राज्यात शिरून तुला सोडवून घेऊन जायची ताकद तुझ्या त्या संन्यासी नवऱ्यामध्ये आहे काय?"

"यानं तुझं अपहरण करून तुला इथं आणलं, तेव्हाच त्याचं पतीत्व आणि तुझं पत्नीत्व मातीमोल झालंय! तू आता लंकेशाची पत्नी आहेस. पतीची इच्छा पुरी न करता हट्टीपणानं वागतेस! हे कुठल्या पत्नीव्रताला साजेसं आहे? पतिव्रता धर्माचं पालन न करता असला हट्टीपणा कुठल्याही धर्मात बसत नाही."

प्रत्येक जण असं काहीबाही सांगत माझा मतिभंग करायचा प्रयत्न करत होत्या.

एक-दोन घटका मौन. आपला उपदेश माझ्या मनात खोलवर रुतावा अशीही त्यांची अपेक्षा असावी. नंतर प्रश्न, 'मग? काय विचार केलास?'

मी काय बोलणार? मग मात्र त्या म्हणायच्या, 'काय अविवेकी कार्टी आहे ही! हे बघ, तू मान्य केलं नाहीस, तर आम्ही उद्याच लंकेशाला सांगू, ही मूर्ख मुलगी आमचं ऐकत नाही..आम्ही तिला करकचून बांधून घालू, तू तुझी इच्छा पूर्ण कर! काही दयामाया दाखवू नकोस...मरू दे तिला...सोडू नकोस.. ही मेली, तर याच जागी आम्ही खड्डा खणून पुरून टाकू.."

आता धमकी! थू! त्यांचं बोलणं आठवलं तरी ओकारी येते!

पुढच्या पहाऱ्याच्या बायकाही आल्या. आधीच्या बायकांनी सांगून ठेवलं, "आमच्यापेक्षा या अधिक क्रूर आहेत. त्यांना चिडवू नकोस. आम्ही मातृहृदयी आहोत. तुला पाहताच आमच्या मुलींची आठवण आली, म्हणून तुला चांगल्या शब्दांत समजावत होतो. तुझे हात-पाय-बाकी शरीराचं चर्म बघ. देखभाल नसल्यामुळे कसं रुक्ष होऊन काळवंडलं आहे! शुद्ध लोणी अंगभर लावून मर्दन करून गरम दुधात झोपवून तुझ्या शरीराला दुधाचा रंग आणला पाहिजे!..." नंतर त्या रावणाच्या दागिन्यांच्या प्रकाशाचं वर्णन करू लागल्या. माझ्या कानांना भोकं पडतील एवढं त्या बोलत राहिल्या. मी ऐकत नाही म्हटल्यावर घाणेरडं बोलणं, नंतर शिव्याशाप. शिव्याशाप केवळ संताप व्यक्त करायचं साधन, अशी माझी समजून होती. पण त्यांना इतके घाणेरडे अर्थही असतात, हे इथं जाणवत होतं.

दुसरे दिवशी रावणाचा प्रवेश झाला. अनुनयाच्या गप्पा मारत मला चर्चेत

ओढायची त्याची धडपड चालली होती. संवादातूनच थोडीफार तृप्ती मिळवायची ही विकृती आहे की काय, अशी माझी भावना झाली. मी मनोमन ठरवलं, याच्या कुठल्याही प्रश्नाला उत्तर द्यायचं नाही. रागावणं हेही एक प्रकारचं उत्तरच नाही का? एक-दोन शब्दांचं उत्तर दिलंच पाहिजे, अशी परिस्थिती येताच खाली एक काडीचा तुकडा टाकून त्या तुकड्यावर नजर खिळवून त्याला उत्तर दिल्यासारखी मी बोलू लागले.

"एवढा तिरस्कार? मी केरातल्या काडीइतका तुच्छ आहे काय?" त्यानं विचारलंच. मी काहीच बोलले नाही.

"मी तुला जिंकून आणलंय...त्यामुळे मी तुझा पती आहे! तरीही मी दयावंत होऊन विनवत आहे. निदान हे औदार्य तरी लक्षात घे."

अत्याचारानं हवं ते मिळवणं शक्य असताना का हा अशा नम्रपणानं बोलतोय? माझ्याकडून याची काय अपेक्षा आहे? काहीच लक्षात येईना. अनसूयाआजीच्या बोलण्याची आठवण झाली. मी मान वर करून त्याच्याकडे पाहत म्हटलं, "तुझ्याकडे पाहताना माझ्या मनात माझ्या पुत्रासारखं वात्सल्य निर्माण होत आहे! तुझी माता आहे मी! मातृगमनाचं पाप करण्याइतका तू नीच आहेस काय?"

"अरे वा! भारी हुषार आहेस तू...तुला? आणि माझ्या वयाचा मुलगा? कल्पनेलाही काही मर्यादा हवी!" म्हणत तो खदखदून हसला. मला काहीतरी करून बोलायला लावल्याचा आनंद त्याच्या चेहऱ्यावर दिसत होता.

"तर मग मी तुझी मुलगी! तू माझ्या वडिलांच्या वयाचा आहेस. मुलीची कामना करणारा तू नराधम आहेस का?"

तो पुन्हा एकदा मोठ्यानं खदखदून हसला. "माझ्या तावडीत सापडलेल्या सगळ्या तरुणी आधी हेच वाक्य उच्चारतात! पण नंतर त्याच प्रेयसी होतात. ते जाऊ दे. तुझा नवरा माझ्यावर चाल करून तुला सोडवून घेऊन जाईल, म्हणतेस ना! कशावरून तो इथपर्यंत येईल?"

"मला माझ्या नवऱ्याचं शौर्य ठाऊक आहे. तो तुझ्या मस्तकाला भुईवर लोळवल्याशिवाय राहणार नाही. दुसरं म्हणजे, मी कदापि तुला वश होणार नाही. त्यापेक्षा मी मरण पत्करेन!"

त्याला पुढं काय बोलावं, ते सुचलं नाही. 'चंडी'...'मारी'...'हट्टी..' असे आपल्याला ठाऊक असलेले शब्द त्यानं उच्चारले. पण त्यात कुठलीही कठोर शिवी नव्हती. घरात हट्टीपणा करणाऱ्या बायकांना रागवावं तसं हे बोलणं होतं. नंतर त्यानं विचारलं, "तुला आई व्हावंसं नाही का वाटत?"

मला धक्काच बसला. काय हा प्रश्न? गेलं वर्षभर माझ्याही नकळत मला छळणारी माझ्या मनातली आस यानं पकडली आहे!

मी विव्हल होऊन म्हटलं, "छी! परस्त्रीला विचारू नये, तो प्रश्न विचारतोयस?" माझा आवाज चिरल्यासारखा झाला होता.

"रागावू नकोस! तुझा देह एकदाही मातृत्वाला सामोरा गेलेला दिसत नाही. बायकोला एक मूलही देऊ न शकलेल्या पतीविषयी एवढी का आस्था? तुला हवी तेवढी मुलं देऊ शकणारा पुरुषोत्तम आहे मी! हवं तर तुझ्या पोटी जन्मणाऱ्या मुलांना लंकेचं राज्य देईन. माझं म्हणणं मान्य कर!" तो म्हणाला.

ब्रह्मचर्य हा वनवासाचा एक भाग आहे, असं सांगायची इच्छा झाली, तरी ती दडपून टाकली. या तुच्छ माणसाशी या विषयावर बोलणं मला असह्य वाटलं. मी उठून झोपडीत गेले आणि दार बंद करून घेतलं. माझ्या पोटी जन्मणाऱ्या मुलांना हा राज्य देणार! त्या क्षणी दशरथ महाराज आणि कैकेयीमातेची आठवण झाली. पण दशरथ महाराजाही इतके नीच नव्हते. ते काही राक्षस प्रवृत्तीचे नव्हते. त्यांनी कैकेयीमातेला दिलेल्या वचनामुळेच आम्ही वनवासाला आलो; म्हणून या राक्षसाच्या हाती लागले ना!

तो राक्षस असाच मधूनमधून यायचा. तो आला, की माझ्या सेवेसाठी आणि हिंसा देण्यासाठी असलेल्या राक्षसी दूर निघून जायच्या. त्याला माझ्याबरोबर एकांत मिळावा म्हणून. मग याचा अनुनय सुरु व्हायचा. धमकावायचा. स्वतःचा मोठेपणा सांगत राहायचा. प्रणय-संवाद सुरु करायचा. अत्याचाराची धमकी द्यायचा. माझ्याकडून तिरस्कार भरलेली बोलणी ऐकायचा. अखेर मुकाट्यानं निघून जायचा.

हळूहळू याच्यापासून आपल्याला अपाय नसल्याची भावना माझ्या मनात बलिष्ट होऊ लागली. माझ्यासाठी विणलेल्या मंचाची गाठ सोडवायचं कौशल्य मलाही ठाऊक होतं. या वनाच्या झाडांना नुसत्या पारंब्याच पारंब्या होत्या. सेविका रात्री ढाराडूर झोपून जायच्या. पारंब्यांची घट्ट गाठ मारता येते, याचा मी अंदाज घेतला. शरीरापासून जीव दूर करणं हे काही एवढं कठीण काम नव्हतं.

इथं राहताना आणखी एक समजत होतं. पातिव्रत्य म्हणजे केवळ पतीविषयीची निष्ठा नव्हे, ते स्त्रीच्या स्वातत्र्याचंच प्रतिरूप आहे. या सीतेचं भय हळूहळू नष्ट होत चाललं होतं.

तरीही मनातला तो प्रश्न तसाच राहत होता. हा लंपट मला स्पर्श करायला का धजावत नाही? कदाचित माझ्या मनाविरुद्ध माझ्या देहावर आक्रमण करू नये अशी याची अपेक्षा असेल काय? या सीतेच्या मनोबलाची याला कुठून कल्पना असणार? देहाच्या पातळीवर तो कितीही शक्तिवंत असू दे, पण तो माझ्यावर आक्रमण करू शकणार नाही, अशा अनेक युक्त्या सुचू लागल्या. त्याचं एकंदरीत वागणं पाहता हा आक्रमण करणार नाही, अशी मनात भावना निर्माण झाली.

सेविका एकीकडे गोड आणि त्याचबरोबर रांगड्या भाषेत बोलून बोलून

कंटाळल्या होत्या. आता त्यांचं बोलणं कमी झालं होतं. अलीकडे तर त्या आपसात गप्पा मारून वेळ काढत होत्या.

तरीही, या अनिश्चित जीवनाचा कधी अंत होणार, हे समजत नव्हतं. समुद्रापासून हिमालयापर्यंत पसरलेल्या भरत खंडात राम-लक्ष्मण मला कुठं म्हणून शोधतील? कधी कधी मनात आत्महत्येचा विचार दृढ व्हायचा. पण माझ्या मरणाविषयी रामाला समजलं, तर तो जिवंत राहील काय? माझ्याशिवाय त्याच्या जगण्याचा विचार करणं कल्पनेतही अशक्य आहे. राम! माझा पती! नाही...मी हार मानणार नाही! जीव देणार नाही. युगभर वाट पाहावी लागली, तरी मी वाट पाहीन...मनातला निश्चय अधिकच दृढ होत होता.

पण दिवस मावळायच्या वेळी तो पुन्हा नष्ट होऊन जायचा.

एका सकाळी राक्षस सेविकांनी मला आंघोळीसाठी पाणी काढून दिलं. खायला अशोकवनातच पिकलेली फळंही आणून ठेवली. नंतर त्या थोड्या अंतरावर जाऊन बसल्या. नेहमी माझ्यासमोर बसून अनुनय किंवा भययुक्त गप्पा मारणाऱ्या या सेविका आज इतक्या लांब का बसल्या आहेत, हे मला कळलं नाही. मनात कुतूहल निर्माण झालं, तरी मी मनाला आवर घातला. बहुतेक रावण येणार असेल; त्या सूचनेमुळे या लांब बसल्या असतील, अशी एक शक्यता मनात निर्माण झाली. आज कुठली आमिषं पुढं करणार आहे, कोणत्या अनुनयाच्या गप्पा मारणार आहे, कोणत्या धमक्या देणार आहे, की पाशवी शक्ती वापरून अत्याचार करणार आहे, कोण जाणे! शेवटच्या विचारानं शरीराचा थरकाप उडत होता.

तरीही मी मनाचं समाधान करून घेण्यासाठी धडपडू लागले. अत्याचाराला बळी पडताना शुद्ध नाहीशी झाल्यावर आत्महत्या करायची का? शरीर शुद्ध करुन जीव द्यायचा? नेहमीप्रमाणे हे विचार मनात घोळू लागले. एकूणच मृत्यू हा एकमेव सुटकेचा मार्ग असताना शुद्धी राखूनच मेलं तरी काय हरकत आहे? या विचाराचा प्रभाव वाढू लागला.

पण, माझा राम काहीतरी करून मी असलेल्या जागेचा शोध घेईलच. एकदा शोध लागला, की एकाच बाणात तो मला बंदिवासात डांबणाऱ्या या कुत्र्याचा शिरच्छेद केल्याशिवाय राहणार नाहा, हा भरवसा माझ्या मनात दृढ झाला. शिवाय

त्याच्याबरोबर लक्ष्मणही आहे! भरवसा आणखी दृढ झाला. रागीट आहे, पण मला न शोधायचा वेडेपणा करण्याइतका तो अविवेकी नाही. दोघं भाऊ एक झाले, तर जगातलं काहीही त्यांना अशक्य नाही. अगदी या नराधमानं माझ्या अब्रूवर घाला घातला आणि मी मरून गेले, त्या दु:खानं रामही मरून गेला तर? नाही! माझा नवरा दुर्बल नाही. आत्महत्या करण्याइतका भेकड नाही. या विचारानं थोडं बरं वाटलं; तरी मनात आलं, आपण मरून जाऊन त्याला दु:ख देणं योग्य आहे का? ते पाप नाही का?

या विचारानं डोळे भरले. काय हे डोळे! मनातल्या कुठल्याही विचारानं क्षणार्धात भरून येतात. आधी पाझरतात, नंतर त्यांचा धो धो प्रवाह वाहू लागतो. नाही. जन्मजन्मांतरीचा माझा पती राम! त्याच्या दु:खाला कारणीभूत व्हायचं पाप मी करणार नाही. त्याच्यावरचं प्रेम बाकी सारं भय नष्ट करून उभं राहण्याइतकं व्यापक आहे.

याच विचारात झोपडीच्या खांबाला टेकून बसली असताना डुलकी आली. कोणीतरी आत आल्यासारखं वाटलं. रेशमी वस्त्राची सळसळही ऐकू आली. आणखी कोण असणार त्या विषयग्रस्त कुत्र्याशिवाय? तोच स्वत:ला 'वीराधिवीर' म्हणवणारा! 'कृपावंत होऊन बलात्कार करत नाही, तू आपणहोऊन वश हो! तुला पट्टराणी करतो, सोन्याचा महाल तुझ्यासाठी बांधतो..नाही तर आत्ता इथल्याइथे...' हीच त्याची बोलणी..

मी मुद्दामच झोपेचं सोंग आणलं. तसाच श्वासाचाही अभिनय केला.

''सकाळच्या वेळीही झोप?' आवाज घोगरा असला, तरी त्यात मृदू भाव होता. सहाही सेविकांच्या आवाजाचा मला परिचय होता. ही कोणीतरी नवी असावी. माझं मतपरिवर्तन करण्यासाठी हिला मुद्दाम नव्यानं नेमलं असावं. पण काहीच ऐकू आलेलं नाही, असं दाखवत मी तशीच बसून होते.

कोणीतरी माझ्या खांद्यावर हात ठेवून मला हलवलं. आता मात्र डोळे उघडणं भाग होतं. झोपेतून जागी होत असल्यासारखं दाखवून पाहिलं. ही सेविका नव्हती. चित्रांचे काठ असलेलं आणि इंद्रधनुष्यासारखे एकमेकात विविध रंग मिसळलेलं रेशमी वस्त्र नेसलेली ती सेविका नव्हती, हे निश्चित. उठून दिसणारे मोठे स्तन नजरेत भरत होते. साडीच्या रंगाची अंगातली तंग चोळी, दोन्ही हातांत चमकणाऱ्या भरपूर बांगड्या, गळ्यात चमकणारा नवरत्नांचा हार, कानांत सूर्याप्रमाणे प्रकाशित होणारी हिऱ्यांची कर्णभूषणं, एवढ्या अंतरावरूनही जाणवणाऱ्या खोबऱ्याच्या तेलाचं मर्दन करून मध्यभागी भांग पाडून विंचरलेले काळेभोर दाट लांबसडक केस, एखाद्या योद्ध्यासारखा उंच बलिष्ट देह.....

कोण ही? रावणानंच पाठवलंय?

"ओळखलं नाहीस काय?" तिचा आवाज तक्रार केल्यासारखा होता.

मी लक्ष देऊन पाहिलं. ओळख पटली नाही. दारातून आलेल्या उजेडात तिची संपूर्ण आकृती उजळून निघाली. लक्ष देऊन चेहऱ्याकडे पाहिलं. बांधा योद्ध्यासारखा बळकट असला तरी चेहऱ्यावरचे भाव पूर्णपणे बायकीच होते, पण त्यावर मार्दवतेचा पूर्णपणे अभाव होता. मल्लयुद्धासाठी आव्हान देणारी दृष्टी.

तीच म्हणाली, "नीट बघ!"

मी पुन्हा निरखून पाहिलं. तिचा जन्मजात वर्ण गोरा असला, तरी ऊन-वारा-पावसाची फिकीर न करता शेतात राबणाऱ्या बायकांचा रापतो तसा रापलेला वर्ण. नाकाच्या टोकावर जखमेची सुकलेली खूण होती. गालावरचा मोठा काळा तीळ!

त्या क्षणी आठवलं- आता ही राजवैभवाचे कपडे आणि दागदागिने ल्यायली आहे.

"ओळखलंस ना? तुझा चेहराच सांगतोय!" ती म्हणाली. मी उत्तर दिलं नाही. ती माझ्यासमोर पाय पसरून बसली.

"मला येऊन सप्ताह झाला. तुला उचलून आणलं, त्याला सहा महिने झाले, असं समजलं. तरीही अजूनही माझा भाऊ तुला या अरण्याच्या मध्यभागी झोपडीत ठेवून तू वश व्हायची वाट पाहत आहे! अत्यंत कठोरपणे स्त्रियांचा जबरदस्तीनं उपभोग घेणाऱ्या या माझ्या भावाला तुझ्या संमतीसाठी ताटकळत राहायचा रोग का आणि कसा लागला, हे काही मला उमजत नाही. तू त्याच्यावर कसला मंत्र टाकलास? मलाही तो मंत्र शिकव बरं!"

यावरही मी काही बोलले नाही. हिच्याशी काहीही बोलणं माझ्या आजवरच्या संस्काराच्या विरुद्ध आहे, अशीच माझी भावना झाली. तिची दृष्टी माझ्या उत्तरासाठी वाट पाहत होती. तिची ती दृष्टी चुकवणं म्हणजे हार मानण्यासारखं वाटून मी तिच्या नजरेला नजर भिडवली.

तीच पुढं म्हणाली, "नवऱ्यावर तुझं बरंच प्रेम आहे, नाही का? त्याचंही बायकोवर तेवढंच प्रेम दिसतंय. मी कितीही गयावया केल्या, तरी त्यानं पत्नीव्रताचा दाखला देऊन मला दूर लोटलं तेव्हा! अशा परिस्थितीत तुला तुझ्या नवऱ्यापाशी पोहोचवणं योग्य ठरेल, अशी माझी भावना आहे. तू माझ्या भावाशी एकदा...फक्त एकदाच सहकार्य दे..त्यानंतर तुला जिथून आणलं, तिथं सोडून यायची जबाबदारी माझी!...दुसरं म्हणजे तुला शब्द देते, तुझा लंकेशाशी संबंध आला, ही बातमी जगात कोणालाही समजणार नाही, याची खात्री बाळग."

तिरस्कारानं माझ्या शरीराचा आगडोंब उसळला. हिच्याशी जास्त बोलणंही माझ्या संस्कृतीला साजेसं नाही, असंही वाटलं. मी दाराकडे तोंड वळवून बसले. तिनं थोडा वेळ वाट पाहिली. नंतर म्हणाली, "तू समुद्राच्या मध्यभागी असलेल्या

प्रदेशाच्या मध्यभागी असलेल्या एका वनात आहेस, तेही लंकापती रावणाच्या अधिकारात असलेल्या भूमीवर, हे तुझ्या त्या नवऱ्याला समजणार तरी कसं? समजलं, तरी केवळ एका भावाच्या मदतीनं इथंपर्यंत येऊन, युद्ध करून तुला कसा सोडवून घेऊन जाईल, याचा विचार केलास काय? देवेंद्रही ज्या सेनेला घाबरतो, त्या सेनेपुढे हे दोघं कसा टिकाव धरतील? कसं जिंकतील? शक्य तरी आहे काय? तो आल्याचं समजलं, की माझा भाऊ आधी तुझ्यावर आक्रमण करेल आणि त्याला सांगेल, तुझ्या बायकोवर मी हक्क बजावला आहे! तेव्हा तुझा नवरा तुझा स्वीकार करेल काय? या सगळ्याचा निवांतपणे विचार कर. त्याऐवजी फक्त एकदा लंकेशाला चोरून जवळ कर. त्यानंतर तुला तुझ्या पूर्वस्थळी सहजच जाता येईल. मी सांगतेय ना! हे कोणालाही समजणार नाही! माझ्या भावाची, लंकेशाची शपथ घेऊन सांगते. विचार कर.''

एवढं सांगून तिनं वाकून माझं मस्तक कुरवाळलं आणि कपाळाचं चुंबन घेतलं. नंतर 'उद्या याच वेळी येईन..' असं सांगून बाहेर पडली.

तिचं 'विचार कर..' हे प्रकरण काही मला समजलं नाही. व्यभिचार नेहमीच चोरटेपणानं केला जातो. त्यात, आपल्या भावाची शपथ घेऊन हे प्रकरण लपवून ठेवायची ही खात्री देतेय! याचा अर्थ काय?

स्त्रीनं व्यभिचार करणं माझ्या पित्याच्या घराण्यात शक्यच नाही! माझ्या पतीच्या वंशातही हे असलं कधी ऐकलं नाही. वंशनाशिनी कैकेयीदेवींचं रहस्य नेमकं काय आहे, हे ठाऊक नाही. मुलाला राज्य मिळावं, अशी अट घालून तिनं लग्न केलं, हे खरं. पण तिला व्यभिचारिणी म्हणावं असं काही केल्याचा काहीही पुरावा नाही. माझ्या आठवणीत तर आमचे राजपुरोहित शतानंदांची माता अहल्या हे एकच त्या प्रकारचं उदाहरण. अशा प्रसंगीसुद्धा माझ्या रामानं तिच्या पतीच्या मनात औदार्य निर्माण केलं होतं!

पतीनं तिचा स्वीकार केला असला, तरी नंतर ते दोघं आधीच्या विशुद्ध प्रेमानंच जगले असतील काय? अरण्यात वावरताना हा प्रश्न अनेकदा माझ्या मनात तरळून गेला होता. तपस्येसाठी आवश्यक ती एकाग्रता मिळावी, म्हणून रामानं त्यांना पटवलं. तेही तसे वागले. क्षमा केल्यामुळे तिच्यासोबत राहून त्यांनी तिनं शिजवलेलं अन्नही ग्रहण केलं असेल. पण तरीही तिच्याविषयी, तिच्या सद्गुणांविषयी त्यांच्या मनात आधी असलेलं प्रेम तसंच राहिलं असेल काय? तिच्या मनातली पापप्रज्ञा पूर्णपणे नष्ट होऊन पतीला पूर्वीसारखं प्रेम देणं शक्य झालं असेल काय?

यावर माझ्या मनाची प्रतिक्रिया नकारात्मकच येत होती. पतीची भेट घेण्यासाठी व्यभिचाराचा मार्ग सुचवणारी ही शूर्पणखा काही या सहा राक्षसींपेक्षा वेगळी नाही!

फारसा विचार न करता मनातली ही भावना अधिक स्पष्ट झाली.

पण, समुद्राच्या मध्यभागी असलेल्या या राक्षस जगतात असल्याची बातमी रामाला कशी समजेल? समजलं, तरी राम-लक्ष्मणाचे दोन धनुष्य-बाण संपूर्ण राक्षससेनेचा पाडाव करणं शक्य आहे काय? अयोध्येला बातमी कळवून तिकडून सैन्य मागवलं तर? पण अयोध्येला बातमी पोहोचायला चार-पाच महिने लागतील. सैन्य येऊन पोहोचायला सहा महिने लागतील. हे सगळंच अशक्यप्रद आहे!

असे विचार मनात यायला लागले, की मन कोलमडून जाई. कोवळ्या मुलीप्रमाणे हरिणीच्या पाडसाची हाव सुटली होती, नाही का! त्यासाठी हट्ट केला. वाघाची शिकार करणाऱ्याला इवल्याशा पाडसाला पकडणं शक्य नाही काय, असं म्हणून त्याला डिवचलं. एवढंच नव्हे, त्याच्या माझ्यावरच्या प्रेमाला आव्हानही दिलं! माझ्या या वागण्याला ही पुरेपूर शिक्षा झालीय. मला संयमानं चार गोष्टी सुनावणाऱ्या लक्ष्मणालाही मी बोलू नये ते बोलून दुखावलं! एवढ्या चुका करणाऱ्या माझ्यासारख्या पापिणीला पुन्हा नवऱ्याबरोबर जगायचं सौख्य कसं मिळणार? मनातली निराशा या विचारांसरशी आणखी खोल खोल गर्तेत लोटत होती.

सीते, तुझ्या या अवस्थेला तूच कारणीभूत आहेस! केलेल्या कर्माची शिक्षा लगोलग मिळाली आहे! पुढच्या जन्माचीही वाट पाहावी लागली नाही. या गर्तेतून तू कधीच बाहेर येऊ शकणार नाहीस. मन आणखी आणखी निराशेत बुडून जात होतं.

या विचारामुळे दुपारच्या जेवणावरची वासना नाहीशी झाली. रात्रीचा आहारही नकोसा झाला. रात्री डोळ्याला डोळा लागला नाही. आज ना उद्या माझा नवरा येईल, राक्षसांचा नाश करेल आणि मला घेऊन जाईल, या माझ्या सुखद कल्पनेचा शूर्पणखेनं नाश केला होता. त्या जागी घोर वास्तवाचं दर्शन घडवून ती निघून गेली होती!

रात्रभर मनात एकच विचार घोळत होता. देहशुद्धी नष्ट झाली, की स्त्रीला सर्वनाश झाल्याची भावना का ग्रासून टाकते? आत्मा, बुद्धी, मन यापेक्षा देह हा जड आहे ना? हा जड देह अशुद्ध झाला, तरी मन-आत्मा-बुद्धी शुद्ध राहणं शक्य नाही काय? बलात्काराचं पाप बलात्कार करणाऱ्याला भोवायला पाहिजे. त्याऐवजी बळी पडलेल्या स्त्रीला ते का भोगावं लागावं? तिनं का या देहाचा त्याग करावा? स्त्रीप्रमाणे पुरुषही अत्याचाराला बळी पडतो का? तसं कधीच ऐकायलाही येत नाही. का हा भेद? कितीतरी वेळ हा प्रश्न मनात घोटाळत होता.

एकाएकी आठवलं, याच शूर्पणखेनं लक्ष्मणावर केलेला हल्ला आठवला.

तीच म्हणाली होती, 'अतिक्रमण करणं हा पुरुषप्राण्याचा गुण आहे. उत्तेजित करणं ही स्त्रीची प्रवृत्ती. स्त्रीच्या उत्तेजनाला प्रतिसाद दिला नाही, तर संतापणाऱ्या स्त्रीला तू पाहिलं नाहीस का? वनात किती वर्षं राहतोस?''

रात्री कितीतरी उशिरा झोप आली. सकाळी स्नानादी आवरून सेविकांनी दिलेला आहार खायच्या वेळी वृक्षांच्या सावलीवरून शूर्पणखा यायची वेळ झाल्याचं आठवलं. मनाचा निग्रह झाला असल्यामुळे काय उत्तर द्यायचं, याचं भय वाटलं नाही. खाणं आटोपल्यावर पुन्हा खांबावर रेलून बसून राहिले.

अपेक्षेप्रमाणे थोड्या वेळानं ती आली. आजही ती तेवढीच नखरेल, पण वेगळ्या रंगाची वस्त्रं ल्यायली होती. तसेच दागदागिने होते. आज मी तिचं नीट निरीक्षण केलं. तिची लांबलचक वाढवलेली नखं नजरेत भरत होती. सुपाच्या आकाराची तिची नखं लांबलचक वाढली होती. संताप आला तर चिरफाड करून रक्त-मांसाचे लचके काढू शकतील अशी ती नखं होती. तिच्या हिंसेसाठी सदोदित सज्ज असणाऱ्या व्यक्तिमत्त्वाला ती अगदी साजेशी होती. तिची अपेक्षा पुरी न करणाऱ्या पुरुषाला ही या नखांनी ओरबाडून ठार करू शकेल, असंही वाटलं.

आल्या आल्या तिनं विचारलं, ''काय विचार केलास मग?''

''बैस. सांगते..'' मी म्हटलं. तिच्या चेहऱ्यावर उत्सुकता दिसू लागली. तिचा चेहरा खुलला. तिच्या सूचनेला माझी मान्यता आहे, अशी काहीशी तिची अपेक्षा असावी. माझ्या जवळ बसून तिनं माझा उजवा हात हातात घेत म्हटलं, ''बोल!''

''मला पातिव्रत्य आणि देहशुद्धी जिवापेक्षा जास्त महत्त्वाची आहे. तुझ्या संस्कारांपेक्षा माझे संस्कार वेगळे आहेत. तू तुझ्या भावाला हे समजावून सांग. म्हणावं, 'घडलंय तेवढं पाप पुरे! हे सगळं थांबव म्हणावं त्याला!''

''हे बघ, मी तुझ्या पुराणकथा ऐकायला आलेली नाही! तरीही तुझ्या इच्छेला पायदळी तुडवायची माझी इच्छा नाही. तूही माझ्यासारखी स्त्री आहेस. मी तुझी इच्छा पुरी होईल, असं पाहीन. पण एक अट आहे. तुला माझीही इच्छा पुरी करावी लागेल.'' तिचा चेहरा आणि आवाज भावुक झाला होता.

''सांग. माझ्या हातून होणं शक्य असेल आणि माझा अंतरात्मा मान्य करत असेल तर मी जरूर मदत करेन.''

'तू पातिव्रत्य-देहशुद्धी वगैरे सांगते आहेस ना! ते सारं मी शाबूत राहील असं करेन. तुझ्या नवऱ्याशी एक व्हायची इच्छा माझ्या मनात त्या दिवसापासून वाढते आहे. फार नाही, फक्त एकदा तू आमचं मीलन घडवून दे! आपल्यात असं-असं ठरलंय हे तू रामाला सांग. मी तुला रामापर्यंत घेऊन जाईन. तुझं पावित्र्य राखण्यासाठी हे ठरवलंय हेही सांग. तुझ्यावर त्याचं प्रेम असेल, तर तो हे नक्की मान्य करेल.''

माझ्या सर्वांगाला सूक्ष्म घाम सुटला. किती सूक्ष्मपणे हिनं जाळं टाकलंय! मन अंतर्मुखी झालं.

तीच पुढं म्हणाली, "बघ, विचार कर. तुझ्या नवऱ्याशी लग्न करून मला काही तुझी सवत व्हायची इच्छा नाही. कुणाचीही आजीवन दासी होऊन राहणाऱ्यांपैकी मी नाही. तसंच, स्वतःची कुठलीही इच्छा अपुरी ठेवणारीही मी स्त्री नाही! एकदा तुझ्या नवऱ्याचा अनुभव घेतल्यावर मी पुन्हा कधीच तिकडे नजर टाकणार नाही, याची खात्री बाळग. माझ्या भावाची, लंकेशाची शपथ घेऊन सांगते. उद्या पुन्हा याच वेळी येईन.." तिनं जाताना पुन्हा माझं मस्तक कुरवाळून माझ्या कपाळाचं चुंबन घेतलं आणि ती निघून गेली.

पुरतं जाळ्यात सापडल्यासारखं वाटून मी हताश झाले. पण कालच्यासारखी पार कोसळले नाही. माझ्या लक्षात आलं होतं, तीही माझ्यासारखीच एक स्त्री आहे. कुठलीही बंधनं न पाळणारी. भावाला साजेशी बहीण! अंतर्मनात कुठंतरी तिच्याविषयी अनुकंपा जन्मली.

रामानं हिची थट्टा केली. लक्ष्मणानं तर हिच्या नाकाचा शेंडाच कापला. तिला विरूप केलं. त्यामुळे ती चिडली आहे. पुरुषावर सूड घ्यायचा, म्हणून त्याच्या बायकोला भ्रष्ट करायचा बेत चाललाय. ही तर सगळ्या देशांमध्ये सर्व काळात चाललेली गोष्ट! हिच्या भावाचा तर हा अतिप्रिय नाद! त्यामुळे हिनं आपल्या भावाला माझं अपहरण करण्यासाठी प्रवृत्त केलंय!

किती केलं तरी राम हा पुरुष आहे. एकदा...फक्त एकदा जरी हिच्या जवळ आला, तर काय अनाहूत होईल, हे सांगता येणार नाही. माझ्या सुटकेसाठीही दुसरा मार्ग नाही. या कारणासाठी जर मी हिला जवळ करायला सांगितलं, तर तो माझा तिरस्कार करेल काय? किती केलं तरी पुरुष. मी माझं पावित्र्य राखायला एवढी धडपडतेय. आणि तो पुरुष असल्यामुळे व्यभिचार करू शकेल काय? त्यानं हाच प्रश्न विचारला, तर काय उत्तर देऊ? तो कधीच परस्त्रीकडे नजर उचलूनही पाहत नाही. सगळा देशच त्याच्या या गुणाचा गौरव करत आहे.

एवढ्यात पायाच्या पोटऱ्यांना काहीतरी चावू लागलं. दुर्लक्ष केलं, पण कंड वाढला. विचाराच्या तंद्रीत जोरात खाजवलं, तेव्हा कातडी सोलवटून निघाली. तो भाग जळजळू लागला. नखं पाहिली, बरीच वाढली होती. टोकदारही झाली होती. माझं तिकडं लक्षच गेलं नव्हतं.

एवढ्यात तिघी सेविका आत आल्या. त्यातल्या एकीला सांगितलं, "प्रघसे, मला नखं काढायची आहेत. त्यासाठी काहीतरी धारदार चाकू आणून देशील काय?"

"आम्ही काढू."

"तुम्हाला तेवढा नाजूकपणा नाही जमणार. मलाच आणून दे. चांगली पकड असलेला असू दे."

"बरं.." म्हणून ती निघून गेली. संध्याकाळपर्यंत चाकू आला. पकड चांगली होती. चाकूला धारही व्यवस्थित होती. तरीही त्याला आणखी धार करावी असं वाटलं. मी सांगितलं, "उद्या धार करायचा दगड आणून दे. बोथट चाकूनं नखं कापणं शक्य नाही."

तिनं होकार दिला. रात्रीचं जेवण देऊन त्या निघून गेल्यावर पणतीच्या उजेडात मी हातात चाकू घेऊन नीट निरीक्षण केलं. मूठ घट्ट धरून त्याची हालचाल करायचा चार-पाच वेळा सराव केला. नंतर एका कापडात गुंडाळून तो चाकू निऱ्यांच्या केळात लपवून ठेवला. साडी फेडायचा अभिनय करत केळातला चाकू काढून त्याच्या पोटात खुपसला तर...नंतर मला खुशाल मारू दे; पण तो माझ्यावर अत्याचार करणं शक्य नाही! मी तो होऊ देणार नाही!

त्या रात्री झोपेचं अपहरण करणारं भय नव्हतं. अत्याचार घडण्याच्या आधीच मी त्याच्यावर हल्ला करणार, म्हटल्यावर भय कसलं? त्यानंतर मला तो किंवा त्याची माणसं ठार करतील. करू देत. मी आपणहोऊन आत्महत्या करणार नाही. हा निश्चय होताच मन हलकं झालं. सकाळी शूर्पणखेला काय उत्तर द्यायचं, ते माझ्या मनात स्पष्ट झालं होतं. 'तुझ्यावरचा अत्याचार चुकवण्यासाठी मी व्यभिचार करू का? तुला सोडवायचा दुसरा कुठलाच मार्ग नाही, हे तूच कसं ठरवलंस?' असं राम विचारल्याशिवाय राहील काय? तो कधीच पातिव्रत्य-सातिव्रत्य यात भेद करणार नाही. अशा प्रकारचा प्रसंग प्रथमच समोर ठाकला असला आणि या विषयावर या आधी आम्ही दोघंही कधीच बोललो नसलो, तरी मला त्याचं मन ठाऊक आहे. लग्न होऊन सात वर्षं झाली, तरी मूलबाळ झालं नाही तर बायकोच्या संमतीनं दुसरा विवाह करायच्या प्रथेवर त्याचा विश्वास आहे. तेवढा संदर्भ वगळता आणखी कुठल्याही परिस्थितीत दुसरा विवाह करायला त्याचा विरोध असल्याचं त्यानं एकदा कुठल्याशा संदर्भात सांगितल्याचंही आठवलं. रात्री शांतपणे झोपी गेले.

त्यानंतर दररोज रात्री दरवाजा बंद करून त्या चाकूची धार पुन्हा पुन्हा तीक्ष्ण करत होते.

दुसरे दिवशी ती त्याच वेळी आली. पोपटी रंगाची रेशमी साडी, त्यावर हिऱ्याचा हार आणि कानात तांबड्या माणकाची कर्णभूषणे घालून आल्या आल्या मंद हसत तिनं विचारलं, "मग? काय ठरवलंस?"

"बैस!" मीही शांतपणे म्हटलं. नंतर विचारलं, "तुला माझ्या नवऱ्याविषयी एवढा का मोह वाटतोय? काय कारण आहे?" मनातल्या भयावर नियंत्रण

आल्यामुळे मला तिच्याशी सहजपणे बोलणं शक्य होत होतं.

"मोह?'' ती लाजत म्हणाली, "त्याचं मोहक रूप! वीर आहे, पण ओबडधोबड नाही. शरीर-बांधा-सगळे अवयव रेखीव असले, तरी तो सुकोमल नाही. त्याचे डोळे भुंग्यांना आकर्षित करणाऱ्या कमलपुष्पासारखे आहेत. पाहताक्षणीच त्याच्याशी एकरूप व्हावं असं वाटणारं आकर्षक रूप!''

तिचं ते लाजरं आणि विव्हल रूप पाहताना मला ती खरोखरीची विरहिणी वाटली. माझ्या मनात तिच्याविषयी दया निर्माण झाली.

मी तिचा हात हातात घेत कळवळून म्हटलं, "हे बघ, मला माझ्या नवऱ्याचा स्वभाव ठाऊक आहे! पत्नीव्यतिरिक्त इतर कुठल्याही स्त्रीला तो मनातही स्पर्श करणार नाही. माझ्या सुटकेसाठी मी हिला शब्द दिलाय म्हणून सांगितलं, तर तो 'मला वळू समजलीस काय?' म्हणून माझ्यावरच पराकोटीचा चिडेल. एवढंच नव्हे, त्या गुन्ह्याबद्दल तो मला कठोर शिक्षाही करेल. मी काय म्हणते, ते लक्षात आलं ना?''

तिचा माझ्या बोलण्यावर विश्वास बसला. काही क्षण ती काहीच बोलली नाही. नंतर तिनं विचारलं, "बरं, ते जाऊ दे. तो त्याचा भाऊ..बायको नसलेला आहे ना! तुझ्या नवऱ्यानं सांगितलं, म्हणून मी प्रेम करायला गेले, तर माझ्या नाकालाच जखम केली त्यानं! तोही तुझ्या नवऱ्यासारखाच दिसतो. तो चालेल मला! त्याला तयार करायला तर काही हरकत नाही ना?''

आता काही क्षण शांत राहायची माझी पाळी होती. मी खरोखरच अंतर्मुख होऊन विचार केला. एक खरं, लक्ष्मण रामाइतका कठोर नियमांचं पालन करणारा नव्हता. कठीण प्रसंग आला तर तडजोड करायला तयार असणारा. त्यानं जर हिचं म्हणणं मान्य केलं, तर कसलीच अडचण येणार नाही. पण मनात शंका आली, तो म्हणेल, "तुझ्या नवऱ्याचं काम माझ्यावर सोपवायला आलीस का?''

माझी मलाच किळस आली. थोरल्या भावाला ज्या गोष्टीची किळस आहे, ते हा धाकटा भाऊ कसा करेल? हिला तसा शब्द देणं म्हणजे माझ्या नजरेतून मीच उतरण्यासारखं आहे!

मी म्हटलं, "अगं, तो माझ्या नवऱ्याचा भाऊ आहे! धाकटा भाऊ! तोही विवाहित आहे. माझ्या धाकट्या बहिणीचा नवरा. ही दोन्ही भावंडं केवळ रूपाच्याच बाबतीत सारखी नाहीत; वागण्यातही सारखीच आहेत. मी तुला शब्द दिला, तरी असला शब्द तो पाळणार नाही, याविषयी माझ्या मनात शंका नाही.''

तिच्या चेहऱ्यावर निराशा पसरली. तिच्या डोळ्यांतली चमक नाहीशी झाली. मी तिच्या हातावरची पकड अनुकंपेनं घट्ट केली. क्षणार्धात तिनं आपले हात माझ्या हातातून सोडवून घेतले आणि माझ्या दोन्ही गालांवर मारायला सुरुवात केली.

ताड्कन उभी राहिली आणि तिनं मला लाथा घातल्या. मी जमिनीवर कोसळताच माझ्या पाठीवर दणादण गुद्दे मारू लागली. वेदना असह्य होऊन मी विव्हळू लागले. ती बडबडू लागली, ''थांब रांडे! तुझ्या व्रताच्या आजच चिंध्या करायला सांगते माझ्या भावाला!'' आणि ताडताड पावलं टाकत ती झोपडीबाहेर निघून गेली.

प्रत्येक हालचालीबरोबर होणाऱ्या यातना सहन करत मी उठायचा प्रयत्न करू लागले. गळ्याखालपासून कमरेपर्यंत पाठीचा कणा ठणकत होता. ''अयाई गं...'' म्हणत कण्हत असतानाच तिघीही सेविका आत आल्या. त्यांनी विचारलं, ''काय झालं?'' माझ्या पाठीचं निरीक्षण केलं. पाठीवर मोठाले वळ उठले असावेत. ते पाहून एकीनं विचारलं, ''राजकुमारीनं मारलं का? लाथा मारल्या का? तिला सुखासुखी राग का आला? तू काय केलंस तिला राग येईल असं?''

मी किंचाळत म्हटलं, ''मी काय करणार? जा तुम्ही इथून!''

त्या आपसात बोलू लागल्या, ''...हिची सेवा करून हिला आरोग्यवंत ठेवायची राजाज्ञा आहे....त्यात चूक झाली तर आम्हाला शिक्षा होणार....'' त्यातल्या एकीनं दिव्याला घालायच्या तेलाचा बुधला आणला. मला पालथं झोपवून माझ्या पाठीच्या मणक्याला तेल लावलं. हलक्या हातानं पाठीलाही तेल लावलं. नाही म्हटलं तरी थोडं बरं वाटलं.

आज हिला मला मारून टाकण्याइतका संताप आला होता. पण तसं केलं तर भावाला आवडणार नाही, त्याचा रोष होईल म्हणून ही एवढ्यावरच थांबली! मी अशा जखमी अवस्थेत असताना जर तो आला, तर साडीच्या केळात लपवलेला चाकू बाहेर काढायचंही मला सुचणं शक्य नाही. मग? काय करू मी? पुन्हा मनात भय दाटून आलं.

संध्याकाळ झाली. तो आला नाही. रात्री विकटेनं गावातून वेदनाशामक तेल आणून, हलकेच गरम करून हलक्या हातानं माझ्या पाठीला लावलं. आणखी थोडं बरं वाटलं. तो आला नाही. उद्या सकाळपर्यंत मी उभी राहू शकेन, असं वाटू लागलं. पाठ दुखत असली तरी उठेन. चाकू धारदार करून त्याची वाट पाहेन. मनाला पुन्हा उभारी वाटू लागली.

आठवडा गेला, तरी तो आला नाही. का आला नसेल? त्याची बहिणीशी भेटच झाली नसेल काय? भेट होऊनही आला नसेल, तर त्याचा अत्याचार करण्यापेक्षा माझं मन वळवून मला वश करून घ्यायचाच विचार असेल का? मनात हजार विचार येऊन जात होते. रात्रभर केळाला हात लावून चाकू असल्याची खात्री करून घेत होते.

गाढ झोप मात्र लागत नव्हती. मधूनच डोळा लागला, तरी पटकन जाग येत होती. गाढ झोप लागतेय असा भास झाला, तरी भयानं थरकाप उडून जाग येत

होती. सर्वांगाला घाम सुटत होता. डोळा लागला, तरी कुठलातरी राक्षस देह कवटाळत असल्याचा भास होऊन श्वास कोंडला जायचा आणि घुसमटल्यासारखं होऊन जाग यायची. जीव जायची भीतीच नसल्यावर खरं तर कसली आलीय भीती? हे ठाऊक असतानाही का हे भय पाठ सोडत नाही?

एका रात्री अचानक ते स्वप्न पडलं. झोपेत पडणारं स्वप्न नव्हे. जागेपणी दिसणारं दिवास्वप्न नव्हे. देहभान हरपायला लावणारी कल्पना-लहरही नाही. मनातून एक मंत्र तरळून आला. 'सोवि धे,..........

'तो घाबरला. एकाकी असणारा कशाला घाबरतो? माझ्यापेक्षा अन्य असं काही नसताना मी कशाला घाबरू? असा विचार केला. या विचारानंच त्याचं भय नाहीसं झालं. कारण, कशाला घाबरायचं? द्वितीयापासून म्हणजे दुसरा कुणी असेल तरच भय निर्माण होतं.

कुठून आला हा मंत्र? की माझ्या मनातच जन्मला? जर असं असेल तर...मनाला अत्यंत आनंद झाला. अशा अर्थगर्भित मंत्राला जन्म देण्याची शक्ती माझ्या मनात आहे का? मनाला वाटलेल्या आश्चर्यात बुडून जाऊन मी पुन्हा पुन्हा त्या मंत्राचं मनात उच्चारण केलं. कुठलंही अक्षर लोप न पावता, कुठलाही अर्थ मलूल न करता तोच मंत्र उच्चारू लागले. कितीतरी वेळा कूस पालटली. उताणी झाले. रात्रीच्या नि:शब्दतेत लीन झाले. आता कुटिराबाहेर झोपलेल्या राक्षसींचं घोरणं ऐकू येत नव्हतं. कितीतरी वेळानं आठवण पातळ होऊ लागली. बृहदारण्य उपनिषद या पार्श्वभूमीवर दिसू लागलं.

आमचे वंशस्थापक पहिले जनक महाराजांच्या दरबारात याज्ञवल्क्य ऋषी यायचे म्हणे. जिज्ञासू महाराजांनी विचारलेल्या आध्यात्मिक प्रश्नांना महर्षींनी दिलेल्या उत्तरांचा संपादित संग्रह तयार करून त्याला बृहदारण्य उपनिषद असं नाव दिलं म्हणे. जनक महाराजाचा प्रत्येक वंशज दर वर्षी मोठी विद्वत्सभा भरवून या उपनिषदाचं पठण, व्याख्यान घडवून आणायचे, तसे माझे पिताही घडवून आणायचे.

त्यांनीही ही परंपरा पुढं चालू ठेवली होती. एवढंच नव्हे, त्यासाठी देशविदेशातून मोठमोठे विद्वान बोलावले जायचे. शतानंदांकडून वेदपाठाचा अभ्यास करत असताना मीही एका कोपऱ्यात बसून ती चर्चा ऐकत असायची. पण या उपनिषदाचा पाठ झाला नव्हता. लग्न करून मिथिलेच्या बाहेर पडल्यावर या प्रकारच्या वातावरणाशी संपर्कच सुटला. जे ज्ञान होतं, त्याचीही उजळणी न झाल्यामुळे तेही विस्मरणात चाललं होतं. आता अशा परिस्थितीत भयाचं विवरण करणारा हा मंत्र स्पष्टपणे वर आला आणि सगळं आठवलं. मनात त्याचं विवरण सुरू झालं. पाठोपाठ आणखीही मंत्र आठवू लागले.

दुसऱ्या वस्तूपासून भय, रावणापासून भय..म्हणजे रावण दुसरी वस्तू. हे

ओलांडता आलं पाहिजे. रावणही मला दुसरी वस्तूच मानतो. एक भोगवस्तू. तो आणि मी एकमेकात वितळत नाही. एकात्म भाव अनुभवत नाही. प्रेमासाठी धर्मही हवा ना! धर्म म्हणजे सहन करायचा गुण, संयम. प्रेम म्हणजे आनंद देणे. क्षत्रिय स्वभावत: उग्र. त्यांना नियंत्रित करण्यासाठी ब्रह्मानं धर्म निर्माण केला. रावणाकडे धर्म नाही. त्यामुळे त्याचं नियंत्रण नसलेलं बळ आहे. रामाकडे धर्म आहे, नियंत्रण आहे. त्यामुळे आम्हा दोघांमध्ये भीती-भाव आहे. रावणाकडे तृप्ती-दाह आहे. जोडीनं तृप्ती मिळवायचा उद्देशच नाही. धर्माचं नियंत्रणच नसताना कसली तृप्ती? धर्माचं बंधन नसलेली कामपीडा म्हटल्यावर तिथं कुठला संयम? स्वत:च्या पत्नीबरोबर तरी हा संयम बाळगत असेल काय?

धर्माचा संबंध अस्तित्वाशी आहे. प्रेमाचा संबंध आनंदाशी आहे. इतरांच्या अस्तित्वाची फिकीरच नसलेल्या या अधमाला ठार करणं, हाच धर्म आहे. अत्याचारानं यानं मला पळवून आणलं, बंदी केलं; एवढंच नव्हे, अशा अधर्मी माणसाला संधी साधून ठार करणं हाच परमधर्म आहे. पण कसं? तो इथं येतो तेव्हा दूर बसतो. मला पाहत राहतो. मी चाकू बाहेर काढताच तो माझ्यावर झेप घेईल आणि अत्याचार करून आपली इच्छा पुरी करेल. अशा वेळी मीच त्याला अत्याचाराला प्रवृत्त केल्यासारखं होईल.

विचार करत असताना बृहदारण्य उपनिषदातले कितीतरी मंत्र आठवत होते. त्यांचा अर्थ उलगडून पाहत माझ्या या परिस्थितीला तो लावून पाहत होते. माझ्यासारख्या अपहृत स्त्रीला त्यामुळे दाटून येत असलेल्या दु:खावर काहीसा थंड शिडकावा झाल्यासारखं वाटत होतं.

एका दुपारी एक प्रौढ स्त्री आली. रेशमी साडी. अंगावर मोजकेच पण श्रीमंती दर्शवणारे दागिने. अधूनमधून चंदेरी झाक दिसणाऱ्या जाड केसांची वेणी. उन्हात न कोमेजलेला वर्ण. चालण्या-वागण्यात गंभीरपणा.

त्यांना पाहताच तिघीही सेविका उठून उभ्या राहिल्या. त्या सेविकांना त्यांनी सांगितलं, ''तुम्ही तिघीही लांब उभ्या राहा. मी इथं आल्याचं कुणालाही समजता कामा नये. त्या तिघींनाही हेच बजावून सांगा!''

आवाजातच आज्ञा होती. तिघींनीही भूमीपर्यंत वाकून नमस्कार केला आणि पन्नास पावलं लांब जाऊन उभ्या राहिल्या. मी आश्चर्यानं हे पाहत राहिले.

नंतर त्या माझ्याकडे वळल्या, ''तूच का सीतादेवी?''

''होय. दुर्दैवानं!'' मी म्हटलं.

''कुटिरात चल. मला तुझ्याशी थोडं बोलायचं आहे.'' त्या म्हणाल्या.

या कोण असतील? रावणाच्या पट्टराणी? आणि तसं असेल, तर यांना माझ्याशी काय बोलायचं असेल? मला संताप आला. पण मला त्यांनी 'देवी' म्हणून संबोधल्याचंही लक्षात आलं. म्हणजे मनात काहीतरी सदुद्देश असला पाहिजे. मी कुटिरात निघाले. त्यांच्यासाठी चटई अंथरली.

माझ्या जवळ येऊन त्यांनी माझ्या मस्तकावरून हात फिरवला. त्या स्पर्शानंच माझ्या मनात स्नेह जन्मला. गेल्या कितीतरी महिन्यांत असला स्पर्श मला लाभला

नव्हता. त्या स्पर्शानं माझे डोळे पाझरले.

त्या माझा हात हातात घेऊन म्हणाल्या, "घाबरू नकोस, बाळा! आधी मी माझी ओळख सांगते. लंकेशाला एक बहीण आणि दोन भाऊ. सगळे त्याच्या पाठचे. त्यांतला थोरला कुंभकर्ण. महाकाय आणि तामसी. त्याच्या परमसुखाच्या कल्पना दोनच आहेत. प्रचंड जेवण आणि अंतहीन निद्रा. त्याचा धाकटा भाऊ बिभीषण. ते माझे पती. बंधू लंकेशच्या अगदी विरुद्ध स्वभाव यांचा. यांची मी एकटीच बायको. पत्नी आणि पतीनं एकमेकाशी निष्ठेनं राहिलं पाहिजे, असं मानून त्याप्रमाणे आचरण असलेले आम्ही दोघं! धाकटा भाऊ असल्यामुळे लंकेशानं राजदरबारात माझ्या पतीला एक मंत्रिपद दिलंय खरं, पण कुठल्याच बाबतीत मतैक्य होत नसल्यामुळे यांनी तर लंकेशाशी बोलणंच सोडून दिलंय. त्यामुळे ते कितीतरी वेळा सभेलाच जात नाहीत. कारण मनाविरुद्ध 'हो' ला 'हो' म्हणत राहणंही पटत नाही ना!"

हे मला अनपेक्षित होतं.

त्या पुढं बोलू लागल्या, "आम्हाला एक मुलगी आहे. अनला नाव तिचं. देखणी आहे. लग्नाचं वय झालंय तिचं. आपल्या पित्यासारखा संभावित पुरुष भेटला तरच लग्न करायचा तिचा निश्चय आहे. नाहीतर अविवाहित राहायचा तिचा हट्ट आहे. एकदा ती काय म्हणाली ठाऊक आहे? थोरल्या काकांची मीही मुलगीच ना? तरीही तो एकटा असताना त्याच्या जवळ जायची भीती वाटते! मी विचारलं, ते तुझ्याशी कधी वाईट वागले आहेत काय? तर 'नाही' म्हणाली. पण त्याच्या कथा ऐकून तिला तशी भीती वाटते म्हणे. याचा अर्थ काय आणि कीर्ती कशी आहे, ते तूच समजून घे! अतिकामुकता तर आहेच, शिवाय जगातल्या सर्व संपत्तीचा आपणच अधिपती झालो पाहिजे, अशी महत्त्वाकांक्षा! तो शूरवीर आहे, यात शंका नाही. पण आपण एकटा मर्द आणि इतर सगळे पुरुष नामर्द, असा विकृत अहंकार मुरलाय त्याच्यात! शत्रूला पूर्णपणे नामोहरम करायचं म्हणजे त्याच्या पत्नीचाही जबरदस्तीनं उपभोग घ्यायचा! याच्या अहंकाराचंच प्रत्यक्ष रूप म्हणजे याचा कामाविष्कार! अशा कितीतरी परपत्नींना यानं लंकेत आणून बंदिवासात ठेवलंय, याचा हिशेबही सांगता येणार नाही! गोठ्यात कोंडलेल्या मुक्या गाईंसारखी त्यांची अवस्था आहे!"

थोडीफार कल्पना असली, तरी हा तपशील आणि त्यामागची मानसिकता भयावह होती.

"आठ महिने झाले तरी तू हार मानलेली नाहीस! आहार-वसतीच्या संदर्भात अजूनही पतीच्या व्रताचं पालन करतेस. त्यामुळे तू एकटीच एकपतिव्रता आहेस! अशा प्रतिकूल परिस्थितीत कोणाचंही मनोधैर्य ढळू शकेल! म्हणून माझ्या पतीनं

मला सांगितलं, तू जाऊन त्या पतिव्रतेला धैर्याच्या गोष्टी सांगून ये. मलाही तुझ्याविषयी सगळं समजल्यावर भेटायची इच्छा होतीच, भेटून फार आनंद झाला बघ!''

मी उठले आणि त्यांच्या पायांवर डोकं ठेवून नमस्कार केला. त्या पुढं म्हणाल्या, ''बाळा, मी तुला आहे. माझे पतीही तुझ्याबरोबर आहेत. मी तर अधून-मधून येऊन तुला भेटत राहीन. आमची सगळी ताकद आणि लंकेशाबरोबरच्या नात्याचा आधार घेऊन माझं इथं येणं गुप्त ठेवता येईल. पण तरीही सावध राहिलं पाहिजे. इतर कुठल्या मार्गानं हे त्याला समजता कामा नये. आपल्या कामवासनेत आडकाठी आणणाऱ्या कुणाचीही ही कामुक माणसं गय करत नाहीत.''

नंतर त्यांनी विचारलं, ''तू कोण? तुझा नवरा कोण? हा अरण्यवास कशासाठी? कुठल्या देवासाठी हे आहार-वसती व्रत?...''

अत्री महर्षींच्या आश्रमात अनसूयाआजीला मी माझी सगळी कथा विस्तारानं सांगितली होती. आता यांनाही सांगायची इच्छा झाली. जनक महाराजा पिता, धनुष्यभंग, रामाशी विवाह, रामाच्या युवराज्याभिषेकाचा उत्सव, कैकेयीमातेचा हट्ट, अरण्यवास, शूर्पणखेचं प्रकरण, मला पडलेला हरिणाच्या पाडसाचा मोह, रावणाच्या हेरांनी तोंड बांधून केलेलं अपहरण.... सगळं सगळं सांगितलं.

पितृवाक्याचं पालन करण्यासाठी हाती आलेल्या राज्यसिंहासनाचा त्याग करून चौदा वर्षांसाठी वनवासासाठी आलेला मुलगा, पतीच्या मागोमाग आलेली मी, आम्हा दोघांच्या रक्षणासाठी आणि सेवेसाठी आलेला भाऊ याविषयी ऐकताना त्यांचा आश्चर्यानं श्वास कोंडल्यासारखा झाला.

त्या म्हणाल्या, ''तुझ्या गोष्टीतल्या सासूचं वागणं काही फार वेगळं नाही. पण तू, तुझा नवरा आणि तुझा दीर..तुम्हा तिघांचं वागणं मात्र दुर्लभ आहे! आमच्या लंकेत तर कल्पनेतही हे आढळणार नाही. आता कितीतरी गोष्टींचा खुलासा होतोय. शूर्पणखा लंकेशाची बहीण. माझ्या पतीचीही ती बहीणच. लंकेशनं विद्युचूह नावाच्या माणसाशी तिचं लग्न लावून दिलं होतं. पण ती कधीच पतीशी निष्ठा बाळगून राहिली नाही. नवऱ्यावर तिचं दडपण आहे. ती एकटीच हवं तिकडं भटकत असते. मन जाईल त्या पुरुषाशी संग करते. तिला नाही म्हणणारा पुरुषच नाही म्हणते. कुणी नकार दिलाच तर ही त्याच्यावर जबरदस्ती करते. तुझ्या पतीनं आणि दिरानं नकार दिला म्हणालीस ना? शिवाय नाकाचा शेंडाही कापलाय! नकार म्हणजे अहंकारावर प्रहार. असा प्रहार झाला, की अहंकार फडा काढल्याशिवाय कसा राहील? हा सगळा त्याचाच परिणाम दिसतो. ही सर्वार्थानं लंकेशची बहीण आहे! आपली नजर जाईल, त्या व्यक्तीचा भोग घेणं, हा या दोघांचाही समानधर्म! तिथून आल्यावर भर सभेत तिनं लंकेशाला आव्हान दिलंय. तुझ्या रूपाचं वर्णन

केलंय, रामाची षंढ म्हणून निर्भर्त्सना केलीय. सगळंच रावणासारख्याला उत्साहित करणारं! तो कसा सोडेल? लंकेशाच्या हेरांनाही हिनंच तुमचा ठावठिकाणा सांगितला असणार. नंतर गेली असेल आणखी कोणाच्यातरी मागावर! तिनं लंकेशाला भर सभेत कसं चिथवलं, हे त्या रात्रीच माझ्या पतीनं माझ्या कानांवर घातलं होतं.''

तिनं अलीकडेच तीन दिवस इथं येऊन मला आमिषं दाखवली, त्या विषयीही मी सांगितलं.

''पतिव्रता दिसल्या, की त्यांना भ्रष्ट करायचा द्वेष असल्या बायकांना असतोच. शिवाय तुझ्या पतीवर आणि दिरावरही या बयेचा डोळा आहे!''

अशाच कितीतरी वेळ बोलत बसलो होतो.

त्यांचं नाव सरमा. त्यानंतरही दहा-पंधरा दिवसांतून येऊन जात होत्या. पण त्यात निश्चिती नव्हती. कारण मलाही ठाऊक होतं. त्याही संधी पाहूनच इकडं येणार ना! मी मात्र दररोजच नव्हे, प्रत्येक क्षणी त्यांची वाट पाहत असायची.

एकदा त्यांनी सांगितलं, ''तुझी तुझ्या पतीशी नक्की भेट होईल! काळजी करू नकोस. तुझा पती अतिशय शूर आहे. तो नक्की तुझी इथून सुटका करेल.''

''माते, तुझं बोलणं मला नेहमीच आनंद देतं! पण याला आधार काय?'' मी विचारलं.

यावर त्या म्हणाल्या, ''तसा प्रश्न नको विचारूस! माझ्या मनात सतत जे काही वाटतं, ते मी सांगितलं. माझ्या तोंडून येतं ते खरं होतं, असं माझी आजीही वरचेवर सांगायची.''

आता माझाही यावर विश्वास बसू लागला. नाहीतरी अशा परिस्थितीत माझं मनोधैर्य टिकवायचा आणखी कुठला मार्ग होता?

दुपारचा आहार घेऊन झाला होता. मरणाचा उकाडा होता. लंकेच्या उकाड्यात सतत येणारा घाम. त्या दिवशी तिघींपैकी एकटीच आली होती. सूर्याच्या किरणांपासून बचाव करून घेण्यासाठी थोड्या अंतरावरच्या झाडाखाली झोपून पक्षी उडून जातील एवढ्या जोरात घोरत होती.

भोवतालच्या घनदाट झाडीतून एक माणूस आला. पन्नाशीचा असेल. घट्ट काचा मारलेलं धोतर. छाती झाकणारं उत्तरीय. लांब केस. सावळा रंग. एकाच लक्ष्यावर खिळणारी तीक्ष्ण नजर. ती पाहताच जाणवलं, हा दररोज ध्यानधारणा करत असला पाहिजे. ताडाच्या पानांच्या पंख्यानं मी वारा घेत बसले होते. त्याला पाहताच मला आश्चर्य वाटलं. पाठोपाठ भयही.

माझी त्याच्याकडे नजर वळताच त्यानं ओठावर बोट ठेवून गप्प राहायची खूण

केली. थोडा जवळ आल्यावर त्यानं हलक्या आवाजात म्हटलं, "संस्कृत समजतं काय? समजत असेल तर संस्कृतमध्येच उत्तर दे."

माझं मन आशंकेत बुडालं. हा रावणाचाच काही फसवायचा खेळ नसेल ना? याचे संस्कृतचे उच्चार अस्खलित होते. मीही संस्कृतमध्येच उत्तर दिलं, "समजतंय."

"नाव?"

"सीतादेवी."

त्याचा चेहरा खुलला. त्यानं कनवटीला बांधलेली एक वस्तू काढली आणि माझ्यासमोर धरली. म्हणाला, "मी रामाचा शिष्य आहे. किष्किंधा देशातला. नामध्येय हनुमंत. आजन्म ब्रह्मचारी."

मी ती वस्तू हातात घेऊन पाहिली. अंगठी! रामाची! पुन्हा पुन्हा फिरवून-फिरवून पाहिली. लक्ष देऊन पाहिली. लग्नात माझ्या पित्यानं दिलेली अंगठी. त्यामुळे वनवासाला निघतानाही ही त्यागायचा प्रश्न आला नव्हता.

राक्षसीला ऐकू येणार नाही याची काळजी घेत मी हलकेच संस्कृतमध्ये विचारलं, "कुठे आहे तो? मला कधी इथून सोडवून घेऊन जाणार आहे?"

हे बोलताना रडूच आलं.

"देवी, तुला कुटिरात सोडून लक्ष्मण बंधूला शोधायला गेला...त्याला बघून राम घाबरे झाले...विचारलं, सीतेला एकटीला सोडून आलास? कुटिरात तू नाहीस म्हटल्यावर तर रामांच्या डोळ्यांतून जे अश्रू वाहिले, त्यांनी गोदावरीचं पात्रही उणं ठरलं. तेव्हा तर ते पार कोसळून गेले होते. जीवही नकोसा झाला तेव्हा त्यांना! लक्ष्मणही गोंधळून गेला. ज्या आपल्या भावानं वहिनीचा शोध घ्यायचा, तोच असे हात-पाय गाळून बसला तर कसं? त्यानंच कसंबसं थोरल्या भावाला पटवलं आणि दक्षिणेला चालू लागले. कितीतरी फिरले, तरी रामांचं मन ताळ्यावर आलं नव्हतं. मधूनच दुःखाचा उमाळा दाटून येई. नंतर त्यांना पुन्हा ताळ्यावर आणणं लक्ष्मणाला भरपूर कठीण जाई. हा सगळाच तपशील मला लक्ष्मणानंच सांगितला."

हे ऐकतानाही माझे डोळे अश्रूंनी भरून गेले.

"असेच फिरत फिरत ते एका जुन्या आश्रमात जाऊन पोहोचले. एक भिल्लीण तिथं वर्षानुवर्षं तपश्चर्या करत होती. छोटं कुटीर. भोवताली जाडजूड कुंपण. समृद्ध फळ-फळावळ पिकणाऱ्या वृक्षांचा प्रदेश. तिथं पोहोचताच रामाच्या मनाला थोडं का होईना, समाधान मिळालं. कुंपणाचं फाटक उघडून दोघं कुटिरात गेले. कुटिरात क्षीण स्वरात ओंकार ऐकू येत होता. एका स्त्रीचा आवाज. पुन्हा बाहेर येऊन हे दोघं बाहेरच्या दगडी कट्ट्यावर बसून राहिले. कितीतरी वेळानं त्या बाहेर आल्या. वृद्ध. केस पांढरेशुभ्र पातळ झालेले. पराकोटीचं दारिद्र्य दर्शवणारं तोकडं लुगडं. त्यांनी प्रेमळ स्वरात चौकशी केली- 'कोण तुम्ही? कुठून आलात? पाणी देऊ काय?'

त्या रामांकडे बघत म्हणाल्या, "बाळा, तुझ्या चेहऱ्यावर पराकोटीचं दुःख दिसतंय. काय झालं? दुःखाला अंत आहे, हे विसरू नकोस. आनंदाला मात्र सीमा नाही. बोलता बोलता त्यांनी रामाच्या मस्तकावरून हात फिरवला. राम भावुक झाले. त्यांच्या पावलांवर मस्तक टेकवलं. नंतर घडलेली सगळी हकिगत सांगून आपल्या प्रिय पत्नीच्या वियोगाविषयी सांगितलं. पत्नीशिवाय जगणं अशक्य असल्याचंही बोलून दाखवलं त्यांनी! सगळं ऐकून त्या काही क्षण ध्यानस्थ झाल्या आणि नंतर म्हणाल्या, "माझ्यावर विश्वास ठेव, तुला तुझी पत्नी मिळेल. असेच दक्षिण दिशेला जा. सहा-सात दिवस चालावं लागेल. किष्किंधा नावाचा प्रदेश लागेल. तिथं तुला तुझं नशीब उघडलेलं आढळेल. पुढचं मी आताच सांगणार नाही. सांगू नये. सगळं चांगलंच होईल."

डोळे पुसून मी पुढचं ऐकू लागले. लक्ष्मणच या हनुमंताच्या तोंडून बोलत असल्याचा भास होत होता.

"त्या दिवशी ते त्या कुटिरातच थांबले. त्या वृद्धेनं स्वतः जवळपासच्या वनात फिरून त्यांना फळं आणून दिली. नंतर लक्ष्मणांनी विचारलं, माते, आपलं नाव काय? त्या म्हणाल्या, नाव म्हणजे काय? कोणाचं नाव? तपश्चर्या केल्यावरच या प्रश्नाचा अर्थ समजू शकतो. तू विचारलंस म्हणून सांगते, स्वतःच्या नावापासून सुटका करून घ्यायच्या प्रयत्नांत आहे. लोकनाम केवळ ज्या जातीत मी जन्मले तिच्याशीच मर्यादित आहे. शबर जातीच्या पुरुषांना शबर आणि बायकांना शबरी म्हणायची पद्धत आहे. या वनात राहणारी काही माणसं मला शबरी म्हणतात."

हे ऐकताच मला आम्हाला मदत करणाऱ्या गुहराजाची आठवण आली. कदाचित रामालाही आली असेल. कारण गुहराजही शबर म्हणजे बेरड जातीतलेच ना!

"तिथून निघाल्यानंतर राम कोणा गुहराजाविषयीच लक्ष्मणाशी बोलत होते, असं लक्ष्मण सांगत होते. लक्ष्मणांनीच हे मला सांगितलं. तिथून दोघंही आमच्या किष्किंधा राज्यात आले. तिथल्या राज्याच्या संदर्भात भावंडांमध्ये भांडण होतं. थोरल्या भावानं धाकट्याला फसवून त्याला देशभ्रष्ट केलं होतं. तुझ्या पती आणि दिरानं थोरल्याला ठार करून धाकट्याला राज्य मिळवून दिलं. कृतज्ञतेनं धाकट्या भावानं तुला शोधण्यासाठी गरज पडली, तर आपलं सगळं सैन्य युद्धासाठी द्यायचा निश्चय केला आहे. सुग्रीव त्याचं नाव. मी त्याच्या मंत्रिमंडळातला एक सेवक आहे. स्वेच्छेनं ब्रह्मचर्य व्रताचा अंगीकार केला आहे. संसाराची जबाबदारी नाही. माझ्या देशाची सेवा करायच्या उद्देशानं राजसेवेत आहे. शक्य असेल, तेवढं माझ्या देशात धर्मप्रवर्तन करायची इच्छा आहे. राम-लक्ष्मणांना आमच्या देशात येऊन आठ महिने झाले. सुग्रीवाच्या हाती राज्य येऊन सहा महिने झाले. धर्म-सूक्ष्म जाणून घ्यायची माझी आशा होती. पण आमच्या देशात तसा कुणी गुरू मला भेटत नव्हता. तुझा

पती केवळ धर्मात्माच नाही, धर्मशास्त्रातला गाढा विद्वानही आहे! मध्ये पावसाळा होता. तेव्हा तुझा शोध घेणं शक्य नव्हतं. तेव्हा एका गुहेत बसून त्यांनी वेद-पाठ सांगितला. तू माझी गुरुपत्नी.''

असं म्हणत जवळ येऊन त्यांनी माझ्या पायावर मस्तक टेकवलं.

मी गडबडले. मी हात जोडत म्हटलं, ''आर्य हो, तुम्ही माझ्या पित्यासारखे आहात. माझ्या पित्याच्या वयाचे आहात. मला नमस्कार करणं योग्य नाही.

''माझी केव्हा इथून सुटका कराल?'' मी विचारलं आणि माझं दूरवर घोरत असलेल्या माझ्या राखणीला असलेल्या राक्षसीकडे लक्ष गेलं. हलक्या पावलांनी हनुमंतच तिच्यापाशी गेले, वाकून पाहिलं आणि येऊन म्हणाले, 'कदाचित उन्हाचा परिणाम असेल, जाग येणार नाही इतकी दारू प्यायली आहे! ओठांभोवती फेस जमलाय. शिंदीची दारू. आपण हलक्या आवाजात बोलू शकू.''

ते पुढं म्हणाले, ''माते, मी तर तुम्हाला आताच्या आता सोबत घेऊन जाऊ शकतो. प्रचंड उकाडा आहे. सगळे दुपारच्या वेळी डाराडूर झोपलेले असतात. चला, लगेच निघू या. चेहरा लपवायला माझं उत्तरीय देतो. ते पांघरून माझ्या पाठोपाठ पटकन चला. जिथं लोकांचा वावर नाही, अशा वाटेनं जाताना तुम्हाला खांद्यावर बसवून धावत घेऊन जाईन. समुद्र ओलांडायचा मार्गही मला ठाऊक आहे.''

मी काही क्षण विचारात पडले. नंतर म्हणाले, ''आर्य हो, रावणानं मला चोरून पळवून आणलं! मी तुमच्याबरोबर आले तर माझ्या पतीचीही चोरून सोडवलं अशी अपकीर्ती नाही का होणार? तुमच्याबरोबर आले, तर माझी सुटका होईल; पण पापी रावणाला शिक्षा कशी मिळेल? युद्ध करून त्याचा वध करून माझी सुटका करायला माझ्या पतीला सांगा. वीरपत्नी आहे मी!''

त्यांनी एकवार माझ्याकडे निरखून पाहिलं. नंतर म्हणाले, ''हे वीरपत्नीला साजेसंच बोलणं आहे. समुद्र ओलांडल्यावरही माझा देश महिनाभरच्या अंतरावर आहे. सैन्यासह यायला काही वेळ लागणार. शिवाय सुरू झालेलं युद्धही काही एक-दोन दिवसांतच संपेल असं नाही. तेवढ्यात ते अयोध्येचं...'' पुढचं बोलणं अशक्य होऊन त्यांनी बोलणं थांबवलं.

''ती काळजी नको. इथं माझे एक-दोन हितचिंतक आहेत...'' मी सरमा आणि बिभीषणांविषयी सांगितलं, ''लंकेशाच्या या भावाला लंकेशाचं काहीही पटत नाही. निरुपायानं ते सहन करत आहेत....'' थोडक्यात, पण सगळ्या बारकाव्यांनिशी मी सांगितलं.

त्यांचा चेहरा खुलला. त्यांनी विचारलं, ''त्यांचं भवन कुठं आहे?''

''मला ठाऊक नाही. मी लंका-पट्टण नीट पाहिलंच नाही.''

''ठीकाय. आमच्या किष्किंधा नगरीच्या लोकांविषयी सांगतो. आमच्या लोकांच्या

सामर्थ्याविषयी तुझ्या मनात विश्वास असू दे, म्हणून! आमच्या राज्याच्या दैवताचं नाव हनुमंत. शक्तिदेव. महामल्ल! आमच्याइथले सगळे पुरुष सकाळी बलोपासना केल्याशिवाय तोंडात पाणीही घालत नाहीत. आमचा सगळा भूप्रदेश मोठमोठ्या खडकांचा बनला आहे. त्या खडकांवरून उड्या मारत धावायची इथल्या माणसांची अगदी बालपणापासूनची सवय असते. झाडावर चढण्या-उतरण्याच्या कलेत तर कुठल्याही जनांगाची माणसं आम्हाला हरवू शकणार नाहीत. आमच्या राज्यात तर हनुमंताचं चित्रच सेनेच्या ध्वजावर असतं. तुला हे सांगतोय, कारण युद्धाच्या वेळी तुला आमच्या सैन्याची ओळख पटावी म्हणून! राक्षसांच्या सैन्यात क्रौर्याला प्राधान्य असतं. कुठलाही व्यूह नसतो. नुसते घुसतात. बायका-मुलं-वृद्ध माणसं न बघता ठार मारून रक्त प्यायची त्यांची पद्धत. पण बळ, शिस्त, व्यूह यांमुळे ते आमच्यापुढे टिकाव धरू शकत नाहीत. राम-लक्ष्मणांकडचं तंत्र तर मी स्वत: पाहिलं आहे!''

तेवढ्यात दारू पिऊन झोपलेल्या सेविकेनं कूस पालटल्याची चाहूल लागली. हनुमंतांनी आवाज आणखी खाली आणला आणि म्हणाले, ''निघतो. रामाला दाखवायला खूण म्हणून तू काही देशील काय?''

कुटिरातून मी अनसूयाआजीनं दिलेला चूडामणी शोधून आणून त्यांच्या हाती दिला आणि सांगितलं, 'हा अनसूया आजीनं दिला होता, असं सांगा. त्याचा विश्वास बसेल.''

माझा निरोप घेऊन ते निघाले, तेव्हा मला रडू कोसळलं. म्हटलं, ''बंधो, तुमच्याशी बोलून मला किती बरं वाटलं ते तुम्हाला समजणार नाही! पुन्हा भेटता येईल का?''

''नको माते, कोणीतरी तुझी चोरून भेट घेतल्याचा कोणालाही संशय येता कामा नये. आज येथे एकच सेविका आहे. तीही गाढ झोपेत आहे, हे सुदैवच! पुन्हा अशी संधी मिळणार नाही. आणखी दोन महिन्यांत आम्ही सैन्यासह येऊ. हे कोणालाही, अगदी बिभीषणाच्या पत्नीलाही सांगू नकोस! किती केलं, तरी तो आपल्या शत्रूचा भाऊ. आपल्या राज्यावर शत्रू चढाई करून येत असल्याचं समजलं तर कोणाचंही मन आपल्या देशाच्या बाजूनंच वळणार! तिथं कितीही दोष असले तरी!''

हे मलाही पटलं. मी दिलेला चूडामणी कमरेला बांधून ठेवून ते निघाले. मी पदस्पर्श करून त्यांना नमस्कार केला. ते नि:शब्दपणे सभोवतालच्या वृक्षराईत दिसेनासे झाले.

एका आठवड्यानंतर सरमा आल्या. त्यांनी माझ्या आरोग्याची चौकशी केली. अशा रणरणत्या उन्हात जनजीवनात किंवा राजजीवनात काय नवं घडणार?

सूर्योदय झाल्यानंतरच्या पाच-सहा घटका सरल्यानंतर कोणीही घराबाहेर पडत नाही. अगदी जावंच लागलं, तरी डोक्यापासून कमरेपर्यंत जाड ओलं कापड गुंडाळून घेऊन बाहेर पडतात. सूर्यास्त होईपर्यंत असंच असतं.

त्याही अशाच प्रकारे ओलं वस्त्र गुंडाळून आल्या होत्या. 'या वनाच्या घनदाट राईत प्रवेश करताच शरीरात शक्तीचा संचार झाल्याचा अनुभव येतो..' त्या सांगत होत्या.

त्या दिवशी बोलताना त्यांनी एका विशेष घटनेचा उल्लेख केला. आठवड्यापूर्वीची घटना. समुदशच्या पलीकडच्या प्रदेशातून एक ज्योतिषी आला होता म्हणे. 'कमरेला धोतराचा काचा मारलेला आणि अंगावर एक उत्तरीय. डोक्यावर भरपूर केस. कसरत करून कमावलेली देहयष्टी. दोन्ही हातांची परीक्षा करून भूत-भविष्याविषयी सांगू शकणारा शक्तिवंत. अपेक्षा पुऱ्या करणं आणि वाटेतल्या अडचणींचं निवारण करणं, भूत-पिशाच्चांना पळवून लावण्यासाठी आवश्यक ते विधी करवून घेतो, असं सांगत गावभर फिरत आमच्या घरी आला होता. त्यानं माझ्या पतीच्या दोन्ही तळहातांचं निरीक्षण केलं. जे सांगायचं ते एकांतात सांगायचं ठरवलं आणि दोघंही एका कक्षात दरवाजा बंद करून बसले. बराच वेळ त्या दोघांचं काहीतरी चाललं होतं. तो निघून गेल्यावर मी कितीतरी चौकशी केली, तरी दोघांत काय बोलणं झालं, ते माझ्या पतीनं सांगितलं नाही. त्यांनी फक्त सांगितलं, तुझ्या मुलीला चांगला मुलगा मिळून तिचा विवाह व्हायचा योग जवळ येतोय. बाकी काहीच सांगितलं नाही. मला एवढं सांगून माझे पती लंकेशाला भेटायला गेले! हे आश्चर्यच! कधीही निमंत्रणाशिवाय सभेला न जाणारे माझे पती लंकेशाच्या खासगी महालात तर चुकूनही जायचे नाहीत! ते आपण होऊन लंकेशाच्या भेटीला? तिथं जाऊन त्यांनी भावाला सांगितलं, समुद्राच्या पलीकडून एक मांत्रिक आला आहे. त्याच्याकडून पूजा करवून घेतली, तर मनातला संकल्प पूर्णत्वाला जातो म्हणे. इच्छा असेल तर पाठवतो! लंकेशानं मांत्रिकाचं स्वागत केलं. मांत्रिकानं लंकेशाच्या हस्ताची परीक्षा केली. नंतर सांगितलं म्हणे, तुझ्या मनातली इच्छा पुरी होई; पण संयम आवश्यक आहे! स्त्रीसंबंधाची इच्छा असल्यामुळे मारी देवतेला पूजा करून बळीही दिला पाहिजे! ''

दुसरे दिवशीच त्या मांत्रिकाच्या पौरोहित्याखाली तशी पूजा करून दोन बकऱ्या, दोन मेंढ्या, पाच कोंबड्यांचा बळी देण्यात आला म्हणे! बरेच मंत्र म्हणून पूजा केल्यानंतर भरपूर दक्षिणा घेऊन त्या मांत्रिकानं पुन्हा लंकेशाला बजावलं म्हणे, ''कुठल्याही परिस्थितीत घाई नको! तुझ्या तावडीत असलेलं सावज आपण होऊन तुला वश होईल! घाई करशील तर दूर जाईल!'' लंकेशाला आकाश ठेंगणं झालं म्हणे! मांत्रिकानं सांगितलं, ''लंकाधिपती, तुझ्या राजधानीसारखं नगर मी कुठंही

पाहिलं नाही! पुराणात जिचं वर्णन आहे, ती इंद्राची अमरावतीही इतकी देखणी नाही.....'' त्यानं लंकेचं भरपूर कौतुक केलं आणि सगळ्या नगरात फिरून पाहण्याची आणि आपल्या राज्यात जाऊन राजाला तिचं कौतुक सांगायची परवानगी मागितली. लंकेश इतका सुखावला, की त्यानं आपला राजरथ देऊन त्याला सेना-शिबिरासकट संपूर्ण नगर दाखवायची व्यवस्था केली! सगळं पाहून झाल्यावर लंकेशनं दिलेल्या दक्षिणेचं गाठोडं पाठीवर टाकून तो मांत्रिक आपल्या देशाला माघारी परतला म्हणे!''

तो मांत्रिक कोण असावा, याविषयी माझ्या मनात तिळमात्र शंका राहिली नाही. पण ते मी सरमेला बोलून दाखवलं नाही.

मनातली भीती बरीच कमी झाली होती. मी कुठं आहे, हे रामाला ठाऊक आहे. त्याला शक्तीपूर्ण सैनिकांचं बळ असलेल्या राजाचा पाठिंबा आहे. शक्य तितक्या लवकर तो येईल, या राक्षसाचा पराभव करेल आणि मला इथून सोडवून घेऊन जाईल! नाही; केवळ पराभव करूनच नाही, ठार करून! फक्त त्यालाच नव्हे; त्याला पाठिंबा देणाऱ्या संपूर्ण राक्षसकुलाचा विध्वंस करून, क्षत्रियोचितपणे, राजाला शोभेल अशा प्रकारे मला सोडवून घेऊन जाईल, असा विश्वास मनात दृढ होऊ लागला होता.

अजूनही रावण अधूनमधून येत होता. आपलं प्रेम व्यक्त करत होता. आपल्या ऐश्वर्याच्या गमजा मारत होता. आपला देश कसा सोन्याच्या खाणींचा देश आहे, कुठेही सापडणार नाही, इतक्या मोठ्या प्रमाणातल्या सोन्याचं भांडार असलेली भूमी, इथं इमारतींच्या पायांनाही कशा दगडा-मातीच्या विटांऐवजी सोन्याच्या विटा घातलेल्या असतात, भिंती कशा सोन्याच्या विटांच्या असतात, खांबही कसे सोन्याचे असतात, जगातल्या कुठल्याही राजानं आजवर कधीही बांधला नसेल, असा सुवर्णमहाल बांधून देण्याची तयारी, माझ्या पोटी जन्मणाऱ्या मुलाला राज्याभिषेक करायची हमी,....पुन्हा पुन्हा त्याच गोष्टींची लालूच दाखवत होता. माझं मौन तिरस्कारसूचक असल्याचंही त्याच्या लक्षात येत नाही, किंवा तसं तो दाखवत नाही. आजवर आपण कधीही कुठल्याही स्त्रीचा असा अनुनय केला नाही, आधी तिचा भोग घेऊन, तिला दुसरा कुठलाही मार्ग शिल्लक नाही असं करून झाल्यावरच पुढचा विषय बोलायचा, अशी आपली आजवरची पद्धत असल्याचंही पुन्हा पुन्हा सांगत, अशा वेळी 'तुला आजवर स्पर्शही केला नाही,' हे सांगत होता. त्याच्या या औदार्याचा मी अर्थ समजून घ्यावा, अशी मला विनंती करत होता.

हनुमंतांनी सांगितलेला वेळेचा हिशेब मलाही समजत होता. दोन महिन्यांच्या आधी राम येणं शक्य नाही, हे मलाही समजत होतं. प्रत्येक दिवस मोजत होते. अधूनमधून मन 'सैन्य येऊन पोहोचलं, युद्धाला सुरवात झाली...' यासारख्या

बातम्यांची कल्पना करत होतं. त्या कल्पनेतच रमून जात होतं. कोणीतरी सेविका काहीतरी बातमी कानांवर घालेल, या अपेक्षेनं त्यांच्याकडे पाहत होते. पण निराशा होत होती. दररोजच्या त्यांच्या शिव्याशापांमध्ये खंड नव्हता. त्या माझी राखण करताना कंटाळत होत्या. रावण माझ्या नाकदुऱ्या काढतो, हे त्यांना अजिबात आवडत नव्हतं. पण त्यांच्या शिव्या ऐकताना मला मनातल्या मनात हसू यायचं. आणखी किती दिवस चालणार आहे यांची मस्ती? राम आला, की दुसऱ्याच क्षणी हे सगळं थांबवून यांना परागंदा व्हावं लागणार आहे, हे यांना समजत नाही!

एका दुपारी सरमा आली. नेहमीप्रमाणे सगळ्या सेविका दूरच्या झाडाच्या सावलीत जमिनीवर रेषा मारून कवड्यांनी काचा-पाणी खेळण्यात रमल्या होत्या. या खेळात त्या इतक्या रमून जात, की त्यांना आणखी कशाचंही भान नसायचं. त्यांची खेळावरून भांडणं-वादविवादही जोरात चालत. अगदी एकमेकींना घाणेरड्या शिव्या दिल्या जात. पण कोणीच खेळ सोडून निघून जायचं नाही.

कुटिरात जाऊन मला शेजारी बसवून घेऊन त्यांनी अत्यंत हलक्या आवाजात सांगितलं, ''तुझ्या पतीचं सैन्य आलंय! आपल्या राज्याच्या रक्षणव्यवस्थेविषयी बढाया मारणाऱ्या लंकेशाची फजिती झाली आहे! समुद्र हाच आमचा रक्षक असल्याचं तो पुन्हा पुन्हा बोलून दाखवायचा. त्यामुळे लंकेची प्रजाही तसंच समजत होती. अमावस्येच्या काळ्याकुट्ट रात्री कोळ्यांच्या कितीतरी नावांमधून आहार-धान्य, स्वयंपाकाची मोठाली भांडी, अस्त्र-शस्त्रं, धनुष्य-बाण, भाले-बर्च्या आणि इतर युद्धाचं सामान येऊन पोहोचलं. सेतूचे खडक आहेत ना, त्यावर चढून आणि मधूनमधून पोहत सगळं सैन्य दाखल झालं आहे. परवा सकाळी काही जणं तीन दगडांची चूल रचून अन्न शिजवत असलेले आढळले. धूर पाहून आमचे रक्षक तिकडे धावले. त्यांनी वर्दी दिल्यानंतर नगरपालकही तिथं जाऊन पोहोचला. तेव्हा त्याच्याबरोबर त्यांनी निरोप पाठवला, अपहृत केलेल्या कोसल राणीला गौरवपूर्ण रीतीनं आमच्या ताब्यात द्या, त्यानंतर केलेल्या चुकीबद्दल तुमच्या राजाला तिच्या पतीसमोर शंभर वेळा नाक घासून क्षमा मागू दे! नाहीतर तुमच्या नगराची राखरांगोळी करून तुमच्या कुलाचा संपूर्ण क्षय करून टाकू! लंकेशानं लगोलग मंत्रिमंडळाची सभा बोलावली. झोपी गेलेल्या कुंभकर्णालाही उठवून आणलं. माझा नवरा बिभीषणही गेला....''

पुढंही ती सगळं सांगत होती आणि देहभान विसरून मी ऐकत होते....

मंत्री, सेनापती आणि लंकेशाचा मुलगा इंद्रजितही आले. सिंहासनावर बसलेला लंकेश गरजला, ''नगरपालका, काय म्हणाले ते मस्तवाल लोक?''

''किष्किंधेचा महाराजा सुग्रीव. त्यांचा निरोप आहे, अपहृत कोसल राणीला गौरवानं पालखीत बसवून मानानं पोहोचतं करायचं आणि नंतर तुमच्या राजानं

तिच्या पतीची जमिनीला नाक घासून शंभर वेळा क्षमा मागायची! नाहीतर आम्ही तुमच्या नगरासकट तुमच्या कुळाचा नाश करू...''

''लंकाधिपतीनं जमिनीला नाक घासून क्षमा मागायची? शंभर वेळा? अरे, लंकाराजाचा गौरव काय समजलात! तुम्ही सगळे काय म्हणताय? एकेक करून बोला. कुंभकर्णा, तू आधी सुरूवात कर.''

कुंभकर्णाच्या एवढ्या वेळात सात-आठ वेळा जांभया देऊन झाल्या होत्या. महाकाय कुंभकर्ण पुढची जांभई द्यायच्या आधी म्हणाला, 'बंधो, त्या बाईला पळवून आणण्याआधी मंत्रिमंडळाची सभा बोलावली होती का? तो निर्णय सभेत घेतला गेला होता का? मला तरी कुठं विचारलं होतंस? मग आताच का ही सभा? उगाच माझी झोपमोड का केलीस?''

''राजकारणात प्रत्येक गोष्ट सभा बोलवूनच करता येते का? माझ्या बहिणीचा त्यांनी अपमान केला! मग त्याला प्रतिकार करणं हे राजकर्तव्य नाही का? मी तेच केलं.''

एव्हाना कुंभकर्ण पुन्हा झोपी गेला होता.

''बिभीषणा, तू बोल.''

''शूर्पणखेनं सभेत येऊन दंगा केला, तेव्हा मीही होतो. ही तिथं कशी वागली आहे आणि ते कसे वागले आहेत, हे आपल्याला कुठं ठाऊक आहे? तिनं भरलेल्या सभेत तुला भडकवलं. त्या स्त्रीच्या रूपाचं वर्णन केलं. त्या षंढ रामानं बायकोवरच्या मोहापायी मला नाकारलं, तू तिचा भोग घेतला नाहीस, तर तू तरी कसला पुरुष? माझा भाऊही नाहीस... असं सांगून तुला भरीस पाडलं... वर्णन ऐकूनच तू पाघळला होतास... तिला पळवून आणायचा कट रचलास... याला राज्यकार्य म्हणायचं काय? हे लंकेसाठी, लंकेच्या उत्कर्षासाठी केलेलं महाकार्य म्हणायचं काय, याचं उत्तर दे. मग मी काय बोलायचं ते बोलतो!' बिभीषण म्हणाला.

''माझ्यावर टीका करणं हा तुझा जुनापुराणा रोग आहे! आता काय करायचं, ते आधी बोल! काही फुटकळ चाच्यांनी रात्रीच्या अंधारात चढाई केली म्हणून घाबरायचं काय? कितीतरी मोठाली युद्धं जिंकलेला मी महावीर आहे. तुझ्यासारखा मी नपुंसकत्वाचा गौरव करणारा भेकड नाही. ते जाऊ दे; आता काय करायचं ते आधी सांग.''

''एक लक्षात घेतलं पाहिजे. हे युद्ध काही त्यांच्या भूप्रदेशात होणार नाही. आपल्या देशात, आपल्या नगरात होणार आहे. ते आपल्या नगराच्या शेजारी मुक्काम ठोकून आहेत. जी काही हानी होणार आहे, ती आपल्या देशाची, आपल्या नगराची! आपण रक्त-मांस एक करून जो देश उभारला आहे, त्याची राखरांगोळी

होणार आहे हे नक्की! आता हा नाश थांबवणं शक्य नाही. युद्धासाठी इतक्या दूर येताना त्यातले युद्धात प्रावीण्य असणारे, सडे तरुणच आलेले असतील. आपल्या नगरात राहणारे वृद्ध, मुलं, स्त्रिया, मुली सगळेच आपल्याला अडचणीचे ठरतील. विनाकारण नगराला आगीत लोटून ते निघून जातील. त्या सगळ्या सैनिकांच्या मनात त्या स्त्रीची सुटका केलीच पाहिजे, अशी भावना आहे. तशी काही एकत्रित भावना आपल्या सैनिकांच्या मनात आहे का? आपला राजा आपल्या वासनेसाठी विविध बायकांना पकडून आणत असतोच, त्यासाठी आपण का रक्त सांडायचं; अशी भावना आपल्या सैनिकांमध्ये नाही का? या साऱ्याचा पूर्णपणे विचार करायला पाहिजे.''

''छे! हे वीरांना शोभणारं बोलणं नाही. असू दे. इंद्रजित, तू माझा मुलगा आहेस. महावीर! इंद्रावर विजय मिळवावा म्हणून तुला हे नाव ठेवलंय. आजवर तू त्या नावाला जागला आहेस. तू सांग, आता काय करायचं?''

पित्याच्याच आवाजात आवाज मिसळून मुलगा म्हणाला, ''पूज्य पिताश्री, शत्रू युद्ध न करता निघून जाईल, असं करायचा एक उपाय मला सुचतोय. तिच्या पतीला, रामाला पत्नीच्या पातिव्रत्याचा रोग आहे, हे मीही ऐकून आहे. तू तिला इतके दिवस तसंच सोडलंस, हेच चुकलंय. तू आजच्याआज जाऊन तिचा भोग घेऊन ये! आणि नंतर ही गोष्ट शत्रूच्या सैनिकांपुढे डंका पिटून सांगायची व्यवस्था कर. या अशा परिस्थितीत, असल्या लोकांसाठी आपण कशाला युद्धाच्या संकटातून जायचं; असा विचार करून तोच मागं सरेल.''

लंकेशचा चेहरा आणखी उग्र झाला. म्हणाला, ''शाबास बेटा! वा वा! तू जन्मलास तेव्हाच वाटलं होतं, हा माझा मुलगा माझं नाव दिगंताला पोहोचवेल!''

बिभीषण म्हणाला, ''इंद्रासारखा भानगडखोर दुसरा कुणीच नाही अशी इंद्राची ख्याती आहे. अशा इंद्रापेक्षा वरचढ व्हावास म्हणून तुझ्या बापानं तुझं इंद्रजित हे नाव ठेवलं! दुसरा बाप असता, तर इंद्रियांवर विजय मिळवणारा म्हणून इंद्रीयजित असं नाव ठेवलं असतं!'' आणि तो उठलाच.

लंकेशचा चेहरा संतापानं लालबुंद झाला. शत्रू समुद्र ओलांडून येऊन दाखल झालेला असताना धाकट्या भावाच्या विरोधात काही पाऊल उचलू नये, असा विचार करून त्यानं संयम बाळगला असावा.

बिभीषणाच्या बोलण्याकडे संपूर्ण काणाडोळा करून तो आपल्या मुलाकडे वळला, ''मला फक्त तुझ्या एकट्याचाच पाठिंबा आहे; या भावांचा अजिबात नाही! मला तिच्याविषयी आसक्ती आहे. तिचं मन जिंकून त्यानंतर देहावर कब्जा मिळवायची अपेक्षा आहे. कारण ठाऊक नाही, पण याआधी कुठल्याही स्त्रीविषयी असा विचित्र मोह वाटला नव्हता. ही सुलभपणे वश होणारी नाही, हे मलाही

ठाऊक आहे. तरीही मोह सुटत नाही. याच कारणासाठी मी तिचा जबरी भोग घेऊ शकत नाही. मागं सरतोय.''

''पिताश्री, तुमचं हे मागं सरणं मी तरी दुर्बलता मानत नाही, पण ती माणसं जे मानतात ते पातिव्रत्य मी भंग करेन आणि तसा डांगोरा पिटायला लावेन. मग काय, ते काढता पाय घेतील!''

''नको नको!'' घाबऱ्या घाबऱ्या लंकेशनं त्याला अडवलं. काही क्षण स्वत:शीच विचार केला आणि म्हणाला, ''बिभीषणा, तू माझा धाकटा भाऊ आहेस.. जर मला सहकार्य केलं नाहीस, तर आपत्तीत सापडशील! इंद्रजित महावीर! भर तारुण्याची रग आहे; पण अनुभव बेताचा आहे! कुंभकर्णाविषयी तर बोलायलाच नको. लंकेचा मान राखणं हे तुझंही कर्तव्य आहे. आपसातलं भांडण मिटवलं नाही, तर शत्रूला मदत केल्यासारखंच होईल ना?' असं म्हणत त्यानं इतर मंत्र्यांकडे पाहिलं. धनगरानं खूण केल्यावर सगळ्या मेंढरांप्रमाणे सगळे मंत्री एका सुरात 'होय..होय' म्हणू लागले.

''तू लगोलग जा आणि शत्रूच्या ताकदीचा अंदाज घेऊन ये. हेर पाठवून त्याची काय रणयोजना आहे, हे समजून घ्यायला पाहिजे. समजलं की लगेच मला कळव. नीघ तू!''

सरमा हलक्या आवाजात सांगत होती, ''मला तर उत्तमच संधी मिळाली! बिभीषणानं चार जवळचे सेनानी, हेर खात्यात पारंगत असलेले चार-पाच स्नेही यांच्याबरोबर चर्चा केली. त्यांच्यासमवेत तो शत्रूच्या ठाण्यापाशी गेला आणि हनुमंतांना बोलावून घ्यायला सांगितलं. 'खासगीत बोलायचं आहे..' असंही सांगितलं. नंतर हे सगळे हनुमंतांबरोबर त्यांच्या खासगी वसतिस्थानावर गेले. तिथं आणखी काही वरिष्ठांबरोबर चर्चा झाली. तिथं तुझ्या पतीनं काही संस्कृत मंत्रांचं पठण करून बिभीषणाला लंकापती म्हणून राज्याभिषेक केला. लंकेशाच्या अत्याचारापासून जनतेला सोडवण्यासाठी आणि नको असलेल्या युद्धापासून नागरिकांची सुटका करण्यासाठी बिभीषण शत्रुपक्षात सामील झाला आहे, त्याचा राज्याभिषेकही झाला आहे, यासाठी प्रजेनं त्याला सहकार्य करावं, अशा अर्थाचे संदेश हेरांकरवी गुप्तपणे लंकेत पसरले गेले. ते एका कानांपासून दहा जणांच्या कानांपर्यंत पोहोचतंय. लंकेशचं बळ अशा प्रकारे वठत चाललं आहे!''

हे सगळं सांगून झाल्यावर सरमेनं माझ्याकडे पाहिलं. तिच्या चेहऱ्यावर उत्साह आणि आनंद होता. ती पुढं म्हणाली, ''मी तर लंकेतच जन्मून इथंच वाढले आहे. इथलं प्रत्येक कुटुंब आणि प्रत्येक माणूस आनंदात राहिला पाहिजे, अशी मलाही आशा आहे! ती आशा आता पूर्ण व्हायचा काळ आलाय, असं मला वाटायला लागलंय. तुला एक सांगते, तुला सोडवून घेऊन जायला तुझा पती सैन्य घेऊन

आलाय. तो जिंकण्याची लक्षणं दिसू लागली, की तुझ्या या सगळ्या सेविका पळून जाऊन कुठंतरी दडून बसतील! त्यांनी तुझी जी छळणूक केली, ती तुझ्या पतीला समजली, तर तोही त्यांना कापून काढेल, हे भय त्यांच्या मनातही असेलच ना! त्या वेळी तुला आहार-पाणी मिळण्याची मी आधीच व्यवस्था करून ठेवली आहे. त्रिजटा नावाची एक वृद्धा ते पाहील. धर्मबुद्धीची बाई आहे ती. तुझ्याविषयी तिला सगळं ठाऊक आहे. माझ्या पतीनं शत्रुपक्षात प्रवेश केल्याचं, त्याचा राज्याभिषेक झाल्याचं लंकेशला समजताक्षणी मला आणि माझ्या मुलीला पकडून तो राजमार्गाच्या मध्यभागी आपल्या हातानं शिरच्छेद करेल; किंवा फासावर चढवेल. त्यामुळे आज संध्याकाळपासूनच आम्ही दोघी अज्ञातवासात जाऊ. काळजी नको. आम्हाला आश्रय देणारी बरीच माणसं लंकेत आहेत.''

જી

राम आल्याचं, त्यानं सोबत सैन्य आणल्याचं, समुद्र ओलांडून तळ ठोकल्याचं ऐकून माझं मन आनंदात विहरू लागलं होतं. माझा पती कुठल्याही युद्धात हरलेला नाही. तो निश्चितच रावणाचं आयुष्य संपवेल! माझी सुटका होईल. मी त्याचा विजयी चेहरा पाहीन. बिभीषणच आमच्या बाजूला आल्यामुळे रावणाची हार होणार! देवा रे, लवकर हे युद्ध संपू दे! माझ्या पतीच्या शरीराला युद्धात झालेल्या बाणांच्या जखमांवर मला शुश्रूषा करून सेवा करू दे.

त्रिजटा प्रौढ होती. साठी ओलांडलेली असावी. सेविका म्हणून तर उत्तम होतीच, शिवाय सूक्ष्ममती. विश्वासू. सरमेनं तिच्याविषयी सांगितलं होतं, ते अगदी खरं होतं. सरमेच्या अंदाजाप्रमाणे रावणानं ठेवलेल्या सहाही सेविका अदृश्य झाल्या होत्या. त्रिजटा एकटीच दिवसभरासाठी लागणारं पाच-सहा घागरी पाणी भरून ठेवत होती. या अशोकवनात मिळणारी फळं ती दिवसभर फिरून, हातातल्या काठीनं पाडून घेऊन येत होती.

खरं तर मला आता आहाराची गरजच नव्हती! सुटकेचा उत्साह आणि रामाला भेटायच्या कल्पनेमुळे माझं तर पोटच भरल्यासारखं वाटत होतं. तरीही ती आग्रह करून मला खाऊ घालत होती.

युद्ध सुरू झाल्याची बातमी आली. उत्तरेकडून वारं येऊ लागलं, तर कोलाहल ऐकू येऊ लागला. त्यातच 'सुंई...सुंई..' असा वेगानं जाणाऱ्या बाणांचाही आवाज येत होता. मधूनच रणवाद्यांचा आवाज यायचा. कधी कधी हवेतून धुळीचे लोट यायचे आणि ठसका लागायचा. रणांगणातले सैनिक या धुळीमुळे किती खोकत असतील कोण जाणे! माझा राम आणि लक्ष्मण तोंडाला कापड बांधत असतील की नाही कोण जाणे! हनुमंत मोठे योद्धा आहेत म्हणे! त्यांचे दंड-मांड्या आणि

खांदे बघितले तर ते किती शक्तिवान आहेत ते समजायचं. तेही धनुर्विद्या शिकले असतील का? तिथं समोरासमोर एकमेकाला भिडून तलवार-भाले-बर्ची-गदा यांसारख्या आयुधांनीही लढाई चालत असली पाहिजे. वाऱ्यावर तरंगत येणारे विविध आवाज... त्यावरूनच मी युद्धाची कल्पना करत होते.

कधी संपणार हे युद्ध? रावणावर नेम धरून लवकर का संपवत नाहीयेत? की सेनापतींना युद्धावर पाठवून हा राजमहालात सुखानं बसला असेल? भित्रट! माझ्या रामाचा एक बाण पुरेसा आहे त्याचा अंत करायला! तो तरी कशाला? लक्ष्मणाचा एक बाणही पुरेसा आहे! एका आघातासरशी त्याचं मस्तक जमिनीवर लोळण घेईल!

रात्रीही युद्धाचा गदारोळ ऐकू येत होता. जास्तच जोरात कानात शिरत होता. त्रिजटा युद्धाचा तपशील सांगायची. दुपारच्या वेळी आपल्या अनुपस्थितीत माझ्याकडे पाहायला तिनं आणखी एकीची व्यवस्था केली होती. त्या वेळात त्रिजटा गावात आपल्या घरी जाऊन कुटुंबाची काळजी घेऊन यायची. राजकर्त्यांच्या दृष्टीनं सरमा अज्ञातवासात होती, नगरातल्या महिलांच्या ती संपर्कात होती. लंकेशाचा लंपटपणा, त्याचं बाईविषयीचं वेड सगळ्यांना ठाऊक होतं. पण कुठल्याही बाईच्या नवऱ्यानं त्याला विरोध केला नव्हता. तेवढं धैर्य आणि शौर्य कोणातच नव्हतं. रात्री अंधारात चोरून घराकडे परतणाऱ्या कितीतरी बायका नगरात होत्याच ना!

अशा वेळी सरमा त्यांच्याकडे जाऊन भेटत होती. त्यांच्याशी बोलत होती. "तुमची बायको-लेकी-सुनांवर त्याची नजर गेली तर काय कराल? या सीता नावाच्या स्त्रीनं त्याला मोठ्या धैर्यानं विरोध केलाय. तिचा नवरा याचा मस्तवालपणा जिरवण्यासाठी सैन्यासहित आला आहे. अशा वेळी रामाला पाठिंबा देणार की रावणाला पाठिंबा देऊन स्वत:च्या कुटुंबावर आपत्ती येईल असं करणार? सुदैवानं ही संधी मिळती आहे. तिचा उपयोग करून घेऊन या दुष्टात्म्याला हटवा. याचा मुलगाही तसाच आहे. म्हणजे हव्या त्या स्त्रीला भोगायचा अधिकार याच्या मुला-नातवंडांमध्येही तसाच राहील. आपल्या देशातल्या स्त्रियांचा मानमरातब पिढ्या न् पिढ्या टिकवायचा असेल, तर रामाला सामील व्हावं लागेल. माझे पती बिभीषणही याच कारणासाठी रामाला सामील झाले आहेत. ते काही भातृद्रोही नाहीत. तो रामही माझ्या पतीप्रमाणे एकपत्नीत्व पाळणारा आहे. तुमचा पती-मुलगा-जावई असा व्हायला पाहिजे की रावण-इंद्रजितासारखा? या लंपट परंपरेचा आपण विरोध करायला नको का? अशा लंपट राजाच्या लंपटपणाला पाठिंबा देण्यासाठी तुम्ही का तुमच्या घरातल्या पुरुषांना सैन्यात पाठवता? शिवाय राम आणि त्याचं सैन्य प्रचंड आहे! तुमच्या पुरुषांना ते सहज ठार करतील. तुम्ही काहीही कारणं सांगा आणि तुमच्या घरातल्या पुरुषांचे जीव वाचवा..." असं सांगून लंकेशाचा पाठिंबा

कमी होईल, असं करत होती.

तिचं हे बोलणं बहुतेक स्त्रियांना मनापासून पटत होतं. त्यांच्या सांगण्यावरून कितीतरी पुरुष सैन्यात दाखल होण्याऐवजी राना-वनात पळून गेले होते.

युद्ध म्हटलं, की अनिश्चितता आलीच. किती केलं, तरी आमचे सैनिक एवढ्या लांबून प्रवास करून लंकेत आले होते. सैनिकांची संख्याही बेताची असणं साहजिकच होतं. त्यांना इथल्या सगळ्या भूगोलाचीही माहिती नसते.

अधूनमधून माझं मन आशंकेत बुडून जात होतं. 'देवा, आम्हाला जय मिळू दे!' अशी प्रार्थना करण्यावाचून दुसरं काही सुचत नव्हतं. मन शांत ठेवावं म्हटलं तर सरमाही जवळ नव्हती. त्रिजटेकडे माझ्या मनाची तळमळ नेमकेपणानं समजून घेऊन माझं सांत्वन करण्याइतकी समजूत नव्हती.

एके दिवशी दिवस कलत असताना अचानक लंकेश आला. सोबत चार अंगरक्षक होते. त्याच्या एका हातात रक्तानं माखलेली तलवार होती. मागच्या बाजूला रक्तानं माखलेलं तांब्याचं पात्र घेतलेला एक सेवक होता.

लंकेश धाडधाड पावलं टाकत आला आणि माझ्यासमोर उभा राहिला. या आधी प्रणययाचनेसाठी येताना तो नेहमीच अंगरक्षकांना दूर उभं करून यायचा. म्हणजे याचा आज येण्यामागचा हेतू वेगळा दिसत होता.

आल्याआल्या त्यानं पुकारलं, "हे सीते, इकडे पाहा!"

मागं उभा असलेला राक्षस सेवक पुढं झाला आणि त्यानं भांड्याचं झाकण उघडलं. ते कापलेलं पुरुषाचं मस्तक होतं. रक्तात भिजलेलं. लंकेशानं त्या मस्तकाचे केस धरून उचलून धरलं.

माझ्या भोवतालचं जग गर्र्रकन फिरलं. रावणानं दंड पकडला नसता, तर मी कोसळलेच असते! काही क्षण मला त्या अवस्थेत राहू दिल्यानंतर तो म्हणाला, "ए मूर्ख स्त्रिये, पतीच्या श्रेष्ठतेच्या बढाया मारत होतीस ना! बघ, नीट बघ! तुझ्या पतीचं- रामाचं मस्तक आहे हे. ही माझी तलवार नाही! माझा लाडका योद्धा- विद्युतजिव्हाची तलवार आहे. तुझा राम झोपेत असताना चोरून जाऊन एकाच घावात त्याचं मस्तक कापून घेऊन आलाय हा! यानंतर रामाची आशा सोड. तू आता विधवा आहेस. पातिव्रत्याचं नाटक आपोआपच संपलंय. तू आता सुतकाचं स्नान कर आणि माझ्याबरोबर पुढचं जीवन जगायला सज्ज हो! उद्याच तुझ्याशी विवाह करून तुला मिरवत राजमहालात घेऊन जाईन. शत्रू असला, तरी शवसंस्कार न करण्याइतका मी असंस्कृत नाही. विद्युतजिव्हा, जा, हे शिर देहाला जोडून अग्नीत जाळून टाक!"

असं सांगून तो आला तसा निघून गेला. पाठोपाठ तो राक्षस सेवकही पुन्हा भांड्यात ते मस्तक ठेवून तिथून निघून गेला.

रावणाला घाबरून दूर उभी राहिलेली त्रिजटा जवळ आली. पण त्या आधीच मी जमिनीवर कोसळले होते. पुढचं मला काहीच आठवत नाही.

जाग आली, तेव्हा दिवस मावळला होता. माझं मस्तक त्रिजटेच्या मांडीवर होतं. माझ्या मस्तकावर मारलेल्या पाण्यामुळे तिची मांडी ओली झाली होती. ती म्हणत होती, "सहन कर बाई! वैधव्याचं संकट मीही अनुभवलंय! जे नशिबात असेल ते कोणालाही टाळणं शक्य नाही!" पण तिचं ते बोलणं कोणीतरी कोणालातरी सांगत असल्यासारखं वाटत होतं. छोट्याशा पाडसाच्या मोहापायी प्रेमाची शपथ घालून रामाला दूर पाठवलं, लक्ष्मणावर नको ते आरोप केले. या पापासाठी, हनुमंत मला सोबत घेऊन जायला तयार असताना पापी रावणाला शिक्षा कशी होईल असा विचार करून जायला नकार दिला त्यासाठी, वीरपत्नी असल्याचा अहंकार बाळगल्यासाठी ही शिक्षा? मला शिक्षा म्हणून रामाचा जीवच जावा? म्हणजे माझ्या हातून घडलेल्या या पापापासून किती काळ कुठल्या नरकात खितपत पडावं लागेल कोण जाणे!

मला पुन्हा ग्लानी आली. त्रिजटेनं मला मिठीत घेतलं.

शुद्ध आली. कशीबशी उठून बसले. भोवतालच्या घनदाट अंधारापेक्षा घनघोर अंधकार माझ्या अंत:करणात दाटला होता. कुटिरात जपून ठेवलेल्या तागाच्या दोरखंडाची आठवण झाली. आता थांबायचं काहीही कारण नाही, असा निश्चयही मनात निर्माण झाला. अंधारात नजर खिळवून बसून राहिले. ना मूल ना बाळ! आता तर पतीही नाही! मागं खेचणारं कोणीच नाही. कोणासाठी जगून करायचं काही कर्तव्यही नाही. मी मरायला स्वतंत्र आहे, असं वाटून एकीकडे हलकंही वाटलं.

मला त्रिजटेला म्हणावंसं वाटलं, 'तू आता घरी जा. मला एकटीलाच इथं राहू दे. आणखी काहीही बोलू नकोस. जा तू...' घडायचं ते सगळं भराभरा वेगानं व्हावंसं वाटलं. एकाएकी सुचलं, बायको म्हणून आल्याचं कर्तव्य अजून शिल्लक आहे. स्नान करून तर्पण द्यायला पाहिजे. त्याचा आत्मा मुक्त न होता माझ्या भोवताली फिरता कामा नये. ते संपवल्यानंतर मी ऋणमुक्त होईन.

त्यामुळे मी म्हटलं, "त्रिजटे, मला आंघोळ करायची आहे. पाणी ठेव."

पण माझ्या बोलण्याकडे तिचं लक्ष नसावं. ती म्हणाली, "माते, माझ्या मनात एक शंका आहे. मला ठाऊक आहे, तो विद्युतजिव्हा हा लंकेतला फार मोठा प्रतिमाकार आहे. शाडूच्या मातीतून तो हवा तो प्राणी, पक्षी किंवा माणसाची प्रतिकृती तयार करून बेमालूम रंग भरू शकतो. आपलं प्रतिरूप पाहून मूळ व्यक्तीनं अवाक् व्हावं इतकी अप्रतिम कला त्याच्या हातात आहे. त्यानं आणलं होतं, ते तुझ्या पतीचं शिर नसून त्याची प्रतिकृती असली पाहिजे."

"नाही नाही! माझ्या पतीला तू पाहिलेलं नाहीस; मी त्याच्यासोबत एवढी वर्षं

काढली आहेत! मला त्याच्या शरीराच्या कणा-कणाचा परिचय आहे.''

''पण तेव्हा तू भावावेशात होतीस. त्यामुळे तुझ्याकडून चूक होऊ शकते. शिवाय जिवंत असलेल्या व्यक्तीच्या नावानं सुतकाचं स्नान करणं, त्या व्यक्तीच्या दृष्टीनं अपशकुनी असतं. तू थोडी थांब बघू!''

''खरं?'' म्हणताना रडू कोसळलं.

तिनं मला कुटिरात नेऊन बसवलं, तेलाचा दिवा लावला. मनोमन त्रिजटेचं म्हणणं खरं होऊ दे, म्हणून मीही जप करायला सुरवात केली.

मध्यरात्री कोणीतरी हलकेच कुटिराच्या दारावर आवाज केला. त्रिजटेनं कोण म्हणून विचारलं. सरमा होती. तिनं आत येऊन दार बंद केलं. ओळखता येऊ नये, म्हणून तिनं वेषांतर केलं होतं. तिनं सांगितलेली माहिती अशी- विद्युतजिव्हानं वेषांतर करून रामापाशी जाऊन त्याचं निरीक्षण केलं होतं. नंतर खरोखरच त्यानं रामाच्या शिराची प्रतिमा तयार केली होती! ही बातमी सरमेला समजली. या मागं काय कारण असेल, हे तिला समजेना. तरीही ते मस्तक सीतेला दाखवून तिच्यावर मानसिक आघात करायचा विचार असला पाहिजे, याचा सरमेला संशय आला. या मागं निश्चितच लंकेशचा हात असला पाहिजे, हेही तिच्या लक्षात आलं. हे असं घडल्याचं सांगायला म्हणून ती मुद्दाम आली होती. एवढंच सांगून ती पुढं काही न ऐकता-न बोलता पुन्हा बाहेरच्या अंधारात नाहीशी झाली.

आता मात्र मन अगदी हलकं झालं. थोड्या वेळानं त्रिजटेला झोप लागली. मनात असंख्य विचार येत होते. या दोघी सांगताहेत त्यात कितपत तथ्य असेल? मी माझ्या डोळ्यांनी पाहिलं, त्यावर विश्वास ठेवायचा नाही का?

युद्ध म्हटलं की अनिश्चितता. फसवाफसवीच्या अफवाही मुद्दाम पसरवल्या जातात. त्यातही राक्षस तर मायावी असतात! उद्या मला क्षणभर का होईना रामाला पाहू द्या, असा सरमेपाशी हट्ट धरला तर? हे योग्य होईल. पण पाठोपाठ वाटलं, युद्धात रावणाला ठार करेपर्यंत माझा राम मला भेटणार नाही! त्याचा स्वभाव मला ठाऊक आहे. मी माझ्या मनाला आवर घातला पाहिजे.

आणखी एक बातमी आली. तीही त्रिजटेनंच आणली.

रावणाला योग्य असा सेनानी मिळत नव्हता. कारण बिभीषण तर पक्ष बदलून निघून गेला होता. इतर सेनापती असले, तरी रावणाचा त्यांच्यावर म्हणावा तसा विश्वास नव्हता. काही प्रबळ योद्धे बिभीषणाबरोबर निघून गेले होते. जे राहिले त्यांच्याही निष्ठेविषयी रावणाच्या मनात आशंका निर्माण झाली होती, त्यामुळे कुंभकर्णच या वंशाच्या रक्ताचा होता. स्वभावानं थोडा आळशी, पण उत्साह भरून रणांगणावर पाठवलं, तर आवेशानं लढू शकेल असा होता. त्यामुळे तसा त्यानं

निरोप धाडला. तो आल्यावर म्हणाला, "बंधो, मी तिला पळवून आणून चूक केली असं तू तर तेव्हाच सांगितलं आहेस. आपल्या बहिणीचा, शूर्पणखेचा त्यांनी जो अपमान केलाय, तो तुला ठाऊक नाही काय? तिनंच मला त्याच्या बायकोला पळवून आणून भोग घ्यायला प्रवृत्त केलं ना! नाहीतर तू माझा भाऊच नाहीस, म्हणाली ती! बहिणीवरच्या प्रेमापायी मी असा वागलोय. यात अधर्म कसा?"

रावणाच्या या बोलण्यावर कुंभकर्ण थोडा नरम होऊन म्हणाला, "बरं! मग आता मी काय करणं अपेक्षित आहे?"

"तू वीराधिवीर आहेस! माझ्यापेक्षा मोठा शूर! पण आजवर कधीच तुझ्या शौर्याचं तू प्रदर्शन केलेलं नाहीस! का बरं? आजपर्यंत कुंभकर्णाचं नाव केवळ झोपेच्या संदर्भातच लक्षात ठेवलं गेलं आहे. राजघराण्यात जन्म घेऊन या कलंकापासून मुक्तता करून घ्यायची तुला संधी मिळतेय, ती तू वापरावीस."

शेवटी कुंभकर्ण तयार झाला. कुठलंही रहस्य 'रहस्य' ठेवायचं त्याच्या स्वभावातच नव्हतं. ही बातमी बिभीषणाला समजली. त्यानं हेरांकरवी एक विनंती पाठवली, "बंधो, या युद्धात रामाला जिंकणं कोणालाच शक्य नाही. तो लंकाराज्यासाठी युद्ध करत नाही. आपल्या पत्नीच्या अपहरणाची शिक्षा म्हणून लढतोय. या कारणासाठी मी त्याच्या बाजूनं लढतो आहे. युद्धाच्या तंत्राचा भाग म्हणून त्यानं मला राज्याभिषेक केला आहे. मला राज्याची अजिबात आशा नाही. या युद्धात रावणाचा मृत्यू अटळ आहे. त्यानंतर आपल्यात तूच ज्येष्ठ आहेस. त्यामुळे मीच तुझा राज्याभिषेक करेन. तू माझ्याकडे निघून ये. हे शक्य नसेल, तर रावणाच्या बाजूनं युद्ध करायला नकार दे.'

यावर कुंभकर्ण म्हणाला, "मी रावणाला शब्द दिलाय. तो तर मी पाळलाच पाहिजे ना! शिवाय राजा व्हायची इच्छा माझ्या मनात कधीच नव्हती, आताही नाही! सकाळ-दुपार-संध्याकाळी राज्यकारभार पाहायचा म्हणजे झोपणार कधी? रावणाच्या माघारी तूच राजा हो. त्या वेळी माझ्या झोपेत कुठलीही बाधा येणार नाही, असं तू पाहा! आता तर मी युद्ध करणार म्हणजे करणार!"

त्याप्रमाणे कुंभकर्ण युद्धात उतरला. पण तंत्र नाही, विचार नाही, जिंकायला पाहिजे असा चेव नाही! कितीतरी सैनिक मेले. रामाच्या बाणाला बळी पडून तोही मरण पावला.

लंकेशानं तेवढ्यावर सोडलं नाही. कुंभकर्णाच्या दोन्ही मुलांना 'तुमच्या वडिलांच्या वधाचा तुम्ही सूड घेतलाच पाहिजे..' असं सांगून युद्धावर पाठवलं. कुंभ-निकुंभ ही दोन्ही मुलंही तशीच वीरावेशानं युद्धात उतरली आणि मरून गेली.

एका पाठोपाठ एक अशा जयाच्या बातम्या येत होत्या. तरीही रावण मरण पावल्याची बातमी येऊन पोहोचायला आणखी किती दिवस लागणार, हे समजत

नव्हतं. मन आतुर होत होतं. केवढा हा विलंब मोठा वाटत होता! कधी कधी राग यायचा. स्वतः युद्धाला न जाता इतरांना पाठवतोय... भेकड! पण मग याला कसं मारायचं? रामही सगळे नियम पाळणारा आहे. युद्धाच्या नियमांचं निमित्त करून रामही त्याला न मारताच राहिला तर? कधी संपायचं हे युद्ध? मला रामाचा राग येऊ लागला. मी जीव मुठीत धरून त्याची इकडं वाट पाहत आहे, हे याला समजत नाही का?

एका दुपारी कुटिरात आडवी झाले होते. झोप लागायचा प्रश्नच नव्हता. राम सैन्यासह येऊन पोहोचल्याचं समजल्यापासून झोप उडालीच होती. वाऱ्यावरून कानांवर येणारा कोलाहल-गडबड-गोंधळ आणि सरमा आणि त्रिजटेकडून समजणाऱ्या बातम्या ऐकूनच युद्धभूमीची काहीतरी कल्पना करणं, एवढंच माझ्या हातात होतं.

बाहेर कुटिराजवळच रणवाद्याचा आवाज आला. रावण येत असल्याचं पट्कन लक्षात आलं. छातीची धडधड वाढली. आवाज जवळ आला. पाठोपाठ राक्षसाचा आवाज आला, "कुठे आहे ती?"

होय. त्याचाच आवाज!

"झोपली आहे." त्रिजटेचा आवाजही ऐकू आला.

"आताच्या आता ओढून बाहेर आण! नाहीतर...इकडं बघ..."

दार उघडलं गेलं. "लंकेश आलाय! बिचारा!..." त्रिजटा माझ्या कानांत कुजबुजली. क्षणभर भय वाटलं तरी दुसऱ्याच क्षणी धैर्यानं मस्तक वर काढलं. उठून मी बाहेर निघाले. त्याच्यासमोर उभी राहिले. त्याच्यामागं वीस-तीस शस्त्रधारी अंगरक्षकांचा तांडा होता. तो घामेघूम दिसत होता. नजरेत रक्त उतरलं होतं. अंगावरचं वस्त्र भिजलं होतं. कपाळावरूनही घाम ओघळत होता, तो किरिटातून बाहेर डोकावल्यासारखा दिसत होता. उजव्या हातातलं खड्ग उगारलेलं होतं.

मी धीटपणे त्याच्या नजरेला नजर दिली. त्याच्या तोंडून काही क्षण शब्द उमटला नाही. तरीही तोही माझ्याकडे 'खाऊ की गिळू' अशा नजरेनं पाहत होता. मीच विचारलं, "का आलास?"

तो अद्वातद्वा बडबडू लागला, "ए, तुला ठार करतो थांब!" म्हणत त्यानं खड्ग नाचवलं.

"उगाच बडबडू नकोस! कावळ्याच्या शापानं गाय मरत नसते! रामाला मारल्याच्या वल्गना करत आलास ना? मला ठाऊक आहे, ते मस्तक शाडूनं बनवलं होतं. माझा राम जिवंत आहे. त्याला कोणीच मारू शकत नाही! तुझ्यासारखा भेकड तर नाहीच नाही!"

आता मात्र तो गडबडला होता. त्याच्या डोळ्यांत गोंधळलेले भाव होते. "माझ्या वीराधिवीर मुलाचाही तू बळी घेतलास? मारी! तुझाच बळी देऊन दाह

शांत करतो थांब!'' त्याचा आरडाओरडा सुरूच होता.

''भुंकणारं कुत्रं चावत नाही! आणि चावणारं कुत्रं भुंकत नाही!''

''या .... या लंकेशाला कुत्रा म्हणतेस?'' म्हणत त्यानं खड्ग आणखी वर उगारलं. पण ते खड्ग थरथरत असल्याचं स्पष्ट दिसत होतं.

''वा रे वा! वीराधिवीरा! एकट्या स्त्रीला, तीही नि:शस्त्र स्त्री....ठार करायला खड्ग उगारतोयस? मी स्त्री आहे म्हणून माझ्या पित्यानं मला विनय आणि मार्दवता शिकवली! जर त्यानं मला खड्ग-विद्या शिकवली असती, तर तुला माझं अपहरण करायलाही जमलं नसतं! तसंच आताही तुझ्याबरोबर द्वंद्वयुद्ध करून हे युद्ध इथंच संपवलं असतं! जर तू पुरुष असशील, तर रणांगणात जा आणि ज्यानं तुझ्या मुलाचा वध केला त्याला, माझ्या पतीला, आव्हान दे! नाहीतर हा वीरवेश उतरवून माझ्यासारखं लुगडं नेस!''

त्याला पुढं काय बोलायचं, ते सुचेना. त्याच्या ओठांची निरर्थक हालचाल झाली. काही न समजून तो म्हणाला, ''तुझा पती नव्हे, दीर!''

''मग त्याला आव्हान दे जा!''

पुन्हा आम्हा दोघांमध्ये काही क्षण दृष्टियुद्ध झालं. अखेर माघार घेत तो म्हणाला, ''ठीकाय! त्या दोघांना ठार करून मग तुझ्याकडे बघतो!'' आणि माघारी वळला. पाठोपाठ अंगरक्षकांचं दळही निघून गेलं. त्रिजटा अजूनही ओठावर बोट ठेवून तशीच होती.

एवढा वेळ इतक्या मोठ्यानं वीरावेगानं बोलल्याचं माझं मलाच आश्चर्य वाटलं होतं. माझ्या श्वसनाचा वेगही कमी-जास्त होत होता. सर्वांगाला घाम सुटला होता. पण त्याआधी कधीही जाणवलं नव्हतं, एवढं धैर्य मनात भरून राहिलं होतं.

मनात प्रश्न उठला, अंगरक्षकांसमोर मी इतका अपमान केला, तरीही हा का गप्प राहिला? कितीतरी वेळानंतर मनात आलं, काय वेडी आहे मी! हा काही एवढ्या कष्टांनी उत्तर मिळवावं असा प्रश्न नाही. मी तो प्रश्नच मनातून झटकून टाकला.

अचानक आकाशाला भिडणारे आरडाओरड्याचे आवाज, रणवाद्याचे आवाज, पळापळ होत असताना उडालेल्या गोंधळांमधून ऐकू येणारे धावपळीचे आवाज वाऱ्यावरून कानांवर येऊ लागले. काहीतरी महत्त्वाचं घडलं असलं पाहिजे. पण ही वाद्यं कुणाची? लंकेची की किष्किंधेची? मला समजत नव्हतं. एवढा मोठा गदारोळ याआधी कधीच ऐकू आला नव्हता.

मी कुटिराबाहेर येऊन नजर जाईल तिथवर पाहिलं. काहीच दिसलं नाही. माझ्यासाठी आहार गोळा करायला गेलेली त्रिजटा असती, तर तिला काहीतरी अंदाज आला असता. कोणीतरी बडी आसामी पडलेली असणार हे समजत होतं.

कोण? झाडावर चढून पाहिलं तर? चढता येईल, पण उतरणं कसं जमणार? जिवाची तळमळ होत होती. राम-लक्ष्मण सुखरूप असू देत! आमचं सैन्य सुरक्षित असू दे...माझी मनोमन प्रार्थना चालली होती.

असा किती वेळ गेला कोण जाणे! त्रिजटा आली. धावत, धापा टाकत आली! आल्या आल्या तिनं मला मिठी मारली. म्हणाली, "देवी, तू जिंकलीस! लंकेशाचा वध झाला. सगळी लंकेशाची सेना सैरावैरा धावत सुटली आहे. तुला सांगायला म्हणून लगेच धावत आले."

मला रडू आलं. आता मला काहीही नको! सगळं मनासारखं झालंय. आताच्या आता धाव घेऊन माझ्या रामाच्या कुशीत शिरू का? पण कसं? मला रणांगणाचा मार्ग ठाऊक नाही!

"त्रिजटे, मला माझ्या पतीपाशी घेऊन जाशील का?"

"बाई, राजा मेला म्हणून लगेच युद्ध संपेल काय? तिथं काय काय चाललं असेल कोण जाणे! पण आता का घाई? तुझा पतीच येऊन तुला घेऊन जाईल!"

माझ्या उतावळेपणाची माझी मलाच लाज वाटली. हे बरोबर आहे. राम येईपर्यंत वाट बघायला पाहिजे! त्याची आणखी किती काय कामं आहेत कोण जाणे! आता भय राहिलेलं नाही. मग काळजी कशाची? माझ्या मनाची मी समजूत घालू लागले.

दुसरे दिवशी दुपारी सरमा आली. तिच्या सोबत चार सेविका होत्या. शिवाय चार अंगरक्षक. मला कुटिराच्या आत घेऊन जाऊन ती म्हणाली, "काल मी स्वत:च विजयवार्ता सांगायला येणार होते; पण काही ना काही घडत राहिलं. काही कानांवर येत राहिलं. काही बातम्या आमच्या हेरांनी सांगितल्या. बैस. तुला सगळं सुसंगत सांगते..." मी गवताच्या चटईवर बसले. ती सांगू लागली.

"लंकेश मरण पावल्याची बातमी आली. इंद्रजिताला मारलेल्या लक्ष्मणानं त्याच्या बापालाही आपणच मारायचं ठरवलं होतं. पण रामानं त्याला अडवलं आणि सांगितलं, "बंधो, यानं माझ्या पत्नीचं अपहरण केलंय! मलाच त्याला मारलं पाहिजे..तू मागं सर.."

"लंकेशानं आपल्याला ठाऊक असलेली सगळी तंत्रं वापरून पाहिली. त्यातच मध्ये रामाचीही शुद्ध हरपली. तो मरण पावला असं समजून लक्ष्मणादी हताश झाले. आनंदानं जल्लोश करणाऱ्या लंकेशावर लक्ष्मणानं नेम धरला. पण हनुमंत मध्ये पडले. त्यांनी समजावलं, 'असं करून तुमच्या बंधूंना मिळणारी पत्नीच्या अपहारकर्त्याला शासन केल्याच्या कीर्तीपासून वंचित करू नका. तुमचे बंधू हयात आहेत. आता उठतील.'

थोड्या शीतोपचारानं राम सावध झाले, उठून बसले. त्यांनी पुन्हा हातात धनुष्य-बाण घेतला. घनघोर युद्ध झालं. अखेर रामाचा एक विषारी बाण लंकेशाच्या मानेत घुसला आणि लंकेश कोसळला. मग काय! सगळं सैन्य सैरावैरा धावू लागलं. रामाच्या सैन्यात जयकाराबरोबर विजयवाद्यं वाजवली गेली.

पुढं ती सांगू लागली,

''पाठोपाठ मला माझ्या जावेची आठवण आली. लंकेशाची पट्टराणी मंदोदरी. तिच्याशी अधून मधून भेट व्हायची. ती तर लंकेशाची पट्ट राणी! आम्ही जाऊन भेटायची पद्धत होती. ती कधीच माझ्या भवनात आली नव्हती. सतत भरपूर सोनं आणि हिऱ्या-माणकाचे दागिने घालून लखलखत असायची. तिचं आसनही वज्रानं मढवलेलं होतं. एकूण महाराणीचा सगळा आब ती राखून होती.

त्यातही चुकूनमाकून कधीतरी माझ्याशी मनमोकळ्या गप्पा मारत होती. म्हणायची, 'तू नशीबवान आहेस! तुझा नवरा तुझ्याव्यतिरिक्त आणखी कोणाकडे नजर वर करून पाहातही नाही!....'

अनेकदा त्याच्याबरोबर त्या बायकांनाही शाप देत होती. मुलगाही बापाच्या पावलांवर पावलं टाकत असल्याचं पाहून ती शोक करायची.

अशा जावेचा पती गेला, म्हणून मी दुःख व्यक्त करायला गेले. राजवाड्यासमोर रथ उभा होता. मी सरळ आत गेले. सर्व अलंकारांसहित ती बाहेर येत होती. डोळ्यांत दुःख भरलं होतं. एका सखीनं आधार दिला होता. मी जवळ जाऊन तिचा हात हातात घेतला. तिनं माझ्याकडे क्षणभर पाहिलं. तिच्या अश्रूंनी भरलेल्या डोळ्यांत आग उसळली. ती भडकून बोलू लागली, ''कशाला आलीस? नाटक करायला? तुला राणी व्हायचं होतं, म्हणून हा कट केलास ना? नवऱ्याकडून देशद्रोह-भातृद्रोह करायला लावलास ना? आणि इथं येऊन नाटक कशाला करतेस?''

''तिला इतका संताप आला होता, की ती मला थडाथडा मारू लागली. हा मारा इतका अनावर होता, की मला सोडवून घ्यायलाही काही क्षण सुचलं नाही. भरपूर उंच आणि दणकट बांधा! बघ इकडं...अजिबात कपडा लागू देत नाही!'' म्हणत सरमेनं पदर बाजूला केला, कंचुकी सैल करून माराचे वळ दाखवले. खरोखरच तिच्या पाठीवर नागसापाएवढ्या जाडीचे वळ होते.

पदर सारखा करून सरमा पुढं बोलू लागली.

मंदोदरी तिला शापू लागली, ''माझ्यासारखी तूही रांडमुंड झाल्याशिवाय राहणार नाहीस. तुझा नवराही मरून जाऊ दे, हा शाप आहे माझा!' आणि तरातरा जाऊन रथात बसली. ती पतीच्या शवदर्शनाला चालल्याचं स्पष्टच होतं. आणखी एका रथातून सरमाही तिच्या पाठोपाठ गेली.

युद्धभूमी जवळ येऊ लागली, तशी सगळीकडे पसरलेली दुर्गंधी जाणवू लागली. पदरानं नाक दाबून धरलं, तरी वांती येईल की काय अशी भीती वाटू लागली. जमिनीवर सगळीकडे रण-गिधाडांच्या सावल्या पसरलेल्या होत्या. त्यांपैकी एखादं झपकन खाली येऊन टोच मारेल असं भय वाटत होतं. प्रेतांनी रस्ता बंद होऊन रथ पुढे जाईनासा झाला, तेव्हा खाली उतरावं लागलं. सारथ्याचा हात धरून मी चालू लागले. मी पुढं जाऊन पाहिलं, मंदोदरी पतीच्या छातीवर हात ठेवून विलाप करत होती.

'....एवढी कोण सुंदरी लागून गेली ती सीता! तिच्या नादानं जीव गमावलास! तुला मारण्यासाठी म्हणूनच त्या सटवीनं एवढा सगळा खेळ केला. तिला ठार करून मी तुझा सूड घेईन!'

ती हुंदके देऊन रडत होती. शवावर चेहरा ठेवून विलाप करत राहिली. काही वेळ ग्लानी आली असावी. ती डोळे मिटून पडून राहिली. नंतर आपलं सगळं बोलणं लंकेशाच्या प्रेताला समजत असावं अशा प्रकारे बोलू लागली, 'खरोखरच ती सीता माझ्यापेक्षा सुंदर आहे काय? मी तिला पाहिलं नाही. तिच्या राखणीसाठी तू नेमलेल्या सेविका वर्णन करायच्या त्यावरून थोडंफार समजलंय. त्यांनी सांगितलं होतं, महाराणी, ती तर तुझ्या पायाच्या करंगळीएवढ्या योग्यतेचीही नाही! माझ्यासारख्या सर्वालंकृत राणीला सोडून त्या निराभरण मायावीच्या मोहाला का बळी पडलास? तिला बोलावून घेणं हा मृत्युदेवतेचा तर डाव नव्हता ना? नाही! नाही! तुझा स्वभावच वेगळा..तुला सतत नव्या-नव्या तरुणींची लालसा होती. नवेपणाचा विचित्र मोह! कितीही तरुण सुंदरी चार-सहा महिन्यांत तुझ्या दृष्टीनं म्हातारी होत होती. मग तिला भिरकाटायचं आणि नव्या तरुणींचा शोध घ्यायचा! सीतेचाही एकदा भोग घेतला असतास, तर चार-पाच महिने वापरून एव्हाना तिला दूर भिरकाटली असतीस! एखाद्या गोठ्यात गाईला डांबून ठेवावं तसं ठेवून, त्यानंतर तिच्याकडे एकही पुरुष पाहणार नाही, असं केलं असतंस! तसा प्रयत्न केला असता तर दोघांचाही शिरच्छेद करायची धमकी दिली असतीस. तुझ्या आधिपत्याखाली कुठल्याही स्त्रीला सुख नावाचं काही भेटलेलं नाही, लंकेशा! एक भवन, पोटभर जेवण, अंगभर दागिने यावरच समाधान मानून राहावं लागत होतं. त्यांना ऐश्वर्यात ठेवण्यासाठी वेगवेगळ्या राज्यांवर हल्ले करून त्यांचे खजिने लुटत होतास. तुझ्या गोठ्यातल्या शेकडो बायका आज रडताहेत. तुझ्यावरच्या प्रेमामुळे नव्हे; जर बिभीषणानं आपल्याला गोठ्याबाहेर फेकून दिलं, तर पोट कसं भरेल, या काळजीमुळे! कारण यानंतर आणखी कुठलाही पुरूष त्यांच्याकडे ढुंकून पाहणार नाही! या वेड्या युद्धात सगळे वयात आलेले पुरुष मरण पावले आहेत. त्यामुळे लंकेत तसे कुणी तरुण पुरुषच राहिले नाहीत.''

तिनं अचानक मागं वळून पाहिलं. मी तिला दिसले. ती माझ्याकडे वळून म्हणाली, "ए सरमे, तुझा नवरा एकपत्नीव्रती आहे म्हणून घमेंड करू नकोस. सिंहासनावर आरूढ झाल्यावर पुरुषांची मती कशी फिरते, तुला ठाऊक नाही. कुठं आहे ती सीता? माझ्या पतीच्या कामुक इच्छेची अखेरची ठरली ती! तिच्यासाठी युद्ध केलं. त्यात माझ्या लेकराचा बळी दिला... माझी कूस रिकामी केली....."

"त्याच वेळी रामाकडचा हनुमंत नावाचा ब्रह्मचारी पुढं झाला. म्हणाला, 'माते, ऊठ बघू! आणखी उशीर केला, तर मृतदेहाची आणखी खराबी होईल. तसं झालं तर प्रेताला नरकप्राप्ती होईल.'

तर ती म्हणाली, "नाहीतरी त्याला नरकातच जायचंय! शव कुजल्यामुळे घोर नरकच मिळणार असेल तर मिळू दे! मी नाही उठणार! हे माझ्या पतीचं शव आहे. मीच याची वारसदार आहे; तू लांब राहा!"

अखेर ब्रह्मचाऱ्यानं माझ्या नवऱ्याला बोलावून घेतलं आणि सांगितलं, "या तुझ्या भावजयीला पटव. अग्नी देऊन तर्पण देणं हे तुझं कर्तव्य आहे."

पण माझ्या पतीनं सांगितलं, या पाप्याच्या शवावर मी संस्कार करणार नाही! तर्पणही देणार नाही. माझ्यावर जबरदस्ती करू नका. वहिनीचं जे मत आहे तेच माझंही आहे!"

जवळ आलेल्या रामाच्या कानांवर हे बोलणं गेलं. तो म्हणाला, जिवंत असतानाचं वैर मृत्यूनंतर मनात ठेवता कामा नये. त्यानंतरचा पाप-पुण्याचा हिशेब बघायला यमधर्म आहे; आपलं काम नाही. लंकेला आता कोणीच राजा नाही. युद्ध सुरू होण्यापूर्वी मी तुला राज्याभिषेक केला होता, तो युद्धतंत्राचा भाग म्हणून! पण रावणाच्या हयातीत केलेला तो राज्याभिषेक योग्य कसा ठरेल? शवसंस्कार झाल्यावर सुतक पुरं झाल्याशिवाय कसा राज्याभिषेक करायचा? क्षणभरही सिंहासन रिकामं ठेवू नये, हा राजकारणाचा महत्त्वाचा पाठ आहे! अराजकतेला वेळ लागणार नाही! ऊठ आणि आधी शवसंस्कार कर. रावणाची सगळी मुलं मरण पावल्यानंतर हे धाकटा भाऊ म्हणून तुझंच कर्तव्य आहे. मीही त्यांना तर्पण देईन. कारण मी त्याचा वध केलाय. युद्धात मरण पावलेल्या दोन्ही बाजूंच्या सैनिकांना आपण जिवंत असलेल्यांनी एकत्रितपणे तर्पण देऊन पापातून मुक्ती मिळवली पाहिजे. माते, तुझं दु:ख मला समजतं. कितीही नीच पती असला, तरी स्त्रीला वैधव्य कठोरच असतं. तूही ऊठ. स्नान कर. तुझ्या दिराबरोबर कर्मकांडात सहभागी हो."

सगळ्यांनीच त्याचं ऐकलं. माझ्या पतीनंही रावणाच्या चितेला अग्निस्पर्श केला. इतर सैनिक मृत सैनिकांचे देह एकत्र करत असताना रामानंच बिभीषणाला आणि मला स्नान करायला लावलं. नंतर आम्हा दोघांना शेजारी उभं करून राज्याभिषेकाचं शास्त्र उरकलं. आम्हा दोघांना पूरप्रवेश करायला सांगून तो म्हणाला,

"युद्धानंतर पुन्हा सगळी व्यवस्था पुनर्स्थापित करणं ही काही साधी गोष्ट नाही. लक्ष्मणा, तू यांच्याबरोबर राहा. आता शास्त्र झालं असलं, तरी महोत्सव केला पाहिजे. प्रजेच्या मनात राज्य महोत्सव ठसला नाही, तर प्रजा राजसत्तेला मान्यता देत नाही.'

त्याप्रमाणे लक्ष्मण निघाला. ते दोघं राजवाड्याकडे गेले. मी इकडं आले."

सरमेकडून सगळं ऐकत असताना मन गुंगून गेलं होतं. एकीकडे माझ्यासाठी एवढं मोठं युद्ध केल्यानंतर राम रावण आणि इतर शत्रूंच्या मृतदेहांच्या शवसंस्कार आणि अंत्यविधीत गुंतल्याचं ऐकताना मन कासावीस झालं. पण पाठोपाठ त्याच्या औदार्यानं तेच मन भरूनही आलं. अहल्येसारख्या व्यभिचारिणीविषयीही तिच्या ऋषीपतीच्या मनात कणव निर्माण करणाऱ्या, तेही एवढ्या लहान वयात, रामाच्या दृष्टीनं ही काही फार साधारण गोष्ट नव्हे, याचीही जाणीव झाली. रामा, तुझी पत्नी झाले आणि मी पुनित झाले. मनोमन मी त्याच्या चरणांवर मस्तक ठेवलं. आणखी बरीच कामं असल्यामुळे एवढं सांगून सरमा निघून गेली.

आता मात्र माझ्या मनातली रामाला पाहण्याची इच्छा प्रबल होऊ लागली. तो प्रत्येक बाबतीत विशिष्ट पद्धतीनं चालणारा, नियमांचं पालन करणारा असल्याचं इतक्या वर्षांत मला समजलं होतं. तो इथं येईल, की मला बोलावून घेईल, हे समजत नव्हतं. मी आपणहोऊन गेले तर काय होईल? रामाच्या दृष्टीनं काही चुकलं तर? नको! त्यापेक्षा वाट बघणं योग्य ठरेल. तोच एक मार्ग माझ्यापुढे आहे. नाहीतरी शत्रुसंहार झालाय. आणखी काही घटकाच वाट बघायची आहे! फार तर एखादा दिवस. या सीतेनं संयम गमावला आणि लहान मुलीसारखी धावली असं कुणी म्हणता कामा नये! असा विचार करत मी स्वतःचं समाधान केलं.

संध्याकाळी हनुमंतही आले. तीच ब्रह्मचाऱ्याची साधी वस्त्रं. अंगावरच्या जखमांची आणि त्यांना लावलेल्या औषधांच्या लेपनाचीच काय ती भर पडली होती. चेहरा प्रसन्न, हसतमुख. ते वाकण्याआधी मीच पुढं होऊन त्यांच्या पावलांना स्पर्श केला आणि म्हटलं, "पूज्य हो, तुम्ही मला नमस्कार करता कामा नये. हे नेहमी लक्षात ठेवा. तुमची कृपा म्हणून एवढं सगळं झालं."

बोलता बोलता माझा कंठ दाटून आला.

"माते, यात माझी कसली कृपा? गुरू राम आणि लक्ष्मणाचं शौर्य, सुग्रीवाचं चातुर्य, किष्किंधेच्या वीरांची कृपा कामी आली, असं म्हणा हवं तर! त्याहीपेक्षा महत्त्वाचं म्हणजे युद्धभूमीवर लढणाऱ्या सैन्यापेक्षा ज्या हिमतीनं तू इथं सगळ्या प्रसंगांना तोंड दिलंस..बाकी सगळं बिभीषणाला विचारून त्याप्रमाणे....."

मी मध्येच म्हटलं, ''बिभीषणाला काय विचारायचं?''

'रामांचं प्रत्येक आचरण क्रमबद्ध असतं. आचारातले बारकावे ते जाणून असतात. तुला रावणानं इथं आणलं. अधर्मानं असो, पण आता ही वस्तू रावणाच्या माघारी बिभीषणाची झाली. यातला न्याय-अन्यायाचा निवाडा करून ती वस्तू योग्य हाती देणं हा राजाच्या कर्तव्याचा भाग आहे. आता बिभीषण लंकेचा राजा आहे. त्याच्या अनुमतीशिवाय तुला बोलावून घेणं किंवा तुझ्याशी संपर्क साधणं योग्य नाही, असं त्यांच्या मनात असू शकेल. अर्थात हा माझा अंदाज. इथून मी बिभीषणाच्या राजवाड्यात जाणार आहे. दुसरं म्हणजे...''

''काय?''

''भेटीच्या बाबतीत तुझ्या मनात काय आहे, ते समजून घेण्याची रामांची आज्ञा आहे.''

हनुमंत बोलायचे थांबले. माझ्या छातीत धस्स् झालं. कानात दडे बसल्यासारखं झालं. तरीही स्वतःला सावरत मी विचारलं, ''आर्य हो, तुम्ही सूक्ष्ममती आहात! याचा काय अर्थ? मला समजावून सांगा!''

''कितीतरी संदर्भांत त्यांच्या मनात काय आहे, हे मला समजत नाही. तुम्ही त्यांच्या धर्मपत्नी आहात, इतकी वर्षं संसार केलाय तुम्ही त्यांच्याबरोबर! तुम्हालाच समजलं तर समजू शकेल.''

''हीही एक पद्धत, किंवा परंपरा असं समजू काय?''

''तसंच असावं.''

बिभीषणाला भेटायला हनुमंत निघून गेले. मला मात्र अजूनही रामाच्या विचित्र वर्तनाचा अर्थ समजत नव्हता. मनातल्या एका कोपऱ्यात भय निर्माण झालं. उजवी पापणी लवू लागली. हा वाईट शकुन असल्याचंही आठवलं. याला माझं मन जाणून घ्यायचं आहे म्हणजे काय! माझं मन काय म्हणतं हे याला समजत नाही काय? या औपचारिकतेचा काय अर्थ? मनात आशंका दाटून आली. तरीही मनाशी म्हटलं, काहीतरी विचित्र वागणं हा तर याचा स्थायीभाव आहे! यात काहीही नवं नाही! या विचारानं थोडं समाधान वाटलं.

रात्री बिभीषण आले. सोबत सरमाही होती. शिवाय अंगरक्षकही होते. मला ''महाराणी..'' असं संबोधून ते थांबले, तेव्हा मी म्हटलं, 'महाराज, मी महाराणी नाही. माझे पतीही राजा नाहीत. आम्ही वनवासी आहोत. आमच्या प्रदेशात गेलो, तरी राजाच्या मनात असेल, तरच आम्हाला थारा आहे. तो सांगेल ते काम करत तिथं राहावं लागणार आहे. तुम्ही मला फक्त सीता म्हटलं तरी पुरेसं आहे.''

''हा तुमचा विनय आहे. तो तुमचा स्थायीभाव आहे! ते असू दे. उद्या सकाळी तुम्हाला उत्तम अलंकारांनी सजवून घेऊन यायची रामाची आज्ञा झाली आहे. पहाटे

गरम पाण्याची व्यवस्था केली जाईल. या कलशात रत्नखचित दागदागिने आहेत. तुम्हाला मदत करायला प्रसाधन-कलेतल्या निपुण तरुणी येतील. तुम्ही तयार राहा.''

''मला कुठलेच अलंकार नकोत. माझ्या पतीनं मला मी जशी आहे, तसंच पाहावं अशी माझी इच्छा आहे.''

''अलंकरण करून घेऊन या, असं त्यांचं वाक्य आहे!''

''तर मग ठीक आहे! राक्षसांनी माझं अपहरण केलं, तेव्हा माझ्या अंगावर अनसूयाआजींनी दिलेले दागिने होते. ते मी एका गाडग्यात काढून पुरून ठेवले आहेत. ते मी घालून येईन. मला दुसरे कुठलेही दागिने नकोत.''

हे बिभीषण-सरमेला पटलं. बिभीषण म्हणाले, ''लंकेशानं तुमच्या राखणीसाठी ठेवलेल्या सहाही जणी पळून गेल्या आहेत. त्यांनी वाणीनं तुम्हाला बराच त्रास दिला आहे! त्यांना शोधून आणण्याची आज्ञा दिली आहे. त्यांनाही कठीण शिक्षा दिली जाईल. ती शिक्षा तुमच्यासमोरच घोषित केली जाईल. त्या वेळी तुम्हाला पुन्हा एकदा या स्थळी यावं लागेल.''

एका वर्षापेक्षा जास्त काळ त्यांनी मला दिलेल्या त्रासाची आठवण झाली. त्यांना काहीतरी कठोर शिक्षा द्यायला सांगावं असंही मनात येऊन गेलं. पण लगेच मन मृदू झालं.

''महाराजा, त्या पोट भरण्यासाठी राबणाऱ्या होत्या. राजाज्ञा पाळली नसती तर त्याच शिक्षेला बळी पडल्या असत्या. त्यांना क्षमा केली जावी असं मला वाटतं.''

''माते, फार मोठी गोष्ट आहे ही!'' म्हणताना त्या दोघांच्या चेहऱ्यावर कौतुक होतं.

गरम पाण्यानं स्नान करून केस विंचरले, ऋषीपत्नींनी दिलेले सगळे दागिने पुन्हा परिधान केले आणि प्रसाधकेनं दाखवलेल्या आरशात स्वत:ला पाहिलं तेव्हा जाणवलं, दु:खामुळे माझं सौंदर्य कोमेजलं आहे. तिथं आधीचा सळसळणारा उत्साह नव्हता. उमलत्या फुलाचा आनंद नव्हता. एखाद्या मरणांतिक आजारातून नुकतीच उठले असावी, असा माझा अवतार दिसत होता. मनात निश्चय केला, पुन्हा कधीही असला प्राणांतिक रोग येईल असं कुपथ्य करणार नाही! लक्ष्मणाची आठवण झाली. युद्धात लढताना त्याच्या सर्वांगाला जखमा झाल्या असतील. रक्ताच्या खपल्या झाल्या असतील.

रथासोबत सरमा आली. आम्ही दोघी बसल्यावर जवनिकेनं रथ झाकण्यात आला. मला आतून बाहेरचं दृश्य दिसत होतं. लांबवर प्रेतं जाळल्याचा दुर्गंध येत होता. तिथून एका उंचवट्याच्या दिशेनं रथ निघाला. दगड एकत्र रचून काही सैनिक

स्वयंपाक करत होते.

रथ थांबला. एका मोठ्या सरपणाच्या मांडवात उंच दगडावर राम बसला होता. थोडे खालच्या बाजूला लक्ष्मण-हनुमंत बसले होते. सोबत होते ते बहुधा सुग्रीव असावेत. नंतर त्याची खात्री झाली.

रथ थांबला. सरमेनं माझा हात धरून मला खाली उतरवलं. मला पाहताच रामाला वगळून बाकी सगळे उठून उभे राहिले. मला काय करावं, कुठं बसावं, की उभंच राहावं ते समजेना. मी रामाकडे पाहिलं.

रामाच्या चेहऱ्यावर स्वागताचं कुठलंच चिन्ह दिसलं नाही. लक्ष्मण मुकाट्यानं उभा होता. त्याच्या चेहऱ्यावर राग आहे का? अजूनही राग निवळला नाही का? मी त्याच्या चेहऱ्याकडे पाहिलं. त्याची नजर मला टाळत असल्याचा मला भास झाला.

मी सरळ रामाच्या समोर जाऊन उभी राहिले. तो अजूनही काही बोलला नाही. पार गाडून टाकणारं मौन सर्वत्र पसरलं होतं.

त्या मौनाला भेदून मीच बोलायला लागले, ''आर्यपुत्रा, जयजयकार असो! जयश्री संपादन केलेल्या तुला इक्ष्वाकू कुलातल्या समस्त ज्येष्ठांचा आशीर्वाद असो!''

अशा शुभवचनांचा उच्चार करून शांततेचा भंग केला तरी तो मौन बाळगून होता. त्याच्या तोंडून पडणाऱ्या शब्दासाठी आतुर झालेले सगळेच त्याच्या चेहऱ्यावर नजर खिळवून होते. त्या अवघड परिस्थितीत पुढे काय बोलावं, ते मला सुचलं नाही. माझ्या मागे उभी असलेली सरमाही जागीच चुळबुळत असल्याचं जाणवत होतं. तिलाही काहीतरी बोलायचं असावं, पण बोलणं सुचत नसावं.

अखेर रामानं बोलायला तोंड उघडलं, ''जनकराजपुत्री..''

या संबोधनानं मी चकित झाले! 'सीते' नाही... 'प्रिये' नाही... 'भार्ये'ही नाही!

तोच पुढे बोलू लागला, ''तुला पळवून नेणाऱ्या रावणाला मारून मी माझ्या ईक्ष्वाकू वंशाचा गौरव राखला आहे. मी हे युद्ध तुझ्यासाठी केलं नाही. माझ्या वंशाची कीर्ती राखण्यासाठी केलंय. तुला शोधण्यासाठी, रावणाविरुद्ध युद्ध करण्यासाठी, त्याच्या सेनाप्रमुखांना मारण्यासाठी किष्किंधेच्या या वीरांनी साहाय्य केलं आहे. माझं काम झालं आहे. एवढा दीर्घ काल परपुरुषाच्या, त्यातही रावणासारखी कामुक अपकीर्ती असलेल्या राक्षसाच्या ताब्यात तू राहिलीस! त्यामुळे माझा तुझ्या पातिव्रत्यावर विश्वास नाही. तू आता स्वतंत्र आहेस! यानंतर तू हवं तिथं आणि हवं तसं राहू शकतेस. हवं तर तू बिभीषणाच्या आश्रयाची मागणी करू शकतेस. हवं तर भरताचा आश्रय घे. आणखी कोणाच्याही साहाय्यानं जगू शकतेस. तुझी इच्छा!''

काय बोलतोय हा? माझा राम बोलतोय हे? माझा माझ्या कानांवर विश्वास

बसेना. भोवतालचा आसमंत गरगरू लागला. डोळ्यांसमोर अंधारी दाटून मी जमिनीवर कोसळले. मागं उभ्या असलेल्या सरमेनं सावरलं नसतं, तर डोकं मागं असलेल्या टोकदार दगडावर पडून तिथल्या तिथे कपाळमोक्षच झाला असता.

कोणीही काही बोललं नाही. त्या सगळ्यांची रामाच्या बोलण्याला संमती होती का... की बोलायची भीती... की मनाची तटस्थ भावना? स्वत:ला सावरायला काही वेळ जावा लागला. युद्धात मदत करणाऱ्यांनीही फक्त याच्या त्या ईक्ष्वाकू वंशाच्या सन्मानासाठीच याला मदत केली का? की एका अभागिनीची मुक्ती त्यांना अपेक्षित होती?

स्वत:ला सावरून मी पुन्हा उठून उभी राहिले आणि बोलू लागले,

"रामा, तू एक सुसंस्कृत राजकुमार आहेस, असं समजून माझ्या पित्यानं माझा हात तुझ्या हातात दिला. अशा असंस्कृत शब्दांना तुझ्या जिभेवर कसा थारा मिळाला? तुझ्या जिभेवर रावणाचं भूत बसलंय का? माझ्या पातिव्रत्यासाठी साक्ष हवी असेल, तर तुझ्यासमोर उभ्या असलेल्या बिभीषणाच्या धर्मपत्नी सरमादेवींना विचार! तू सांगशील त्या कुठल्याही देवाची शपथ घेऊन मी माझ्या पातिव्रत्याची ग्वाही देऊ शकेन. माझे पिता जनक महाराज, माझा पती तू, कोणाची शपथ घेऊ सांग!"

त्यानं काहीच उत्तर दिलं नाही.

"बोल! बोल काहीतरी! वाचा बसली का?" माझा आवाज माझ्या नकळत चढला होता.

"बिभीषण आणि त्याची पत्नी रावणाकडून दुखावले आहेत. मी युद्ध करून रावणाचा वध केला. त्यामुळे ते माझ्याकडून उपकृत आहेत. त्यांच्या साक्षीला अर्थ नाही. त्यामुळे संदर्भानुसारच साक्ष मानावी लागते. इथं तर रावणाचं चरित्रच साक्षीला आहे! त्याची ख्याती अशी होती, की हाती लागलेल्या स्त्रीला तो क्षणभरही सोडायचा नाही; हे सगळ्या जगालाच ठाऊक आहे! यावर जास्त बोलून काहीही उपयोग नाही."

यावर काय बोलावं, ते मला सुचलं नाही. संतापानं अंगाची लाही होत होती. संताप? कोणावर? ध्यानी-मनी चिंतन करून मनात ज्याच्या रूपाचं चिंतन केलं, यानं धनुष्यभंग करावा म्हणून सगळ्या देवांना सांकडं घातलं, अग्नीच्या साक्षीनं ज्याचा हात धरला, क्षणोक्षणी ज्याला आईच्या प्रेमाचं स्वरूप म्हणून प्रेम करत राहिले, ज्याचा सहवास मिळावा म्हणून त्याच्या पाठोपाठ वनवासात आले, वनात वाट्याला आलेले सगळे कष्ट हसत हसत सोसले, राक्षसाकडचा बंदिवासही ज्याच्या ध्यानाच्या जोरावर काढला, मोठमोठ्या आमिषांना पायदळी तुडवून ज्याची

वाट पाहिली आणि आज माझ्या सगळ्या निष्ठांवर पाणी टाकणाऱ्या या रामावर, की या असल्या रामासाठी एवढं सगळं भोगणाऱ्या माझ्यावर?

चढ्या आवाजात मी म्हटलं, "रामा, क्रूर आहेस तू! राक्षस रावणापेक्षा क्रूर! आता मी अग्नीच्या साक्षीनंच माझी शुद्धता दाखवून देईन!"

त्यानंतरच्या सगळ्या घटना माझ्या नकळत घडत गेल्या. सैनिकांसाठी चुली पेटवून स्वयंपाक करत असलेल्यांकडे मी गेले, "दादा, या क्षणी एका संस्कारासाठी एका प्रेतावर अग्निसंस्कार होतील एवढ्या आकाराचं एक सरण उभं करून द्या! तिथं बसलेल्यांच्या समोर रास रचून द्या. आग पेटवा. मी रामाची पत्नी सीतादेवी. ऐकताय ना? आग चांगली धगधगू दे!"

खरोखरच त्या सगळ्यांनी एक माणूस जळेल एवढं सरपण एकत्र केलं आणि रामाच्या समोर ते नीट रचलं. आग पेटली. एक माणूस पूर्णपणे भस्मसात होईल एवढ्या उंचीच्या ज्वाळा लपलपू लागल्या. मी हात जोडले आणि देवलोकात असलेल्या अग्निदेवाला ऐकू येईल अशा स्वरात म्हटलं, "अग्निदेवा, या जगातल्या समस्त मानवाच्या पाप-पुण्याला तूच साक्षी आहेस! मी तुला शरण आले आहे. मी शुद्ध असेन, तर तू मला जाळणार नाहीस, अशी श्रद्धा माझ्या मनात आहे. मनात जरी मी अशुद्ध वागले असेन तर तू मला क्षणार्धात भस्म कर!"

मी अग्नीला प्रदक्षिणा घालू लागले. एक प्रदक्षिणा घालून मी अग्नीला साष्टांग नमस्कार केला. तशीच दुसरी प्रदक्षिणा घालू लागले.

अचानक पावलांचा धपधप आवाज आला. कुठून तरी लांबून. माझं सगळं लक्ष साक्षी देवतेकडे होतं. जेमतेम चार पावलं चालले असेन, कुणीतरी पुरुष धावत जवळ आला. माझे दोन्ही दंड धरून मला ओढतच सभेपुढे उभं करून म्हणाला,

"दादा, तुझी बायको उद्विग्न मानसिक स्थितीत आहे, हे तुला समजत नाही काय? अग्नी निष्पापाला जाळू शकणार नाही, अशा पुराणातल्या भ्रमाच्या मन:स्थितीत ती आहे! तू तुझ्या पत्नीच्या पातिव्रत्याविषयी शंका घेतलीस! पण तशीच शंका तिनं घेतली तर तुझ्याकडे काय उत्तर आहे? लक्ष्मण-सुग्रीव-हनुमंत साक्षी आहेत, असंच सांगशील ना? आणि त्यावर जर ती म्हणाली, लक्ष्मण तुझा धाकटा भाऊ आहे, सुग्रीव तुझ्याकडून उपकृत आहे आणि हनुमंत तुला स्वामी मानतात, तर तू काय उत्तर देणार आहेस? तुझ्या या मूर्खपणाच्या बोलण्यामुळे ती अग्नीत भस्मसात होऊन आत्महत्या करते आहे! समोर धगधगतेय ती सत्यासत्यता न पाहता जवळ येणारं सारं काही भस्मसात करणारी आग! तू मंत्रांमध्ये पठण करतोस, ती अग्निदेवता नाहीये! तिच्या या असल्या आत्महत्येनं आपल्या ईक्ष्वाकू वंशाच्या कीर्तीत भर पडणार आहे का?"

राम काहीच बोलला नाही. आता माझाही धीटपणा वाढला. अजूनही लक्ष्मणानं

माझा दंड सोडला नव्हता. आता मी भानावर आले होते.

लक्ष्मण पुढं म्हणाला, 'इंद्रियांच्या जालात अडकून कळूनसवरून व्यभिचार केलेल्या अहल्येला क्षमा करण्यासाठी तू त्या लहान वयात गौतमऋषींसारख्या तपस्वींना धर्मसूक्त सांगितलंस! आता आपण निष्कलंक असल्याचं शपथेवर सांगणाऱ्या, साध्वी सरमेची साक्ष सांगणाऱ्या तुझ्या पत्नीला तर कोणी क्षमा करायचाही प्रश्न नाही! असं असताना तू तर विश्वासही ठेवायला तयार नाहीस! काय झालंय तुला? तुझी मती ताळ्यावर आहे की नाही?''

रामानं मान खाली घातली.

काही क्षण वाट पाहून लक्ष्मण आवाज खाली आणत दृढ स्वरात म्हणाला, "तुम्ही दोघांनी अग्निसाक्षीनं एकमेकांचा हात हातात घेतलाय. इथं प्रज्वलित झालेल्या या अग्नीच्या साक्षीनं प्रदक्षिणा घाला आणि पुन्हा एकदा त्याच साक्षीनं एकमेकांचे हात हातात घ्या!''

रामानं खाली घातलेली मान वर केली नाही. काही क्षण वाट पाहून लक्ष्मण रामापाशी गेला आणि त्याचा दंड धरून त्याला हाताला धरून खाली घेऊन आला. रामही निमूटपणे त्याच्याबरोबर आला, दुसऱ्या हातानं माझा दंड धरून आम्हा दोघांनाही अग्नीच्या पुढ्यात उभं केलं. रामाच्या हातानं माझा हात धरायला लावला. आम्हा दोघांना तसंच धरून त्यानं आमच्याकडून तीन प्रदक्षिणा घालवून घेतल्या.

दिवस-रात्री ग्रासलेल्या पीडेतून सुटका झाली होती. नावेतून परतीचा प्रवास सुरू झाला होता. लंका देश मागं पडत चालला होता. पण दुसरा तीर नजरेला पडत नव्हता. माझीही तीच अवस्था असल्यामुळे माघारी वळल्याचा आनंद नव्हता. हनुमंत एका खडकावरून दुसऱ्या खडकापर्यंत पोहत येत असल्याचं दिसत होतं. त्यांच्या मागे राम-लक्ष्मण आणि किष्किंधेचे शेकडो सैनिक. युद्धाच्या आणि खाण्या-पिण्याच्या सामानासह येणाऱ्या नावा माझ्यामागून येत होत्या. भरती नसली, तरी मोठाल्या लाटा माझ्या नावेलाही दोलायमान करत होत्या. भोवतालच्या अथांग सागरात मी एकटीच आहे, अशी भावना मनात भरून राहिली होती. सोडवून घेऊन जाण्यासाठी आलेल्यापैकी कोणाचाच माझ्याशी काही संबंध नाही. शत्रूच्या कारागृहात बंदिस्त असलेल्या आपल्या वंशाच्या कीर्तीला सोडवलंय, आणि म्हणून राम अभिमानानं ताठ मान करून चालला आहे!

काठावर येताच सैनिकांनी सारं सामान तिथं असलेल्या बैलगाड्यांमध्ये भरलं आणि सगळे चालू लागले. मीही चालू लागले. पायांमध्ये बळ नव्हतं. तशीच पावलं उचलून पुढं ठेवू लागले. वाटलं, सांगावं- मी चालू शकत नाही..पण

कोणाला सांगायचं? रामाला? नको! आपले कष्ट मोकळेपणानं सांगावेत असा मोकळेपणा नात्यात राहिला नव्हता. पाय ओढत चालत राहिले. मनात येत होतं, अशीच कोलमडून पडले तरी कोण अश्रू ढाळणार आहे? असं झालं तर बरंच होईल!

माझ्या मागून तोही माझ्या वेगाला जुळवून घेत पावलं टाकत होता. पण 'सीते, जपून! तिथं काटे आहेत...इथं धोंडा आहे...माझा हात धर..हा आधार घे..' असं, पूर्वीसारखं सांगत नव्हता! एवढ्या माणसांत अशी मदत करायची लाज? नाही, ठाऊक आहे मला! त्यानं म्हटलं, तरी मी आधार घेणार नाही, हे त्यालाही ठाऊक आहे!

लक्ष्मण तर कुठंच दिसत नव्हता. वनवासात असताना सतत माझ्यापुढे हातात शस्त्र धरून रक्षणासाठी सज्ज असायचा. भोवताली एवढे सैनिक असताना आपल्या रक्षणाची काय आवश्यकता, अशी त्याची भावना असेल काय? कुठं तरी सैनिकांच्या समवेत चालतोय.

हनुमंत जवळ आले. त्यांनी मला थांबायला सांगितलं. म्हणाले, "माते, तुझा डावा हात पुढे कर. नाडी पाहतो. मला काहीसं वैद्यक शास्त्राचं ज्ञान आहे." नाडीवर बोट ठेवून डोळे मिटून अनुभवल्यावर म्हणाले, "अशक्तपणा आहे. पायी चालू नये. एखाद्या गाडीची व्यवस्था करतो, थांब!"

"नको, मी वनवासाच्या व्रतात बद्ध आहे. वाहनप्रवास निषिद्ध!" मी म्हटलं.

"तुझ्या वनवासाची कथा मला लक्ष्मणाकडून समजली आहे! वनवास व्रताचा खरा संबंध फक्त तुझ्या पतीला आहे. तू आणि लक्ष्मण स्व-इच्छेनं आला आहात. शिवाय रोग आणि आजारपणात व्रतामधूनही अपवाद करायची मुभा असते. वैद्याची सूचना सगळ्या नियमांच्या पलीकडची असते."

मला पुढं काही बोलायची संधी न देता त्यांनी सामान उतरवून एका बैलगाडीची व्यवस्था केली, त्यात मऊ गवत पसरलं आणि त्यात माझी झोपायची व्यवस्था केली. गाडीच्या हेलकाव्याबरोबर मला झोप आली.

थोडी झोप झाल्यावर मला आपसूक जाग आली. मी उठून बसले. पडदा बाजूला केला. मला जाग आलेली पाहताच हनुमंत माझ्या गाडीच्या पाठोपाठ चालू लागले. युद्धाचा तपशील सांगू लागले. सुग्रीव आणि राम-लक्ष्मणाच्या स्नेहाविषयी सांगू लागले.

सुग्रीवाचा थोरला भाऊ वाली. त्यानं धाकट्या भावाच्या संपूर्ण राज्यासहित त्याच्या पत्नीचं- ताराचंही अपहरण करून सुग्रीवाला देशभ्रष्ट केलं होतं. तेव्हा सुग्रीवानं एका गुहेत स्वत:ला लपवून जीव वाचवला. एक दिवस अचानक त्यानं या दोन भावंडांना पाहिलं. यांच्या वीर लक्षणानं प्रभावित होऊन त्यानं या दोघांची

मदत मागितली. आपल्याप्रमाणेच पत्नीचं अपहरण झाल्यामुळे कष्टी झालेल्या सुग्रीवाला पाहून रामाच्या मनात अनुकंपा निर्माण झाली. त्यानं सुग्रीवाबरोबर एक करार केला, 'तुझ्या भावाला मारून तुझं राज्य आणि पत्नीला मिळवून देईन, नंतर तूही माझ्या पत्नीला शोधून माघारी आणायला मदत केली पाहिजे!- मग शत्रू कितीही बलशाली असू दे!'

याला सुग्रीवानं लगेच मान्यता दिली. अग्नीची प्रतिष्ठापना करून त्या अग्नीसमोर दोघांनीही वचन घेतलं. रामाच्या सूचनेप्रमाणे सुग्रीवानं वालीला आव्हान दिलं, 'पुरुष असशील तर बाहेर ये आणि माझ्याशी युद्ध कर!' वाली आपल्या अंगरक्षकांबरोबर बाहेर आला. सुग्रीवानं त्याला युद्धात गुंतवून ठेवलं. टपून बसलेल्या रामानं नेम धरला आणि एकाच बाणात वालीला भुईवर लोळवलं. राज्य सुग्रीवाचं झालं.

"तेवढ्यात पावसाळा सुरू झाला. आमच्या दक्षिण भारतात पावसाळा चार महिने चालतो. प्रवास करणं कठीण असतं. राम-लक्ष्मण त्या वेळी ऋष्यमुख गुहेत राहिले. त्याच काळात मी रामांकडून वेदपाठ शिकलो."

पावसाळा संपल्यावर कुठल्या दिशेनं शोध घ्यायचा, यावर विचार सुरू झाला. सुग्रीवानं विचार केला, त्याचा भाऊ वाली हाही लंपट राजा. तशाच प्रकारची आवड असलेला आणखी एक राजा किष्किंधेच्या जवळपास आला, की याला भेटत असल्याचं सुग्रीवाला ठाऊक होतं.

"समान सद्‌गुणींचा जसा स्नेह वाढतो, तसाच- त्यापेक्षा जास्त, समान दुर्गुण असलेल्यांचाही वाढतो ना! रावणालाही अशा प्रकारचं व्यसन होतं. त्यामुळे हे अपहरण त्यानंच केलं असलं पाहिजे, असा अंदाज बांधून सुग्रीवानं दक्षिण दिशेला नील, जांबुवंत, सुगोत्र, शरारी, शरगुल्य, गज, गवाक्ष, गवय, सुषेण, ऋषभ, मईंद, त्विविद, विजय, गंधमादन, उल्कामुख, असंग, वालीचा मुलगा अंगद अशा सगळ्यांना धाडून दिलं. या सगळ्यांचा मला नायक नेमलं. इतरांना पूर्व-पश्चिम-उत्तर दिशांनाही धाडलं. पण आमचा समूह अत्यंत प्रबुद्ध होता. आम्ही सगळ्या दक्षिणेकडच्या देशांचा बारकाईनं शोध घेतला. अखेर लंकेकडच्या समुद्रतटावर जाऊन पोहोचलो. पुढचं तुला ठाऊकच आहे...."

दहा-पंधरा दिवस गेले, तरी लक्ष्मण मला एकदाही भेटला-बोलला नाही. एवढ्या गर्दीत तो मला दिसलाही नव्हता. मीच त्याला शोधून काढून त्याच्या पुढ्यात उभी राहिले आणि 'असा का वागतोयस...' म्हणून विचारलं तर? आगीत प्रवेश करू पाहणारीला वाचवलं! या कारणासाठी कधी नव्हे ते थोरल्या भावाशी भांडला! त्याला खाली मान घालायला लावून आम्हा दोघांना अग्निसाक्षीनं पुन्हा एकत्र आणणारा! तरी माझं अंतर्मन स्पष्टपणे सांगत होतं, त्यानं मला क्षमा केलेली

नाही! त्याचा संताप निवला नाही. दोन वर्षं झाली तरी! मीच त्याच्यासमोर उभी राहून...नको..

निरोप पाठवून बोलावून घेतलं तर? तरीही नाही येणार तो! मी त्याच्यासमोर..तेही एवढ्या माणसांच्या गर्दीत...अवघड होईल..एवढंच नव्हे, शरम वाटेल. त्याच्या-माझ्यातच जे घडलं, ते मी चार-चौघात कशी नेऊ? हं आता सुचतंय. धाकटा संतापी भाऊही माझ्या नवऱ्याप्रमाणे 'आम्ही तुझ्यासाठी युद्ध केलं नाही.. आमच्या वंशासाठी केलं...' म्हणाला तर? लक्ष्मणानं थोरल्या भावाला माझ्याविरुद्ध काय सांगितलंय कोण जाणे! मी आपणहोऊन जाऊन का हा प्रश्न विचारू?

लक्ष्मणा, तू माझा धाकटा दीर आहेस. माझी पावलं मांडीवर घेऊन मनापासून त्यात रुतलेले काटे तू असंख्य वेळा काढलेस! विसरलास का? बोलून मनातला सल काढून टाकायची संधीही मला का तू देऊ नयेस?

प्रवासभर दररोज रात्री मला आणि रामाला एका नव्या कुटिरात झोपायची व्यवस्था करत होते. त्यात गवताची शय्या तयार करून देत होते. दोघं एकाच कुटिरात झोपत होतो; पण संवाद नव्हता. होमाच्या उंचीच्या नव्हे, प्रेताला जाळणाऱ्या चितेएवढ्या अग्नीच्या साक्षीनं हस्तांचं पुनर्मीलन झालं, पण मनांना एकत्र आणण्यासाठी आवश्यक तो संवाद सुचत नव्हता. तो मौन राहत होता. कदाचित त्याला आपण बोललेल्या शब्दांसाठी शरम वाटत असेलही. म्हणून हा बोलत नसेल का? रात्री बऱ्याच वेळा कूस पालटल्यामुळे येणाऱ्या गवताच्या आवाजाची मलाही चाहूल लागत होती. कधी मनात येत होतं, मी आपण होऊन बोलू का? पण नको वाटत होतं. काही बोलायची इच्छाच मरून गेली होती. त्यामुळे मीही डोळे मिटून तशीच पडून राहत होते. कधी डोळा लागायचा, मधूनच जाग यायची, नंतर मात्र झोप यायची नाही. पण उगाच कूस पालटून मला झोप लागली नाही, हे त्याला दाखवून द्यायचीही तयारी नव्हती. दिवसभर माझ्यासाठी गवताचं आच्छादन असलेली सवारीची गाडी असली, तरी त्याला मात्र अनवाणी पायी चालणं आवश्यक होतं. घोडे असले तरी अजून याचे वनवासाचे नियम होतेच ना! हा चालत असताना धाकटा भाऊ तरी कसा घोड्यावर बसेल? 'स्वयंम हिंसा आणि अवलंबितांची हिंसा हेच व्रत आहे तुझं!' हे लक्ष्मणाचं बोलणं पदोपदी आठवत होतं.

सुमारे पंचवीस दिवसांनंतर आम्ही किष्किंधेला पोहोचलो. पायी चालण्याचे कष्ट नसले, तरी असमतोल रस्त्यांवर सतत हिंदकळणाऱ्या गाडीमुळे सर्वांग ठेचून निघालं होतं.

किष्किंधा सुग्रीवाची राजधानी. इथं किमान दोन आठवडे विश्रांती घेऊन

त्यानंतर पुढचा प्रवास करायचा, असं ठरलं होतं. सगळा मोठमोठ्या खडकांचा प्रदेश होता. दिवसभर तापलेले खडक रात्रीही उष्ण हवा सोडत होते. अध्येमध्ये असलेल्या गुहांमध्ये मात्र थंड वातावरण होतं. आमच्यासाठी तीन गुहा स्वच्छ करून ठेवल्या होत्या. गावातल्या महालात राहायचा सुग्रीवानं कितीही आग्रह केला, तरी रामानं ते मान्य केलं नाही. कारण अजूनही वनवासाचा काही कालावधी शिल्लक होता. अजूनही त्याचा आणि त्याच्याबरोबर आमचा आहारही वनवासी जनांचाच होता.

माझ्या सेवेसाठी राजवाड्यातली एक सखी पाठवण्यात आली होती. नम्र आणि हुषार होती. मितभाषिणी. नाव कुंतला. इतर सेविकांच्या मदतीनं दररोज चार हंडे पाणी तापवून ती स्वत: मला अंग चोळून देऊन न्हाऊ घालत होती. प्रवासाची दमणूक कितीतरी कमी झाली होती.

मी आल्याच्या दुसरे दिवशी दोन महिला मला भेटायला आल्या. चेहऱ्यावर राजकळा दिसत होती. दोघींचीही वस्त्र-प्रावरणे राजघराण्याला साजेशी होती. त्यातली एक वयानं बरीच प्रौढ दिसत होती. आकर्षक, कोणाचंही लक्ष वेधून घेणारं व्यक्तित्व. नजरेत तेज होतं. करड्या केसांवर मिश्र फुलांचा मोठा गजरा माळला होता. त्यामुळे तिचं व्यक्तित्व आणखी खुललं होतं. नाव तारादेवी. सुग्रीवाची थोरली राणी. सोबत होती तिचं नाव रुमा. तीही तशी देखणी असली, तरी फारशी तरतरीत वाटत नव्हती. ती फारशी बोलली नाही. थोरली तारादेवीच बोलत होती.

कुशल संभाषण करत करत ती माझं अंतरंग-बहिरंग जाणून घेत आहे, असं मला जाणवत होतं. तिनं रावणाकडच्या माझ्या वास्तव्याविषयी बारकाव्यानिशी चौकशी केली. नंतर म्हणाली, 'तुमच्या व्रतनिष्ठेचा तो परीक्षेचा काळ असेल ना?...' म्हणत तिनं संभाषणाला सुरूवात केली. रामानं मला अग्निपरीक्षेच्या पातळीपर्यंत खेचल्याचं तिला पती सुग्रीवाकडून समजलं असेल की काय, अशीही मला शंका वाटून गेली. मीही सावध होते. तिच्या कुठल्याही प्रश्नाचं थेट उत्तर न देता वर-वरची उत्तरं देत राहिले. मग तीही 'स्त्रीजन्म म्हणजे हे भोग चुकलेले नाहीत..' अशा प्रकारचं बोलत राहिली.

"खरं तर तुमचा राजोचित सन्मान करायची माझी फार इच्छा आहे. पण माझ्या नशिबात ते नाही. व्रत संपल्यावर आमच्या या गरीब राज्याला आपण पायधूळ झाडली पाहिजे." अशी सुरवात करून आधीच 'माझी धाकटी बहीण' अशी ओळख करून दिलेल्या रुमादेवींना सोबत घेऊन निघून गेली.

का कोण जाणे, तिचं तेवढा वेळचं तिथलं अस्तित्व मला अस्वस्थ करून गेलं. त्या दोघी निघून गेल्यावर मी कुंतलेला विचारलं, "तारादेवी पट्टराणी आहेत का?"

कुंतलेनं काहीच उत्तर दिलं नाही. मीही पुन्हा काहीच विचारलं नाही. थोड्या वेळानं तिनं आपणहोऊन म्हटलं, "सगळा राज्यकारभार त्यांच्याच हातात आहे. सुग्रीव महाराज लंकेला गेले होते ना, तेव्हा राज्यकारभार यांनीच शिस्तीत पाहिला. यांनी एक रेखा ओढून बजावलं, तर महाराज ती ओलांडणार नाहीत!"

तिच्या बोलण्यावरून एक लक्षात आलं, तारादेवी ही शास्त्रोक्तपणे राजाच्या शेजारी सिंहासनावर बसणारी राणी नाही! पण तरीही राजावर हिचा चांगलाच वचक दिसतोय! मीही विषय बदलला, "सुग्रीव महाराजा आणि त्यांचा भाऊ वाली या दोघांमध्ये युद्ध झालं. त्यात माझ्या पतीनं सुग्रीव महाराजांना मदत केली, असं ऐकलंय. का हे युद्ध झालं? तुला काही कल्पना आहे?"

"या सगळ्या राजवाड्यातल्या गोष्टी!" तिच्या आवाजात भय होतं.

"मी चार दिवसांची पाहुणी आहे. पुन्हा कधी इकडे येणार नाही. कोणालाही मी यातलं काही सांगणार नाही!" तिचा हात हातात घेत मी म्हटलं.

तरीही ती लगेच काही बोलली नाही. थोडा वेळ गेल्यावर बोलू लागली,

"तारादेवी वालीची बायको. रुमादेवी सुग्रीव महाराजाची पत्नी. एका युद्धासाठी म्हणून गेलेल्या वालीचं शत्रूंनी अपहरण केलं. त्याला शोधण्यासाठी सुग्रीव महाराजांनी बरेच प्रयत्न केले. सभोवताली हेर पाठवले. पण कुठेच ठावठिकाणा लागला नाही. राज्याला राजा नसेल, तर अराजकता निर्माण होईल ना! त्यामुळे सुग्रीव महाराजांनी स्वत:चा राज्याभिषेक करून घेतला. रुमादेवी पट्टराणी झाली. इकडं महाराजांना तारादेवीचा मोह पडला. म्हणजे महाराज बळी पडले, की तिनं तसा फासा तयार केला हे फक्त भगवंतालाच ठाऊक! सुग्रीव महाराजही तसे विलासीच! मदिरेबरोबरच मदालसेचंही तेवढंच आकर्षण! पण इतर मदालसांकडे पाहायला तारादेवी बऱ्या सोडतील! त्याच पट्टराणीच्या पदावर होत्या. रुमादेवींना गप्प बसवायला कितीसा वेळ लागणार? शिवाय रुमादेवीही तितक्या बनेल नाहीत. त्यांनीही तारादेवींचं अस्तित्व मान्य केलं. आणखी एक वर्ष गेलं. कसे कोण जाणे, वाली माघारी आले. सैन्याला आपल्याकडे वळवून धाकट्या भावाचा पराभव केला. जीव वाचवण्यासाठी सुग्रीव महाराज परागंदा झाले आणि लपून बसले. इथं थोरल्या भावानं आपल्या पत्नीबरोबरच धाकट्या भावाच्या पत्नीला, रुमादेवीलाही आपलंसं केलं. तारादेवीनं पतीला पटवलं, तुझ्या अनुपस्थितीत मी राज्यकारभार व्यवस्थित केलाय की नाही? माझं कर्तव्य केलंय. मी पतिव्रताच! हे नवऱ्यालाही पटलं! तिचं बोलणं इतकं प्रभाव टाकणारं असतं! तोही तिच्यावर पहिल्यापेक्षा जास्त प्रेम करू लागला. रुमादेवीशी नातं ठेवायलाही तिनं आक्षेप घेतला नाही. कारण रुमादेवीची आपल्याशी तुलनाच होऊ शकत नाही, हे तिलाही ठाऊक होतं. शिवाय पतीच्या या व्यसनावर पूर्णपणे बंधन ठेवलं, तर तो आपल्या राज्यकारभारात आडकाठी आणायला

सुरूवात करेल, हे तिला ठाऊक होतं.'

आता ती आणखी मोकळेपणानं बोलू लागली. तिलाही हे बोलायला क्वचितच संधी मिळत असावी.

'राज्य आणि सैन्याच्या अभावी परागंदा झालेल्या सुग्रीवाचा वालीला पूर्णपणे विसर पडला. पण एक दिवस किल्ल्याच्या दाराशी येऊन त्यानं युद्धाचं आव्हान दिलं! तेव्हाही तारादेवीनं वालीला बजावलं होतं, असा हा अचानक आव्हान देतोय, त्या अर्थी त्याला कुणाचीतरी कुमक मिळाली आहे! तू जाऊ नकोस! पण वाली कसला ऐकतोय? त्यात सुग्रीवानं तर त्याच्या पुरुषत्वालाच आव्हान दिलं होतं! तरीही तो सुसज्ज सैन्यासहित बाहेर आला. पण सुग्रीवानं मल्लयुद्धासाठी आव्हान दिलं! त्याला मात्र वाली सहजच बळी पडला. दोघांमध्ये मल्लयुद्ध सुरू झालं. तसे दोघंही तुल्यबळ होते. तेवढ्यात कुठूनसा बाण आला आणि त्यानं वालीच्या गळ्याचा वेध घेतला. तरीही त्यानं आपण होऊन बाण उपटून काढला. रक्ताचा पाट वाहू लागला. वाली बेशुद्ध झाला. मरण पावला. धाकट्या भावानं दोन्ही बाहू उचलून विजयनर्तन केलं. सगळ्या सैन्यानंही त्याच्या नावाचा जयजयकार केला. तारादेवी बाहेर आल्या. पतीचा मृतदेह छातीशी कवटाळून तिनं हंबरडा फोडला. सुग्रीवाला शिव्या-शाप दिले. सुग्रीवानं बाण मारणाऱ्या आगांतुकाला मिठी मारली. सुंदर पुरुष. केस तापस्यासारखे वर बांधलेले. चमकणारी काळीभोर दाढी. पुरुषभर उंचीचं धनुष्य. नक्कीच कुठल्यातरी बाहेर देशाचा. कारण रंग-रूप-वेष सगळंच अपरिचित होतं. मनसोक्त रडल्यानंतर तारेनं त्याला विचारलं, "अरे वीर नटा! तापस्याचा वेष परिधान केला आहेस! दोघांचं मल्लयुद्ध चाललं असताना चोरून त्यातल्या एकावर बाण सोडण्यात धर्म कुठला? कुठल्या गुरूनं तुला ही कपटविद्या शिकवली?"

त्यानं उत्तर दिलं, 'धाकट्या भावाच्या बायकोचं अपहरण करून तिला अंतःपुरात ठेवणाऱ्या अधर्मी पाप्याबरोबर कसलं आलंय धर्मयुद्ध?'

'तुझ्या मित्रानंही आपल्या भावाच्या बायकोला आपल्या अंतःपुरात ठेवलं, तो कसा धर्मनिष्ठ ठरतो?'

"तारादेवीच्या या प्रश्नावर तो धनुष्यधारी निरुत्तर झाला. नंतर समजलं, तो आपल्या पत्नीला, म्हणजे तुला वेड्यासारखा शोधत फिरणारा तुझा पती राम होता. आणि सोबत होता तो धाकटा भाऊ लक्ष्मण. त्यांचा सुग्रीव महाराजाशी काही समेट झाला होता म्हणे."

"नंतर काय झालं?"

"तेच सांगते. तारादेवींनी आपल्या मुलाच्या- अंगदाच्या हातून आपल्या नवऱ्याचे अंत्यसंस्कार केले. तिनंही तर्पण दिलं. दहा दिवसांचं सुतक संपलं. नंतर

ती दिराच्या सोबत राहू लागली. त्याच्या अंत:पुराची ती प्रमुख झाली. त्या दिवसानंतर ती त्याची प्रमुख सल्लागार झाली आहे. विलासप्रिय सुग्रीवानं सगळा राज्यकारभार तिच्यावर सोपवला आणि स्वत: तिच्याबरोबर शृंगारात रत झाला.''

हे सगळंच मला नवं होतं.

''आणखी एक काय घडलं ठाऊक आहे? एव्हाना पावसाळा सुरू झाला होता. तेव्हा शोध घेणं शक्य नव्हतं. राम-लक्ष्मण शेजारच्याच गुहेत राहू लागले. हनुमंताकडे त्यांच्या योगक्षेमाची जबाबदारी सोपवून सुग्रीव महाराज भोगात बुडून गेले. त्यांच्या तीन वर्षांच्या उपासमारीमुळे त्यांची भूक वाढली होती. आणि साथ द्यायला रतिक्रीडाप्रवीण तारादेवी होती! तीच राज्यकारभारही पाहत असल्यामुळे तीही काळजी नव्हती. पावसाळा संपला. तरीही महाराजाला बाह्य जगाची पर्वा नव्हती. इकडं राम-लक्ष्मणांनी विशिष्ट काळापर्यंत वाट पाहिली. अखेर रामानं लक्ष्मणाबरोबर निरोप पाठवला. लक्ष्मणानं नगराच्या द्वारपालकाबरोबर निरोप पाठवला, 'तुमचा राजा आपला शब्द पाळणार आहे की नाही? की आम्ही सगळं नगर भस्मसात करू?' द्वारपालकांनी धावत जाऊन निरोप पोहोचवला.''

''मग?''

''स्वत: सुग्रीव महाराजा मद्यधुंद अवस्थेत होता. तेव्हा तारादेवी धावत बाहेर आली आणि तिनं या भावंडांची समजूत काढली. महाराजा शीतज्वरानं आजारी आहे, अशी काही कारणंही सांगितली. 'आता थोडा बरा आहे, उद्या पाठवून देते, महाराजा कधीच वचनभंग करणार नाही,' असंही सांगितलं. तारादेवीचं बोलणंही असं की कुणी अविश्वास दाखवणंच शक्य नाही! लक्ष्मण माघारी गेला.''

मी ऐकत होते.

''तारादेवी राजमहालात परतली. तिनं सुग्रीव महाराजाला जागं केलं. कर्तव्याचं भान दिलं. तसंच वचनभंग केल्याचे परिणाम काय होतील, हेही सांगितलं. त्याच्या मदिरेवर बंदी आणली. शयनगृहातून मदिरेचा थेंब न् थेंब नाहीसा केला. दुसरे दिवशी तिच्या सूचनेप्रमाणे स्नान करून, सुगंधलेपन केल्यावर तो या भावंडांना भेटायला गेला.

''तारादेवीच्या कौशल्याची कल्पना आली ना? किष्किंधेच्या लोकांमध्ये एक कुजबूज आहे. तारेला वालीपासून झालेला एक मुलगा आहे. अंगद. अठरा वर्षांचा आहे. तेजस्वी नवतरुण. आपल्या धाकट्या काकांवर त्याचा राग आहे. ते स्वाभाविकच नाही का? हे कदाचित महाराजालाही ठाऊक आहे. संधी पाहून महाराजा अंगदाचा वध करू शकेल, किंवा अंगद काकाचा वध करेल...सगळे अंदाज! पण काहीच अशक्य नाही. असं काही घडू नये, म्हणून सतत जागृत राहून नात्याचा तोल सांभाळण्यात तारादेवीचं शहाणपण आहे! यातच तिचाही स्वार्थ आहे ना! शिवाय

दुसरा मार्गही नाही! तरीही हिची कमाल आहे, हे मात्र सगळेच मानतात. हिच्या मनात काय आहे, याचा थांगपत्ता तर कोणालाच लागणं शक्य नाही, असं सगळे लोक बोलताहेत. खरं खोटं देवालाच ठाऊक!''

दोघांचं मल्लयुद्ध चाललं असताना तिसऱ्यानं त्याच्यावर बाण सोडून ठार करणं हा धर्म आहे का... भावानं भावजयीशी शरीरसंबंध ठेवणं धर्मात बसतं का... अशा व्यक्तींची मदत घेऊन मला सोडवून आणणं तरी न्यायाला धरून आहे का... हे रामाला विचारलं पाहिजे! रात्रभर मनात हेच विचार घोळत होते. पण शेजारीच झोपलेल्या रामाशी अवाक्षरही न बोलणं हेच अंगवळणी पडत चाललं होतं. पाठीचा कणा अवघडला, तरी कूस न बदलायची सवय दोघांनाही झाली होती. मला समजत होतं, मी जरी हा प्रश्न विचारला, तरी तो तारेला दिलेलंच उत्तर देईल. पण तरीही तारेनं त्याला निरुत्तर केलं ना!

मनात रामाच्या धर्मसूक्ष्माविषयी संशय निर्माण झाला. युद्ध म्हणजे काय खेळ आहे? जीव घेणं आणि जीव देण्याचे युद्धातले नियम वेगळे असतील. सुग्रीवाची मदत नसती, तर मला सोडवून आणणं दूर राहिलं, मला शोधून काढणंही..... नाही!.... आपल्या वंशाचा गौरव टिकवणं शक्य नव्हतं! असं असताना, चुकीच्या पद्धतीनं वालीला ठार मारण्याशिवाय दुसरा पर्याय नव्हता! त्यामुळे 'मी केलं तेच योग्य होतं!' असाच तो वाद घालेल. भावाच्या बायकोलाही युद्धात जिंकलेली वस्तू समजून तिचा उपभोग घेणाऱ्या पद्धतीला न्याय समजायला लागलं, तर एकपतीव्रत किंवा एकपत्नीव्रताचा अर्थ काय राहिला?

लंकेहून सोबत आलेलं सैन्य किष्किंधेतच राहिलं. पुढच्या प्रवासात आमच्याबरोबर हनुमंत होते. सोबत दहा अंगरक्षक आणि त्यांच्या सामानाच्या तीन बैलगाड्या होत्या. माझ्यासाठी एक पालखी होती. ती वाहायला चार-चार माणसांच्या तुकड्या होत्या. झोपायला मऊ गवताचं अंथरूण. तरीही मी न झोपता बसूनच भोवतालची वनराई, डोंगर, नद्या, झाडं-झुडपं, प्राणी-पक्षी पाहत बसत होते. जाताना प्रवासात राम निसर्गातल्या कितीतरी रम्य गोष्टींकडे माझं लक्ष वेधायचा. आता त्यातलं काहीही नव्हतं. पायी चालणाऱ्यांच्या पुढे तो चालत होता. लक्ष्मणही कुठं कुठं असायचा.

अयोध्येहून वनवासाला निघालो, तेव्हा आम्ही तिघं होतो. आता परतताना मात्र मी एकटी होते. पालखीत डोक्यावरच्या आच्छादनाच्या सावलीत प्रवास चालला होता. तरी मला मात्र काही समाजात प्रेताला सजवून मिरवत न्यायची पद्धत असते, तसंच वाटत होतं. सारखं वाटत होतं, अयोद्धेला जाऊन तरी काय करायचं? कोण

आहे मला? वाटेतल्या एखाद्या आश्रमातच का राहू नये? अगस्त्य आश्रम, अत्री आश्रम, भारद्वाज आश्रम,.... नको. भारद्वाज आश्रम अयोध्येच्या जवळ आहे. अत्री-अनसूया देवी तेव्हाच बरेच वयस्कर होते. आता ते हयात तरी आहेत की नाही? कुठंही राहते म्हटलं, तरी कारण विचारतील. अनसूयाआजी तर पतिव्रताधर्माविषयी सांगून मी पतीवर रागावू नये, तो काहीही म्हणाला तरी प्रसाद म्हणून त्याचा स्वीकार केला पाहिजे, असंच सांगतील. अगस्त्य आश्रमाहूनच आम्ही पंचवटीला आलो होतो.

पंचवटीच्या आठवणीनं अंगावर हजार काटे उभे राहत होते. शूर्पणखा, ते हरिणीचं पाडस, तो रामाचा 'हा सीते..हा लक्ष्मणा'चा आकांत, माझं त्या वेळचं बोलणं, तोंडात बोळा कोंबून जबरदस्तीनं बांधून पळवून नेणं,... नको! अगस्त्य आश्रम नको. ही पालखीही त्या बंदिस्त अवस्थेत पळवून नेत असल्याची आठवण करून देते! ते मानभंग करण्यासाठी म्हणून नेत असलेलं वाहन. हे मानभंग स्थिर करण्यासाठी नेत असलेलं वाहन! एवढाच काय तो फरक!

ठरावीक वेळ आणि विशिष्ट अंतर चालून गेल्यावर वनवास व्रताच्या आहाराची व्यवस्था होत होती. भूक अनावर झाली, की खात होते. पुन्हा प्रवास सुरू होत होतो. परतीच्या प्रवासाचा मार्ग वेगळा. या वाटेवर एकही आश्रम नव्हता. ओळख पटेल अशी एकही नदी, डोंगर, अरण्य लागत नव्हतं. कुठंपर्यंत आलोय असं वाहकांना विचारायची इच्छाही होत नव्हती. तीन महिन्यांपेक्षा जास्त प्रवास चालला होता. पालखीत झोपून अंग ठणकत होतं.

अखेर एक मोठी नदी दिसली. एवढी मोठी दुसरी कुठली नदी असणार? गंगा! माते, आम्ही चौदा वर्षांचा वनवास संपवून क्षेम परतलो, तर तुला एकशे एक निष्कांबरोबर सुवर्णवस्त्रानं ओटी भरेन, एकशे एक लाडवांचं वाण देईन...असा नवस बोलल्याचं आठवत होतं. भक्ती भरून येत होती.

पण काय करू? माघारी आलोय खरे..पण क्षेम आहोत का? माते, तू मला क्षेम द्यायची करुणा दाखवलेली नाहीस! माझ्या पतीचं मन माझ्यापासून दूर गेलंय. माझंही मन पतीच्या मनापासून दूर गेलंय. अशा परिस्थितीत नवस फेडायचा कसा? फेडलाच पाहिजे का? फेडला नाही, तर तू माझं आणखी काय वाईट करणार आहेस? तरीही मी माझा शब्द पाळेन. नवस फेडेन.

नाव प्रवाहाच्या मध्यभागी येताच मी पसाभर पाणी घेतलं आणि मस्तकावर शिंपडलं. काठावर गुहराजानं आणून दिलेली फळं आणि कंदमुळांपासून बनवलेलं अन्न खाल्लं, उरलेलं इतरांना देऊन पुढं चालू लागलो.

भरत नंदीग्रामच्या पुढच्या अश्वत्थ कट्ट्यावर वाट बघत बसला होता. लांबूनच आम्हाला पाहताच तो धावत पुढं आला आणि त्यानं रामाच्या पायांवर लोटांगण घातलं. मी पालखीतून उतरताच त्यानं माझ्या पावलांवरही डोकं ठेवलं. ताटलीत काढून ठेवलेली फळं-फुलं अर्पण केली.

"वाटच पाहत होतास! कुणी कळवलं आम्ही येतोय म्हणून?" रामानं विचारलं.

"चौदा वर्षं संपायची वाट बघत होतो. तो दिवस कधी येतोय, हे मोजत होतो. आठवड्यापासून वाट बघत होतो."

रामानं त्याला आलिंगन दिलं.

"बंधो, तुला ठाऊक आहे का? अयोध्येत प्रवेश करण्याआधी तुला दोन तर्पणं द्यायची आहेत."

"कुणाला?" रामानं घाबऱ्या घाबऱ्या विचारलं.

"माझ्या दोन्ही थोरल्या माता. चित्रकूटहून आम्ही माघारी परतलो ना; त्यानंतर वर्षभरात त्या मरण पावल्या."

"काय झालं त्यांना?"

"अन्न आहार कमी करत गेल्या. मी आणि शत्रुघ्नानं कितीतरी वेळा सांगितलं, विनवलं, पण काही उपयोग झाला नाही. राजवैद्यांनीही सांगितलं; पण त्यांचं अन्न तुटलं ते तुटलंच. थोरल्या माता आधी गेल्या, नंतर महिन्याभरात धाकट्या. तुला कळवायला दूत धाडले होते; पण चित्रकूटमध्ये कुणीच नव्हतं. तुमचं कुटीरही वाऱ्या-पावसात जमीनदोस्त झालं होतं. तुम्ही तिथून कुठं गेलात, कुठल्या अरण्यातून पुढं गेलात, काहीच समजायला मार्ग नव्हता. पण इकडं मी आणि शत्रुघ्नानं बाकी क्रियाकर्म केलं. मी तापसी जटा सोडल्या म्हटल्यावर शत्रुघ्नानं मुंडनही केलं."

रामाचे डोळे भरून आले. त्यानं शेजारी उभ्या असलेल्या माझा हात घट्ट धरला. माझा हस्त निष्क्रिय झाला होता. त्यानं पकड थोडी घट्ट केली. नंतर माझ्याकडे वळला. मला त्याचे अश्रुभरले डोळे काय सांगताहेत, ते समजत होतं. आई मरण पावली आहे, त्या मातेला हा माझ्यात पाहतोय असं वाटलं. पत्नी होऊन मी याला साद घातली होती, तेव्हा यानंही मला तेच मातृत्व दिलं होतं. जीव कळवळला. त्याच्या चेहऱ्यावर मला अनाथ भावना दिसली. माझ्या न कळत माझ्या हातानं त्याला प्रतिसाद दिला. क्षणार्धात एवढं सारं घडून गेलं.

"भरता, दोन्ही मातांना मी मारलं!" राम हुंदके देत म्हणाला.

आम्ही तिघांनीही समोरच्या तळ्यात तर्पण दिलं. लक्ष्मणाचा चेहरा जड झाला होता. पण त्याच्या डोळ्यांत अश्रू नव्हते. तो काहीच बोलला नाही.

तसाच प्रवास अयोध्येच्या दिशेनं चालू राहिला. आता भरतही आमच्याबरोबर

होता. मीही पालखी सोडून पायीच चालत राहिले. भरतानंही राम-लक्ष्मणाप्रमाणे जटा सोडल्या होत्या. चित्रकूटला आमच्या समोरच त्यानं वडाचा चीक केसांना लावला होता. तसंच पिवळे कपडेही त्यानं परिधान केले होते.

अयोध्येच्या हमरस्त्यावर कचरा पसरला होता. नगराची अवस्था बकाल झाली होती. स्वागतालाही कोणी पुढं येत नव्हतं.

असं कसं? राम वनवास संपवून येत असल्याचं जनतेला समजलं नाही की काय? की यांना रामाचा पूर्णपणे विसर पडला? चौदा वर्षांपूर्वी रामाला युवराज्याभिषेक करायच्या आनंदानं प्रत्येकानं आपापलं घर शृंगारलं होतं! रस्त्यावर सडासंमार्जन करून विविध रांगोळ्यांनी रस्ते सुशोभित केले होते. तोरणं बांधली होती. राम वनवासाला जात आहे, असं समजल्यावर शोक करत त्याला रोखण्यासाठी किती गर्दी लोटली होती! तिला टाळण्यासाठी मागच्या रस्त्यानं चेहरे लपवून जावं लागलं होतं. आता लोकांना रामाच्या आगमनाची बातमी समजली नाही काय? भरतानंही ही बातमी जनतेला सांगितली नाही का? की सांगूनही प्रजा अशी वागतेय? प्रजेची स्मरणशक्ती इतकी कमी असते का?

आधी कौसल्यादेवींच्या महालाकडे निघालो. आत प्रवेश करण्याआधी रामानं तिथल्या उंबऱ्यावर डोकं ठेवून नमस्कार केला. सुमित्रादेवीही आपला महाल सोडून इथंच राहत असल्याचं भरतानं सांगितलं. मीही पाठोपाठ दंडवत घातला. काही न बोलता लक्ष्मणानंही आमचं अनुकरण केलं. आत पाहिलं, सगळ्या भिंती धुळीनं भरल्या होत्या. खांबांमध्ये कोळ्यांनी जाळी विणली होती. त्याची जळमटं झाली होती. पायालाही धुळीचा स्पर्श होत होता.

राम मला म्हणाला, "तिथीप्रमाणे पाहिलं, तर आज चौदा वर्षं पुरी होताहेत. महाराजा हयात असते, तर तिथंही जाऊन व्रतपूर्ती केल्याचं सांगून आलो असतो. त्या जागी कैकेयीमाता आहे. तिला सांगितल्यावर तिच्या अनुमतीनं ही वल्कलं त्यागून साधी वस्त्रं परिधान करता येतील."

मी काही बोलले नाही. मी काही जटा ठेवल्या नव्हत्या. अनसूयाआजीच्या कृपेनं मी सहजवस्त्रं वापरत होते. मी लक्ष्मणाकडे वळून पाहिलं. रामाचं बोलणं लक्ष्मणाला उद्देशून होतं.

लक्ष्मणाच्या चेहऱ्यावरचा तिरस्कार लपत नव्हता. क्षणभर थांबून तो उत्तरला, "तुझा तो करार मला लागू पडत नाही. तुम्हा दोघांच्या रक्षणासाठी मी हे काम स्वेच्छेनं अंगावर घेतलं होतं. माझ्या जटा कापायला तिच्या अनुमतीची काहीही गरज नाही! तुला धर्मनिष्ठेप्रमाणे जे काही करायचंय, ते कर. एखाद्या क्षौरिकाला बोलवून त्याच्याकडून जटा आणि घामेघूम होऊन दुर्गंधी पसरवणारी दाढी-मिशी बोळवून हलका होईन. त्यानंतर माझ्या पत्नीला तोंड दाखवेन!"

मी, राम आणि भरत कैकेयीमातेच्या अंत:पुराकडे निघालो.

तिच्या डोक्यावरचे दाट केस शुभ्र झाले होते. शरीर स्थूलतेकडे झुकलं होतं. कपाळ रितं होतं. पण अंगभर दागिने आणि अंगावर रेशमी वस्त्र होतं. चेहऱ्यावर मात्र आनंदाचा अभाव होता. घोर अन्यायाला बळी पडल्याचा भाव होता.

आम्ही तिघांनीही तिला नमस्कार केला. त्यातही रामानं पावलांवर डोकं ठेवलं आणि म्हणाला, "माते, चौदा वर्षं पूर्ण झाली आहेत. तुझी अनुमती असेल, तर मी या जटांचं विसर्जन करेन."

यावर काही न बोलता त्या म्हणाल्या, "तुझ्या धाकट्या भावानं या आईचं मुखदर्शन घेऊन चौदा वर्षं झाली! हे धर्माला धरून आहे काय, ते त्याला विचार!"

राम भरताकडे वळला. भरतानं उत्तर दिलं, "दादा, तू वनवासाहून येईपर्यंत मी अयोध्येत पाऊल टाकणार नाही, नंदीग्राममध्ये राहीन असा मी तुला शब्द दिला होता. आणि मातेला काहीही कमी पडणार नाही, याची मी काळजी घेतली आहे; तुला शब्द दिल्याप्रमाणे! विचार हवं तर!"

यावर मात्र कैकेयीदेवी काही बोलल्या नाहीत.

क्षौरिकांना निरोप पाठवून राम नदीच्या काठावर जायला निघाला.

मी ऊर्मीच्या घरी गेले. आम्ही येत असल्याचं तिला ठाऊक नव्हतं. लक्ष्मण आल्याचंही तिला ठाऊक नव्हतं. तो क्षौरिकाबरोबर नदीच्या काठावर गेल्याचं मीच सांगितलं. मला पाहताच तिनं मला मिठी मारली. काही क्षण न बोलताच गेले. नंतर ती म्हणाली, "ताई, सुकून काडी झाली आहेस! खारी खात असलेली रानटी फळं, उंदीर-घुशी खात असलेली कंदमुळं या असल्या आहाराचं सेवन करून जगलीस हेच खूप झालं!" हे म्हणताना तिला रडू कोसळलं.

मी मांडवी-शृतकीर्तीकडची बातमी विचारली.

ती म्हणाली, "काय सांगायचं? भरत व्रतधारा-जटाधारी.. म्हणजे ब्रह्मचारी! बायकोपाशी जायचं नाही. ती आपल्या अंत:पुरातच राहिली. तिन्ही थोरले भाऊ ब्रह्मचारी असताना आपण संसारी होऊन राहिलो आणि आपल्या बायकोला दिवस राहिले, तर लोक काय म्हणतील, अशा विचारानं शत्रुघ्नही ब्रह्मचारीच राहिला. मांडवी-शृतकीर्ती एकत्र राहताहेत. राज्यकारभार चालवण्यासाठी विचारविनिमय करण्याकरता शत्रुघ्न नंदीग्राम-अयोध्या चकरा मारत असतो. राज्यात इतरही गावी त्याला फिरावं लागतं. त्या दोघींनीही मला आपल्यासोबत राहायला बोलावलं; पण मी गेले नाही. आता सांग, तू कशी आहेस? काय-काय झालं?"

आजवर मला कोणीच हे विचारलं नव्हतं. कोणापाशीही मन मोकळं करायला मिळालं नव्हतं. शिवाय हिच्याशिवाय मला तरी आत्मीय असं आणखी कोण होतं?

मी सगळं मोकळेपणानं तिला सांगू लागले. त्यातही राना-वनाचं आणि झाडा-झुडपाचं वर्णन करण्यात काय अर्थ आहे? पंचवटी-शूर्पणखा-हरिणीचं पाडस-माझी अपेक्षा-अपहरण-लंकेतलं वास्तव्य-युद्ध सगळं काही सांगितलं. ऊर्मी लक्ष देऊन सगळं ऐकत होती.

अखेर रामानं माझ्या देहशुद्धीविषयी शंका घेतली, सरमेची साक्ष आणि माझ्या आणा-शपथांवर अविश्वास दाखवून तो जे काही बोलला, ते सांगताना मला अनावर रडू आलं. हे सारं गंभीरपणे ऐकणाऱ्या ऊर्मीलाही रडू आलं.

''ऊर्मी, 'तू हवं तिकडं जा' म्हणाला मला तो! त्यानंतर मात्र आम्ही एकमेकांशी अवाक्षरही बोललो नाही. लक्ष्मण चौदा वर्षांसाठी वनवासाला जायला निघाला, तेव्हा तू माहेरी जायचा विचार केला होतास. मुलींनी अशा परिस्थितीत माहेरी जाऊ नये, असं मी तेव्हा सांगितलं होतं. आठवतं का? मात्र आता मलाच माझ्या मिथिलेला जाऊन राहावं असं वाटायला लागलंय! निर्व्याज प्रेम फक्त पित्याचंच असतं बघ!''

माझं बोलणं ऐकताना ऊर्मी पुन्हा एकदा दुःख अनावर होऊन मोठ्यानं रडू लागली. मी तिचं सांत्वन करत विचारलं, ''का गं? काय झालं?''

ती सांगू लागली, ''आम्ही चित्रकूटहून परतलो. त्या वेळेपर्यंत तुम्ही तिघं वनवासाला गेल्याची बातमी बाबांना समजली होती. तपशील जाणून घेण्यासाठी त्यांनी राजपुरोहित शतानंदांना पाठवलं. इथं आल्या-आल्या ते आधी मला भेटले. नंतर कुलपुरोहितांना भेटून त्यांनी शत्रुघ्नाचीही भेट घेतली. नंदीग्रामला जाऊन भरताबरोबरही प्रदीर्घ भेट घेतली. काही केलं तरी राम परतणार नाही, याची त्यांनाही खात्री पटली. मिथिलेला जाऊन तसं त्यांनी सांगितलं. तुझ्या आठवणींनी बाबांनी अश्रू ढाळले. रामाशी तुझं लग्न लावून दिल्याबद्दल त्यांनी स्वतःला दूषणं दिली. एक प्रयत्न म्हणून काही स्वारांना सोबत घेऊन ते चित्रकूटलाही जाऊन आले. पण तेवढ्यात तुम्ही तिथून निघून गेला होतात. आणखी दुःखी होऊन ते माघारी वळले. निदान ऊर्मीला तरी घेऊन या..ते तिघं माघारी येईपर्यंत तिला इथं राहू द्या, असं सांगत त्यांनी शतानंदांना पाठवलं.''

बाबांच्या आठवणीनं माझे डोळे वाहू लागले.

''एव्हाना अयोध्येच्या लोकांनी रामाला देवाच्या स्थानावर चढवलं होतं. सासवांची सेवा करणाऱ्या मलाही त्यांनी या स्वरूपात स्वीकारलं होतं. शिवाय माझाही त्या दोघींवर जीव जडला होता. मी निघून गेले, तर यांचं कोण करेल, या विचारानं मी जायला नकार दिला. चार वर्षं गेली. तात मरण पावल्याची बातमी आली. मी, मांडवी आणि श्रुतकीर्ती शत्रुघ्नाबरोबर मिथिलेला गेलो आणि तर्पण देऊन आलो. मातेचंही सांत्वन केलं. ती काही महिने राहायचा आग्रह करत होती,

पण मी मन घट्ट करून निघून आले.''

"मग? पुढं?''

"काका सांकाश्या नगरातून मिथिलेला आले आणि राज्यकारभार बघू लागले. त्यांचंही वय झालंय. त्यांनाही आणखी मुलं नाहीतच ना! त्यांनी पुढचा विचार केला. खरं तर आपल्यापैकी कोणाची तरी मुलं दत्तक घ्यायचा त्यांचा विचार होता; त्या रूपानं मिथिलेच्या सिंहासनाचा उत्तराधिकारी मिळाला असता; पण इथं तुमचा चौदा वर्षांचा वनवास, आपल्या सगळ्यांचीच अशी कथा! आपल्यापैकी कोणालाच एवढ्यात मूलबाळ व्हायची शक्यता नाही! मातेनं हा सगळा विचार केला आणि पुन्हा शतानंदांना पाठवलं. खात्री करून घेतली आणि अखेर आपल्या सैन्यातले अधिकारी भूपती आठवतात ना... आपले दूरचे नातेवाईकही लागतात ते. त्यांचा धाकटा मुलगा प्रभात. त्याला काकांनी दत्तक घेतला. पण बाबा, काका आणि आई, तिघंही सतत हळहळत होते, किती वाईट घराण्यात आपण आपल्या मुली दिल्या या विश्वामित्र महर्षींचं ऐकून, म्हणून! बाबांनी हा निर्णय घेतला, म्हणून सगळे त्यांची टीका करायचे म्हणे. माझी सखी मोदिनी गावाकडे गेली होती ना, तिनं सांगितलं हे. पाच वर्षांनी काकाही वारले. पुढं वर्षात आई. आता तिथं सोळा वर्षांचा त्यांचा दत्तक पुत्र आहे. तिथं जाऊन तरी तू काय करणार आहेस?''

याचा अर्थ, माझा माहेरचा दरवाजाही कायमचा बंद झाला होता. काही क्षण मौनात गेले.

नंतर ऊर्मी माझा हात धरून म्हणाली, "तुझ्या आणि भाऊजींच्या नात्यात मार्दवता हाच परमगुण होता. कुठल्या तर अमंगळ क्षणी तो मर्यादा ओलांडून बोलला असेल. तू तेवढंच पकडून राहू नकोस. संसार म्हटला, की वाद-भांडण असतातच. तू आपण होऊन त्याच्याशी बोलायला सुरवात कर. सुरवातीसारखीच वाग. नंतर कधीतरी संधी बघून या विषयावर चांगली सुनाव त्याला!''

ऊर्मीचा स्वभावच असा! माझ्या दृष्टीनं अशक्य!

रात्री शत्रुघ्नाच्या घरी जेवायची व्यवस्था केली होती. सोन्याची ताटं, पक्वान्नांची मेजवानी. दुधा-तुपाची रेलचेल. पुरोडाश, गव्हाची रोटी, आणखी कितीतरी पदार्थ. आम्ही परतल्यानिमित्त एवढं वैविध्य होतं. पण चौदा वर्षं सवय नसल्यामुळे यातलं काहीही खायला गेलं नाही. दुधाची तर वांती येऊ लागली. त्यातल्या मिष्टान्नाचा तर घासही तोंडात घालवेना. नुकतंच क्षौर केलेल्या तीन भावंडांची तुळतुळीत डोकी चमकत होती. जबरदस्तीनं खाल्लं तर पचणार नाही, हे जाणवून चौघांनीही खायचं केवळ शास्त्र पार पाडलं.

आमच्या भवनातल्या आमच्या जुन्या शय्यागृहात असलेल्या जुन्या शय्येला

धोपटून त्यातली बरीच धूळ काढण्यात आली होती. आम्ही येणार असल्याची माहिती सेवकांना नव्हती की काय कोण जाणे! की राजमहालात सेवकच नव्हते? ...कोण जाणे!

चौदा वर्षांनंतर पहिल्यांदाच कापसाच्या गादीवर झोपल्यानंतर ठसका लागला. मी उठून बसून खोकू लागले. रामही उठला आणि माझ्या पाठीवरून हात फिरवू लागला. त्याचा हात झिडकारण्याची इच्छा मनात दाटून आली. पण ऊर्मीचं बोलणं आठवून तसं केलं नाही. रामानं उठून शेजारीच ठेवलेलं पाणी प्यायला आणून दिलं. सावकाश एकेक घोट प्यायले. ठसका थोडा आटोक्यात आला. तरीही तो पाठीवरून हात फिरवतच होता. नंतर त्यानं माझा हात हातात घेतला. मी गप्प होते.

त्यानं हात दाबत म्हटलं, ''आता झोप. उद्या सकाळी सगळ्या भिंती आणि जमीन स्वच्छ करायला सांगतो.'' नंतर म्हणाला, ''पुन्हा या आहाराची सवय व्हायला दोन आठवडे तरी लागतील.''

मीही 'हं' म्हटलं.

सकाळ, सूर्य पुरुषभर उंच चढला होता. तारकेश्वर उपाध्याय आले. नेहमीप्रमाणे त्यांनी क्षेमकुशल विचारलं. नव्या वर्षाच्या पंचांगाचं पठण केलं. "....या वर्षी पीक-पाणी उत्तम असेल...फार वाऱ्याचा त्रास नसेल...उन्हाचा ताप थोडा जास्त असेल...पशूंना रोगराईचा त्रास संभवतो....माणसाला थंडीसंबंधित आजारपण त्रास देईल पण...जिवावर बेतणार नाही....गेल्या सहा-सात वर्षांत सतत पाऊस-पाणी चांगलं राहिलं आहे. चोर-चिलटांचं भय नाही. शत्रूची तर अजिबात भीती नाही. सगळीकडे आणि सगळ्याच बाबतीत सुभिक्षा. पण आपला कोसलच्या बाहेरचा प्रदेश असल्यामुळे तिथं जेवढी समृद्धी आहे, तेवढी इथं नाही. तिथं राजानं धर्माला पाय रोवू दिल्यामुळे प्रजा सुखी आणि समाधानी आहे. तुमची ही कृषिभूमी आश्रमाशी निगडित असल्यामुळे आश्रमाचा धर्म तुमचं रक्षण करतो...." असं बरंच काही सांगत होते.

रामाच्या राज्याचा हा तपशील आणि त्याच्या वैयक्तिक जीवनातल्या कथा ऐकायचं कुतूहल माझ्या मनात नव्हतं. पण ते आपणहोऊन सांगत असताना चेहऱ्यावर नाराजी दाखवत बसून राहण्याइतका उद्धटपणाही मला शक्य नव्हता. काहीही प्रतिक्रिया न दाखवता नुसतंच गप्प राहिलं, तर त्यांचा अपमान केल्यासारखं होईल, म्हणून मी विचारलं, "अलीकडे तुम्ही कोसलला गेला होता काय?"

"नाही. आपल्या आश्रमाचे योगगुरू प्रमती यांचे एक नातेवाईक, अयोध्येचे

एक ब्राह्मण आले होते. त्यांच्याशी बोलताना हे समजलं. महाराजा रामाच्या राज्यकारभाराला धर्माचा आधार असतो, असं सांगत होते. प्रजेच्या उत्पन्नातला एक भाग कराच्या रूपानं घेतल्यानंतर तळी, रस्ते, कट्टे, रस्त्यांची निर्मिती, रोग्यांना औषधोपचार, चोर-चिलटे-शत्रूकडून संरक्षण, दुष्काळ असेल त्या परिसरात राज्यभांडारातून धान्य आणि इतर जीवनावश्यक वस्तूंचं वाटप, न्यायदान, यज्ञयागासारखे धार्मिक विधी या सगळ्याची जबाबदारी राजावरच. संपूर्ण राज्यात आई-वडिलांच्या समोर मुलं, मोठ्यांच्या समोर लहान कधीच मरत नाहीत, अशी ख्याती आहे! तसंच कुणी अकाली मृत झालं, तर त्याला राजाच्या धर्माचरणात झालेला लोप कारणीभूत आहे असं म्हणतात. रामराजानंच तशी जबाबदारी आपल्या शिरावर घेतली आहे! म्हणून अयोध्येचे ब्राह्मण एक उदाहरण सांगत होते...''

ते उदाहरण असं होतं,

''एकदा कोसल राज्यातला एक वृद्ध ब्राह्मण आपल्या चौदा वर्षांच्या मुलाचा मृतदेह घेऊन राजवाड्याच्या महाद्वारापाशी आला. शव दारात ठेवून तो आक्रोश करू लागला, ''मी माझ्या आयुष्यात एकदाही खोटं बोललो नाही. कुठल्याही प्रकारची हिंसा केली नाही. कुठल्याही प्राण्यावर अन्याय केला नाही. मग माझ्या कुठल्या पापामुळे माझा मुलगा मरण पावला? माझ्या मुलाच्या या अकालमृत्यूला कोण कारणीभूत? मी त्याचा पिता कारणीभूत नसेन, तर या राज्याचा स्वामी असलेला राजाच याला कारणीभूत असला पाहिजे. हे रामा, माझ्या मुलाला जिवंत कर. नाहीतर मी आणि माझी पत्नी तुझ्या महाद्वारात शोकतप्त होऊन उपवास करू आणि मृत्यूला कवटाळू!''

हे सारं द्वारपालकांनी राजवाड्यात असलेल्या महाराजाच्या कानांवर घातलं. तो स्वत: बाहेर आला आणि त्या वृद्धाला म्हणाला, ''माझ्या राज्यात जे काही पाप घडेल, त्याची जबाबदारी माझी असेल. जो काही राज्यात अधर्म चालला असेल, त्याचा मी शोध घेईन. तुम्ही उपवास करून मृत्यूला कवटाळू नका.''

नंतर त्यानं पौरप्रमुख आणि मंत्रिगणांची सभा बोलावली. त्यात मार्कंडेय, मौद्गल्य, वामदेव, काश्यप, कात्यायन, जाबाली, गौतम आणि नारदादी मुनींना बोलावून घेतलं. तिथं धर्मावर भरपूर चर्चा झाली. सगळ्यांच्या चर्चेतून एकच सूर उमटला.

''कृत,त्रेता, द्वापार आणि कली अशी चार युगं आहेत; त्यांपैकी कृत युगात फक्त ब्राह्मणांना तपाचरणाचा अधिकार होता, तेव्हा मृत्यूचं भय नव्हतं. सगळेच दीर्घायू होते. त्रेता युगात धर्माचा एक पाद नाश पावला. तेव्हा, म्हणजे आजच्या युगात क्षत्रियही तपश्चर्या करू शकतात. पुढच्या द्वापार युगात वैश्यही तप करू शकतील. कलीयुगात चारही वर्णांना तपश्चर्या करायचा अधिकार आहे. आता या

ब्राह्मणपुत्राच्या अकालमृत्यूकडे पाहताच असं वाटतं, की एखादा वैश्य किंवा शूद्र तपश्चर्या करत असावा. महाराजा, तू तुझे हेर पाठवून याचा शोध घ्यावास आणि या अधर्माला कारणीभूत असलेल्याला शासन करावंस.''

ठरल्याप्रमाणे महाराजानं देशभर हेर पाठवले. चार-सहा दिवसांनंतर एक हेर माघारी आला आणि त्यानं बातमी आणली, देशाच्या सीमाभागात एक शूद्र घोर तपश्चर्येत गढून गेला होता. लगोलग महाराज अंगरक्षकांबरोबर तिथं जाऊन पोहोचला. हेरानं आणलेल्या बातमीप्रमाणे खरोखरच एक तपस्वी दिसला. त्याचा तपोभंग करून महाराजानं चौकशी केली, तेव्हा त्यानं आपण शूद्र असल्याचं सांगितलं.

महाराजानं विचारलं, ''तपश्चर्येमागचा उद्देश काय?''

''सशरीर देवत्व मिळवणं, हा माझा उद्देश आहे.''

''कृत युगात केवळ ब्राह्मणांनी तप करणं पुरेसं होतं. तेव्हा कृषी न करताही भूमीत आहार निर्माण होत होता. आता जसे वनवासी राहतात, तसे तेव्हा सगळेच राहत होते. आपोआप उगवेल, तेवढ्यावरच चरितार्थ चालायचा. कृषी हा प्रकारच नव्हता. त्रेता युगात जनसंख्या वाढली. कृषी करणं आवश्यक झालं. तेव्हा क्षत्रियांनाही तप करायचा अधिकार आला. यानंतरच्या द्वापार युगात वैश्यांना आणि अखेरच्या कलीयुगात शूद्रांनाही तपाचा अधिकार आहे, असा धर्मशास्त्राचा नियम आहे. हे अजूनही त्रेता युग आहे. आणखी दोन टप्पे शिल्लक असताना तू लायक नसलेल्या साधनेला हात घातला आहेस! त्यामुळे अकालमरणासारख्या दुर्दैवी घटना घडू लागल्या आहेत. तू लगेच तुझं तप थांबव. ही राजाज्ञा!''

''तू राजा आहेस, हे मलाही ठाऊक आहे! माझ्या कमाईतला सहावा भाग राजाला कररूपानं देणं एवढंच माझं कर्तव्य आहे. मी कृषिक होतो, तेव्हापर्यंत मी ते न चुकता पूर्ण केलंय. आता माझी काहीच कमाई नसताना मी तुझं काहीच देणं लागत नाही. माझी तपश्चर्या हा माझा वैयक्तिक प्रश्न आहे. याचा परिणाम म्हणून कोणाचा तरी अकालमृत्यू झालाय, हे मी मान्य करत नाही. माझ्या तपश्चर्येत कदाचित मी हरेनही. ती माझी वैयक्तिक हार असेल.''

''पण तू युग धर्माचं उल्लंघन करत आहेस!''

''हे पाहा महाराजा, तू केवळ पन्नास-साठ वर्षांच्या कालखंडातल्या धर्मरक्षणासाठी जबाबदार आहेस. पण लक्ष-लक्ष वर्षांच्या चार युगांच्या धर्माचं नियोजन करायच्या गप्पा करतो आहेस! त्यातही कोसल नावाच्या छोट्याशा प्रदेशापुरती तुझी व्याप्ती सीमित आहे! मी तुझ्या सीमा भागात राहतो. आणखी कोसभर अंतरावर जाऊन मी तपश्चर्या केली असती, तर तुझ्या व्याप्तीत आलोही नसतो.''

महाराजाला राग आला.

''काय हा उद्धटपणा! तपासाठी सर्वप्रथम आवश्यक असलेला गुण म्हणजे

निगर्वीपणा. तोच तुला अजून प्राप्त झालेला नाही! केवळ कोसल राज्यच नव्हे, भूमंडलावरच्या सगळ्या राजांचं हेच कर्तव्य आहे. राजधर्म हा कधीच राजाच्या कालावधीशी मर्यादित नसतो. ते सार्वकालिक तत्त्व आहे. वेळ न दवडता तुला शासन करणं योग्य ठरेल.''

असं म्हणत महाराजानं हातातल्या खड्गानं त्याच्यावर वार केला. एकाच घावात त्याचं शिर धडावेगळं केलं.''

हे ऐकताना मी दिङ्मूढ होऊन गेले! काय चाललंय हे? काय बोलायचं ते न कळून उपाध्यायाच्या चेहऱ्याकडे बघत राहिले.

तेच पुढं म्हणाले, ''रामराज्य म्हणजे धर्मानुष्ठानासाठी कुठल्याही त्यागासाठी तयार असलं पाहिजे! धर्मरक्षणाकरिता कितीही कठीण कार्य करायची तयारी असली पाहिजे!''

न राहवून मी विचारलं, ''हे तुम्ही म्हणताय, की तुम्हाला ही कथा सांगितलेल्या त्या अयोध्येच्या ब्राह्मणाचं म्हणणं?'

''ते ब्राह्मणच म्हणाले.''

'रामानं त्या शूद्र तपस्व्याला ठार मारलं, ते योग्य केलं का? तुमचं मत सांगा,' असं विचारावं का उपाध्यायांना? नको वाटलं. आतापर्यंत मी ऊर्मिला, सुकेशी यांच्याशी रामाच्या संबंधात बोलले होते. आणखी कुणाशीही बोलले नव्हते. अलीकडे तर सुकेशीनंही या विषयावर बोलायचं सोडून दिलं होतं. माझ्या मनातूनही तो विषय मी दूर सारला होता. आता कशाला यांच्यासमोर तोंड उघडायचं?

''महर्षी बोलावतील. मला गेलं पाहिजे..'' म्हणत ते निघाले.

संपूर्ण दिवस मन तळमळत होतं. त्यानं त्याच्या मर्जीप्रमाणे राज्यकारभार पाहिला, तर पाहू दे. पण, ही एक घटना ऐकून मी का तळमळावं? काही गरज नाही. मी माझ्या मनाचं समाधान करायचा प्रयत्न केला, तरी मन शांत होत नव्हतं. रात्री झोपल्यावर मनात हजार विचार येऊ लागले.

योग्य उपचार मिळाले नाहीत, म्हणून जर तो चौदा वर्षांचा मुलगा मरण पावला असेल किंवा योग्य आहार मिळाला नाही, म्हणून भुकेनं मरण पावला असेल तर ती जबाबदारी राजाची, असं म्हणता आलं असतं. कुठं तरी कुणीतरी आपल्यापुरतं तप करणं आणि कुठंतरी एखादा मुलगा मरणं यात कसला परस्पर संबंध?

तसंच, कुठल्यातरी वर्षी पाऊस न होण्याचा आणि राजाच्या धर्म-अधर्माचा काय संबंध? तळी-तलाव बांधून, असलेल्यांची राखण करून पाण्याचा संग्रह राजानं करायला पाहिजे, हे खरंय. तो संग्रह व्यवस्थित वापरणं, पुढच्या वर्षी पाऊस झाला नाही तर तेच पाणी वाया न घालवता माणसांना, प्राण्यांना आणि पिकाला मिळेल असं करणं, तसंच दुष्काळात अतिगरिबांना धान्य आणि जीवनावश्यक

गोष्टी मिळवून देणं हा राजधर्म. बहुतेक शेतकरी पुढच्या एक-दोन वर्षांना पुरेल एवढं धान्य आपापल्या कोठारात, पेवात किंवा कणगीत साठवून ठेवतात. तसं त्यांनी करावं म्हणून प्रोत्साहन देणं, हा राजधर्म. ऊर्मी सांगत होती, लक्ष्मण आपल्या प्रदेशात हे करत असतो. एवढंच नव्हे, लक्ष्मणानं शेतीच्या संदर्भात अशा ज्या काही सुधारणा केल्या आहेत, त्याच रामानंही आपल्या राज्यात लागू केल्या आहेत, असंही ती सांगत होती. मग हे काय वागणं? मला तर रामाच्या धर्मकल्पनाच समजत नव्हत्या.

याच विचारात डोळा लागला.

अर्धवट झोपेतच डोळ्यांसमोर एका तपस्विनीचं चित्र तरळत होतं. वृद्ध, पांढरे केस. तेही विरळ. अंगावर अतिदारिद्र्य दर्शवणारं वस्त्र. स्वत:चं नावही विसरून जायच्या टप्प्यावरची साधक. शबरी. भिल्ल वृद्धा. राम तिच्या पायावर मस्तक ठेवतो. ती त्याच्या मस्तकावरून हात फिरवते. शबरी शूद्र. त्याचं गोठलेलं दु:ख अचानक वितळून भळाभळा वाहू लागतं. रामाचा अतिशय जवळचा स्नेही गुहराज. रामाच्या अत्यंत अवघड परिस्थितीत त्यानं मदत केली! त्याची जात....

मला जाग आली. दु:खनिवारणासाठी शूद्र तपस्विनीला शरण जाऊन, अपहृत पत्नीला शोधण्यासाठी मार्ग जिच्यामुळे मिळाला ती शूद्र वृद्धा. ते सगळं चाललं. मग आताच का आपल्यापुरती तपश्चर्या करणाऱ्या शूद्र तपस्व्याचा यानं शिरच्छेद करावा? याचा अत्यंत आत्मीय मित्र गुहराज जर तपश्चर्या करत असता, तर त्याचाही यानं शिरच्छेद केला असता का?

माझ्या सर्वांगाला कंप सुटला होता. घामेघूम झाले मी.

आता मी पूर्ण जागी झाले.

आठवण आणखी मागं गेली. माझ्या जन्माचा तपशील मलाच ठाऊक नाही. माझ्या बाबांनी या संदर्भात किंचितही विचार केला नाही. तेव्हा दशरथ महाराजांनी आमच्या विवाहाला आक्षेप घेतला होता. त्या वेळी याच रामानं जन्मापेक्षा संस्कार महत्त्वाचे म्हटलं होतं. त्यावरून पित्याशी त्यानं वादही घातला होता. मला न पाहता, मी किती रूपवती आहे, की साधारण आहे हे न पाहता धनुष्याला हात घालताना केलेला 'जिंकलो, तर हिच्याशी लग्न करेन' हा संकल्पच त्यानं प्रमाण मानला ना!

असा हा राम.

यानं आताच शूद्रानं तप केलं म्हणून त्याचा कसा वध केला? समजून-उमजून काही काळ व्यभिचार करणाऱ्या अहल्यादेवी क्षमार्ह आहेत, असं अठराव्या वर्षी गौतम ऋषींसारख्या धर्मात्म्याला पटवून देणाऱ्या रामाला माझी शपथ किंवा सरमेची साक्ष का अपुरी वाटली? जर त्याच्या मनाला राजत्वानं ग्रासलंय असं म्हटलं, तर

शूद्राला मारलं ते लोकाधिकाराचा प्रभाव राहावा म्हणून असेल का?

पण रामा, मी प्रेम केलं, ते तुझ्या त्या तारुण्यातल्या मुक्त मनावर! सिंहासनावर बसलेल्या बंधित मनावर नव्हे. माझं प्रेम वटून चौदा वर्षं झाली.

૭ૐ

या मुलांची मात्र मला फार मोठी काळजी लागून राहिली! बुद्धी तरतरीत आहे, हे तर तारकेश्वर उपाध्याय सांगत होते. पण तेवढंच पुरेसं आहे का? शिक्षणासाठी तेवढीच आसक्ती हवी! शिकायची इच्छा हवी. सतत तक्रार यांची, 'शिकलो तेवढं वेद-अध्ययन पुरे! आता शस्त्रास्त्रांचं शिक्षण हवंय...' असा हट्ट! या आश्रमात तशा प्रकारचं शिक्षण घेण्याची सोय नाही. बाहेर कुठं पाठवायची माझी इच्छा नाही. काय करायचंय यांना क्षत्रिय विद्या शिकून? योद्धा व्हायचंय? सेनापती व्हायचंय? की पृथ्वीपती? राजा होणं तर शक्य नाही. मलाच त्याचा तिरस्कार आहे! दुसऱ्या एखाद्या राजाच्या हाताखाली राबण्याचं दास्य तरी कशाला हवं? माझी ही कृषिभूमी जगायला पुरेशी आहे. आणखी काय लागतं जगायला? सुपीक जमीन, नियमित येणारा पाऊस, पुरुषभर खणलं की लागणारं पाणी.

पण या मुलांच्या मनातल्या असमाधानाला काय करू? कृषीच्या कामामध्ये नैपुण्य आहे. पण या कामाविषयी आस्था नाही. संधी नसल्यामुळे येणाऱ्या कोप-तापाला ही मुलं बळी पडताहेत, हे मलाही समजत होतं. तो राग अनेकदा अकारण माझ्यावर निघत असल्याचा अनुभव तर मी घेतच होते. रागामागचं कारण विचारलं तर समर्पक उत्तर सांगता येत नव्हतं.

सोळाव्या वर्षी सगळी मुलं अशीच असतात, आणखी थोडी मोठी झाली की सगळं ठीक होईल, असं तारकेश्वर सांगत असले, तरी माझं असमाधान कमी होत नव्हतं. वाढत्या वयाच्या मुलांना मार्गावर ठेवायला पुरुषाचं दडपण गरजेचं असते. म्हणजे पित्याचा दरारा. आणखी कुणी दामटायला आलं, की ही मुलं 'तुम्ही कोण?' म्हणत धुडकावून लावतात. ज्याला पूर्णपणे विस्मरणात लोटून मी मनःशांती मिळवली, निदान त्या समजुतीत होते, त्याचीच आठवण अपरिहार्यपणे वर येत होती. एखादा रोग पूर्णपणे गेलाय, अशा समजुतीत असताना पुन्हा त्याची लक्षणं उफाळून यावीत, तसं. या मुलांसमोर अश्रू ढाळले, तर त्याला माझा कमकुवतपणा समजून ती आणखी निबर होतील, ही भीती. पतीच्या कारणानं होणारा अश्रुपात मुलांपासून लपवत आलेय, तिथं मुलांच्या कल्याणासाठी हे अश्रूही का नाही आवरणार?

૭ૐ

एका दुपारी जेवणानंतर विश्रांतीसाठी झोपले होते. कुत्रं भुंकू लागलं. या नव्या कुत्र्याचा स्वभावच असला! झाडाच्या फांदीवर कावळा बसला, तरी भुंकून त्याला पळवून लावल्याशिवाय शांत बसत नाही. एखादी खार फणसाच्या झाडावर चढली, तरी पकडायला धावतंय. ती सापडली नाही, तर पिसाळल्यासारखं होऊन आणखी भुंकत सुटतं. कधी कधी संपूर्ण रात्रभर झोपू देत नाही. तेही यांनीच आणलंय. फक्त कुत्र्याचं भुंकणं नाही, पाठोपाठ मोठ्या वळूच्या डरकाळ्यांसारखा आवाज! ते कुठंही गेलं, तरी त्याच्या पाठोपाठ जाऊन भुंकून हैराण करणारं कुत्रं! या सगळ्या गोंधळात 'धर..' पकड..' 'सोडू नकोस..' असं ओरडणं.

बाहेर येऊन पाहिलं, तर एक मोठा घोडा होता. साधारण नव्हे, राजअश्व असावा तसा! पण अंगावर सुशोभनाचे अलंकार नव्हते. घाबरलेला घोडा इकडं-तिकडं धावत होता. कुत्रं त्याची पाठ सोडायला तयार नव्हतं. लव-कुश घोड्याचा लगाम धरून त्याला बांधून घालायच्या धडपडीत होते. भोवतालचं कुंपण ओलांडून पाळून जायला न आल्यामुळे घोडा भेदरून गेला होता. मी म्हटलं, "फाटक उघडा. त्याला जाऊ द्या बघू!.."

पण त्या दोघांचंही माझ्या बोलण्याकडे लक्ष नव्हतं. कदाचित त्यांनी जाणूनबुजून दुर्लक्ष केलं असावं. उलट कुशानं बाण मारून त्याच्या उजव्या पायाच्या खालच्या बाजूला घोट्यापाशी हलकीशी जखम करून त्याला जायबंदी केलं. त्यासरशी घोडा कोलमडलाच. या दोघांनी त्याचे पुढचे-मागचे पाय बांधून त्याला झोपवलं.

मी जवळ जाऊन विचारलं, "काय चाललंय? कुठून आला हा?"

"गावठी दिसतंय. फाटक उघडं होतं. आत शिरून आपली पिकं फस्त केलीत बघ तिकडं!"

"असू दे रे! तरी मुक्या प्राण्याला बाण मारून का जायबंदी केलंस? पुन्हा फाटकातून पळवून लावलं असतंस, तरी पुरेसं होतं."

"वा! असं कसं? आपलं पीक नष्ट केलंय! मग शिक्षा नको करायला? आणि आम्ही फक्त बांधून ठेवणार होतो. सापडेना, म्हणून बाण मारावा लागला!" लवनं समर्थन केलं.

बाणाच्या जखमेमुळे घोडा बांधलेले पाय हलवत होता. पण त्यामुळे त्याचं दुखणं वाढत असावं. ती वेदना आणि असहायता त्याच्या डोळ्यांत दिसत होती. मी बजावलं, "अरे, मुक्या प्राण्याला असा त्रास देऊ नका म्हटलं ना? बाणाच्या जखमेवर हिरवं औषध लावा आणि गळ्यात दोर बांधून बाहेरच्या अश्वत्थ वृक्षाला बांधून ठेवा. तो कुठंच पळून जाणार नाही."

कुशनं पुढं होऊन बाण ओढून काढला आणि वाहत्या जखमेवर लवनं धावत जाऊन आणलेलं हिरवं औषध लावलं. वर एक कापडही घट्ट बांधलं. गळ्यात दोर

बांधून झाडाला बांधल्यानंतर त्यांनी घोड्याचे पायही मोकळे केले. घोडा उठून उभा राहिला. फक्त दुखावलेला उजवा पाय मात्र थोडा दुमडलेला राहिला. नंतर त्या लंगड्या घोड्याला त्यांनी जवळच्या अश्वत्थ वृक्षाला बांधलं.

एवढं सगळं करताकरता त्या दोघांच्या मनात त्याच्याविषयी ममत्व निर्माण झालं. लवनं एका मोठ्या घंगाळ्यात घोड्यासाठी आंबोण तयार करून आणलं आणि त्याच्या पुढ्यात ठेवलं. घोडाही ते खुशीनं पिऊ लागला. दोघंही त्याच्या दोन्ही बाजूंना उभे राहिले आणि एका दोरखंडाच्या तुकड्यानं त्याला खरारा करू लागले. त्याचं अंग घासू लागले. हे सगळं सुखावह होत असल्याचं त्याच्या चेहऱ्यावर उमटलं.

एवढ्यात जयंत आणि नीला नदीवरून कपडे धुऊन घेऊन परतले. तमसा नदीवर जाऊन कपडे धुऊन आणण्याबरोबरच त्या नदीच्या प्रवाहात भरपूर पोहायची त्या दोघांनाही अपरिमित आवड होती. कपडे धुऊन वाळत टाकायचे आणि ते सुकेपर्यंत जलविहार करायचा, लटकं भांडायचं, हा त्यांच्या दांपत्यसुखाचाच एक भाग होता.

आल्या आल्या जयंतचं घोड्याकडे लक्ष गेलं. त्यानं घोड्याचं बारकाईनं निरीक्षण केलं. नंतर त्यानं मला नजरेनं खूण करून कुटिरात बोलावलं.

"माते, हा कुठला घोडा ठाऊक आहे?" त्यानं विचारलं.

"हं..फाटक लोटून आता येऊन आपल्या शेताची नासाडी..."

मला मध्येच अडवत तो म्हणाला, "अश्वमेध यज्ञासाठी सोडलेला घोडा हरवलाय म्हणून राजाची माणसं शोधत होती; हा तोच घोडा असेल. लक्षणं तर तशीच आहेत!'

अश्वमेधाचा घोडा? तसं असेल, तर याच्या सोबत असणाऱ्या राजाच्या सैन्याबरोबर दोन हात करायला सज्ज असलं पाहिजे! माझ्या छातीत धडधडू लागलं. मी विचारलं, "कुठल्या राजाचा घोडा? विचारलंस काय?"

"अयोध्येच्या रामराजाचा!"

माझं मन विस्मित झालं. पाठोपाठ त्याला भयानंही घेरलं. माझी सोळा वर्षांची कोवळी मुलं! रामाच्या सैन्याचा विचार तर राहू दे, पण यांनी तर न कळत आपल्या पित्याचाच अश्वमेधाचा घोडा पकडून बांधून ठेवलाय! पित्याबरोबर समरप्रसंगच उभा करून ठेवलाय! नियतीच्या या खेळानं माझा तर श्वास घुसमटल्यासारखा झाला.

मी बाहेर येऊन सांगायचं ठरवलं, बाळांनो, आधी हा घोडा सोडा आणि त्याला फाटकाच्या बाहेर पिटाळून लावा! पण ही मुलं ऐकणार आहेत काय? त्यांनी कारण विचारलं, तर मला नको असलेली सगळी कथा सांगावी लागेल. आता मात्र माझ्या

पायातली शक्ती गेली. खांबाचा आधार घेऊन मी कसंबसं स्वतःला सावरलं. तशीच बसून राहिले.

बाहेर कुत्र्याच्या भुंकण्याचा आवाज आला. याचा अर्थ कोणीतरी अपरिचित माणसं आलेली असावीत. मी म्हटलं, ''जयंता, कोण आलंय पाहा बरं! आणि या घोड्याला गोशाळेच्या मागच्या बाजूला बांधून ठेव.''

तो गेला. कुत्र्याचा आवाज थांबला. मीही बाहेर आले. राजाचे सहा सेवक होते. युद्धासाठी सज्ज असल्यासारखा वेष होता. छातीला लोहकवच आणि शिरस्त्राणही होतं. हातात धनुष्य-बाण आणि खड्ग. त्यांचा प्रमुख समजावत होता, ''बाळांनो, हे कृषी क्षेत्र आहे. तुम्ही काही क्षत्रिय नाही. अश्वमेधाचा घोडा बांधून ठेवून यज्ञाच्या यजमानाच्या सार्वभौमत्वाला ललकारणाऱ्या राजप्रेरित योद्ध्यांसारखे दिसत नाही. आमच्या घोड्याला सोडून द्या.''

''पण या घोड्याला ना राजोचित अलंकार, ना सोबत राजध्वज! मग कशावरून हा अश्वमेधाचा घोडा? हा एक गावठी घोडा आहे. आमच्या शेतात शिरून पिकाची हानी केली आहे! तुमच्या राजाला बोलवून घ्या. आमची क्षमा मागू द्या. आमचं नुकसान भरून देऊन आपला घोडा घेऊन जाऊ दे! '' कुश म्हणाला.

सेनाप्रमुखाला राग आलेला दिसला नाही. तो शांतपणानं सांगत होता, ''तसं नाही बाळांनो! अश्वमेधाचा घोडा राना-वनातून, डोंगर-दऱ्यांतून, झाडा-झुडपातून जात असतो. तेव्हा सगळं पडून गेलंय. या घोड्याला तसंच सोडणं म्हणजे राजाचं सार्वभौमत्व मान्य करणं आणि बांधून ठेवणं म्हणजे न मानणं. हे असं शास्त्र आहे. यात क्षमा आणि नुकसानभरपाईचा प्रश्नच नसतो. तुम्ही शेतकरी कुटुंबातले दिसता. त्यामुळे सोडून द्या.''

आता लव-कुश आपसात हलक्या आवाजात चर्चा करू लागले. नंतर कुश म्हणाला, ''आम्ही दोघांनी आता घोड्याला बांधून ठेवलं आहे! तुमच्यापैकी कोणीही दोघं आमच्याशी युद्ध करा. तुम्ही जिंकलात, तर घोडा तुमचा आणि हरलात तर तुमच्या यजमानाचं राज्य आमचं! चालेल?''

प्रमुख खदखदून हसला. ''वा वा! हुषार आहात! दोन सैनिकांना हरवून सगळं राज्य कमवायला निघालात! तुमच्या कुटुंबातलं मोठं कोणी नाही का? बोलवा त्यांना!''

''आमची माता आहे. तीच ज्येष्ठ! ती पाहा, तिथं उभी आहे!''

आता सेनाप्रमुख माझ्यापाशी आला आणि त्यानं नमस्कार केला. नंतर काहीतरी शंका आल्याप्रमाणे माझ्या चेहऱ्याकडे बघत राहिला. त्यानं विचारलं, ''माते, तुमचा परिचय सांगाल का?''

''या मुलांनी सांगितलं ना? यांची आई!''

"ते तर आहेच. आपलं नाव, माता-पिता, पती, सासरे, आपलं नाव.."

"ते सगळं सांगायची गरज नाही. जवळच राहणाऱ्या महर्षींची नात, एवढं म्हटलं तरी पुरेसं आहे."

"मी राज्याचा सेवक आहे. मला जास्त बोलायचा अधिकार नाही. तरीही यज्ञाच्या अश्वाच्या रक्षणाचा भाग म्हणून विचारतोय. आपण आमच्या महाराणी आहात, अशी माझ्या मनात शंका आहे! आमच्या यज्ञाचे यजमान ईक्ष्वाकू वंशाचे दशरथपुत्र. कोसलाधिपती श्रीराम महाराज!"

अचानक माझ्या मस्तकातला रक्तप्रवाह वेगानं वाहू लागला. डोळ्यांसमोर अंधारी आली. तिथंच पडायची भीती वाटून मी कुटिरात जाऊन भिंतीचा आधार घेतला. नीलाकडून वाटीभर पाणी मागून घेतलं. ते पोटात गेल्यावर थोडं बरं वाटलं. डोळे बंद करून स्वस्थ बसले.

काय हा विचित्र प्रसंग! किती विचित्र परिस्थिती!

जयंतनं जवळ येऊन विचारलं, "मावशी, बरी आहेस ना? थोडी विश्रांती घेतेस का?"

"आधी लव-कुशांना बोलाव."

दोघं आत आल्यावर त्यांना सांगितलं, "बाळांनो, त्यांचा घोडा त्यांना परत द्या बघू! आपल्याला नको तो!"

"आमच्याशी युद्ध करून सोडवून घेऊ दे! अथवा आम्हाला राज्य देऊ दे! त्यांचा यजमान कोण आहे, ते आमच्याही लक्षात आलंय. तू आम्हाला मागं खेचू नकोस. या युद्धात आम्ही मेलो, तरी काळजी करू नकोस. तुला जयंतदादा आणि नीलाताई आहेत. घाबरू नकोस!" लवानं ठामपणे सांगितलं. पुढं काही बोलायची संधी न देता ते दोघं बाहेर गेले. एवढीच संधी पकडून राजाची माणसं घोड्याला सोडवून घेऊन जातील, या सावधपणानं.

माझ्या मनाचा गुंता होत चालला होता. माझं नशीब एकाच जन्मात मला काय काय भोगायला लावणार आहे? बाहेर जाऊन मी घोड्याला त्या सैनिकांच्या हातात सोपवलं, तर ही मुलं ऐकतील का? एका छडीचे दोन-दोन रट्टे दिले, तर नाही का ऐकणार? कशाला हवा त्याच्याशी कुठल्याही प्रकारचा संबंध? अश्वमेधाचा घोडा अडवलेल्यांना देहांत शिक्षा करणं हाच धर्म आहे, असं सांगत तो कदाचित माझ्या या लेकरांनाही ठार करायला मागं-पुढं बघणार नाही! या सगळ्या धर्मनिष्ठेत जे काही गमावायचं, ते मीच गमावणार आहे! व्रतपालनासाठी स्वत:च्या मुलांचाही बळी देणारा राजा म्हणून त्याच्या ईक्ष्वाकू वंशाच्या कीर्तीत भर घालणारा धर्मात्मा म्हणून त्याचीच ख्याती वाढेल!

मी कोपऱ्यात ठेवलेल्या जाडजूड सोट्याकडे पाहिलं. बाहेर जाताना स्वरक्षणासाठी

म्हणून असलेल्या त्या सोट्याकडे पाहत राहिले. सगळा विचार झाला, तरी तो सोटा हातात घेऊन घराबाहेर जायची आणि मनातला विचार साकार करायची इच्छाशक्तीच उभारी घेईना. का अशी पक्षाघात झाल्यासारखी बसून राहिले असेन? कारण कळत नव्हतं. पुरुष मुलं. चौदा वर्षांची. वीर! इथल्या आश्रमात न वाढता एखाद्या क्षात्र-शिक्षण देणाऱ्या आश्रमात वाढली असती, तर वाघाचा वध करणारे वीर नसते का झाले? मीच मोहापोटी या लेकरांचं नुकसान केलं की काय? काही न समजून, काहीच न करता एका जागी खिळून बसले होते!

एवढ्यात कोणीतरी आत आलं. राजवेष. छातीला रक्षाकवच. हातात धनुष्य-बाण आणि इतर शस्त्रं. त्यांनी माझ्याकडे लक्ष देऊन पाहिलं. शिरसाष्टांग नमस्कार केला. म्हणाले, ''वहिनी, माझ्या दंडवताचा स्वीकार कर. मी शत्रुघ्न!''

माझा जीव कासावीस झाला. पण लगेच भान राखून म्हटलं, ''तू माझ्या धाकट्या बहिणीचा पती आहेस. म्हणजे माझा मेहुणा. त्यामुळे दीर-वहिनी या खोट्या नात्याचा आधार घ्यायला नको.''

काय बोलावं ते न कळून तो तसाच उभा होता. नंतर म्हणाला, ''या मुलांची लव-कुश ही नावं केवळ मलाच नव्हे, संपूर्ण कोसल देशालाच ठाऊक आहेत. त्या मुलांना आधीच मी त्यांचा काका असल्याचं सांगितलं होतं. तेव्हा लव म्हणाला- 'आम्हाला पिताच नाही; मग काका कुठून आला? वाईट वाटलं मला! राजाच्या आज्ञाधारकाला जास्तीचं स्वातंत्र्य नसतं. पण नातं कुणीच नाकारू शकत नाही ना!'

मी विषय बदलला, ''श्रुतकीर्ती कशी आहे? मांडवी छान आहे ना? ऊठ. हात-पाय धुवून घे. गरीब मेहुणीच्या घरचं जेवण तयार आहे.''

''इथं येऊन तुझ्या हातचं न जेवता जाईन का मी? पण आधी मुख्य विषय संपवला पाहिजे. इथलं शेत आणि शेतातलं पीक नष्ट केलं, म्हणून मुलांनी घोडा पकडून ठेवला हे साहजिकच होतं. पण तो अश्वमेधाचा घोडा आहे! हे सांगितल्यानंतरही सोडायला तयार नाहीत! तसा हट्ट धरला, तर युद्ध करावं लागेल. तशी राजाज्ञा माझ्या डोक्यावर आहे. माझ्यासोबत चारशे मुरलेले सैनिक आहेत. अशा कठीण प्रसंगातून स्वत:ला वाचवण्याचा एखादा उपाय तूच मला सुचवला पाहिजेस! या वयाच्या मुलांचा राग मला समजतो. तरीही....''

''शत्रुघ्ना, मीही तोच विचार करतेय! मुलांना ठोक देऊन घोड्याचा दोर सोडून द्यायचाही मी विचार केला. पण त्यांनी नकार दिला, तर मी काय करू? माझ्या परिस्थितीचा विचार कर!'' मी माझी असहायता बोलून दाखवली.

तो पुढं काही बोलला नाही. थोड्या वेळानं त्यानं विचारलं, ''वाल्मीकी आश्रम जवळच असल्याचं समजलं. तिकडं कसं जायचं? दर्शन घेऊन येतो.''

मी वाट सांगितली. तो निघाला. सोबत चार अंगरक्षक होते. संध्याकाळ झाली,

तरी तो माघारी आला नाही. सूर्य मावळण्याआधी ढगानं आच्छादला जाण्याआधी तारकेश्वर उपाध्याय आले. अजूनही घोड्यालगतच असलेल्या लव-कुशांपाशी जाऊन म्हणाले, "महर्षींचा आदेश आहे. तुम्हा दोघांना लगेच यायला सांगितलंय.'

"काय कारण आहे, गुरुजी?"

"मला ठाऊक नाही."

ते दोघं थोडे लांब गेले. आपसात काहीतरी संगनमत केल्यावर माघारी येऊन म्हणाले, "आम्हाला का निरोप पाठवलाय हे आम्हाला ठाऊक आहे! त्यांना म्हणावं, बालकांच्या नकाराला क्षमा करावी!"

या उत्तरानं मलाच नव्हे, उपाध्यायांनाही आघात झाला. महर्षींचा निरोप नाकारायचा? ही काही साधी गोष्ट नव्हती! मी जवळ जाऊन हात उगारत म्हटलं, "बाळांनो, ही कसली दुर्बुद्धी होतेय तुम्हाला! विनाश कालाचं लक्षण हे! तातमहांच्या आज्ञेचा अव्हेर?"

दोन धपाटे घातले, तरी ते दोघंही तसेच हट्टानं उभे होते. ऐकणार नाही, हे त्यांच्या ताठ्यातून स्पष्ट दिसत होतं. माझ्यापेक्षा उंच, मी मारलं तर माझाच हात दुखावेल, एवढी वाढलेली मुलं! मला रडू येऊ लागलं. पण ते कसंबसं आवरलं.

उपाध्याय माघारी वळले. मी कुटिराच्या अंगणातच बसून राहिले. नीलेनं जेवायला बोलावलं, तरी मी गेले नाही. शत्रुघ्न महर्षींकडून सांगायला लावण्यासाठी गेला असेल काय? हे या मुलांना माझ्याआधीच समजलं असेल काय? काहीही असलं तरी महर्षींचा आदेश डावलणं योग्य नाही. त्यांनी आश्रय दिला नसता, तर माझी काय अवस्था झाली असती? या मुलांची तरी काय अवस्था असती?

म्हणजे ही मुलंही माझ्या हातची गेली! मी एकटी...अगदी एकटी झाले!...

तशीच बसले असताना दूरवरून स्वत: महर्षीच येत असलेले दिसले. उजव्या हातात काठी आणि डाव्या हातात उपाध्यायांचा हात..हे स्वत:च येताहेत..

फाटकातून ते आत आले. मी उठून जाऊन त्यांना नमस्कार केला. लव-कुशांनीही दंडवत घातला. महर्षींनी जवळ जाऊन बांधून घातलेल्या घोड्याचं निरीक्षण केलं. नंतर मुलांकडे वळून म्हणाले, "माझ्या नातवंडांनो, तुम्ही मोठ्या शौर्यानं बांधून ठेवलेल्या घोड्याला सोडून द्या, असं कसं मी सांगेन? तुम्ही जिंकलात म्हणून महाराजाला सांगायला मी स्वत: अयोध्येला निघालोय. रामालाच इथं बोलावून घेतलं असतं. पण यज्ञ-दीक्षितानं नगराची वेस ओलांडायची नसते. सकाळी तुम्हीही माझ्याबरोबर अयोध्येला यायला निघायचंय. घोड्याचा दोर तुमच्याच हातात असला पाहिजे. युद्धात तुम्ही जिंकला आहात, असं मी महाराजाला सांगेन! पुढची दैवेच्छा! या नंतर माझ्याशी वाद घालायचा नाही."

लव-कुशांनी एकमेकाकडे पाहिलं. नजरेनं एकमेकांशी काय संवाद झाला ते

मलाही समजलं नाही. त्यांनी महर्षींचा सल्ला मान्य केलेला दिसला.

शत्रुघ्नाबरोबर रथ नव्हता. आपल्या मर्जीप्रमाणे रानावनात चरणाऱ्या घोड्याच्या मागोमाग जाताना रथाचा काय उपयोग? गवताचं मऊ आच्छादन घातलेल्या आश्रमाच्या एका बैलगाडीत महर्षी बसले. त्यांच्यासोबत तारकेश्वर उपाध्याय. त्यांच्या पाठोपाठ आळीपाळीनं घोड्याचा दोर धरलेले लव-कुश. बघताबघता सगळे दिसेनासे झाले.

अयोध्येत गेल्यावर तातमहर्षी काय करणार, काय करायला लावतील, याविषयी माझ्या मनात कुतूहल...नाही, भीती होती. पण तरीही एका पक्ष्याच्या वेदनेनं तळमळणारे हे कोमलहृदयी महर्षी माझ्या मुलांचं, म्हणजे त्यांच्या नातवंडांचं कुठल्याही प्रकारे वाईट करणार नाहीत, याविषयी मनात खात्री होती.

प्रश्न होता रामाचा!

तो आपल्या मुलांकडे कसा पाहील... त्यांच्याशी कसा वागेल... त्यानं तर आपल्या मुलांना गोंजारलं नाही, वाढवलं नाही! कसा दिसत असेल आता? त्याला पाहताच या मुलांच्या चेहऱ्यावर कसले भाव उमटतील? संताप? तिरस्कार? नगराचं ऐश्वर्य, राजवाड्याच्या भव्यतेला ही मुलं बळी पडतील काय?

नको...नको! माझ्या मुलांना तो मोह पडायला नको! त्यांच्यासाठी माझी समृद्ध कृषिभूमी आहे! याच विचारानं मन अस्वस्थ होत होतं.

आठवडा गेला. आठव्या दिवशी तारकेश्वर उपाध्याय परतले. म्हणाले, "माते, आपल्याला घेऊन यायचा महर्षींचा आदेश झाला आहे.''

मला काय बोलायचं, ते कळेना.

इतकी वर्षं गेली. इतकं काही घडून गेलं. आता कशाला त्या कुठलाही संबंध न राहिलेल्या त्या गावी यायचा निरोप पाठवलाय? पुन्हा त्या गावाला तोंड दाखवणं अपमानास्पद आहे! त्या पतीचा चेहरा बघणं अशक्य आहे! मनात तीव्र प्रतिक्रिया येऊ लागल्या. तरीही मला आश्रय होता. मन अशांत असताना समाधानाचे चार शब्द समजावणाऱ्या आजोबांचे तितकेच जवळचे शब्द. ते कसे टाळायचे? अंतरंगातला तिरस्कार पायदळी ठेवून त्यांच्या शब्दाचं पालन करणं, हेच माझं कर्तव्य नाही का? सगळ्यांच्या हिताचा विचार न करता ते काहीही करणार नाहीत. त्यात माझ्या दृष्टीनं अहिताचं तर ते कधीच काही करणार नाहीत. या विचारानं मन थोडं शांत झालं.

तरीही विचारलं, "या निरोपामागं तातांच्या मनात काय असू शकेल? सांगितलंत तर माझ्या मनातली तळमळ थोडी तरी शांत होईल.''

“महर्षींच्या मनात नेमकं काय चाललंय हे समजत नाही. ते अयोध्येचे कुलपुरोहित वसिष्ठांच्या घरी उतरले आहेत. तुमची दोन्ही मुलंही त्यांच्याबरोबरच आहेत. मी माझ्या एका पुरोहित सहपाठ्याच्या घरी उतरलोय.”

उपाध्याय रथातून प्रवास करून आले होते. तो राजरथ होता की पुरोहितांचा, कोण जाणे. पण माझी त्यात बसायची इच्छा नव्हती. माझ्या बैलगाडीत गवताचं आच्छादन घालून जयंतानं गाडी सज्ज केली. घरात नीला, वयात आलेली मुलगी मालिनी, वाघासारखा कुत्रा असला, तरी रात्रीच्या राखणीसाठी आश्रमातल्या दोन ब्रह्मचाऱ्यांना सांगून आम्ही निघालो. जयंतानं गाडी हाकायला सुरवात केली.

❧

“माते, अयोध्येत तुम्ही कुठं उतरणार आहात? तुमची काय इच्छा आहे? मांडवी, श्रुतकीर्तीच्या घरी?” तारकेश्वर उपाध्यायांनी विचारलं.

हा प्रश्न येण्याआधीच मी विचार करून ठेवला होता. मी उत्तर दिलं, “माझ्या सखीचं, सुकेशीचं घर आहे. आता ती अयोध्येतच आहे.”

“ती कृषिकांची वस्ती आहे. तुम्ही महाराणी आहात! तुम्हाला कदाचित यात अवघड वाटणार नाही; पण संपूर्ण राज्याला अवघड नाही का होणार?”

“हे पाहा, मी काही राज्यत्वाचं स्थान मिरवायला आलेली नाही. महर्षींची आज्ञा झाली, म्हणून मी माझ्या वस्तीबाहेर पडलेय. मीही एक कृषिकच आहे ना! कोसल राज्याची नसल्यामुळे मला हवं तिथं राहायचं स्वातंत्र्य आहे!”

तारकेश्वर गप्प बसले.

सगळ्या वस्तीत उत्साहाचं वातावरण पसरलं होतं. केवळ या वस्तीतच नव्हे, नगराच्या पाऊणेक भागात उत्साह दिसत होता. कारण ती वस्ती बरीच पसरली होती. प्रत्येक दारासमोर शेतीची नांगरादी अवजारं टांगली होती. गुराढोरांच्या हंबरण्याचे आणि त्यांना हाका मारणाऱ्या कृषिकांचे आवाज सर्वत्र ऐकू येत होते. सगळीकडे गुराच्या शेणा-मुताचा वास होता. प्रत्येक घरी धान्याची कोठारं होती. या गावात राहत असताना यातलं काहीही मी आधी पाहिलं नसलं, तरी मला आपल्या खूप ओळखीच्या जागी आल्यासारखं वाटलं. वस्तीवरचे सगळे स्त्री-पुरुष मला बघायला घोळक्या-घोळक्यानं येत होते. त्यातही स्त्रियांना भारी अप्रूप वाटत असल्याचं माझ्याही लक्षात येत होतं. नदीचा प्रवाह यावा, तशा त्या मोठ्या संख्येनं येत होत्या. आपली महाराणीही आपल्यासारखीच साधी वस्त्रं नेसते, दागदागिन्यांपासून दूर आहे, हे पाहून सगळ्यांना आपुलकीचं भरतं येत होतं. सुकेशीच्या डोळ्यांतून तर आनंदानं सतत पाणी वाहत होतं. कुंभ तर वरचेवर म्हणत होता, “लक्ष्मीची पावलं आमच्या उंबऱ्यातून आत आली! माझ्या वंशाचं पुण्य कामी आलं!”

दुसरे दिवशी दुपारी उपाध्याय आले. त्यांना घर दाखवायला दोन राजसेवकही आले होते. उपाध्यायांनी सांगितलं, "माते, उद्या सकाळी सूर्योदयानंतर सहा घटकांनी धर्मसभा भरणार आहे. तुम्हाला घेऊन जायला मीच येईन. तयार राहा."

"कशासाठी धर्मसभा? आणि माझा त्याच्याशी काय संबंध? अयोध्येच्या धर्मसभेत उभं राहून उत्तर द्यायची माझी कुठलीही जबाबदारी नाही! मी या देशाची प्रजा नाही."

"मला यातलं काहीच समजत नाही. महर्षींच्या आदेशाप्रमाणे निरोप द्यायला आलोय."

यावर काही बोलण्यात किंवा वाद घालणं शक्य नसल्याचं माझ्या लक्षात आलं. मी पुढं काही बोलले नाही.

मला वाटलं होतं, धर्मसभा म्हणजे राजवाड्यातल्या नेहमीच्या सभाकक्षात भरेल. पण तसं नव्हतं. नगराच्या बाहेर विशाल जागा त्यासाठी निर्माण केली होती. एखाद्या यागमंडपासारखी ती जागा होती. यज्ञाचा दीक्षित राम यज्ञाच्या समोरच्या बाजूला बसला होता. उजव्या बाजूला धर्मपंडितांच्या मध्यभागी वसिष्ठ बसले होते. सोबत मार्कंडेय, मौद्गल्य, वामदेव, काश्यप, कात्यायन गोत्रोद्भव जन बसले होते. जवळच वाल्मीकी महर्षींसाठी मुद्दाम बनवलेलं व्यासपीठ होतं. त्यांच्या पायाशी लव-कुश बसले होते.

मला यजमान रामाच्या समोर नेण्यात आलं. माझ्यामागं ऊर्मिला, मांडवी, श्रुतकीर्ती. संपूर्ण सभेत हजारोंच्या संख्येनं प्रजा उपस्थित होती. मध्ये-मध्ये थोड्या उच्च आसनांवर कृषिक, कुंभार, शिल्पी, व्यापारी, विणकर, सोनार अशा विविध जातींचे प्रमुख बसले होते. रामाच्या शेजारी एक रिकामं आसन होतं. डावीकडे एक सुवर्णमूर्ती. लक्ष देऊन पाहिलं, तर तो माझा सुवर्ण पुतळा असल्याचं लक्षात येत होतं. अग्निकुंडाच्या शेजारी एक राजोचित तेजानं झळाळणाऱ्या सोनेरी मुखवट्यानं सुशोभित केलेल्या घोड्याला दोन खुंट्यांना बांधून ठेवलं होतं. तो आमच्या शेतात घुसलेला आणि लव-कुशांनी बांधून ठेवलेला घोडा असल्याचं लक्षात आलं.

सुमंत उठून उभे राहिले आणि त्यांनी संपूर्ण सभेला ऐकू येईल अशा मोठ्या आवाजात घोषणा केली, "सर्व जण उपस्थित आहेत. राजकुमार लक्ष्मण तेवढे उपस्थित नाहीत."

"त्यांना कधी निमंत्रण धाडलं होतं?" वसिष्ठांनी विचारलं.

"चार दिवसांच्या आधीच. ही महर्षी वाल्मीकींनी बोलावलेली सभा असल्याचंही

कळवलंय.''

''सगळी सभा वाट पाहतेय. आलंच पाहिजे अशी महर्षींची आज्ञा आहे, असा पुन्हा निरोप पाठवा. वेगवान दूत पाठवा. इकडं सभेला सुरवात करू या. शांतिमंत्राला सुरवात होऊ द्या.''

सगळे गंभीर पद्मासनात बसले. सुमंतांनी सुरवात केल्यावर सगळ्यांनी त्यात आपला आवाज मिसळला. संपूर्ण सभा म्हणू लागली,

'भद्रं कर्णेभिः श्रुणुयाम देवाः भद्रं पश्ये माक्षभिर्यजत्राः ।
स्थिरैरंगैस्तुष्टु वांसस्तनुभिर्व्यशेम देवहितः यदायुः ।।
स्वस्ति न इंद्रो वृद्धश्रवाः स्वस्ति नः पूषा विश्ववेदाः।
स्वस्ति नस्ताक्ष्यो अरिष्ट् नेमिः स्वस्ति नो बृहस्पतिर्दधातु ।।

ओम् शांति शांति शांतिः..'

शांतिपाठ झाल्यानंतर महर्षींनी विषयाची मांडणी केली, ''मोठ्यानं बोलण्याइतकी माझ्यात शक्ती नाही, त्यामुळे मला जे काही सांगायचं आहे, ते माझे विद्वान शिष्य तारकेश्वर हे सांगतील. रामचंद्र महाराजांनी वर्षापूर्वी अश्वमेध यज्ञाचा घोडा सोडला होता. त्या घोड्याला महाराजांच्या मुलांनी- लव आणि कुशांनी बांधून ठेवलं. महाराजांनी युद्ध करून त्याला सोडवलं नाही. ती त्यांची इच्छा. घोडा आमच्याच ताब्यात राहिला. त्यामुळे कोसल देश आमचा झाला, असं राजकुमार लव-कुश सांगतात. यावर सभेचा काय अभिप्राय?''

हेच तारकेश्वरांनी मोठ्यानं सांगताच सभेतून हास्याचा कल्लोळ उमटला. सभेत कुजबुज सुरू झाली. तारकेश्वरांनी सभेला शांत राहायची सूचना केली. पुन्हा सभेत शांतता पसरली. सभेत उच्चासनावर बसलेले आठ-दहा व्यवसायप्रमुख एकत्र आले आणि आपसात चर्चा करू लागले. त्यातल्या पांढरी मिशी-मोठा फेटा-उत्तरीय असलेले एक ज्येष्ठ बोलू लागले, ''नाहीतरी ही महाराजांचीच मुलं आहेत. घोडा बांधून ठेवला, म्हणजेही राज्य त्यांनाच मिळायला पाहिजे. त्यांनाच युवराज्याभिषेक करा. म्हणजे अश्वमेध यज्ञाची सांगता होईल.''

या बोलण्यावर सगळ्याच जनतेनं होकार भरला.

त्या क्षणी माझ्या अंगात कसलासा संचार झाला. एवढ्या मोठ्या सभेचं दडपणही आलं नाही. मी उठून उभी राहिले आणि न अडखळता, सगळ्या सभेला ऐकू येईल अशा चढ्या आवाजात बोलू लागले,

''माझं नाव सीतादेवी. जनक महाराजाची मुलगी. घोड्याला बांधून ठेवणाऱ्या मुलांची माता. या महाभागांनी जे सांगितलं, ते मला मान्य नाही. ही माझी मुलं

आहेत, महाराजांची मुलं नाहीत. त्यामुळे त्यांना वंशपरंपरेनं मिळणारा अधिकार नाही.''

सगळी सभा स्तब्ध होऊन ऐकत राहिली. मी सगळीकडे एकवार दृष्टी फिरवली. महर्षींचा चेहरा निस्तेज झाला. गोत्रोद्भव सगळेच माझं बोलणं लक्ष देऊन ऐकत होते. राम निरुत्तर झाला होता. सगळे पुन्हा एकमेकाशी कुजबुजू लागले.

तेवढ्यात लक्ष्मण सभेत दाखल झाला. सगळ्यांची दृष्टी त्याच्याकडे वळली. माझी ही मुलं रामाची नाहीत, या माझ्या वाक्यानं सभेला झालेल्या आघातातून बाहेर येण्यासाठी लक्ष्मणाचं येणं थोडं साहाय्यभूत ठरलं. सभा-निर्वाहक सुमंतांनी पुढं होऊन लक्ष्मणाचं स्वागत केलं आणि त्याच्यासाठी ठेवलेल्या आसनावर स्थानापन्न व्हायला सांगितलं. या सभेशी आपला काहीही संबंध नसल्यासारखा तोही अनासक्त भूमिका पांघरून बसून राहिला.

मीच पुढं स्पष्टपणे म्हटलं, ''मला काय म्हणायचंय ते ध्यानात घ्या! तुमच्या महाराजांनी माझा त्याग केला, तेव्हा ही मुलं माझ्या पोटात होती. याचाच अर्थ त्यानं त्या मुलांचाही माझ्याबरोबर त्याग केलाय! त्याच क्षणी त्यानं या मुलांचं पितृत्व गमावलं आहे. आता तो माझा पती नाही आणि ही त्याची मुलं नाहीत! याच कारणामुळे माझ्या मुलांचा कोसल राज्यावर वारसा हक्कानं काहीच अधिकार नाही आणि त्यांच्यावर तुमच्या राजाचाही काही हक्क नाही! त्यांनी अश्वमेधाचा घोडा अडवला, तुमच्या राजानं तो सोडवून घेतला नाही. याचाच अर्थ, माझ्या मुलांनी हे राज्य आपल्या शक्तीनं संपादन केलं आह. माझी मुलं इक्ष्वाकू वंशाचं नाव सांगणार नाहीत. ती स्वत:च वंशस्थापक आहेत. जर हे मान्य नसेल, तर तुमच्या महाराजाला सगळ्यांच्या समक्ष हातात धनुष्य-बाण घेऊ द्या! माझी मुलंही काही रिकाम्या हातानं आलेली नाहीत; धनुष्य-बाण घेऊन आली आहेत! त्यानं माझ्या मुलांना ठार केलं, तरच तो अश्वमेध यज्ञासाठी लायक बनेल.''

रामाच्या दृष्टीत असहाय भाव भरले.

महर्षीच म्हणाले, ''बाळा, काय बोलतेस तू! गप्प राहा! शांति...शांति!..''

मला जे बोलायचं होतं, ते मी बोलले होते. त्यामुळे गप्पच राहणार होते. ते मला वेगळं सांगायची गरज नव्हती. माझ्याकडून बाण सुटला होता. याचं उत्तर द्यायची जबाबदारी ज्यानं त्यानं समजून पार पाडायची होती. मी तशीच उभी होते.

काही क्षण कोणीच काही बोललं नाही. कोणीतरी त्या शांततेचा भंग करणं आवश्यक होतं.

तो करत महर्षींनी विचारलं, ''महाराजा, तू लोकापवादाला घाबरून पत्नीचा त्याग केलास, हे जनतेला ठाऊक आहे. लंकेच्या राक्षससेनेचा पाडाव करणारा तू!

तू जनतेच्या फुटकळ बोलण्याला का घाबरलास? सभेला सांगशील का?''

क्षणभर रामानं डोळे मिटून घेतले. आठवण स्पष्ट करून घेत असल्यासारखा काही क्षण शांत राहून नंतर म्हणाला, ''महर्षी हो, आपण विचारलंत म्हणूनच नव्हे...मी कधीच खोटं बोलत नाही...मनातलं कारणही सांगतो..माझ्या बोलण्याला साक्ष म्हणून या सभेत भरत आणि शत्रुघ्नही आहेत. लक्ष्मणाला तुम्हीच बोलावून घेतलं आहे. वनवासाची कथा तर सगळ्यांना ठाऊक आहे! आपल्या मुलाला राज्य मिळावं असा मातु:श्री कैकेयीदेवींचा हट्ट होता. तशी मुलाची इच्छा आहे का, तेवढी शक्ती आहे का, याचा त्या मातेनं विचार केला नाही. भरताला तशी अपेक्षाच नसल्याचंही कदाचित तिला ठाऊक होतं. पण त्याच्या नावाखाली आपला अधिकार चालवायची तिची इच्छा होती. आपल्या सुखापेक्षा राज्याचं हित पाहण्याइतकी तिची कुवत नव्हती. ते जाऊ दे. मी वनवासाला गेल्या गेल्या माझ्या पित्याचा मृत्यू झाला. मंत्रिमंडळानं भरताला बोलावून घेतलं. चित्रकूटला येऊन भरतानं मला परतण्याची आणि राज्यकारभार सांभाळण्याची विनंती केली. मी तयार झालो नाही. पुढं त्यानं माझी पादरक्षा साक्षीला ठेवून राज्य केल्याचं सभेला ठाऊक आहेच, पण याचा परिणाम म्हणून प्रजेवर कुठलाही दबाव राहिला नाही. राज्यकारभार बघणारा थट्टेचा विषय झाला. गावाबाहेर राहणारा हा जटाधारी संन्यासी सैन्यावर वचक ठेवून राज्यकारभार पाहू शकेल, याचा विश्वास वाटेनासा झाला. अराजक अवस्था निर्माण झाली. चोर-गुंड माजले. जो कर राजाला मिळायला हवा होता, तो ते मधल्या मध्ये खाऊ लागले. राजाच्या कर्तव्याचा भाग असलेली तळ्यांची निर्मिती आणि दुरुस्ती करायला राजभांडारात पैसा राहिला नाही. गावच्या रस्त्यांची दुरुस्ती होईना. चोरांकडून प्रजेचं रक्षण करणारं कोणीच राहिलं नाही. स्त्रियांना रस्त्यावरून मानानं फिरणं अशक्य झालं होतं.''

अयोध्येत शिरल्यावरचं दृश्य माझ्याही नजरेसमोरून तरळून गेलं. राम पुढं बोलत होता,

''खरं सांगायचं, तर अरण्यवास संपल्यानंतरही माझी राजा व्हायची मुळीच इच्छा नव्हती. पण अधिकारस्थान असलेल्या सिंहासनावर न बसता प्रजेकडून मान्यता मिळणं शक्य नव्हतं. मंत्री, धर्माधिकारी, भरत-शत्रुघ्नांनी तशी विनंती केली. म्हणून मी राज्याभिषेक करवून घेतला. राज्यकारभार चालवायला पैसा हवा. कर-वसुलीचं कार्य हाती घेतलं. त्या वेळेपर्यंत लुटालूट करणाऱ्यांना याचीच अडचण वाटू लागली. त्यांना स्पष्टपणे विरोध करणं शक्य नव्हतं. तेव्हा त्यांनी कुजबुज सुरू केली, राजाची बायको परपुरुषाकडे राहून आली आहे,...अशा बायकोबरोबर राजा सिंहासनावर बसला, तर पाऊस कसा पडेल आणि पिकं कशी येतील?....दुष्काळाचं कसं निवारण होईल?...देशातल्या गरिबीला राजाच्या बायकोचं

अशुद्ध चारित्र्यच कारणीभूत आहे! असल्या कथांवर लोकांचा जेवढ्या पटकन विश्वास बसतो, तेवढा आणखी कुठल्याच बोलण्यावर बसत नाही. सेनापती असलेल्या लक्ष्मणाशी यावर चर्चा केली. त्यानं मार्ग सुचवला. या कथेचं मूळ आपल्या हेरांकडून शोधून काढू या आणि हे करणाऱ्या चार जणांना फासावर लटकवू या...पण भयामुळे येणारी निष्ठा फार काळ टिकत नाही. राजानं आदर्श जीवन जगलं पाहिजे, हा माझ्या राज्यकारभाराचा मार्ग होता. जनतेच्या अविश्वासाला कारणीभूत झालेल्या राणीचा त्याग करून आदर्शाचा नवा मापदंड निर्माण करायचा मी निश्चय केला. सीतेचा त्याग करण्याआधी आणि त्याग केल्यानंतर आजपर्यंत मी जे भोगतोय, ते माझं मलाच ठाऊक! मी मनोमन तिचा त्याग केलेला नाही. माझ्या डाव्या बाजूला पाहा. तिची सुवर्णप्रतिमा शेजारी ठेवूनच मी माझा दिनक्रम चालवत आहे. वनवासी ब्रह्मचाऱ्याप्रमाणे दर्भाच्या आच्छादनावरच झोपतो.''

माझा संताप पुन्हा उफाळून आला. मी विचारलं, ''रावणाला ठार करून युद्धात जिंकल्यावर मला बोलावून लक्ष्मण, सुग्रीव, हनुमंत, बिभीषण, सरमा आणि इतर किष्किंधेच्या सैन्यासमोर तू माझ्या शीलावर शंका व्यक्त करून माझा त्याग केल्याची भाषा बोलला नाहीस का? उद्विग्न मन:स्थितीत मी धगधगत्या ज्वाळेत प्रवेश करायला निघाले, तेव्हा तू केवळ बघत राहिला नव्हतास का? तेव्हा या लक्ष्मणानं मला दंडाला पकडून थांबवलं, तुला खूप बोलला, नंतर आपल्याला दोघांना जवळ आणून एकमेकांचे हात हातात घेऊन अग्नीसाक्षीनं सात प्रदक्षिणा घालायला लावल्या. हे त्यानं केलं नसतं, तर मी जगले असते का? रामा, माझ्या शीलाविषयीची तुझ्या मनातली शंका पूर्णपणे शमली नव्हती! अयोध्येच्या जनतेच्या बोलण्यानं तोच अविश्वास पुन्हा चेतवला गेला! माझा त्याग करायला तुला नवं कारण मिळालं! तू सत्यवंत ना? मग बोल खरं काय झालं ते!''

तो क्षणभर काही बोलला नाही. नंतर अंतर्मुखी झाला. नंतर काहीतरी आठवून म्हणाला, ''सत्य सांगतो. तुझा शोध घेताना झालेलं भयग्रस्त मन, त्यानंतरची युद्धाची दमणूक यामुळे मीही उद्विग्न मन:स्थितीत होतो. तू जिवंत हरिणीचं पाडस हवं म्हणून हट्ट केला नसतास, तर तुझं अपहरण शक्य झालं नसतं. या सगळ्या उद्विग्नतेमुळे माझ्या तोंडून ते असंस्कृत शब्द बाहेर पडले. पण शपथेवर सांगतो, ते अविश्वासाचे शब्द तिथल्यातिथं भस्म झाले. तुझा त्याग करण्यामागं माझ्या वेदना काही कमी नव्हत्या. उन्नत स्थानावर असणाऱ्यांनी तेवढ्याच उन्नत त्यागासाठी सज्ज असलं पाहिजे. त्यांच्या साथीनं उन्नत जीवनाचा अनुभव घेणाऱ्यांनीही अशा त्यागाची तयारी ठेवली पाहिजे! हे तत्त्व माझ्याप्रमाणे तूही समजून घेशील असं मला वाटलं.''

''मी हरिणीच्या पाडसाची मागणी केली, याचा आक्षेप आहे तर! अरे, त्याकडे

केवळ माझा हट्ट असं न पाहता, त्या पलीकडचं स्त्रीचं मन तुला कधीच समजलं नाही का? मला ठाऊक आहे, ते समजून घेण्याइतकी सूक्ष्मता तुझ्यापाशी नाही! अकरा वर्षांचा वनवास, कंटाळा, तू सांगत असलेलं डोंगर-दऱ्या-झाडं-वेली-सूर्य-चंद्र यांचं वर्णन किती ऐकणार? स्त्रीची एकटेपणाची संवेदना तुझ्यासारख्या संवेदनारहित व्यक्तीला कशी समजणार? विवाह होऊन बारा वर्षं झाली होती. मूल-बाळ नाही! हे तुझ्यापुढे बोलून दाखवलं, तर तुझ्या ब्रह्मचर्य-व्रताशी द्रोह केल्यासारखं होईल, हे मलाही समजत होतं. मी तर बोलण्यातही कठीण संयमाचा अनुभव घेत होते. ते चिमुकलं पाडस बघताच त्याला उचलून घेऊन त्याचे पापे घ्यावेत असं वाटलं तेव्हा! मोठमोठ्या वाघांची शिकार करणाऱ्या तुझ्यासारख्या वीराला एका पाडसाला पकडून आणायला जमणार नाही, हे कसं माझ्या लक्षात येईल? म्हणून मी म्हटलं. पुढं हे असं सगळं होणार आहे, याची मला तरी काय कल्पना?''

मीच पुढं बोलत राहिले, ''आणखी एक प्रश्न. मी शुद्ध होतेच. जर याची तुझ्या अंत:करणाची खात्री असती, लक्ष्मणाची बलप्रयोगाची सूचना अमान्य वाटली, तर तू अशा परिस्थितीत सिंहासनाचा त्याग करू शकला असतास. लक्ष्मणानं तसं करून कौसल्यामातेच्या जनपदात नवं राज्य निर्माण नाही का केलं? तूही माझ्याबरोबर तिथं येऊ शकला असतास. पण तू तसं केलं नाहीस! तुला सिंहासन सोडायचं नव्हतं. तो मोह तुला होता! आत्मसाक्षी जगातल्या कुठल्याही साक्षीपेक्षा श्रेष्ठ असल्याचं तुला ठाऊक नाही का? का नाही तू राजसिंहासनाचा त्याग केलास? खोट्याचा डोलारा फार दिवस टिकत नाही. सत्यानंच ही भूमी पेलली आहे, हे तुला ठाऊक नाही का? सत्यमेव जयते! सत्य जिंकतं, खोट्याचा कधीच विजय होत नाही. मी काही तुझ्याइतकी वेदपारंगत नाही. लहानपणी कानांवर आलं तेवढंच माझं ज्ञान आहे. तरीही या उक्तीचा आणखी वेगळा अर्थ लावता येईल का? सत्य सांगणाऱ्या एका व्यक्तीपेक्षा, सत्य सांगणाऱ्या आत्मसाक्षीपेक्षा खोटं सांगणारी प्रजा खरी ठरली का? अगदी लहानपणी तूच व्यभिचार केलेल्या अहल्यादेवीलाही क्षमा करायचा विचार तिच्या पतीच्या मनातही रुजवण्यात यशस्वी झालास ना? सात्त्विक शक्तीनं जनापवादालाही घाबरता कामा नये, त्यामुळे तुम्ही ज्या समाजात तिचा त्याग केल्याची घोषणा केलीत, त्याच समाजात तिचा स्वीकार केला पाहिजे, असा वाद घातला ना? त्या वयात तू दाखवलेल्या मानसिक औदार्यावरच मी खरं तर तेव्हा भाळले होते. तोच तू! सिंहासनावर बसल्यानंतर मात्र काहीही चूक न केलेल्या, परिशुद्ध पत्नीचा मात्र लोकापवादाच्या भयापोटी त्याग केलास! हाच का तो निर्भय राम?'

यावर राम काहीच बोलला नाही.

त्याच वेळी मला आणखीही एक आठवलं. म्हणाले, ''याच संदर्भात आणखी एक सत्यही सामोरं आलं पाहिजे. 'हा... सीता, हा...लक्ष्मणा' असा तुझा आर्त स्वर कानांवर आला आणि लक्ष्मण तुझ्या मदतीला जायला निघाला, तेव्हा तू लक्ष्मणाला तो का मला सोडून आला असं विचारलं नाहीस का? तेव्हा तुम्हा दोघांमध्ये काय बोलणं झालं ते न लपवता सांगशील का?''

''लक्ष्मणाला पाहताक्षणीच मी घाबरा झालो. विचारलं, तर तो म्हणाला, तुझं आर्त ओरडणं ऐकून घाबरा झालो; तुझ्या जिवाला धोका असेल, असं वाटून धावत सुटलो, वनात शोधत आल्यामुळे उशीर झाला. मला राग आला. मी त्याला बरंच बोललो. नाही नाही ती दूषणं दिली. दोघं माघारी आलो, तेव्हा तू नसल्याचं लक्षात आलं. सगळीकडे शोधलं. नदीच्या पलीकडेही शोधून आलो. राक्षसांनी डाव साधल्याची खात्री झाली. मग तर माझा स्वत:वरचा ताबाच सुटला. लक्ष्मणाला म्हटलं, विश्वासानं माझ्या पत्नीला तुझ्यावर सोडून आलो, तर असा वागलास? हा केवळ तुझा मूर्खपणा नाही! हे तू जाणूनबुजून केलं आहेस! अकरा वर्षं तू पत्नीला सोडून राहतोयस, मला माझ्या पत्नीसोबत बघून तुला पोटशूळ उठला म्हणून तू माझ्या रक्षणाचं निमित्त करून तिला एकटीला सोडून आलास काय? खूप बोललो त्याला! तुझं अपहरण झाल्याच्या धक्क्यामुळे माझ्या तोंडून ते अधम शब्द बाहेर पडले. दोन दिवसांनंतर माझं मन ताळ्यावर आलं.''

''या तुझ्या बोलण्यावर लक्ष्मण काय म्हणाला? त्यानं उलट उत्तर नाही दिलं?''

''खाली मान घालून सगळं ऐकून घेत मुकाट्यानं उभा होता. नंतर कितीही क्षमा मागितली तरी काहीच बोलला नाही.''

मी लक्ष्मणाकडे वळून पाहिलं. तो माझ्याकडे किंवा रामाकडे न पाहता दुसरीकडेच पाहत होता. इथं कानावर येत असलेल्या बोलण्याशी आपला काहीही संबंध नसल्यासारखे त्याच्या चेहऱ्यावरचे भाव होते. माझ्या लक्षात आलं, त्याची नजर अश्वमेधाच्या घोड्यावर खिळली होती. मनातलं सांगून मोकळं व्हायची दुर्दम्य इच्छा मनात दाटून आली. मी सांगितलं, ''आणखीही घडलं. हा सीता..हा लक्ष्मणा असा आवाज ऐकू आला. मी म्हटलं, लक्ष्मणा, तुझा भाऊ संकटात सापडलाय. लवकर जा, तुझं धनुष्य-बाण घेऊन जा.. तो म्हणाला, वहिनी, दादाची शक्ती तुला ठाऊक नाही काय? चौदा राक्षसांना त्यानं एकट्यानंच ठार केल्याची आठवण नाही का तुला? तुला एकटीला मी इथं सोडून जाणार नाही. तू घाबरली आहेस, म्हणून तुला भास होताहेत. मला राग आला. संतापाच्या भरात मी म्हटलं, तुझ्या मनात माझ्याविषयी अपेक्षा निर्माण झाली आहे! अकरा वर्षं बायकोचा सहवास नाही, त्यामुळे भुकेनं वखवखला आहेस! तुझा दादा मरण पावला, तर तुला माझा उपभोग

घेता येईल, अशी नीच भावना तुझ्या मनात निर्माण झाली आहे! म्हणून तू मला ऐकू येणारा आवाज भ्रम आहे असं म्हणत दुर्लक्ष करत आहेस! शिवाय तू काही रामाचा सख्खा भाऊ नाहीस; सावत्र भाऊ आहेस! कळली तुझी लायकी! हेच नव्हे, आणखीही काय काय बोलले ते माझ्या लक्षात नाही. पण बरंच काही बोलू नये ते बोलले. माझ्याकडे एकवार तिरस्कारानं बघून तो निघून गेला. तरीही, जाताना दार बंद करून जपून राहायला सांगायला विसरला नाही.''

भावनावेग आवरून मी स्वत:ला सावरलं, ''आता समजतंय. माझ्याकडून दोषारोप झाल्यानंतर त्याला थोरल्या भावानंही दोष लावला. काही का असेना, माझ्या त्या बोलण्याला त्यानं आयुष्यभरात क्षमा केली नाही. तुझ्या बोलण्यामुळे उद्विग्न होऊन मी अग्निप्रवेश करत असताना त्यानं धावत येऊन मला वाचवलं खरं, तसंच गर्भिणी अवस्थेत माझा त्याग करणाऱ्या भावाचा त्याग करून तो दुसरीकडेही राहायला गेला. माझ्या बहिणीला जेव्हा जेव्हा मला भेटायची इच्छा झाली, तेव्हा गाडीभर सामानाबरोबर तिला पाठवून दिलं. रामा, तुझ्या दांपत्याच्या अधिकारापेक्षा लक्ष्मणाची ही भावना हजारपटींनी माझ्या मनाला बांधून ठेवणारी आहे- त्यानं माझ्याशी बोलणं टाकलं असलं तरीही! तसंच, त्याचा हा अबोला माझ्या दृष्टीनं तू दिलेल्या शिक्षेपेक्षा कितीतरी पटींनी कठोर शिक्षा आहे!''

तरीही लक्ष्मण काहीच बोलला नाही. माझ्या बोलण्याशी आपला काहीही संबंध नसल्यासारखा घोड्याकडे पाहत होता. राम तर मौनाला शरण गेला होता.

तेवढ्यात माझ्या मागं उभी असलेली ऊर्मिला उठून उभी राहिली. मी वळून पाहिलं. ती मलाच नव्हे, सगळ्या सभेला ऐकू येईल अशा आवाजात बोलू लागली, ''ताई, मी तुला भेटायला पहिल्यांदा आश्रमात आले, तेव्हा तू मला आडून आडून विचारलं होतंस, 'लक्ष्मण तुला वहिनी म्हणतो की महाराणी? एकेरी उल्लेख करतो की आदरार्थी?' त्या प्रश्नाचा मला आता अर्थ समजतो. तुला जाणून घ्यायचं होतं, त्याचा तुझ्यावरचा राग कमी झालाय की नाही. तेव्हाच हा सारा खुलासा झाला असता, तर मी त्याच्याशी स्पष्ट बोलून या बाबतीतला समज-गैरसमज दूर करायला सांगितला असता. तू भर सभेत हा विषय उपस्थित केला आहेस, त्यामुळे याचं उत्तरही मला सभेतच दिलं पाहिजे. कितीही जवळचा, पितृसमान, जवळच्या नात्यातला असला, तरी स्त्रीला त्याच्या बाबतीत नेहमीच आशंका असते. आपलं पावित्र्य राखण्यासाठी स्त्रीमध्ये ही जागरूकता नेहमीच आवश्यक असते. त्या विशिष्ट परिस्थितीत तू तुझ्या दिराविषयी जे काही बोललीस, ते अगदीच अप्रस्तुत होतं, असं म्हणता येणार नाही. जर असं काही त्यानं मनात ठेवलं असेल, तेही वीस वर्षांहून अधिक काळ, तर हे त्याचं स्त्रीच्या मनाविषयीचं अज्ञानच दर्शवतं. लहानपणापासून बहीण, आई, किंवा इतर स्त्रियांच्या सान्निध्याशिवाय

वाढलेल्या पुरुषांमध्ये हे अज्ञान असतंच. स्त्रीच्या मनातले सूक्ष्म पदर न समजून घेणारं बधिरत्व! ही चारही भावंडं तशीच आहेत. श्रीराम महाराजही याला अपवाद नाही!''

सगळी सभा स्तब्ध होऊन ऊर्मीचं बोलणं ऐकत होती.

महर्षींनी विचारलं, ''लक्ष्मणाची पत्नी अधूनमधून आश्रमात येते आणि आपल्या बहिणीला आणि भाचरांना भेटून जाते, हे मला ठाऊक आहे. इतर दोन्ही बहिणी येत होत्या का? सीतेनं स्वत:ची कृषिभूमी तयार केल्यानंतर त्या येत-जात असतील, तर मला कदाचित ठाऊकही नसेल, म्हणून विचारतोय.''

सगळ्या सभेच्या नजरा माझ्या मागं बसलेल्या मांडवी-श्रुतकीर्तीकडे वळल्या. त्या दोघी खाली मान घालून बसल्या होत्या. महर्षी म्हणाले, ''बोला, बाळांनो!''

संकोचून गेलेल्या त्या दोघी एकमेकींकडे बघून काही क्षण कुजबुजत राहिल्या. नंतर दोघीही उभ्या राहिल्या आणि मांडवी बोलू लागली, ''ही धर्मसभा आहे. त्यामुळे सत्यच सांगितलं पाहिजे. महर्षींचा आदेश झाल्यामुळे उत्तर तर द्यावंच लागेल. लक्ष्मण भाऊजी स्वतंत्र राहत असल्यामुळे ऊर्मीताईला स्वत:ला वाटलं ते सांगायचं आणि तसं वागायचं धैर्य आलं. आम्हा दोघांचे पती महाराजांचे परमभक्त. भावाच्या मनात येईल त्यात तसूभरही उल्लंघन न करणारे. त्या वेळी तर राज्यकारभारात कडकपणा आणण्यासाठी स्वत:च्या गर्भार बायकोलाही अरण्यात धाडणाऱ्या महाराजांविषयी आमच्या मनात भय निर्माण झालं होतं. अशा परिस्थितीत त्याच्या पत्नीशी संबंध ठेवले, तर आपली काय अवस्था होईल, आपले नवरे अशा वेळी आपल्याशी कसे वागतील, याचा काहीच अंदाज नसल्यामुळे आम्ही दोघी घाबरलेल्याच होतो.''

सभेतल्या गोत्रोद्भवांच्या चेहऱ्यांवरही हेच भय दिसत होतं. सगळ्या सभेत स्मशानशांतता पसरली.

अचानक लक्ष्मण उठून उभा राहिला. सावकाश पावलं टाकत तो सभेबाहेर चालू लागला. जलबाधेसाठी तो गेला असावा, अशी माझी समजूत झाली. पण कितीतरी उशीर झाला तरी तो परतला नाही. या सभेत यायची त्याची इच्छा नव्हती. इथं बसून राहायचीही इच्छा नसल्यामुळे तो उठून गेला असावा, असं वाटलं.

अखेर महर्षी म्हणाले, ''महाराजानं मनातून पत्नीचा त्याग केलेला नाही, यासाठी त्याच्या शेजारी असलेली सुवर्णमूर्ती साक्ष आहे. शास्त्रासाठी म्हणून तो आणखी एक विवाह करू शकला असता. तसं न करता तो राजवाड्यातच वानप्रस्थजीवन कंठत आहे. अशा विषम घटना सगळ्यांच्या जीवनात घडत असतात. कोसलची प्रजाही काही दुष्टांच्या प्रभावाखाली येऊन अविवेकीपणानं वागली होती. त्यांच्यापैकी काही जण तर आता हयातही नसतील. त्यामुळे तो

विषय मागं टाकणंच योग्य ठरेल. त्यामुळे आता महाराजाच्या शेजारच्या सुवर्णमूर्तीचं विसर्जन करून खऱ्या महाराणीनं आपल्या अधिकारस्थानावर बसणं न्याय्य ठरेल, असं माझं मत आहे. यावर तुम्हा सगळ्यांचं काय मत आहे? जनतेचं मत मोठ्यानं, स्पष्टपणे समजू दे. ज्यांना हे मान्य नाही, त्यांनाही आपलं मत मांडायचा अधिकार आहे.''

महर्षींचं बोलणं तारकेश्वर उपाध्यायांनी मोठ्यानं सांगितलं. सगळ्या सभेनं एका आवाजात 'सीतादेवींचा विजय असो..!' असा जयजयकार केला. माझं मन भरून आलं. प्रजेचा जयजयकार शांत होईपर्यंत मी काही बोलले नाही. नंतर मात्र तेवढ्याच चढ्या आवाजात सांगितलं, ''माझ्या आजोबांसारख्या असलेल्या वाल्मीकी महर्षींनी ही धर्मसभा आयोजित केली आहे. मला आधी याचं प्रयोजन ठाऊक नव्हतं. सोळा वर्षं झाली तरी अशी एखादी धर्मसभा बोलवायचा विचार तुमच्या महाराजाला सुचला नाही. त्यांनी तसा विचार केला असता, आणि निरोप पाठवला असता तरी मी आले नसते. मला सिंहासनाच्या अर्ध्या भागाची आशा राहिलेली नाही. मी जनक महाराजाच्या पोटी जन्मलेली मुलगी नाही. नांगरलेल्या जमिनीत सापडलेली मुलगी आहे! आताही हातात नांगर धरून शेती करताना मला जी मन:शांती मिळते, ती राजवाड्यात मिळत नाही, असा मी अनुभव घेतला आहे. या तुमच्या लेकीला आशीर्वादासहित तिच्या-तिच्या जागी जायची परवानगी द्या...''

एवढं सांगून दोन्ही हात जोडून जागीच उभी राहिले, सगळ्या सभेला प्रदक्षिणा घातली आणि लक्ष्मणासारखी पावलं टाकत तिथून बाहेर पडले.

पाठीमागून रामाचा आवाज ऐकू आला, ''सीते, सीते! थांब; कुठं निघालीस? प्रजेनं अनुमती दिली आहे. इकडं ये, अग्नीच्या साक्षीनं दोघं मिळून या अश्वमेध यज्ञाचा समारोप करू या.''

रामाचं ओरडणं कानावर न आल्यासारखं करून मी तशीच चालत राहिले. सभेत कुठंतरी बसलेले सुकेशी आणि जयंत उठले आणि माझ्या मागोमाग आले. नगरातल्या लहान लहान गल्ल्यांमधून आम्ही घरी परतलो. घरी आल्यावर मी सांगितलं, ''जयंता, भूक लागली बाबा! काहीतरी खायचं बघ. खाणं झालं, की आपण निघू या. गाडी जुंप. सुकेशी, तूही चल. तुम्ही नसाल, तर मला एकटेपणा छळायला लागतो.''

''ताई, का अशी उठून निघून आलीस? तुम्ही दोघांनी एकत्र यावं म्हणून महर्षींची धडपड चाललीय ना? वाईट दिवस सरून राजवाड्यात मानानं राहायची वेळ आली असताना घाई करू नये.'' सुकेशीनं आपल्या परीनं समजावायचा प्रयत्न केला.

''सुकेशी, तुझ्या लक्षात नाही आलं! महाराजाला हवी आहे ती शास्त्रपूर्वक

यज्ञयागाला पूर्तता देणारी धर्मपत्नी! लंकेत विजय मिळाला, तेव्हाच प्रेम-प्रीती नष्ट झालं होतं. राजा झाल्यावर तर अनेक नियम आले! तिथं तर कुठल्याच भावनेला थारा नाही!''

सुकेशीनं तिची मुलं-नातवंडं पिकवत असलेले जिरे, मिरे यांसारखे मसाल्याचे पदार्थ बांधून घेतले. कुंभानं सांगितलं, की 'इथली पिकं हाताशी आल्यानंतर येईन...' धर्ममंडळींचे दूत किंवा राजवाड्यातले नोकर शोधत येऊ शकतात, याची मला कल्पना होती. त्यामुळे मी निघायची घाई करू लागले.

आम्ही जेवायला बसत असतानाच ऊर्मी आली. तिला कुणी या घरचा पत्ता सांगितला असेल, याचं आश्चर्य करत असतानाच तिच्यामागं लक्ष्मण दिसला. आश्चर्याच्या जागी आता छातीचे ठोके एकाएकी थांबल्यासारखे झाले. लक्ष्मण माझ्यासमोर येऊन उभा राहिला. काही क्षण माझ्या चेहऱ्याकडे पाहत राहिला. काय बोलावं, हे त्यालाही समजेनासं झाल्याचं माझ्या लक्षात आलं. अखेर त्यानं विचारलं, ''तुला काय म्हणून बोलावू? वहिनी म्हणण्यासारखे संबंध राहिलेले नाहीत.''

आता मीही निरुत्तर झाले. मनात गोंधळ दाटला. ऊर्मी पटकन म्हणाली, ''नसू दे! बायकोची बहीण- म्हणजे मेहुणी तर आहे ना? तेवढं पुरेसं नाही का?''

हजार वेळा मनात आलेलंच पुन्हा वाटलं, तिच्यासारखी तल्लख बुद्धी मला का नाही? मागं कितीतरी वेळा मनात आलेला प्रश्न पुन्हा सामोरा आला. मीही म्हटलं, ''का? केवळ नात्यातच अंत:करणाची ओढ असते का? कुठलं ना कुठलं नाव असलेल्या नात्याशिवाय भावनेचं नातं नसतंच का?''

आता तो निरुत्तर झाला. माझ्या दृष्टीनं त्याच्या रूपाचा-शरीराच्या आकाराचा वेध घेतला. तेव्हापेक्षा आता थोडा स्थूल झालाय. अंगावर रेशमी राजवस्त्र नाही. सुती वस्त्रं. चेहऱ्यावर नेहमीचाच आत्मविश्वास. लांब वाढवलेल्या केसांचा रंग करडा झाला होता. वनवासात क्षौर करण्यासाठी योग्य चाकू नव्हता. आता मात्र नीटसपणे क्षौर केलेला स्वच्छ चेहरा.

तो म्हणाला, ''तिकडं एवढ्या लांब एकटी का राहतेस? आमच्याबरोबर राहा. वेगळं राहायचं असेल, तर स्वतंत्र घर बांधून देतो. तुझ्यासाठी वेगळी कृषिभूमीही सज्ज करून देऊ. ऊर्मीलाही सोबत होईल.''

मला तरी आणखी काय हवं? लक्ष्मणानं आपण होऊन बोलायला सुरवात केली आहे! त्यानंच आपण होऊन सोबत राहायला बोलावलंय. ऊर्मीची सतत साथ मिळेल. मन भरून आलं.

लक्ष्मण माझ्या उत्तराची वाट पाहत होता. ऊर्मीही माझ्या चेहऱ्याकडे पाहत होती. अचानकपणे माझ्या आतून, त्या क्षणापर्यंत मलाही अनोळखी असलेली एक

जाणीव तरळत वर आली. पण ती स्पष्टपणे कशी व्यक्त करावी, हे समजलं नाही.

तरी ते दोघं माझ्या उत्तराची वाट पाहताहेत... माझ्यासोबत उभे आहेत!

मी म्हटलं, "मला माझ्याच शेतात राहायची इच्छा आहे. तेच माझं स्थान आहे. जयंत आणि नीला माझी काळजी घ्यायला आहेत. एकांतातच बरं वाटायला लागलंय आताशा!"

तेवढ्यात सुकेशीनं काशाचे तीन बुधले रांगेत आणून ठेवले. म्हणाली, "हात-पाय धुऊन घ्या!" दाराबाहेर उंबऱ्यावर उभं राहून तिनं पाणी ओतलं. त्यानं हात-पाय धुतले. चेहरा धुऊन चूळ भरली. आम्ही तिघंही ओळीनं जेवायला बसलो. सुकेशी आतून पांढरा शुभ्र भात आणून वाढू लागली. काहीतरी सुचून मी चटकन उठले आणि म्हटलं, "इकडं दे! लक्ष्मण भाऊजींना मी वाढते."

तिच्या हातातलं तपेलं घेऊन लक्ष्मणाला भात वाढला. तिसऱ्यांदा वाढू लागले, तेव्हा मात्र दोन्ही हात आडवे धरत तो 'नको नको' म्हणाला. मी जरा जोरातच विचारलं, "एवढं कमी जेवलं तर कसं? काय गं ऊर्मी?"

"वय! आताशा फार खाल्लं तर पचत नाही.." म्हणत तो पूर्णपणे वाकून मला अडवू लागला.

महर्षी लव-कुशांना आपल्याबरोबर घेऊन आले होते. त्यामुळे त्यांना माघारी घेऊन यायची जबाबदारी त्यांचीच होती. माझी मुलं माझ्यापासून दूर चालली आहेत, अशी भावना माझ्या मनात भरून राहिली होती. यज्ञाचा घोडा बांधून ठेवल्यानंतरच्या परिस्थितीविषयी धर्ममंडळी कशी प्रतिक्रिया देतात, त्यावर राम कसा निर्णय देतो, त्यावर माझी मुलं कशी प्रतिक्रिया देतात याविषयीचं कुतूहल मनात दाटून आलेलं असलं, तरी मी ते व्यक्त केलं नाही. माझी जमीन, माझे बैल, इतर जनावरं, शेतीची आयुधं, माझा कुत्रा यांना पाहिल्यावर ते कुतूहल आपोआपच दुर्बल झालं. पोहोचल्यावर दुसरे दिवशी बैल जुंपून नांगरणीला सुरवात केली, मऊसूत मातीतून हलकेच नांगर फिरू लागला. मातीतली ती भेग बघताना मनात प्रशांत शांती पसरली.

महिन्यानंतर महर्षी माघारी परतल्याची बातमी आली. उपाध्याय मला शोधत घरी आले. गोठ्यात बसून आमचं बोलणं झालं.

ते म्हणाले, "माते, तुम्ही घाई केली असं महर्षींना वाटतं."

"घाई की संयम हे प्रत्येकाचं अंतरंगच सांगतं, नाही का?"

"हे तर खरंच...आणि हे महर्षींच्या लक्षात आलं नसेल, असंही नाही! तरीही तुमच्याविषयी ममत्व आणि काळजी वाटल्यामुळे तसं ते केवळ माझ्यापुढे म्हणाले.

तुम्ही आश्रमात जाऊन त्यांचा आशीर्वाद घेऊन या.''

''हो. नक्की!''

''अयोध्येची चौकशी नाही का करणार?''

''तुम्ही आपणहोऊन सांगितलं, तर मी कान बंद करून बसणार नाही; पण मी आपणहोऊन विचारणार नाही.''

''तुमचा हा अलिप्तपणा महान आहे! पण मला समजलं, ते सांगतो. सोन्याची मूर्ती ठेवून महाराजांनी याग पुरा केला. पण नाना देशांच्या राजा-महाराजांना आव्हान द्यायचा सोपस्कार केला नाही. लव-कुशांना क्षात्रविद्येसाठी विश्वामित्रांच्या पुत्राच्या, शुन:शेपांच्या आश्रमात पाठवलं आहे. महर्षींनीच हे सुचवलं. मुलंही उत्साहानं तिकडं गेली.''

ही मुलं कृषीच्या व्यवसायात कायमची राहणार नाहीत, हे तर मलाही आधीपासूनच ठाऊक होतं. ज्यात आईला समाधान वाटतं, त्यातच मुलांनाही वाटलं पाहिजे, असं काही नाही ना! ही भावना माझ्या मनात गेल्या चार-सहा वर्षांत होतीच. या मुलांनी कृषीमध्ये सुरुवातीची दोन वर्षं रस दाखवला होता. नवलाई संपली, तसे ते केवळ काया-कष्ट असलेल्या कामातच मला मदत करू लागले. आता महर्षींनी क्षात्र-शिक्षण घेण्याची सूचना केली आहे. पण पाठवलंय ते रामानंच! त्यानं पित्याच्या अधिकारानं हे केलं असेल का? या विचारासरशी मनातली अलिप्त भावना डहुळली. मनात तळमळ दाटली. या मुलांना पोटात नऊ महिने सांभाळलं, छातीचं दूध पाजून पायावर उभं केलं, खाऊ-पिऊ घालून मोठं केलं. आता आईलाच यांनी दूर लोटलं? ही मुलं राजवाड्याच्या वैभवाला भुलली का? कोण जाणे! तपशील विचारला तर कदाचित तारकेश्वर उपाध्याय सांगतीलही; पण तसं कुतूहल दाखवणं म्हणजे मनाची दुर्बलता! आणि त्यातून काय साधणार आहे?

आल्या आल्या पेरणीचं काम समोर होतंच. ते करून झालं. पुढं कामात वेळ कसा जायचा, ते कळेनासं झालं. पिकांची कापणी झाली. पुढची सगळी कामं होऊन पिकं भरून ठेवण्यात आली. मुलं नसल्यामुळे थोडी अडचण झाली, तरी तिकडे फार लक्ष न देता सगळं नीट उरकलं.

एवढ्यात मालिनी भरपूर उंच झाली होती. तिला इथंच ठेवलं, तर नवरा कसा मिळणार? तिच्यासाठी नीला किंवा सुकेशीनंही अयोध्येत राहिलं पाहिजे. आई नीला आणि पिता जयंतानं तिच्यासोबत अयोध्येत राहायचं आणि कुंभ-सुकेशीनं माझ्याबरोबर इथं राहायचं ठरलं. त्यांच्या कुटुंबात कितीही चढ-उतार आले, तरी कुंभ-सुकेशी मला एकटीला सोडत नव्हते. हाच माझा संसार होता.

सुगीची कामं पार पाडल्यानंतर वेळ काढायला इतर कुठलाच उद्योग नव्हता. रणरणीत उन्हात दिवसा बाहेर पडणंही अशक्य होतं. घरातच राहायचं, ओल्या

वेताच्या पंख्यानं वारा घेत जीव थोडा शांत करायचा. थंडीचा कडाका वाढला, तर एका कोपऱ्यात शांतपणे उबेला बसून राहायचं. थंडीतला उबदार सूर्य उन्हाळ्यात इतका का उग्र होतो? सूर्याची आठवण होताच मला न चुकता रामाची आठवण येत होती. त्याची सतत आकाशाला चिकटलेली दृष्टी. त्याची आठवण मनातून पूर्णपणे निपटून काढेपर्यंत मनाला शांती नाही. धर्मसभेत त्याचा त्याग करून आल्यानंतर माझ्या आठवणीत तरी का त्याला स्थान द्यायचं? तसं पाहिलं, तर त्याचा माझा कुठलाच संबंध राहिलेला नाही ना! नऊ महिने पोटात वाहून, दोन वर्षं दूध पाजून या वनवासात सोळा वर्षांपर्यंत ज्या मुलांना वाढवलं, त्या माझ्या मुलांना राज्याचं आमिष दाखवून यानं काबीज केलं! अंहं! माझ्या मुलांचं अपहरण केलं! अशा माणसाशी कसला संबंध?

चार-सहा दिवस याच विचारात गेले. पण काहीच संबंध नसताना यानं माझ्या आठवणीत तरी का यावं?

त्या दिवशी दुपारी वेताच्या पंख्यानं वारा घेत पडले होते. तरीही सर्वांगाचा घाम काही थांबत नव्हता. मधूनच ग्लानी येत होती. या रणरणीत उकाड्यात गाढ झोपणं तरी कसं शक्य होतं म्हणा! जाग-निद्रा-आठवणी-स्वप्नं यात मन घोटाळत होतं. काहीतरी आठवत होतं. काही संस्कृत ओळी.....बृहदारण्यकातला श्लोक...

पती हा त्याच्या प्रयोजनासाठी पत्नीला प्रिय होत नाही. तिच्या प्रयोजनासाठी तिला प्रिय असतो. तसंच बायकोच्या प्रयोजनासाठी ती पतीला प्रिय नसते. स्वत:च्या प्रयोजनासाठी त्याला प्रिय असते. मुलांच्या प्रयोजनासाठी आई-वडील त्यांच्यावर प्रेम करत नाहीत. आपल्या प्रयोजनासाठी मुलांवर प्रेम करतात. तसंच जन-धन-पशू सगळेच स्वत:च्या आनंदासाठी इतरांवर प्रेम करतात. याचाच अर्थ, सगळंच प्रेम स्व-प्रीतीतूनच निर्माण झालेलं असतं.

अध्यात्म समजावून घेण्यासाठी उत्सुक असलेल्या पत्नीला- मैत्रेयीला याज्ञवल्क्य ऋषींनी सांगितलेलं सत्य हे! दांपत्यप्रेम, वात्सल्य या साऱ्यामागचं हेच सत्य आहे!

बृहदारण्यकातला हा संपूर्ण मंत्र सतत मनात घोळत राहिला. त्यावर विद्वानांनी केलेल्या व्याख्यानासहित आठवत राहिला. प्रथम हा श्लोक ऐकला होता तेव्हा त्याचा अर्थ इतक्या स्पष्टपणे समजला नव्हता. आता मात्र तो लख्खपणे अनुभवाला येत होता. रामा, तुझ्यावर मी प्रेम केलं, ते माझ्यासाठीच का? तू माझ्यावर केलेलं प्रेमही तुझ्यासाठीच होतं का? तरुण वयात माझ्या सान्निध्यात आनंद होता, म्हणून तू माझ्यावर प्रेम केलंस. राज्य मिळताच तुझा संतोषाचा स्रोत राज्यकारभार हा झाला. तू माझ्यासाठी रावणाबरोबर घनघोर युद्ध केलं नाहीस. तुझ्या वंशाच्या कीर्तीसाठी केलंस, असं तूच सांगितलंस. तुझ्या वंशाची कीर्ती म्हणजे स्वप्रीतीच! बृहदारण्यकातला हा मंत्र तेव्हा मला आठवला नाही. मंत्र आठवला असता, तरी

हा अनुभव नसता, तर त्याचा नेमका अर्थही समजला नसता. तसंच, मी तुझ्यावर का प्रेम केलं? नाही नाही...प्रेम करतेय या भ्रमात का राहिले? हेही माझं स्वत:वरचंच प्रेम आहे का? त्या अर्थानं मी स्वमग्न आहे का? आणि मी मुलांसाठी जगतेय, त्यांच्यासाठीच जीव धरून आहे, हीही सगळी स्वप्रीतीच आहे का? ती मुलंही आईवर प्रेम करतात, ते त्यांच्याही न कळत स्वप्रीतीचा भाग म्हणूनच का? आता पित्याकडे गेली, तोही स्वप्रीतीचाच भाग काय?

छी! काय हा मनुष्यजन्म! किंचितही उदात्तता नाहीच की काय? मी घर आणि पाळलेले प्राणी यांच्यावर करत असलेलं प्रेम आणि घरचे प्राणी मला पाहताच शेपूट हलवत मला चाटायला येतात, ते; या सगळ्यातही तोच स्वार्थ असतो ना? स्वार्थ आणि परार्थात जिथं काहीच अंतर नाही, अशा जीवनाला तरी काय अर्थ आहे?

रावणाच्या अशोकवनात शूर्पणखेनं माझ्या मनात व्यभिचाराचा विचार पेरण्याचा प्रयत्न केला, तेव्हा भय वाटलं होतं. ते जन्मलं तेच मुळी द्वैतभावातून. माझा आणि रामाचा ऐक्यभाव असल्यामुळे त्या नात्यात धर्म आहे, असाच मी तेव्हा विचार करत होते ना! आता तो ऐक्यभाव का भंग पावला? तुझा आनंद तूच शोधला पाहिजेस, असं याज्ञवल्क्य महर्षींनी आपल्या पत्नीला थेटच सांगितलं होतं. संसाराचा त्याग करून परिव्राजकाच्या जीवनाला प्रारंभ करताना त्यांनी सांगितलेला 'आनंद' कोणता? आत्मतत्त्व हेच सगळ्याचं अंतिम सत्य आहे आणि त्यामुळे लौकिक गोष्टी, पुत्र-पौत्र यांच्यापेक्षा प्रिय असतं. त्यामुळे 'आत्म'च प्रिय असतं हे जाणून त्या 'आत्म'चीच उपासना केली पाहिजे. 'आत्म' हेच आनंदाचं मूळ आहे, हे लक्षात घेतलं पाहिजे! पती-पत्नी-मुलं हे संबंध मर्यादित आहेत, असं सांगतात. माझ्या 'आत्म'पर्यंत पोहोचायची साधनं म्हणून जप-तपाला प्रारंभ केला पाहिजे. महर्षी तातांना सांगून तशी दीक्षा घेऊन अध्ययन करायला पाहिजे.

या विचारासरशी मन स्थिरावलं आणि सैरभैर झालेल्या चिंतनाला एक आकार येऊ लागला.

दोन दिवस गेले आणि मनात शंका येऊ लागली, माझं मन त्यासाठी सिद्ध आहे का? उत्तर सापडलं नाही. तातांना विचारायला पाहिजे, असं वाटू लागलं. त्यांच्याकडून किंवा ते सुचवतील त्या गुरूकडून मार्गदर्शन घेतलं, काहीच प्रगती न दिसल्यामुळे सगळ्याचाच कंटाळा आला, आणि साधना तेवढ्यावरच थांबवली तर? ते नाराज नाही का होणार? एवढ्या दीर्घ साधनेसाठी मी सज्ज आहे का? अशा प्रश्नांनी मन भरून गेलं.

विषम मानसिकतेत असताना बृहदारण्यकाची का आठवण होते? बृहदारण्याच्या पाठोपाठ माझ्या बाबांची, जनक राजाची आठवण. ते माझं बोट धरून मला

चालायला शिकवायचे. मी चार-पाच वर्षांची झाले, तरी मला उचलून घ्यायचे, तेही आठवलं. काय ती मार्दवता... ती माया... ते कौतुक! ते आज जिवंत असते तर! ते असते, तर माझ्या हृदयाला शांती मिळवून द्यायची शक्ती केवळ त्यांच्यातच होती. लग्न करून आल्यानंतर पतीच्या मागोमाग इच्छेनं स्वीकारलेला अरण्यवास! पुढचं सगळं दुःखमय जीवन. पुन्हा त्यांची भेटच नाही झाली. ते आम्हाला शोधत चित्रकूटला आले होते, तेव्हा आम्ही तिथं नव्हतो.

बाबा, तुम्ही मला सोडून गेलात! यानंतर मला मनःशांती हवी असेल, तर तुम्ही मला जिथून उचलून आणलंत त्या भूमीपाशीच मला गेलं पाहिजे!

यानंतर आणखी याच मातीत राबेन, इथंच रक्त शिंपून पिकं पिकवेन. वर्षातून एकच नाही, दोन पिकं काढेन. जास्तीचं धान्य पुन्हा जमिनीत पुरून टाकेन.

या विचारानं जीव थोडा शांत झाला.

एका पूर्वान्ही तारकेश्वर आले. त्यांनी अयोध्येहून सुमंत आल्याची बातमी सांगितली. सुमंतांना माझ्याशी काही बोलायचं होतं. मला घेऊन जाण्यासाठी रथ आणल्याचंही त्यांनी सांगितलं. सुमंत महर्षींच्या कुटीत होते. मला बोलावून आणायचा महर्षींचा आदेश असल्याचंही तारकेश्वर म्हणाले.

का बोलावलं असेल मला? सोबत रथ का आणला असेल? अशी काय गरज पडली असेल? मी गोंधळात पडले. तशीच उत्सुकताही निर्माण झाली. लव-कुशाचं लग्न ठरवलं असेल का? त्या सोहळ्यात शेजारी बसण्यासाठी माझी गरज वाटली असेल काय? तसा धर्म आहे असं म्हणत राजपुरोहितांनी आग्रह धरला असेल काय?

मी उत्सुकतेनं विचारलं, ''काय कारण आहे?''

''ठाऊक नाही. तुम्ही आल्यावर एकदमच सांगणार आहेत.''

मी जशी होते, तशीच निघाले. तात मोठ्या तक्क्याला टेकून पाय पसरून बसले होते. त्यावरून त्यांच्या प्रकृतीची ढासळलेली अवस्था लक्षात येत होती. शंभरीला आले होते ते. सुमंतही वृद्ध दिसत होते. त्यांची प्रकृती बरी दिसत होती. मला आठवत होतं, तसं अयोध्येच्या राजवाड्याचे एकूणच समालोचक म्हणून ते कामकाज बघत होते. मंत्रिमंडळाचे सदस्य, राजघराण्याचे निष्ठावंत सेवक असं त्यांचं स्थान होतं. मी त्या दोघांनाही नमस्कार केला.

पण नेहमीप्रमाणे त्या दोघांनीही आशीर्वचनांचा उच्चार केला नाही, पण मला त्यात काही मोठा अर्थही दिसला नाही.

सुमंत म्हणाले, ''फार वेळ नाही. लगेच निघालं पाहिजे. थोडक्यात सांगतो.....'' त्यांनी पुढं सांगितलं,

''धर्मसभेनंतर महाराजा कळाहीन झाले होते. कोणाबरोबरही फारसे बोलायचे नाहीत. वागण्या-बोलण्यातला उत्साह वठून गेला होता. राज्याचा कारभार त्या त्या विभागासाठी नेमलेल्या अधिकाऱ्यांकडून चालला होता. इतक्या वर्षांत त्या सगळ्या बाबतीत शिस्त आली होती. तरीही महिनोन् महिने सिंहासनावरचा राजा कळाहीन होऊन बसला असेल, तर ती शिस्त कायम कशी टिकेल? एक दिवस त्यांनी मला बोलावून घेतलं आणि रथासोबत लव-कुश शिकत असलेल्या आश्रमाकडे धाडलं. त्यांना बोलावून घेतलं आणि अतिशय साधेपणानं कुशाला राज्यपद आणि लवाला युवराजपद देऊन अभिषेक करवला. नंतर मुलांना ते स्वत:च राज्यकारभाराचं शिक्षण देऊ लागले. असा महिना गेला.

नंतर एक दिवस मला विचारू लागले, ''लक्ष्मणाचं गाव पाहिलंय का? रस्ता ठाऊक आहे?'' मी 'हो' म्हटलं. दुसरे दिवशी सकाळीच तिकडं घेऊन जायची आज्ञा झाली. राजा झाल्यानंतर रामांनी शरयू नदीवर सेतू बांधला होता. त्यावरून रथ पळवत आम्ही स्वानंदला गेलो. आधी एक लहान खेडं होतं, ते आता सुंदर नगर झालंय. रुंद रस्ते....फार ऐश्वर्य नसलं तरी देखणी घरं..रस्ते थंड ठेवण्यासाठी त्यावर असलेली झाडांची सावली......घरी गेलो, तेव्हा लक्ष्मण घरीच होते. तेव्हाही ते थोरल्या भावाशी बोलले नाहीत. केवळ नमस्कार करून राजमर्यादा दाखवली. ऊर्मिलादेवींनी पदस्पर्श केला. जेवायला चलायला सांगितलं. काही न बोलता महाराजांनी नाममात्र अन्नग्रहण केलं. अलीकडे त्यांचा आहारही कमी झाला होता म्हणा! लक्ष्मणांच्या बरोबर ते जेवले.

नंतर लोडाला टेकून बसत ते लक्ष्मणाला म्हणाले, ''बंधो, स्नेह किंवा बांधव्य पाळून वागणं आपल्या नशिबात नाही. ते काळाच्या हातात असतं. यावर कदाचित तुझा विश्वास नसेल; पण माझा आहे. मुख्य विषय सांगतो. कुशाला राजपद आणि लवाला युवराजपद दिलं आहे. थोरल्या मुलाला राजा करणं हा सर्वत्र आचरणात आणला जाणारा रिवाज आहे, हे तुलाही ठाऊक आहे. गेला महिनाभर मी त्यांना राज्यकारभार आणि युद्धतंत्राविषयी शिक्षण द्यायचा प्रयत्न करतोय. ते शुन:शेषांच्या आश्रमात शिकून आले आहेत, पण तेवढंच पुरेसं नाही. एकूणच अशा शिक्षणात रस नसेल, आस्था नसेल तर कसं शिकणार? त्यांच्या मनात आपल्या आईवर अन्याय झालाय, ही भावना पक्की रुतून बसलीय. ती काढणं अशक्य. जे प्रौढांनाही समजणं शक्य नाही, ते या मुलांना कसं समजावणार?''

हे सगळं सांगून लक्ष्मणाला म्हणाला म्हणे, "तुझ्याशिवाय आपल्याला समजून घेणारं या जगात कोणीही नाही, त्यांच्या आईचा जीव तूच वाचवला आहेस, अशी त्यांची भावना आहे. हे खरंही आहे म्हणा! तुझ्या हाताखाली ते व्यवस्थित शिक्षण घेतील. तू त्यांचा काका आहेस...पित्याच्या जागीच आहेस...तू त्यांना युद्धतंत्राबरोबरच राजधर्म शिकवायची जबाबदारी घेतलीस, तर मी या सगळ्या जबाबदाऱ्यांतून मुक्त होईन. मला हे सगळं पुरे-पुरे झालंय! पुरता थकून गेलोय मी! माझी यातून सुटका कर, हीच प्रार्थना करायला आलोय मी!"

लक्ष्मणानं हे मान्य केलं. त्याचं हृदय विरघळलं. त्यानं थोरल्या भावाला नमस्कार केला.

आपण राज्यकारभारातून निवृत्त होत असून, मुलं परिपक्व होईपर्यंत राजकुमार लक्ष्मण हे समस्त राज्यकारभार चालवत असल्याची दुसरे दिवशीच दवंडी पिटण्यात आली. त्याच दिवसापासून महाराजांनी सार्वजनिक दर्शन देणं बंद केलं. ते सतत आपल्या राजवाड्यात एकटेच राहू लागले. सेवकांनी आणून दिलेल्या आहारातलंही थोडं-फार खाऊन राहू लागले. कधी कधी तर ते कुठल्याच खाद्य पदार्थाला स्पर्श करत नसत."

माझ्या कानांवर जे येत होतं त्यावर विश्वास बसत नव्हता.

तेच पुढं सांगू लागले, "महाराजांच्या चेहऱ्यावर, विशेषत: डोळ्यांत खिन्न भाव दिसू लागल्याचं माझ्याही लक्षात येऊ लागलं. एकदा लक्ष्मण आपणहोऊन महाराजांच्या महालात गेला आणि विचारलं, "दादा, असा का आहेस? असा एकटा-एकटा राहिलास तर बधिरपणा येईल. तू सानंदला ये आणि माझ्या घरात राहा. मी कोसलचा राज्यकारभार, लव-कुशाचं अध्ययन यात गढलो असलो, तरी ऊर्मिला तुझ्याकडे पाहील. अंगद-चंद्रकेतूना तू शिकवू शकशील. त्यांचाही तुझ्यावर बराच जीव आहे! सानंदचे शेतकरी घरी येऊन आपापली सुख-दु:खं सांगतात. त्यात तुझा जीव रमेल. पण महाराजांनी ते मान्य केलं नाही. ते निक्षून म्हणाले, "मी ध्यानधारणेत गढून गेलो आहे. मला एकांताची गरज आहे. तू इथं येऊन माझ्या एकांताचा भंग करू नकोस!"

"मग?"

"दररोज शरयू नदीवर पहाटे स्नानासाठी जायची त्यांची वर्षानुवर्षांची रीत होती. तिथंच अधमर्षाच्या मंत्राचं पठणही करत. त्याही वेळी नियमाप्रमाणे दोन अंगरक्षक त्यांच्यासोबत असायचेच. नेहमीप्रमाणे पहाटे अंधूक प्रकाशात त्या दिवशीही नदीवर जायला निघाले. पाठोपाठ अंगरक्षकही होतेच. हे नदीच्या प्रवाहात उतरले. रोजच्याप्रमाणे पाच वेळा पाण्यात डुबकी घेतली. नंतर अंग चोळून घेत असल्याचं अंगरक्षकांना दिसलं नाही. अंधार होता ना! ते तसेच अंधारात पाहत

राहिले. काही वेळ गेला. तरी महाराज दिसले नाहीत. मग मात्र रक्षक सावध झाले. पाण्यात उतरून पाहू लागले. एव्हाना थोडं फटफटलं होतं. त्या उजेडातही काही दिसलं नाही. तरी त्यांना वाटलं, पोहायला उतरले असतील. दृष्टी जाईल तितक्या लांबवर पाहिलं. तरी महाराजांची कुठंच चाहूल नव्हती. नदीच्या प्रवाहाला जोर नव्हता. आता मात्र ते घाबरले. बुडी मारून त्यांनी नदीच्या तळाचा ठाव घेतला. तरी सापडले नाहीत, तेव्हा त्यांनी बाहेर येऊन नगरपालकाला वर्दी दिली. पंधरा-वीस पाणबुड्यांना या कामाला जुंपण्यात आलं. प्रवाहात दोन कोसांवर देह एका खडकाला अडकलेल्या अवस्थेत सापडला....''

माझा श्वास अडकल्यासारखा झाला. माझ्या चेहऱ्यावर दृष्टी ठेवून सांगत असलेले सुमंत जवळ आले आणि माझ्या मस्तकावर हात ठेवला. त्यांची 'माते-माते' ही हाक माझ्या कानांत अस्फुटपणे शिरली. हळूहळू मला भान आलं. तरीही नंतरचं त्यांचं बोलणं मला अस्पष्टपणे ऐकू आलं.

"नेमकं काय घडलं असेल ते समजलं नाही. पाय घसरला, अचानक श्वास कोंडला की इच्छामरण? कोणालाच समजलं नाही.''

काही वेळ गेल्यावर ते पुन्हा म्हणाले, "ते एकदा मला म्हणत होते, पतीनं त्यागलेली पत्नी या जगाच्या सागरात पोहू शकेल; पण पत्नीनं त्यागलेल्या पतीचं आयुष्य दुर्धर! हे बोलणं माझ्या मनात सतत घोळतच होतं.''

पुन्हा शांतता पसरली. तेच पुढं म्हणाले, "माते, आपल्याला लगेच निघायला पाहिजे. दहाव्या दिवशी धर्मपत्नीचं सुवासिनीत्वाच्या विसर्जनाचं शास्त्र करायचं असतं. त्यानंतर मुलांनी करायचं पिंडदान होईल. सगळी तयारी झालेली असेल.''

माझं मस्तक गरगरलं. जमिनीवर दोन्ही हात रोवून मी तोल सांभाळला. सुमंतांना काय बोलावं, ते कळेना. मी म्हटलं, "जा तुम्ही! मी माझ्या बैलगाडीतून येईन.''

माझा राजरथाला विरोध आहे, असं त्यांनाही वाटलं असावं. त्यामुळे कसलीही चर्चा न करता महर्षींना नमस्कार करून ते निघून गेले.

मीही उठले आणि एकटीच माझ्या शेतातल्या घराकडे निघाले. तारकेश्वर माझ्या पाठोपाठ आले. त्यांना थांबवून मी म्हटलं, "नको! मला एकटीलाच राहणं आवश्यक आहे.'' ते मुकाट्यानं मागं फिरले.

सुकेशीनं 'काय?' कसं?' कधी?' वगैरे विचारायला सुरवात केली. तिलाही 'काही बोलू नकोस..' असं सांगून थोपवलं. तशीच आत गेले आणि माझ्या कक्षात आडवी झाले.

पाण्यात बुडल्यामुळे श्वास कोंडावा आणि काही सुचू नये, तशी माझी अवस्था झाली होती. ही सीता विधवा झाली? स्वतःवर तिनं आपणहोऊन ही पाळी आणली? पतीच नको, अशा निर्लिप्त अवस्थेला पोहोचली होती सीता...पण

त्यातही सुवासिनीची शक्ती होती? आता ती नष्ट झाल्यामुळे ही भावना? हाही माझ्या पतीनं मला शिक्षा करायचाच प्रकार? का? आतापर्यंत केली ती शिक्षा त्याला कमी वाटली की काय?

जिवाची तगमग होतेय! संताप-संताप होतोय. समोर असता तर धरून मारण्याइतका संताप! रामा...रामा...का असा वागलास? 'तू नसलीस तर मी जगू शकणार नाही!' ...हे का नाही ओरडून सांगितलं? सिंहासनावर बसणारा दुर्बल दिसू नये म्हणून?

दिवस मावळला. बाहेर अंधार पसरला. ग्लानी आली. अर्धवट झोपेत काही दृश्यं तरळत होती...ही सीता कधीच विधवा होणार नाही...सूर्याला थोपवेन...तो दहावा दिवसच येणार नाही असं करेन...मला...मला काहीच अशक्य नाही!...माझ्या आज्ञेनं सूर्य जागीच उभा आहे...कालाचा प्रवाहही एकाच जागी गोठल्यासारखा स्तब्ध आहे...तो नतद्रष्ट दहावा दिवस दूर...खूप..खूप दूर...मनालाही पोहोचता येणार नाही एवढ्या दूर आहे...

या सीतेनं अनसूयाआजीनं दिलेले सगळे दागिने मागवले आहेत. केस विंचरले आहेत.. केसांत साखळ्या घातल्या आहेत..गळ्यात-हातात-पायांत-बोटांत-कमरेला सगळे दागिने घातले आहेत. नवविवाहितेचा साजशृंगार बघून सूर्यही दिपून गेला आहे...जागीच स्तब्ध झालाय...माझा हा शाप नाही..माझी इच्छा! सूर्य-चंद्र-तारे सगळेच माझ्या इच्छेच्या अधीन आहेत..राजवाड्याच्या ओसरीच्या पूर्वेला असलेल्या अश्वत्थ वृक्षाच्या आडोशाला उभा असलेला सूर्य....चित्रकूटच्या कुटीच्या समोरच्या डोंगराआडून उगवणारा सूर्य...वर येऊन सर्वत्र किरण पसरवण्यासाठी तळमळत असलेला सूर्य..रात्री आकाशात सहस्र-सहस्र संख्येनं मंडप उभारणारे तारे-तारका-नक्षत्रं ....माझ्या इच्छेनं मी सगळ्यांना जागीच थांबवलं आहे!...माझी इच्छाही त्याचबरोबर स्तब्ध होत आहे..इच्छा स्तब्ध करता आली नाही, तर काळाला कसं थांबवणार?

"ताई..ताई..! उजेडतंय...तारकेश्वर उपाध्याय केव्हाची वाट पाहताहेत. गाडी जुंपायची न्हवं?.."

म्हणजे सूर्य थांबलेला नाही! एक दिवस निघून गेलाय... मनाचा संताप-संताप झाला. त्याच रागात विचारलं, "मला का उठवलंस? मूर्ख!"

सुकेशी काहीच बोलली नाही. भावनावेगानं म्हणाली, "उपाध्यायांनी सगळं सांगितलं..." तिला हुंदका अनावर झाला.

"मी कुठंही येणार नाही म्हणून सांग त्यांना!" मी म्हटलं.

काल सकाळी आईला भेटायला म्हणून शेतावरच्या घरात गेलो. सुकेशीमातेनं सांगितलं, "त्या अजून उठल्या नाहीत...."

दोन घटका वाट पाहिली. नंतर आणखी काही कामं असल्यामुळे पुन्हा जायला जमलं नाही.

आज सकाळी पुन्हा जायला निघालो तेव्हा दहा-बारा ऋषिपत्नी थाळीत हळद-कुंकू, फुलांचे गजरे घेऊन तिकडंच निघाल्या होत्या. पतीच्या मृत्यूनंतर दहा दिवसांत स्त्रीची सौभाग्यलेणी उतरवायची पद्धत सगळ्यांनाच परिचयाची. सगळ्याच जणी सीतामातेच्या दुर्भाग्यावर कळवळा दाखवत होत्या. एकदा टाकल्यावर पुन्हा पतीसोबत सिंहासनावर बसायची संधी नाकारणारी मानी स्त्री म्हणून सगळे तिचा गौरव करत होते.

सगळे जण एकाच वेळी कुटिराचं दार लोटून आत शिरलो. "रात्री झोपल्या होत्या; पण पहाटेपासून दिसत नाहीत. आश्रमात गेल्या असाव्यात." सुकेशीमातेनं सांगितलं.

"मी महर्षींच्या कुटिरातूनच आलो. तिथं त्या नव्हत्या. आणखी कुठंतरी गेल्यात त्या!" मी गडबडून म्हटलं.

एक वृद्ध सुवासिनी म्हणाल्या, "कदाचित नदीवर स्नानासाठी गेल्या असतील!"

एवढ्यात माघारी आलेल्या कुंभय्यानं सांगितलं, "नाहीत तिथं. मी तिकडूनच

येतोय.''

मग कुठं गेल्या असतील? कोणालाच काही सुचेना...समजेना.

तेवढ्यात शेताच्या कुंपणालगत कुत्रं काहीतरी शोधत-हुंगत असल्याचं माझ्या दृष्टीस पडलं. मी कुंभय्या आणि सुकेशीमातेचंही तिकडं लक्ष वेधलं. कुंभय्या लगेच तिकडं धावले. मीही पाठोपाठ धावलो.

तिथं पाळण्याएवढा रुंद मातीतल्या चरात सीतामाता पाय लांब सोडून झोपल्या होत्या. अंगावर भारी वस्त्र होतं. हातात सोन्याच्या बांगड्या, गळ्यात सोन्याचा सर, कानात कर्णफुलं, भांगात सोन्याची साखळी सोडलेली. अंगावर सगळे सुवर्ण-सौभाग्यालंकार होते. नवविवाहितेचा शृंगार! गालाला हळद माखली होती, कपाळावर कुंकवाचा मळवट भरला होता. पायांवर शेकडो मुंग्या फिरत होत्या.

मी वृद्ध सुवासिनींचं तिकडं लक्ष वेधलं. सगळ्या धावत-धापा टाकत तिथं येऊन पोहोचल्या. सुकेशीमाता मोठ्यानं हंबरडा फोडून रडू लागल्या.

''मी विधवा होणार नाही, सुवासिनी म्हणूनच राहीन, म्हणत होत्या....काल दिवसभर सगळे दागिने घालूनच होत्या. हे सगळे अनसूयाआजीनं दिलेले दागिने, म्हणायच्या. आजीचंच महावस्त्र हे! रात्री खोलीत झोपल्या होत्या...इथं केव्हा कशा आल्या कोण जाणे.....'' म्हणत त्यांनी हुंदका दिला.

काहीच न सुचून मी म्हटलं, ''कुंभय्या, धावत जाऊन महर्षींचा हात धरून घेऊन येतोस काय? नाहीतर चाकांवर बसवून घेऊन या...''

थोड्याच वेळात महर्षी एका हातात काठी आणि दुसऱ्या हातानं कुंभय्याचा आधार घेत पायी चालतच येऊन पोहोचले. सीतामाता झोपलेल्या जागी येऊन त्यांनी तिथलं सगळं निरीक्षण केलं. तिच्या डोळ्यांच्या बंद पापण्या बोटांनी उघडून पाहिल्या.

नंतर उद्गारले, ''इच्छामरण!''

जमलेल्या सुवासिनींनी सीतामातेला हळद-कुंकू लावलं. केसांत फुलं घातली. महर्षी म्हणाले, ''क्षत्रियांना अग्नी दिला जातो; पण ही मातीची लेक मातीत सापडली, स्व-इच्छेनं मातीतच चिरनिद्रा घेतेय! तिच्या इच्छेचा भंग करू नका. ती झोपली आहे, तशाच अवस्थेत तिच्या वस्त्र-आभरणासहित तिच्यावर माती पसरून तिची समाधी करा....त्यावर तिच्या आवडत्या अश्वत्थ वृक्षाचं रोप लावा आणि पाणी द्या! तोच मोठा वृक्ष होईल, जमिनीवर सावली आणि पक्ष्यांना आहार-आधार देईल.''

सीतामाईची मुलं, बहिणी, लक्ष्मण, भरत-शत्रुघ्न, मांडवी-श्रुतकीर्ती, त्यांची मुलं, पुरोहित असे सगळे आले. तमसा नदीत तर्पण देण्यात आलं. लक्ष्मणाच्या मुलांनी, अंगद-चंद्रकेतू यांनी लव-कुशांना मिठी मारली. लव-कुशांनी हंबरडा

फोडत सांगितलं, 'आम्ही मातेच्याच घरात राहू. आम्हाला अयोध्या नको!'

ऊर्मिलादेवींनी त्या दोघांना मिठीत घेतलं आणि समजावून आपल्याबरोबर घेऊन गेल्या.

सगळ्यांपेक्षा जास्त महर्षी दुःखात बुडून गेले होते. या घटनेला महिना होऊन गेला, तरी त्यांच्या अश्रूंना खंड नव्हता. इतके विचारवंत, इतके वेदांताचे मर्म जाणणारे! जीवनाचं मर्म ठाऊक असूनही हे का इतके भावुक होतात, हे मला समजत नव्हतं.

त्यांचं मन दुसरीकडे वळवण्यासाठी मीच विषय काढला,

"तुम्ही काहीतरी लिहीत होता ना? ती कथा संपवणार नाही काय? आणखी वय झालं, तर तुमची स्मरणशक्ती आणखी वठून जाईल! होय की नाही?"

"तारका, काय सांगू? पक्ष्यांच्या जोडीतल्या एकाला मारून त्यांच्यामध्ये विरह निर्माण झाल्यानंतर मनात निर्माण झालेली वेदना व्यक्त करण्यासाठी मी राम-सीतेच्या जीवनाचा आधार घेतला. निदान हे काव्य तरी सुखान्त करायची माझी आस होती; पण ते शक्य झालं नाही. कवीला काहीही शक्य आहे, हे खरं नाही बघ! याचंच वैफल्य मनाला ग्रासून टाकत आहे."

असं म्हणत वाल्मीकी महर्षी शोकसागरात बुडून गेले.

■